ಕನ್ನಡದ ಹದಿನಾಲ್ಕು ಯುವ ಕತೆಗಾರರ ಒಂದೊಂದು ಕತೆಯನ್ನು ಇಲ್ಲಿ ಸಂಕಲಿಸಲಾಗಿದೆ. ಈ ಸಂಕಲನದ ಕತೆಗಾರರೆಲ್ಲ ನಲವತ್ತು ವರ್ಷದ ಒಳಗಿನ ವಯೋಮಾನದವರು. ಜಾಗತೀಕರಣದ ದಾಳಿ, ಖಾಸಗೀಕರಣದ ಅಬ್ಬರ, ದೃಶ್ಯ ಮಾಧ್ಯಮಗಳ ಹಾವಳಿ ದಿನದಿಂದ ದಿನಕ್ಕೆ ಹೆಚ್ಚುತ್ತಿರುವ ಅಸಮಾನತೆ, ನಿರುದ್ಯೋಗ, ನಶಿಸುತ್ತಿರುವ ವ್ಯವಸಾಯಸಂಸ್ಕೃತಿ ಹೀಗೆ ಹಲವು ಆತಂಕಗಳ ಒಳಸುಳಿಗೆ ಸಿಕ್ಕು ಇಂದಿನ ಯುವ ಜನತೆ ತಲ್ಲಣಗಳನ್ನು ಅನುಭವಿಸುತ್ತಿದೆ. ಈ ಗೊಂದಲಮಯ ಸ್ಥಿತಿಯಲ್ಲಿ ತನ್ನ ದಾರಿಯನ್ನು ತಾನೇ ಕಂಡುಕೊಳ್ಳಬೇಕಾದ ಸವಾಲುಗಳ ಎದುರಲ್ಲಿ ಯುವ ಪ್ರಜ್ಞೆ ನಿಂತಿದೆ. ಕೌಟುಂಬಿಕ ಛಿದ್ರೀಕರಣ, ವ್ಯವಹಾರಿಕವಾದ ಮನುಷ್ಯ ಸಂಬಂಧಗಳು ಕೌಟುಂಬಿಕ ಅಂತಃಕಲಹ, ದಾಂಪತ್ಯಗಳ ನಡುವೆ ಬಿಕ್ಕಟ್ಟು, ಏಕಾಕಿತನ, ತಬ್ಬಲಿಭಾವ ಈ ಎಲ್ಲ ಪರಿಸ್ಥಿತಿಗಳು ಯುವ ಜನರನ್ನು ಕಾಡದೆ ಬಿಟ್ಟಿಲ್ಲ. ಅವರ ಅನುಭವ ಲೋಕದಲ್ಲಿ ಈ ತವಕ ತಲ್ಲಣಗಳು ಗಾಢ ಪರಿಣಾಮ ಬೀರಿವೆ. ಅವರ ಆಲೋಚನೆ ಚಿಂತನೆಗಳ ಪರಿಧಿಯನ್ನು ವಿಸ್ತರಿಸಿದಷ್ಟೇ ಪ್ರಮಾಣ ದಲ್ಲಿ ಅವರ ಒಳಸಂಕಟಗಳನ್ನು ದ್ವಿಗುಣಗೊಳಿಸಿವೆ. ಇಲ್ಲಿನ ಕತೆಗಳಲ್ಲಿ ಈ ಎಲ್ಲ ಬಗೆಯ ಸಂಗತಿಗಳೂ ಬಿಂಬಿತವಾಗಿವೆ.

ನವಲೇಖನ ಮಾಲೆ

ನವಲೇಖನ
ಕನ್ನಡ ಕತೆಗಳು

ಸಂಪಾದಕರು:

ಎಸ್. ಜಿ. ಸಿದ್ಧರಾಮಯ್ಯ

nbt.india
एकः सूते सकलम्

ನ್ಯಾಷನಲ್ ಬುಕ್ ಟ್ರಸ್ಟ್, ಇಂಡಿಯಾ

ISBN 978-81-237-7802-0

ಮೊದಲ ಮುದ್ರಣ : 2016 (ಶಕ 1937)

Navalekhana: Kannada Kathegalu
(Anthology of Kannada Short Stories
compiled by Prof. S. G. Siddaramaiah) *(Kannada original)*

₹ 170.00

ನಿರ್ದೇಶಕರು, ನ್ಯಾಷನಲ್ ಬುಕ್ ಟ್ರಸ್ಟ್, ಇಂಡಿಯಾ
ನೆಹರೂ ಭವನ, 5, ಇನ್‌ಸ್ಟಿಟ್ಯೂಶನಲ್ ಏರಿಯಾ, ಫೇಜ್–II
ವಸಂತ್ ಕುಂಜ್, ಹೊಸ ದೆಹಲಿ–110070 ಇವರಿಂದ ಪ್ರಕಟಿತ.
Website : www.nbtindia.gov.in

ಪರಿವಿಡಿ

ಇಸಂಗಳ ಕಟ್ಟು ಹರಿದು

ನೊಂದ ನೋವ ನೊಂದವನೇ ಸಂವೇದಿಸಿ ಬರೆಯುವುದಕ್ಕೂ, ನೋಯದವನು ಕಂಡು ಕೇಳಿ ಭಾವಿಸಿ ಸಂವೇದಿಸಿ ಬರೆಯುವುದಕ್ಕೂ ಇರುವ ವ್ಯತ್ಯಾಸವೇನು? ಈ ಪ್ರಶ್ನೆಗೆ ಉತ್ತರ ಸುಲಭವಲ್ಲ. ಕೆಲವೊಮ್ಮೆ ನೊಂದವನು ಸ್ವತಃ ತಾನು ಅನುಭವಿಸಿದ್ದನ್ನು ಹೇಳಿಕೊಳ್ಳುವಲ್ಲಿ ಅದರ ತೀವ್ರತೆಯನ್ನು ಪರಿಣಾಮಕಾರಿಯಾಗಿ ಕಟ್ಟಿಕೊಡುವಲ್ಲಿ ಸೋಲಬಹುದು. ನೋಯದವನು ಅದೇ ಅನುಭವವನ್ನು ತನ್ನ ಮನೋಭೂಮಿಕೆಯಲ್ಲಿ ಭಾವಿಸಿ ತೀವ್ರತರವಾಗಿ ಸಂವೇದಿಸಿ ಯಶಸ್ವಿಯಾಗಿ ಕಟ್ಟಿಕೊಡಬಹುದು. ಎರಡೂ ಸಾಧ್ಯತೆಗಳನ್ನು ಅಲ್ಲಗಳೆಯಲಾಗುವುದಿಲ್ಲ. ಆದರೆ ನೊಂದವನ ಪ್ರಾಮಾಣಿಕತೆ ಹಾಗೂ ನೋಯದವನ ಕಲ್ಪಕತೆಗಳ ನಡುವೆ ಇರುವ ಫರಕು ಒಂದು ಅನುಭವದ ನೈಜತೆಯನ್ನು ನಿರ್ಧರಿಸುವಲ್ಲಿ ನೈತಿಕ ಶಕ್ತಿಯಾಗಿ ಅನುಭವ ಪ್ರಮಾಣುವಾದ ಮಾನದಂಡವಾಗುತ್ತದೆ. ಸಂಭಾವ್ಯತೆ ಎಂಬ ತಾಜಾಸ್ಥಿತಿಯನ್ನು ಅನುಮಾನಿಸ ಬಾರದ ಪರಿಯಲ್ಲಿ ನೊಂದವನ ಮನಸ್ಸಿನ ನಿವೇದನೆ ತಾನೇ ತಾನಾಗಿ ಅರಳಿರುತ್ತದೆ. ಆದರೆ ಕಲ್ಪಕತೆಯಲ್ಲಿ ಉತ್ಪ್ರೇಕ್ಷೆ ಮತ್ತು ತೀವ್ರತೆಗಳು ಸೂಕ್ಷ್ಮತೆಯ ಎಳೆಗಳನ್ನು ಕಳೆದುಕೊಂಡು ಹರಿದಾಡುತ್ತವೆ. ಅಭಿವ್ಯಕ್ತಿ ಸಾಧ್ಯತೆಯಲ್ಲಿ ಅನುಭವ ದ್ರವ್ಯದ ಬಗ್ಗೆ ಇಷ್ಟೆಲ್ಲ ಹೇಳಿದರೂ, ಇದು ಇಷ್ಟೇ ಸರಿ ಎಂದು ಹೇಳಲಾಗುವುದಿಲ್ಲ. ಸಾಹಿತ್ಯದ ಸೂಕ್ಷ್ಮಗಳು ಸರಳರೇಖೆಯ ವ್ಯಾಖ್ಯಾನಕ್ಕೆ ಸಿಕ್ಕುವ ಬಟ್ಟೆಯ ಹಾಸು ಹೊಕ್ಕುಗಳಲ್ಲ. ಸಂಕೀರ್ಣವೂ, ಸಂಘರ್ಷಾತ್ಮಕವೂ ಆದ ದ್ವೈತ ಗುಣದಲ್ಲಿ ಅವುಗಳ ನಡಿಗೆ ಇರುತ್ತದೆ. ಹಾಗೆಯೇ ಅನುಭವ ದ್ರವ್ಯವೆಂಬುದು ಅಭಿವ್ಯಕ್ತಿಯ ಪರಿಕ್ರಮದಲ್ಲಿ ಆಕೃತಿಗೊಳ್ಳುವ ಬಗೆ ಕೂಡ ನಿಖರವಾಗಿ ಹೇಳಲಾಗದ ನಿಗೂಢ ಕ್ರಿಯೆ. 'ರೀತಿಯೇ ಕಾವ್ಯದ ಆತ್ಮ' 'style is the man' ಇತ್ಯಾದಿ ಮೀಮಾಂಸ ದೃಷ್ಟಿಯ ಉಕ್ತ ವಿಶೇಷತೆಗಳು ಅರ್ಧಸತ್ಯದ ಮಾತುಗಳೇ ಹೊರತು ಆತ್ಯಂತಿಕ ನಿರ್ವಚನಗಳಲ್ಲ. ಹೀಗಾಗಿ ಅನುಭವ ಮತ್ತು ಅಭಿವ್ಯಕ್ತಿಗಳ ಸಂಬಂಧಸೂಕ್ಷ್ಮವೆಂಬುದು ಅಂತಿಮವಾಗಿ ಬರಹಗಾರನ ಆಯ್ಕೆಯಾದಷ್ಟೇ ಪ್ರಮಾಣದಲ್ಲಿ ಬರಹದ ವಸ್ತುಶಕ್ತಿಯ ಪರಿಣಾಮ ರಮಣೀಯತೆಯೂ ಆಗಿರುತ್ತದೆ. ಕಥೆ, ಕಾವ್ಯ, ಕಾದಂಬರಿ ಇತ್ಯಾದಿ ಪ್ರಕಾರಗಳು ರೂಪುಗೊಳ್ಳುವ ಪ್ರಕ್ರಿಯೆಯಲ್ಲಿ ಕಾಲ, ಕ್ರಿಯೆ, ವ್ಯಕ್ತಿ ಸಮಷ್ಟಿಗಳ ಗುಣ ವಿಶೇಷತೆ ಕೂಡ ಪ್ರಧಾನ ಪಾತ್ರವಹಿಸಿರುತ್ತದೆ.

ಕನ್ನಡ ಸಾಹಿತ್ಯದಲ್ಲಿ ಕಥಾಪ್ರಕಾರ ಬೆಳೆದು ಬಂದಿರುವ ಬಗೆಯನ್ನು ನೋಡಿದಾಗ ವಿಸ್ಮಯವಾಗುತ್ತದೆ. ಸಣ್ಣಕತೆ ಎಂಬ ಆಧುನಿಕ ಪರಿಕಲ್ಪನೆಯ ಸಾಹಿತ್ಯಪ್ರಕಾರ ಕನ್ನಡದಲ್ಲಿ ಪ್ರಾರಂಭವಾದದ್ದು ಇಂಗ್ಲಿಷ್ ಸಾಹಿತ್ಯದ ಪ್ರಭಾವದ ಮೂಲಕ. ಅದಕ್ಕೂ ಮುಂಚೆ ನಮ್ಮಲ್ಲಿ ಸಣ್ಣಕತೆಗೆ ಸಂವಾದಿಯಾಗಬಲ್ಲ ರಚನೆಗಳು ಇದ್ದರೂ ಅವು ಧರ್ಮಬೋಧೆ, ನೀತಿಬೋಧೆ ಇತ್ಯಾದಿ ಉದ್ದೇಶಗಳಲ್ಲಿ ಬಂಧಿಯಾದ ರಚನೆಗಳೇ ಆಗಿದ್ದವು. ವಸಾಹತು ಶಿಕ್ಷಣದ ಕಾರಣ ನಮ್ಮ ಸಾಮಾಜಿಕ ಬದುಕಿನಲ್ಲಿ ಪಲ್ಲಟಗಳುಂಟಾದಂತೆ ಸಾಹಿತ್ಯ ಲೋಕದಲ್ಲಿ ಮಹತ್ತರ ಬದಲಾವಣೆಗಳಾದವು. ಪ್ರಾರಂಭದಲ್ಲಿ ಅನುವಾದ ಅನುಕರಣೆಯ ಮೂಲಕ ಪರಿಚಯವಾದ ಸಾಹಿತ್ಯ ಪ್ರಕಾರಗಳು, ಕಾಲಾಂತರ ದಲ್ಲಿ ಸ್ವತಂತ್ರವಾಗಿ ಭಾಷೆ-ಬದುಕಿನ ಜಾಯಮಾನಕ್ಕೆ ತಕ್ಕ ಸಹಜತೆಯಲ್ಲಿ ಸಮೃದ್ಧವಾಗಿ ಬೆಳೆದದ್ದು ಈಗ ಇತಿಹಾಸ. ಪಂಜೆ ಮಂಗೇಶರಾಯ, ಮಾಸ್ತಿ, ಕುವೆಂಪು ಮೊದಲಾದವರ ಅನುಭವ ಪ್ರಮಾಣುವಿನಲ್ಲಿ ರೂಪುಪಡೆದ ಕನ್ನಡ ಕಥಾಜಗತ್ತು ತನ್ನ ವಸ್ತುವೈವಿಧ್ಯ ಮತ್ತು ನಿರ್ವಹಣೆಯ ಅನನ್ಯತೆಯಲ್ಲಿ ಸಮೃದ್ಧವಾಗಿ ಬೆಳೆದಿದೆ. ಕಾಲದ ಒತ್ತಡಗಳಿಗೆ ಅನುಗುಣವಾಗಿ ಹುಟ್ಟಿಕೊಂಡ ಹಲವು ಚಳವಳಿಗಳು, ಅವುಗಳು ಪ್ರತಿಪಾದಿಸಿದ ತಾತ್ವಿಕ ದೃಷ್ಟಿಕೋನಗಳು, ಎಲ್ಲ ಸಾಹಿತ್ಯ ಪ್ರಕಾರಗಳನ್ನು ಪ್ರಭಾವಿಸಿದಂತೆ ಸಣ್ಣಕಥಾ ಜಗತ್ತನ್ನೂ ಪ್ರಭಾವಿಸಿರುವುದು ಸಹಜವಿದೆ. ಆದರೆ ಕನ್ನಡ ಕಥಾಲೋಕದ ವಿಶಿಷ್ಟತೆ ಎಂದರೆ ಸಿದ್ಧಾಂತವನ್ನು ಅರಗಿಸಿಕೊಂಡು ಅನುಭವನಿಷ್ಠ ಪ್ರಮಾಣುವಿನಲ್ಲಿ ಲೋಕದರ್ಶನವನ್ನು ಕಟ್ಟಿಕೊಟ್ಟಿರುವ ಗುಣಧರ್ಮ. ಚಳವಳಿಯ ಪ್ರಾರಂಭದ ದಿನಗಳಲ್ಲಿ ಸೈದ್ಧಾಂತಿಕ ಉಮೇದು ಮುನ್ನುಗ್ಗಿ ಆರ್ಭಟದ ಕಹಳೆ ಕೂಗಾಗಿದೆ. ಅಂಥ ಆವೇಶಕ್ಕೆ ತೆರೆದುಕೊಂಡು ಬರೆದವರ ಬರಹಗಳಲ್ಲಿ ಸಿದ್ಧಾಂತ ಕರಗಿದ ಕಲೆಯಾಗದೆ, ಅಬ್ಬರದ ಮಾತಾಗಿದೆ. ಕೆಲವು ಕಾಲದವರೆಗೆ ಇಂಥ ಅಬ್ಬರದ ಮಾತುಗಳೇ ಮೇಲುಗೈ ಸಾಧಿಸಿ ಪ್ರಚಾರ ಪಡೆದಿರುವುದೂ ಸತ್ಯ. ಆದರೆ ಚಳವಳಿಯ ಸಾತತ್ಯವು ಕಾಲದ ಮುಂದುವರಿಕೆಯಲ್ಲಿ ಅರಗಿದ ಅನ್ನವಾಗಿ ಜೀವದ ಧಾತುವಾದಂತೆ, ಅಬ್ಬರ ಕರಗಿ ಚಿಂತನೆ ಪ್ರಧಾನವಾಗಿ, ಅನುಶೀಲನೆ ಬರವಣಿಗೆಯ ಮೂಲಧರ್ಮವಾಗಿರುವುದು ವಸ್ತು ಸತ್ಯ. ಹೀಗಾಗಿ ತೂರಿ ಕೇರುವ ವಿಮರ್ಶೆಯ ಪ್ರಕ್ರಿಯೆಯಲ್ಲಿ ಗಟ್ಟಿಕಾಳು ಉಳಿದು ಜೊಳ್ಳು ಕಳೆದುಹೋದದ್ದು ಕನ್ನಡ ವಿಮರ್ಶೆಯ ವಿವೇಕದ ಪರಿಣಾಮವೇ ಆಗಿದೆ. ನವೋದಯ, ಪ್ರಗತಿಶೀಲ, ನವ್ಯ, ದಲಿತ, ಬಂಡಾಯಗಳೆಂಬ ಚಳವಳಿಗಳ ಸೈದ್ಧಾಂತಿಕ ಆಶಯ ಪ್ರಧಾನ ಕತೆಗಳಿಗಿಂತ ಅನುಭವನಿಷ್ಠ ಸಾಮಾಜಿಕ

ಬದ್ಧತೆಯಲ್ಲಿ ರೂಪು ತಳೆದಿರುವ ಕತೆಗಳು ತಮ್ಮ ಲೋಕದೃಷ್ಟಿಯ ಕಾರಣದಿಂದ ಸಾರ್ವಕಾಲಿಕ ಮಾನ್ಯತೆ ಪಡೆದ ಕೃತಿಗಳಾಗಿವೆ. ಕನ್ನಡ ಬದುಕನ್ನೂ ಅದರ ಬಹುತ್ವಗಳ ನೆಲೆಯಲ್ಲಿ ಕಟ್ಟಿಕೊಡುವಲ್ಲಿ ಈ ರಚನೆಗಳು ಯಶಸ್ವಿಯಾಗಿವೆ.

ಭಾರತೀಯ ಸಮಾಜವೆಂಬುದು ಏಕ ಮಾದರಿಯ ರಚನೆಯಲ್ಲ; ವರ್ಗ ಭೇದದ ತಾರತಮ್ಯಕ್ಕಿಂತ ವರ್ಣನೀತಿಯ ಅಸಮಾನತೆಯಲ್ಲಿನ ನೋವು ಹಸಿವು, ಅವಮಾನಗಳು ಹೇಳಿ ಕಳೆಯದ ಅಪಾರತೆಯವು. ಶಿಕ್ಷಣ, ಆಧುನಿಕತೆ ವೈಜ್ಞಾನಿಕ ಬೆಳವಣಿಗೆ, ವೈಚಾರಿಕ ಜಾಗೃತಿ, ಈ ಯಾವುದೇ ಶಕ್ತಿಗಳೂ ವರ್ಣನೀತಿಯ ಮೂಲ ಗುಣವನ್ನು ನಾಶಮಾಡುವಲ್ಲಿ ಸಫಲವಾಗಿಲ್ಲ. ಈ ಎಲ್ಲಾ ಶಕ್ತಿ ಪ್ರಭಾವಗಳನ್ನೂ ನುಂಗಿ ನೊಣೆಯುತ್ತಾ ತನ್ನ ಮೂಲ ಆಶಯವನ್ನು ಇನ್ನೂ ಜೀವಂತವಾಗಿಟ್ಟುಕೊಂಡು ರಾಜಕೀಯ, ಸಾಂಸ್ಕೃತಿಕ ಕ್ಷೇತ್ರದಲ್ಲಿ ವರ್ಣನೀತಿ ತನ್ನ ಆಧಿಪತ್ಯವನ್ನು ಮೆರೆಯುತ್ತಿದೆ.

ಪ್ರಜಾಪ್ರಭುತ್ವ ವ್ಯವಸ್ಥೆಯಲ್ಲಿ ಆಧುನಿಕಶಕ್ತಿ ಪ್ರಭಾವಗಳಿಂದ ಮೇಲು ನೋಟಕ್ಕೆ ಕಾಣುವ ಅಸಮಾನತೆಯ ಮೂರ್ತರೂಪದ ಗೋಡೆಗಳನ್ನು ಒಡೆದಂತೆ ಕಂಡರೂ, ಹೊರನೋಟಕ್ಕೆ ಕಾಣಲಾಗದ ಅಮೂರ್ತರೂಪದ ಭದ್ರಕೋಟೆಗಳನ್ನು ವರ್ಣನೀತಿ ಹೊಸ ಹೊಸ ವಿನ್ಯಾಸಗಳಲ್ಲಿ ಬೆಳೆಸುತ್ತಲೇ ಬಲಿಯುತ್ತಿದೆ. ಕನ್ನಡ ಸಾಹಿತ್ಯ ಲೋಕ ಈ ಒಳ ಸೂಕ್ಷ್ಮಗಳನ್ನು ಗ್ರಹಿಸುವಲ್ಲಿ ನಿರಂತರ ಜಾಗೃತ ಪ್ರಜ್ಞೆಯಾಗಿದೆ. ಆದಿಕವಿ ಪಂಪನಿಂದ ಹಿಡಿದು ಇಂದಿನ ಯುವ ಬರಹಗಾರರ ಸಾಹಿತ್ಯಾತ್ಮಕ ರಚನೆಗಳಲ್ಲಿ ಈ ಜಾಗೃತ ಪ್ರಜ್ಞೆಯ ಕ್ರಿಯಾ ವಿಶೇಷತೆಯನ್ನು ಕಾಣಬಹುದು. ಪುರಾಣ ಇತಿಹಾಸಕ್ಕೆ ಸೇರಿದ ವಸ್ತುವನ್ನು ಪುನಾರಚಿಸುವಲ್ಲಿಯೂ ಈ ಜಾಗೃತ ಪ್ರಜ್ಞೆ ತನ್ನ ಪರ್ಯಾಯ ಸಂಸ್ಕೃತಿಯ ಗುಣ ಧರ್ಮವನ್ನು ಮೆರೆದಿದೆ. ಪುರಾಣ ಇತಿಹಾಸ ಕಾಲದವುಗಳೆಂಬ ಕಾಲಕಟ್ಟಿನ ಸಾಮಾಜಿಕ ರೀತಿ ರಿವಾಜು ನೀತಿ ನಿಯಮಗಳ ಅನುಸರಣೆಯಲ್ಲಿ ಆಯಾ ಕಾಲಧರ್ಮನಿಷ್ಠೆಗೆ ಬದ್ಧವಾಗುತ್ತಲೇ ಅದನ್ನು ಮೀರಿಸಿದ ನೆಲೆಯಲ್ಲಿ ಪ್ರತೀತಗೊಳ್ಳಬೇಕಾದ ಮಾನವೀಯ ಜೀವನ ಮೌಲ್ಯಗಳಿಗೆ ಬದ್ಧವಾಗಿರುವುದು ವಿಶೇಷ. ಹೀಗಾಗಿ ಪಂಪ, ಕುಮಾರವ್ಯಾಸ, ಕುವೆಂಪು ಮೊದಲಾದವರ ಸಂವೇದನೆಯಲ್ಲಿ ಪುರಾಣ ಇತಿಹಾಸಗಳ ಕಥಾವಸ್ತುವೆಂಬುದು ವರ್ಣನೀತಿಗೆ ವಿರುದ್ಧವಾಗಿ ಪುನಾರಚನೆಗೊಂಡ ಪರ್ಯಾಯ ಸಂಸ್ಕೃತಿಯ ಶೋಧಕ ದರ್ಶನವೇ ಆಗಿದೆ. ಇನ್ನು ವರ್ತಮಾನದ ಬದುಕಿನ ಚಿತ್ರಣದಲ್ಲಿಯೂ ಜಾಗೃತಪ್ರಜ್ಞೆ ಪರ್ಯಾಯದ ಅನ್ವೇಷಣೆಯಲ್ಲಿ ತೊಡಗಿರುವುದು ಢಾಳಾಗಿ

ಕಾಣುತ್ತದೆ. ವರ್ಣನೀತಿ ಹುಟ್ಟು ಹಾಕುವ ಹುನ್ನಾರಗಳನ್ನು ಭೇದಿಸುತ್ತಲೇ ಸಮಾಜದ ಸಾಂವಿಧಾನಿಕ ಆಶಯಗಳನ್ನು ಉನ್ನತಿಗೆ ತರುವ ಬದ್ಧತೆ ಇಲ್ಲಿ ಎದ್ದು ಕಾಣುತ್ತದೆ. ಪ್ರಸ್ತುತ ಈ ಸಂಕಲನದಲ್ಲಿರುವ ಎಲ್ಲ ಕತೆಗಳೂ ಇದಕ್ಕೆ ಉದಾಹರಣೆಗಳಾಗಿ ತಮ್ಮ ತಮ್ಮ ಮಿತಿಯಲ್ಲಿ ತೆರೆದುಕೊಳ್ಳುತ್ತವೆ. ಇದಲ್ಲದೆ ಕವಿರಾಜಮಾರ್ಗಕಾರ ಹೇಳುವ 'ಕನ್ನಡಂಗಳ್ ಒಳವು' ಎಂಬ ಮಾತಿಗೆ ಕನ್ನಡಿ ಹಿಡಿದಂತೆ ಈ ಸಂಕಲನದ ಕತೆಗಳಿವೆ. ಕರ್ನಾಟಕದ ಎಲ್ಲಾ ಭಾಗಗಳ ಪ್ರಾತಿನಿಧಿಕತ್ವವನ್ನು ಒಳಗೊಂಡ ಸಂಕಲನ ಇದಾಗಿಸಲು ಪ್ರಯತ್ನಿಸಲಾಗಿದೆ.

ಇಲ್ಲಿರುವ ಕತೆಗಳು ಯಾವುದೇ ಸಂಕಲನಗಳಲ್ಲಿ ಪ್ರಕಟಗೊಂಡವುಗಳಲ್ಲ. ದಿನಪತ್ರಿಕೆ, ವಾರಪತ್ರಿಕೆ, ಮಾಸಪತ್ರಿಕೆ, ವಿಶೇಷ ಸಂಚಿಕೆಗಳಲ್ಲಿ ಪ್ರಕಟಗೊಂಡ ಕೆಲವು ಕತೆಗಳು ಇಲ್ಲಿವೆ. ಎಲ್ಲೂ ಪ್ರಕಟಗೊಳ್ಳದೆ ಇದೇ ಮೊದಲು ಪ್ರಕಟ ಗೊಳ್ಳುತ್ತಿರುವ ಕತೆಗಳೂ ಹಲವಿವೆ. ಇತ್ತೀಚಿನ ಸಣ್ಣಕಥಾ ಪ್ರಕಾರದ ಬೆಳವಣಿಗೆ ಯನ್ನು ಪ್ರಾತಿನಿಧಿಕವಾಗಿ ತೋರಿಸುವ ಸಂಕಲನ ಇದಲ್ಲ. ಕಾರಣ ಅಪ್ರಕಟಿತ ರಚನೆಗಳು ಎನ್ನುವ ಚೌಕಟ್ಟಿಗೆ ಒಳಪಟ್ಟಾಗ ಆಯ್ಕೆಗೆ ಅವಕಾಶವಿರುವುದಿಲ್ಲ; ಲೇಖಕರನ್ನು ಕೋರಿಕೊಂಡಂತೆ ಅವರು ಕಳಿಸಿದವುಗಳನ್ನು ಒಪ್ಪಿಕೊಳ್ಳುವ ತುರ್ತಿಗೆ ಬದ್ಧವಾಗಿರುವ ಅನಿವಾರ್ಯತೆ ಇರುತ್ತದೆ. ಇದರ ನಡುವೆಯೂ ಬಹುತ್ವಕ್ಕೆ ಮಾನ್ಯತೆ ನೀಡಿದಂತೆ ಪ್ರಾದೇಶಿಕ ಪ್ರಾತಿನಿಧ್ಯ ಸಾಮಾಜಿಕ ನ್ಯಾಯ ಕಾಯ್ದುಕೊಳ್ಳಲಾಗಿದೆ.

ಈ ಸಂಕಲನದ ಕತೆಗಾರರೆಲ್ಲ ನಲವತ್ತು ವರ್ಷದ ಒಳಗಿನ ವಯೋಮಾನ ದವರು. ಹೀಗಾಗಿ ಅವರಿಗೆ ಸ್ವಾತಂತ್ರ್ಯ ಚಳವಳಿಯ ಬಿಸಿಯಾಗಲಿ, ಸ್ವಾತಂತ್ರ್ಯಾನಂತರದ ಪ್ರಾರಂಭದ ಕಾಲಘಟ್ಟ ಎದುರಿಸಿದ ಸವಾಲು ಸಂಕಷ್ಟಗಳ ಬಿಸುಪಾಗಲಿ ತಟ್ಟಿಲ್ಲ. ಅಲ್ಲದೆ ಕಳೆದ ಶತಮಾನದ 70-80ರ ದಶಕಗಳಲ್ಲಿ ಕರ್ನಾಟಕದಲ್ಲಿ ಜರುಗಿದ ಹಲವು ಚಳವಳಿಗಳ ಉತ್ಕಟ ಪರಿಚಯವೂ ಇಲ್ಲ. ಇವರು ಬರೆಯುತ್ತಿರುವ ಈ ಕಾಲ ಸ್ಥಳೀಯತೆಯನ್ನು ನಾಶ ಮಾಡ ಹೊರಟಿರುವ ಜಾಗತೀಕರಣದ ದಾಳಿಯ ಕಾಲ. ಗ್ಲೋಬಲ್ ಹಳ್ಳಿಯ ಪರಿಕಲ್ಪನೆಯಲ್ಲಿ ಜಗತ್ತು ಬದಲಾಗುತ್ತಿರುವ ಕಾಲ. ಏಕಸಂಸ್ಕೃತಿಯ ಹೇರಿಕೆಯಲ್ಲಿ ಖಾಸಗೀಕರಣದ ಅಬ್ಬರಕ್ಕೆ ಒಳಗಾಗಿ ಸಾಂವಿಧಾನಿಕ ಮೂಲ ಆಶಯಗಳು ಹಲವು ಆತಂಕಗಳನ್ನು ಎದುರಿಸುತ್ತಿರುವ ಪರ್ವಕಾಲವಿದು. ದೃಶ್ಯಮಾಧ್ಯಮಗಳ ಹಾವಳಿಗೆ ಬಲಿಯಾಗುತ್ತಿರುವ ಓದಿನ ಸಂಸ್ಕೃತಿ ಒಂದೆಡೆಯಾದರೆ, ಮೌಢ್ಯ ಪ್ರಸಾರದ ಆಧಿಪತ್ಯಕ್ಕೆ ಬಲಿಯಾಗಿ ವಿವೇಕ ರಹಿತರಾಗಿ ವರ್ತಿಸುತ್ತಿರುವ ಜನತೆ ಮತ್ತೊಂದೆಡೆ. ದಿನದಿಂದ ದಿನಕ್ಕೆ

ಹೆಚ್ಚುತ್ತಿರುವ ಸಾಮಾಜಿಕ ಅಸಮಾನತೆ, ನಿರುದ್ಯೋಗ, ಕ್ಷೀಣಿಸುತ್ತಿರುವ ವ್ಯವಸಾಯಸಂಸ್ಕೃತಿ, ಹೀಗೆ ಹಲವು ಆತಂಕಗಳ ಒಳಸುಳಿಗೆ ಸಿಕ್ಕಿ ಯುವಜನತೆ ತಲ್ಲಣಗಳನ್ನು ಅನುಭವಿಸುತ್ತಿದೆ. ಭರವಸೆಯನ್ನು ಹುಟ್ಟಿಸುವ ಯಾವುದೇ ಸಾಮುದಾಯಿಕ ಚಳವಳಿಗಳು ಈಗ ಜರುಗುತ್ತಿಲ್ಲ. ಇಂಥ ಗೊಂದಲಮಯ ಸ್ಥಿತಿಯಲ್ಲಿ ತನ್ನ ದಾರಿಯನ್ನು ತಾನೇ ಕಂಡುಕೊಳ್ಳಬೇಕಾದ ಸವಾಲುಗಳ ಎದುರಲ್ಲಿ ಯುವ ಪ್ರಜ್ಞೆ ನಿಂತಿದೆ. ಗ್ರಾಮ–ನಗರಗಳ ಅಂತರಗಳೂ ಕರಗುತ್ತಿವೆ. ನಗರದ ಸಮಸ್ಯೆಗಳು ಗ್ರಾಮಗಳಿಗೂ ರವಾನೆಯಾಗುತ್ತಿವೆ. ಗ್ರಾಮಗಳ ಯುವ ಜನತೆ ನಗರಗಳತ್ತ ವಲಸೆ ಹೊರಟಿರುವುದು ದಿನದಿಂದ ದಿನಕ್ಕೆ ಹೆಚ್ಚಾಗುತ್ತಿದೆ. ಗ್ರಾಮಗಳು ವೃದ್ಧಾಶ್ರಮಗಳಾಗುತ್ತಿವೆ. ಈ ಸ್ಥಿತ್ಯಂತರ ಹುಟ್ಟುಹಾಕುತ್ತಿರುವ ಸಾಮಾಜಿಕ ಸಾಂಸ್ಕೃತಿಕಪಲ್ಲಟಗಳು ಏಕಮುಖವಾದವುಗಳಲ್ಲ. ಕೌಟುಂಬಿಕ ಛಿದ್ರೀಕರಣ ಉಲ್ಬಣಗೊಂಡಂತೆ ಮನುಷ್ಯ ಸಂಬಂಧಗಳ ಭಾವನಾತ್ಮಕ ಅಂಶ ಹೆಚ್ಚು ವ್ಯಾವಹಾರಿಕತೆಯತ್ತ ತಿರುಗುತ್ತಿದೆ. ಹೀಗಾಗಿ ಕೌಟುಂಬಿಕ ಅಂತಃಕಲಹ ಗಳು, ದಾಂಪತ್ಯಗಳ ನಡುವೆ ಬಿಕ್ಕಟ್ಟು ಏಕಾಕಿತನದಲ್ಲಿನ ಅಸಹಾಯಕ ನರಳುವಿಕೆ ಬದುಕಿನಲ್ಲಿ ದೊಡ್ಡದಾಗಿ ಬೆಳೆಯುತ್ತಿದೆ. ಪಾಶ್ಚಾತ್ಯರ ಬದುಕಿನಲ್ಲಿ ಸಾಮಾನ್ಯ ಜೀವನ ಶೈಲಿಯಾಗಿದ್ದ ವಿಚ್ಛೇದನವೆಂಬುದು ನಮ್ಮ ಬದುಕಿನಲ್ಲೂ ಸಾಮಾನ್ಯವೆಂಬಂತೆ ಹೆಚ್ಚುತ್ತಿದೆ. ತಬ್ಬಲಿತನ, ದಿಕ್ಕೆಟ್ಟ ಹಪಾಹಪಿತನದಿಂದಾಗಿ ಮಕ್ಕಳಲ್ಲಿ ಹತಾಶೆ ಬೆಳೆಯುತ್ತಿದೆ. ಈ ಎಲ್ಲಾ ಬೆಳವಣಿಗೆಗಳು ಸಮಾಜದ ಸ್ವಾಸ್ಥ್ಯವನ್ನು ಕದಡುತ್ತಿವೆ. ನಮ್ಮ ಯುವ ಬರಹಗಾರರನ್ನು ಈ ಎಲ್ಲಾ ಪರಿಸ್ಥಿತಿಗಳೂ ಕಾಡದೆ ಬಿಟ್ಟಿಲ್ಲ. ಅವರ ಅನುಭವಲೋಕದಲ್ಲಿ ಈ ತವಕ ತಲ್ಲಣಗಳು ಗಾಢ ಪರಿಣಾಮವನ್ನು ಬೀರಿವೆ. ಅವರ ಆಲೋಚನೆ ಚಿಂತನೆಗಳ ಪರಿಧಿಯನ್ನು ವಿಸ್ತರಿಸಿದಷ್ಟೇ ಪ್ರಮಾಣದಲ್ಲಿ ಅವರ ನೋವು ಬಾಳಸಂಕಟ ಗಳನ್ನು ದ್ವಿಗುಣಗೊಳಿಸಿದ ಸ್ಥಿತಿ ಇಂದಿನ ಪರಿಸ್ಥಿತಿಯಾಗಿದೆ. ಇಲ್ಲಿನ ಕತೆಗಳಲ್ಲಿ ಈ ಎಲ್ಲ ಬಗೆಯ ಸಂಗತಿಗಳೂ ಸೂಕ್ಷ್ಮವಾಗಿ ಸ್ಥೂಲವಾಗಿ ಬಿಂಬಿತವಾಗಿವೆ.

ಪ್ರೊ. ಎಸ್. ಜಿ. ಸಿದ್ಧರಾಮಯ್ಯ

ಹಾಳು ಸುಡಗಾಡ ಬದುಕು....

–ಹನುಮಂತ ಹಾಲಗೇರಿ

ಈಗ ದನೇ ಅನ್ನದ ಕೂಡ ಬದನಿಕಾಯಿ ಚಟ್ನಿ ನಂಚ್ಕೊಂಡು ಊಟದ ಶಾಸ್ತ್ರ ಮುಗಿಸಿ ಕೋಲಿ ಮುಂದಿನ ಅಂಗಳದೊಳಗ ಪ್ಲ್ಯಾಸ್ಟಿಕ್ ತಟ್ ಹಾಸ್ಕೊಂಡು ಕಾಲುಚಾಚ್ಕೊಂಡು ಮಾತೆವ್ವ ಕುಂತಿದ್ಲು. ಆಕಿ ಸುಮ್ಮನ ಕುಂತಂಗ ಕಂಡ್ರೂ ಆಕಿ ದವಡೆಗಳು ಒಂದ ಸಂವನ ಮೆಲಕ್ಕ ಹಾಕುತಿದ್ವು. ಆಕಿ ಗಂಡ ದರಿಯ ಅಆಅಬ್ ಅಂತ ಡೆರಿಕಿ ಹೊಡಕೋತ ಮುಗಿಲ ಮ್ಯಾಲಿನ ಚಿಕ್ಕಿ ನೊಡಕೋತ ಅಂಗಾತ ಬಿದ್ದಕೊಂಡಿದ್ದ.

ಆಗಷ್ಟೆ ಕಂಬಳಿಯಂಥ ಕರಿ ಮುಗಿಲ ತುಂಬ ಚಿತ್ತಾರ ಮೂಡಿಸಿದ್ದ ಚಿಕ್ಕಿಗೊಳು ಮಿಣುಕುಮಿಣುಕಾಗಿ ಒಂದೊಂದೆ ಮಾಯವಾಗತೊಡಗಿದ್ದವು. ಚಂದಪ್ಪ 'ಇವನೌನ ಮಳಿ ಬರುವಂಗಾತು' ಅನ್ಕೊಂಡು ಗೂಡು ಸೇರಿದ್ದ. ಗುಡುಲ್ ದಡುಲ್ ಎಂಬ ಗುಡುಗು, ಅದರ ಹಿಂದೆಯೇ ಒಮ್ಮೆಲೆ ನೂರು ಸಾವಿರ ಬಲ್ಬು ಬೆಳಗಿದಂಗಳ ಕೋಲ್ಮಿಂಚು...

'ಆ..ಉ..ಂ.. ಉಉಂ, ಅಯ್ಯಯ್ಯ. ಎವ್ವಾ ಬೇ ಯಾಕೋ ಬೆನ್ನಿನ ನರಾ ಜಗ್ಗಾಕ ಹತ್ಯಾವು..' ಮಗಳು ಸ್ಟೆಲ್ಲಾಳ ನರಳುವ ಧ್ವನಿ ಆ ಮಳೆ ಗಾಳಿಯಲ್ಲಿ ಅಸ್ಪಷ್ಟವಾಗಿ ತೇಲಿ ಹೋಯ್ದಂತಾಯಿತು.

'ಮಗಳ ಬ್ಯಾನಿ ತಿನ್ನಾಕ ಹತ್ತಿದಂಗ ಕಾಣತೈತಿ. ಏ ಯೇಸು ತಂದೆ, ಇನ್ನು ಸ್ವಲ್ಪ ಹೊತ್ತು ಮಳಿಗಾಳಿ ಶುರು ಮಾಡಬ್ಯಾಡೋ ಎಪ್ಪ' ಮಾತೆವ್ವ ಮನದೊಳಗ ಬೇಡ್ಕೊಂಡ್ಲು. 'ಹೊಗು, ಯಾವುದಾದ್ರೂ ಆಟೋ ಕರಕೊಂಡು ಬರೊಗು ದವಾಖಾನಿಗೆ ಹೋಗೂನು' ಮಾತೆವ್ವ ಒದರುತ್ತಲೇ ಮಗಳತ್ತ ಧಾವಿಸಿದಳು.

ಆಟೋ ಇಲ್ಲವೆಂದು ವಾಪಸ್ ಬಂದ ಗಂಡನಿಗೆ ಶಪಿಸುತ್ತಾ ಗೇಟ್‌ವರೆಗೆ ಮಗಳನ್ನು ನಡೆಸಿಕೊಂಡು ಬಂದ ಮಾತೆವ್ವ ಸಿಕ್ಕ ಬೇಂದ್ರೆ ಬಸ್ ಹತ್ತಿಸಿ ಕೊಂಡು ಕೆಎಂಸಿ ಆಸ್ಪತ್ರೆಗೆ ಬಂದಿದ್ದಳು. ಮಗಳು ಹೆರಿಗೆ ವಾರ್ಡೊಳಗೆ ಹೋದ ಮೇಲೂ ಎಷ್ಟೋ ಹೊತ್ತಿನ ಮಟಾ ದರಿಯ ಕಾಯ್ದುಕೊಂಡು ಅಲ್ಲೆ

ನಿಂತಿದ್ದ. 'ಯಜ್ಜ ನಿಂದೇನು ಕೆಲಸ ಇಲ್ಲ. ನೀ ಹೊರಗ ಹೋಗು ಎಲ್ಲ ಸರಿ ಆಕೈತಿ' ಅಂತ ಒಬ್ಬಾಕಿ ನರ್ಸ್ ಹೇಳಿದ್ದರಿಂದ ಮುದುಕಗ ಇರಿಸು ಮುರುಸಾತು. ನಿಧಾನಕ್ಕ ಕಾಲು ಎಳಕೊಂಡು ಆಸ್ಪತ್ರೆ ಗೇಟ್‌ಮಟಾ ಬಂದ. ಅಲ್ಲೊಂದು ಪೆಟ್ಟಿ ಅಂಗಡಿ ಮುಂದ ಲೈಟ್ ಉರಿತಿತ್ತು. ಅಲ್ಲಿ ಹೊಗಿ ಒಂದು ಬೀಡಿ ತುಗೊಂಡು ಅಲೆಅಲೆಯಗಿ ಹೊಗೆಬಿಟ್ಟ. ಮನಸ್ಸು ದೇಹ ಸ್ವಲ್ಪ ಹಗೂರ ಆದಂಗಾದ್ವು, ಮತ್ತೆ ದವಾಖಾನಿ ಕಡೆಗೆ ಬರತೊಡಗಿದ. ಅಲ್ಲೊಂದು ಮುಚ್ಚಿದ ಬಾಗಿಲು ಬಿಲ್ಡಿಂಗ್ ಕಾಣಿಸಿತು. ಮಗಳು ಹೆರಿಗೆ ಇನ್ನು ಮೂರ್ನಾಲ್ಕು ತಾಸಾಗ ಬಹುದು ಅಂದುಕೊಂಡು ಮುಚ್ಚಿದ ಬಾಗಿಲ ಮುಂದೆ ಅಡ್ಡಾದ.

* * *

ಸರು ಬಿಟ್ಟು ಸರು ಹಣಿಯುವ ಮಳೆಯ ಜಿಟಿ ಜಿಟಿ. ಆಗಾಗ ಮುತ್ತಿಕ್ಕುವ ಸೊಳ್ಳೆಗಳಿಂದಾಗಿ ದರಿಯನಿಗೆ ನಿದ್ದಿ ಸುಳಿಯೊಲ್ಲದು. ಮೇಲಾಗಿ ನೆನಪುಗಳು ಸ್ಪರ್ಧೆಗೆ ಬಿದ್ದವವರಗತೆ ನಾ ಮುಂದು ತಾಮುಂದು ಎಂದು ಮುಕುರಿಪಟ ಬಿದ್ದಿದ್ದವು.

ಹಂಗ ನೋಡಿದ್ರ ಅವನ ಜನ್ಮನಾಮ ದೊರೆರಾಜ್. ಅಂವ ಮಾಡುತ್ತಿದ್ದ ವೃತ್ತಿಯ ಕಾರಣದಿಂದಲೋ, ಅವನ ಪೂರ್ತಿ ಹೆಸರನ್ನು ಕರೆಯುವುದು ತಮಗೆ ಅವಮಾನ ಎಂದುಕೊಂಡೋ ಮರ್ಯಾದಸ್ತ ಜನರು ಅವನ ಹೆಸರನ್ನು ತಮ್ಮ ಹುಬ್ಬಳಿಗೆ ಸುತ್ತಲಿನ ಆಡುಭಾಷೆಗೆ ಹೊಂದಿಸಿಕೊಂಡು ದರ್ಯಾ ಎಂದು, ಇನ್ನಷ್ಟು ಮುಂದೆ ಹೋಗಿ ದರಿದ್ರ ದರ್ಯಾ ಎಂದು ಕರೆತಿದ್ರು. ದರಿಯನ ಮೂರ್ನಾಲ್ಕು ತಲೆಮಾರುಗಳ ಹಿಂದಿನ ಪೂರ್ವಿಕರು ಆಂದ್ರಪ್ರದೇಶದ ಸುಡುಗಾಡುಕಾಯುವ ಕಾಪಾಲಿಕ ಎಂಬ ಅದ್ಯಾವದೋ ಹೀನ ಬುಡಕಟ್ಟಿನವರು. ಅಲ್ಲಿ ಅದ್ಯಾವ ಕಾರಣಕ್ಕೋ ನೆಲೆ ಕಳೆದುಕೊಂಡು ಹುಬ್ಬಳ್ಳಿಗೆ ಬಂದು ಇಲ್ಲಿನ ಸುಡುಗಾಡುಗಟ್ಟೆಗಳಲ್ಲಿ ನೆಲೆ ನಿಂತಿದ್ದರು.

ಯಾರಾದ್ರೈ ಸತ್ತರೇ ಮಾತ್ರ ಇವರಿಗೆ ಹೊಟ್ಟೆ ತುಂಬ ಊಟ. ಒಂದು ಕಡೆ ಹೆಣ ಬೇಯಿಸ್ತಾ ಇದ್ದರೆ ಇನ್ನೊಂದು ಕಡೆ ಹೆಣದ ಮೇಲಿನ ಅಕ್ಕಿಯನ್ನು ತಾಯಿ ಬೇಯಿಸೋದನ್ನೆ ನೋಡಿಕೊಂಡೆ ದರಿಯ ದೊಡ್ಡವನಾಗಿದ್ದ. ಒಮ್ಮೊಮ್ಮೆ ಜಾಸ್ತಿ ಚಿಲ್ಲರೆ ಕಾಸು ಸಿಕ್ಕರೆ ಅವತ್ತು ಅಪ್ಪ ಒಂದೆರಡು ಪಾಕೀಟು ಸೆರೆ ಮತ್ತು ಚಿಕ್ಕನ್ ಪೀಸು ತರ್ತಿದ್ದ.

ಒಂದೊಂದು ಸಲ ಬಾಳ ಇಚಿತ್ರ ಹೆಣ ಬರತಿದ್ವು. ಕಾಲ ಇದ್ದರ ಕೈ ಇರಲ್ಲ. ಎರಡು ಇದ್ದರ ತಲೆ ಇರ್ತಿರಲಿಲ್ಲ. ಒಮ್ಮೊಮ್ಮೆ ಎಲ್ಲವೂ ಇದ್ರು ಹೆಣ

ಪೂರ್ತಿ ಕೊಳತು ಮುಟ್ಟಿದರ ಹರ್ಕೊಂಡು ಬರುವಂಗ ಇರ್ತಿತ್ತು. ಒಂದೊಂದು ಹೆಣ ಅಂತ್ರೂ ಕಿಂವುರಕ್ತದಿಂದ ತುಂಬ್ಕೊಂಡು ಅಕರಾಳ ವಿಕರಾಳ ಆಗಿರುತಿದ್ವು. ಒಮ್ಮೊಮ್ಮೆ ಕೆಎಂಸಿಯಿಂದ ಪೊಲೀಸರಿಂದ ಫೋನ್ ಬರೋದು. ಅಲ್ಲಿಂದ ಕೊಯ್ದು ಪಂಚನಾಮೆ ಮಾಡಿದ ಹೆಣ ಸುಡಾಕ ಅಷ್ಟೋ ಇಷ್ಟು ದುಡ್ಡು ಕೊಡ್ತಿದ್ರು. ಎಷ್ಟೋ ಹೆಣಗಳಿಗೆ ವಾರಸುದಾರರೆ ಇರ್ತಿರಲಿಲ್ಲ. ಒಮ್ಮೊಮ್ಮೆ ತಿಂಗಳಾನುಗಟ್ಲೆ ಯಾರೂ ಸಾಯದೆ ಉಪವಾಸ ಇದ್ರ, ಒಮ್ಮೊಮ್ಮೆ ಎಕ್ಸಿಡೆಂಟ್ ಆದೋರು, ವಿಷ ಕುಡ್ದೋರು, ಉರ್ಲು ಹಾಕೊಂಡೋರ ಹತ್ತಾರು ಹೆಣ ಬರ್ತಿದ್ವು. ಆಗೆಲ್ಲ ಎಲ್ಲರಿಗೂ ಕೈ ತುಂಬ ಹೆಣ ಸುಡೋ ಕೆಲಸ. ಸುಗ್ಗಿಯೋ ಸುಗ್ಗಿ. ಪಾಪ ಎಷ್ಟೆಷ್ಟು ಸಣ್ಣ ಸಣ್ಣ ಮಕ್ಕಳೆಲ್ಲ ವಿಷ ಕುಡ್ದು ಉರ್ಲು ಹಾಕ್ಕೊಂಡು ಹೆಣ ಆಗಿ ಬಂದ್ರ ಅವುನ್ನ ಸುಡೋದು ಬಾಳ ಕಷ್ಟ ಆಕ್ತಿತ್ತು. ಗೆರೆ ಕೊರ್ದು ಚಿತ್ರ ಬಿಡಿಸಿ ಬಣ್ಣ ತುಂಬಿದ ಗೊಂಬಿಯಂಥೋರ ಮೈಗೆ ಬೆಂಕಿ ಹಾಕೋದಂದ್ರ ಹ್ಯಾಂಗ ಮನಸ್ಸು ಬರ್ತದ. ಆ ಮಕ್ಕಳನ್ನು ಆಡಿಸಿ ಬೆಳಿಸಿ ದೊಡ್ಡವರನ್ನಾಗಿ ಮಾಡಿದ ಹೆತ್ತೊಡಲುಗಳು ಅಳ್ಳೋದು ಕೇಳಿಸಿದ್ರಂತೂ ಕಳ್ಳ ಚುರಕ್ ಅಂತಿತ್ತು.

ಹೆಣ ಸುಡ್ತಾ ಸುಡ್ತಾನೆ ದೊರೆರಾಜ್‌ನ ರಟ್ಟೆ ಬಲ್ತಿದ್ವು. ಅವಂಗ ಹೆಣ್ಣು ನೋಡುವ ಜವಾಬ್ದಾರಿಯನ್ನ ಅಪ್ಪ ಶುರುವಿಟ್ಟುಕೊಂಡಿದ್ದ. ಹೆಣ ಸುಡೋನಿಗೆ ಮತ್ಯಾರು ಹೆಣ್ಣು ಕೊಡಬೇಕು, ಹೆಣ ಸುಡೋರ ಮಕ್ಕಳೆ ಆಗಬೇಕಲ್ವೆ? ಆಗಾಗ ತನ್ನ ಹಳೆಯ ಸಂಬಂಧಿಕರ ಮನೆಗೆ ಹೋದಾಗ ಬೇಕಂತ್ಲೆ ಮಾತಿನ ಮುಂದೆ ಮಗ ವಯಸ್ಸಿಗ ಬಂದ ವಿಷಯವನ್ನು ತರುತ್ತಿದ್ದ. ಅವನಂಗೆ ಹೆಣ ಸುಡೋರು ಹುಬ್ಬಳಿ ದಾರವಾಡ ಸೀಮಿ ಸುಡುಗಾಡದೊಳಗ ಸಿಗೂದಿಲ್ಲ ಅಂತ ಮೀಸಿ ತಿರುತ್ತಿದ್ದ. ಅಪ್ಪನ ಮಾತು ನಂಬಿ ಸುತ್ತಲಿನ ಸಣ್ಣ ಸಣ್ಣ ಪಟ್ಟಣಗಳ ಸುಡುಗಾಡುಗಳಲ್ಲಿ ಬೀಡು ಬಿಟ್ಟಿದ್ದ ಹೆಣ್ಣು ಹೆತ್ತವರು ಬಂದು ಹೋಗಿ ಮಾಡುವುದನ್ನು ಶುರುವಿಟ್ಟುಕೊಂಡಿದ್ದರು.

ರೈತರಿಗೆ ಜಮೀನು ಜಾನುವಾರು ಆಸ್ತಿ ಆದ್ರ, ಇವರಿಗೆ ಸುಡಗಾಡೇ ಆಸ್ತಿ ಇದ್ದಂಗ. ಹೆಣ್ಣು ಕೊಡಲಿಕ್ಕೆ ಬಂದವರೆಲ್ಲ ಸುಡುಗಾಡನ್ನು ಅಡ್ಡಾಡಿ ನೋಡತಿದ್ರು. ಸುಡುಗಾಡಿನ ವಿಸ್ತಾರ, ಸುಡುಗಾಡು ಸುತ್ತಲಿನ ವಾರ್ಡುಗಳ ಜನಸಂಖ್ಯೆ, ಅವರ ಶ್ರೀಮಂತಿಕೆ, ಅವರ ಚಟಾದಿಗಳು, ರೋಗ ರುಜಿನಗಳನ್ನು ಮನದಲ್ಲೆ ಲೆಕ್ಕ ಹಾಕಿಕೊಂಡು ತಮ್ಮ ಮಗಳನ್ನು ಇಲ್ಲಿಗೆ ಸೊಸೆಯಾಗಿ ಕಳಿಸಿದರೆ ಮಗಳು ಸುಖವಾಗಿ ಇರಬಹುದೆ ಎಂಬುದನ್ನು ಅಂದಾಜಿಸಿಕೊಂಡು ಮಾತುಕತೆಗೆ ಮುಂದಾಗುತ್ತಿದ್ದರು. ಐದಾರು ಮಾತುಕತೆಗಳು ಮುಂದುವರೆಯ ಲಿಲ್ಲವಾದರೂ ನಂತರದ ಸಂಬಂಧ ನಿಕ್ಕಿಯಾಗಿ ದೊರೆರಾಜನಿಗೆ ಮಾತೆವ್ವ

ಜೊತೆಯಾಗಿ ಬಂದಿದ್ದಳು. ದೊರೆರಾಜ ದರ್ಯಾ ಆದ ಹಾಗೆ ಮೇರಿಮಾತಾ ಹೋಗಿ ಆ ನೆಲದ ನುಡಿಗನುಗುಣವಾಗಿ ಮಾತೆವ್ವ ಆಗಿದ್ದಳು. ವರ್ಷದಲ್ಲಿ ಮಗಳು ಸ್ಟೆಲ್ಲಾ ತೊಡೆ ಏರಿದ್ದಳು.

ಮಗಳು ಅವಯಸ್ಸಿಗೆ ಬಂದು ಆಕೆಯ ಮದುವೆ ಹ್ಯಾಂಗ ಮಾಡೋದು ಅಂತ ಮಾತೆವ್ವ ಚಿಂತಿಗೆ ಬಿದ್ದು ದರ್ಯಾನ ಜೀವ ತಿನ್ನುವ ಸಮಯದಲ್ಲೆ ಮುನ್ಸಿಪಾಲ್ಟಿಯ ಪೌರ ಕಾರ್ಮಿಕನೊಬ್ಬ ಸುಡುಗಾಡಿನ ಗೇಟಿನ ಮುಂದಿನ ರಸ್ತೆಯಲ್ಲಿ ದಿನಾಲೂ ಕಸ ಹೊಡೆಯಲು ಬಂದು ಇವಳನ್ನು ಬುಟ್ಟಿಗೆ ಹಾಕಿಕೊಂಡಿದ್ದರಿಂದ ಮಗಳ ಮದುವೆಯ ಚಿಂತೆ ದೂರಾಗಿತ್ತು.

* * *

ಯಾರೋ ಕೋಲಿಂದ ತಿವಿದಂಗಾಗಿ ದರೆಯಪ್ಪ ಗಾಬರಿಯಾಗಿ ಹೊದ್ದ ಲುಂಗಿಯಿಂದ ಮುಖ ಹೊರಗ್ಹಾಕಿ ನೋಡಿದರೆ ಪೊಲೀಸ್. ಸಡನ್ನಾಗಿ ಎದ್ದು ಕುಳಿತ.

'ಹೆಣದ ಮನಿ ಮುಂದ ಮಲಕ್ಕೊಂಡಿಯಲ್ಲೋ ಹುಚ್ಚಗಿಚ್ಚ ಹಿಡದದನ ನಿನಗ. ವಾಚಮನ್ ಏನಾದ್ರೂ ನಿದ್ದೆಗಣ್ಣಾಗ ಬಂದು ಹೆಣ ಇಲ್ಯಾಕ ಬಾಗಲದಾಗ ಬಿದ್ಯೆತಿ ಅಂತ ತಗ್ದು ಒಳಗ ಒಗ್ದ ಅಂದ್ರ ಏನು ಮಾಡ್ತಿ, ನಡಿ ನಡಿ ಅಕ್ಕಾಡಿ' ಅಂದ. ದರ್ಯಾ ಮುಖ ಕಿವುಚುತ್ತಲೇ ಲುಂಗಿ ಸುಟಗೊಂಡು ಹೆರಿಗೆ ವಾರ್ಡ್ ಮುಂದ ಹೋಗಿ ಅಲ್ಲಿನ ಬೆಂಚ್ ಮೇಲೆ ಕುಂಡಿ ಊರಿದ.

ಮತ್ತೆ ಸುಡಿಗಾಡಿನದೆ ನೆನಪುಗಳು. 'ಇವನೌನ ಇವತ್ತೊಂದಿನ ಸುಡುಗಾಡು ಬಿಟ್ಟು ಬಂದಿನಿ, ಆದ್ರ ಅದು ನನ್ನ ಬಿಡೊಲ್ಲದು' ಅಂತ ನಗಿ ಬಂತು. ಸುಡುಗಾಡಿಗೆ ಹೆಣ ತರುವವರೆಲ್ಲ ತಮ್ಮ ಮೃತ ಬಂಧುವನ್ನು ಯಾರನ್ನಾದರೂ ಹುಗಿದಲ್ಲಿ ಹುಗಿಬಾರದು, ಹೊಸ ಜಾಗಾನೇ ಬೇಕು ಎಂದು ಹಟ ಹಿಡಿಯುವವರನ್ನು ಕಂಡು ಅವನಿಗೆ ಸಿಕ್ಕಾಪಟ್ಟಿ ನಗುಬರತಿತ್ತು. ಪರಪಂಚದ ತುಂಬಾ ಜನಾನ ತುಂಬ್ಯಾರ, ಅವರಿಗೆಲ್ಲ ಹೊಸ ಜಾಗ ಹುಡುಕ್ಕೋತ ಹೊಂಟರ ಇಡಿ ಪರಪಂಚನೆ ಗೋರಿಗಳಿಂದ ತುಂಬಿಕೋತ್ಯೆತಿ. ಇಂಥ ಸಣ್ಣ ವಿಚಾರ ಈ ಜನಕ್ಕ ಹೊಳಿದುಲ್ಲಲಾ ಅಂತ ಅನಕೋತ "ಈ ಜಾಗ ಫ್ರೆಸ್ ಐತ್ರಿ ಸಾಹೆಬರ, ಅಂತ ಸುಳಸುಳ್ಳೆ ಹೇಳಿ ಕೆಲಸ ಶುರು ಮಾಡ್ತಿದ್ದ. ಆದ್ರ ಮಜಕೂರ ಅಂದ್ರ ಅಲ್ಲಿ ಇನ್ನು ಕೊಳಿಲಾರದ ಕೈ ಕಾಲಿನ ಎಲುಬುಗೊಳು ಸಿಕ್ಕು ದರಿಯನನ್ನು ಅಡಕತ್ತರ್‍ಯಾಗ ಸಿಲುಕಿಸುತ್ತಿದ್ದವು. ಕೆಲವರಂತೂ ತಾವು ಸಾಯುದಕಿಂತ ಮೊದಲ ಪಾಲಿಕೆಗೆ ಒಂದಿಷ್ಟು ದುಡ್ಡು ಕೊಟ್ಟು ನನ್ನ ಇಲ್ಲೆ ಹುಗಿಬೇಕು, ಹುಗಿದ ಮ್ಯಾಲ ಗೋರಿ ಕಟ್ಟಿ ಅದರ ಮೇಲೆ ತಮಗೆ ಬೇಕಾದ

ದೇವರ ಚಿತ್ರವನ್ನು ಕೆತ್ತಬೇಕು ಅಂತ ಕಂಡಿಶನ್ ಹಾಕಿದ ಮ್ಯಾಲ ಸಾಯತಿದ್ರು. ಈ ಜಲಮು ಶಾಶ್ವತ ಅಲ್ಲ ಅಂತ ಗೊತ್ತಿದ್ದು ಇರೂಮಟ ಅದು ನಂದು ಇದು ನಂದು ಅಂತ ಬಡಿದಾಡೂ ಜನ, ತಾವು ಸತ್ತ ಮ್ಯಾಲೂ ತಮ್ಮ ಗೋರಿಗಾಗಿ ಬಡಿದಾಡತಾರಂದ್ರ....

ಎಲ್ಲ ಸುಡುಗಾಡದಾಗೂ ಗೋರಿ ಕಟ್ಟಿಸಿಗೋತ ಹೊಂಟಿದ್ದರಿಂದ ಪರಪಂಚದ ಸುಡುಗಾಡಗೊಳೆಲ್ಲ ಗೋರಿಗೊಳಿಂದ ತುಂಬಿ ಬಿಟ್ಟಾವು. ಅದಕ್ಕಂತ ಇತ್ತಿತ್ತಲಾಗ ಹೆಣ ಸುಡಾಕೂ ಒಂದು ಮಷಿನು ಕಂಡು ಹಿಡಿದಾರ.

ಮಷಿನ್ ಅಂದಕೂಡ್ಲೆ ದರ್ಯಾನ ತಲ್ಯಾಗ ಸೊಟ್ರಾಮ ಮತ್ತು ಅವನ ಸುಡುಗಾಡು ನೆನಪಾತು. ಇತ್ತೀಚೆಗಷ್ಟೆ ದರ್ಯಾ ಸೊಟ್ರಾಮನ ಸುಡುಗಾಡು ಹೊಕ್ಕು ಬಂದಿದ್ದ. ಹೋದ ಕೂಡ್ಲೆ ದಂಗಾಗಿ ಬಿಟ್ಟಿದ್ದ. ನಳದ ಮುಂದ ಕೊಡಪಾನ ಪಾಳೆಕ ಇಟ್ಟಂಗ ಐದಾರು ಹೆಣ ದಾರ್ಯಾಗ ಇಟ್ಟಿದ್ದರು. ಅದರಾಗ ಬಾಳಷ್ಟ ಹೆಣ ಮುದುಕುರವೆ ಆಗಿದ್ದರಿಂದ್ಲೋ ಏನೋ, ಆ ಹೆಣಗಳ ಸಂಬಂಧಿಕರು ಅಷ್ಟೇನೂ ದುಃಖ ಪಡದೆ ನಿರಾಳರಾದವರಂತೆ ಅಲ್ಲೆ ಬೆಂಚಿಕಲ್ಲಿಗೆ ಒರಗಿಕೊಂಡು ಅನು ತನು ಮಾತಾಡಕೋತ ಕುಂತಿದ್ರು. ಹೆಣದ ಬಾಯಲ್ಲಿ ನೊಣ ಹೋಗಿ ಬಂದರೂ ಅವರ್‍ಯಾರಿಗೂ ಖಬರಿರಲಿಲ್ಲ. ಮಧ್ಯಾಹ್ನದ ಮಟಾ ಮಾತ್ರ ರಜೆ ಹಾಕಿ ಸಂಸ್ಕಾರಕ್ಕೆಂದು ಬಂದಿದ್ದ ಹೆಣಗಳ ಕೆಲ ಸಂಬಂಧಿಕರ ಬೇಗ ಮುಗಿದುಬಿಟ್ಟರೆ ಸಾಕು. ಇಲ್ಲಂದ್ರ ರಜೆ ಮುಂದು ವರೆಸಬೇಕಾಕ್ಕೆತೋ ಅಂತ ದಿಗಿಲಿಗೆ ಬಿದ್ದಿದ್ದರು.

ಅಲ್ಲೆ ಇದ್ದ ಸೊಟ್ರಾಮ ಗುಟಕಾ ಜಗಿತಾ ಎತ್ತಲೋ ನೋಡಕೋತ ಕುಂತಿದ್ದ. 'ಯಾಕೋ ರಾಮ್ಯಾ ಆರಾಮಿಲ್ಲೇನು, ಮುಖ ಒಂಥರಾ ಆಗ್ಯೆತೆಲ್ಲ. ಯಾಕ ಕೆಲಸ ಶುರು ಹಚ್ಚಗೋಬೇಕಿಲ್ಲ. ಸುಡಗಾಡಕ್ಕ ಇಷ್ಟೊಂದು ಹೆಣ ಬಂದಾವು. ಏಳು ನಾನು ಕೈ ಜೋಡಿಸ್ತಿನಿ' ಅಂತ ದರ್ಯಾ ಅವನ ಹತ್ತಿರಕ್ಕೆ ಸರಿದ.

ಇಷ್ಟ ಸಾಕಿತ್ತು, ಸೊಟ್ರಾಮನ ಕಣ್ಣು ತೇವಗೊಂಡವು. 'ಆ ಹೆಣಗಳನ್ನು ದಫನ್ ಮಾಡೋದು ನನ್ನ ಕೆಲಸ ಅಲ್ಲೋ ಕಾಕಾ. ಅಲ್ಲೊಂದು ದೆವ್ವದಂತ ಮಷೀನ್ ಐತಿ, ಅದು ನನ್ನ ಕೆಲಸ ಕಸಕೊಂಡು ಕುಂತೈತಿ. ಹೊಟ್ಟಿ ತುಂಬ ಊಟ ಮಾಡಿ, ಎರಡ್ಮೂರು ತಿಂಗಳಾತೋ ಕಾಕಾ, ಮಷೀನ್ ಯಾವತ್ತೋ ಬಂದ್ಯೆತೋ ಅವತ್ತಿಂದ ಮೈ ತುಂಬಾ ಕೆಲಸಾನು ಇಲ್ಲ, ಹೊಟ್ಟಿ ತುಂಬ ಊಟಾನೂ ಇಲ್ಲ. ಇಲ್ಲಿಂದ ಎಲ್ಯಾರ ದೂರ ಹೋಗಬೇಕು ಅಂತ ಅನಿಸತೈತಿ. ಆದ್ರ ಎಲ್ಲಿ ಹೋಗಬೇಕು, ಏನು ಮಾಡಬೇಕು ಅನ್ನೊದು ತಿಳಿವಲ್ಲದಂಗ ಆಗೇತಿ' ಅಂತ ನೆಲಕ್ಕ ದೃಷ್ಟಿ ಚೆಲ್ಲಿದ.

ದರ್ಯಾಗ ಅವತ್ತು ದೊಡ್ಡ ವಿಚಿತ್ರ ನೋಡಿದಂಗಾತು. 'ಕಲಿಕಾಲ ಬರತ್ಯೆತಿ, ಹಡಿಯಾಕ ಮಷೀನು, ದಪನ್ ಮಾಡಾಕ ಮಷೀನು ಬರತಾವು. ತೂಗಿ ತಿಂದು ತಿಣುಕಿ ಹೇಲೋ ಕಾಲ ದೂರಿಲ್ಲ' ಅಂತ ಬುಡಬುಡಿಕ್ಯಾ ಹೋದ ವರ್ಷ ಹೇಳಿದ್ದನ್ನೆ ದೇನಿಸಿಕೊತ ಕುಂತ.

ಅಷ್ಟರೊಳಗ ಕರೆಂಟ್ ಬಂದುವಂಥ ಯಾರೊ ಒಬ್ಬ ಒದರಿದ್ರು. ಹೆಣ ಮಷೀನ್ ಬಾಯಾಗ ಕೋಡೋದನ್ನ ನೋಡಾಕಂತ ದರ್ಯಾ ಎದ್ದು ಬಂದ. ಎಲ್ಲ ಪೂಜಾವಿಧಿ ಮೂಗಿದ ಮ್ಯಾಲ ಅಂಗಡಿ ಬಾಗಿಲದಂಥ ಷಟರ್ ಮ್ಯಾಲ ಎಳದು ಅದರೊಳಗ ಹೆಣ ತುರುಕತಿದ್ರು. ಮತ್ತ ಬಾಗಲು ಹಾಕಿ ಒಂದ್ಯೆದು ನಿಮಿಷ ಬಿಟ್ಟು ಷೆಟರ್ ತೆಗದು ನೋಡಿದರ ಅಲ್ಲಿ ಹೆಣ ಮಂಗ ಮಾಯ. ಈಗಷ್ಟೆ ಹೆಣ ತಿಂದರೂ ಹಸಿವು ನೀಗದಂತಿದ್ದ ಅಲ್ಲಿನ ನಿಗಿ ನಿಗಿ ಕೆಂಡ ಬಾಯ್ದೆರೆದು ತನ್ನನ್ನೆ ಕರೆದಂತಾಗಿ ದರೆಪ್ಪ ಅಲ್ಲಿಂದ ಕಣ್ ಕಿತ್ತಿದ್ದ.

ಆ ಮಷೀನ್ ಪಕ್ಕವೇ ಪ್ಯಾಂಟು ಶರಟು ಹಾಕಿದ್ದ ಒಬ್ಬ ಹುಡುಗ ಆಪೀಸರ್ ದಿಮಾಕಿನಲ್ಲಿ ಬಟನ್ ಒತ್ತುವುದು ಆರ್‍ಸೂದು ಮಾಡ್ತಿದ್ದ. ಅಂವನನ್ನು ತೋರಿಸಿದ ಸೊಟ್ರಾಮ 'ಮಷೀನು ನಡಿಸಾಕಂತ ಅವಂಗ ಸರಕಾರ ಪಂದ್ರ ಸಾವಿರ ಪಗಾರ ಕೊಡೋ ನೌಕರಿ ಕೊಟ್ಟೈತಿ. ಬಟನ್ ಚಾಲೂ ಮಾಡೂದು ಬಂದ್ ಮಾಡೂದು ಅಷ್ಟ ಅಂವನ ಕೆಲಸ. ಇವನೌನ ನಾವಿಲ್ಲಿ ಮೈ ನೂಸುವಂಗ ತೆಗ್ಗ ತೊಡೋದು, ಹೆಣ ಸುಡೊದು ಮಾಡಿದ್ರೂ ನಯ್ಯಾ ಪೈಸೆ ಕೊಡೂದಿಲ್ಲ. ಸೊಟ್ರಾಮ ಸುಡುವ ಬಿಸಲಲ್ಲಿ ಬೆವರಿಳಿಸಿಕೊಂಡು ಕೊತಕೊತ ಕುದಿಯುವ ತನ್ನ ನೋವು ತೋಡಿಕೊಂಡ. ಅವನಿಗೆ ಏನು ಹೇಳ ಬೇಕಂಬೂದು ಗೊತ್ತಾಗದ ದರ್ಯಾ ಸ್ವಲ್ಪ ಹೊತ್ತಿನ ಮ್ಯಾಲ ತನ್ನ ಸುಡುಗಾಡಿನ ದಾರಿ ಹಿಡಿದಿದ್ದ. ಈ ಮಾಯಾವಿ ಮಷೀನು ತಮ್ಮ ಮಂದಿಯ ಬದುಕನ್ನೆ ನುಂಗುವುದಾದರೆ ಯಾಕಿದನ್ನು ಕಂಡು ಹಿಡಿದರೋ, ನಾವೇನು ಅನ್ಯಾಯ ಮಾಡಿದ್ದೇವೆಯೋ, ಎಂಥ ಕಾಲ ಬಂತು. ಮುಂದ ತುತ್ತಿಡಾಕೂ ಮಷೀನು, ಹಿಂದ ಕುಂಡಿ ತೊಳಿಯಾಕೂ ಮಷೀನು ಬಂದು ನಮ್ಮಂಥ ಬಡವರು ಬದುಕಾಕ ದಾರಿನೇ ಇಲ್ಲದಂಗಾತೋ ಅಂತ ಸೊಟ್ರಾಮನ ಬಡಬಡಿಕೆ ದರೆಪ್ಪನನ್ನು ಬೆನ್ನು ಬೀಡದೆ ಹಿಂಬಾಲಿಸಿ ಗೋಳು ಹೊಯ್ಕೊಳುತ್ತಿತ್ತು.

ಹಿಂಗ ನೆನಪುಗಳ ಜಾತ್ರೆ ನೆರೆದು ದಗ್ಗುದುಳಿಯುತ್ತಿರುವಾಗಲೇ ದರೆಪ್ಪ ಸುಸ್ತಾಗಿ ನಿದ್ದಿ ಉಡಿಯಾಗ ಬಿದ್ದಿದ್ದ.

* * *

ಬೆಳಗಿನ ಜಾವ ಯಾವಾಗಲೋ ದರ್ಯಾನನ್ನು ಎಬ್ಬಿಸಿಕೊಂಡು ಸಿಕ್ಕ ಆಟೋ ಹಿಡಿದುಕೊಂಡು ಸುಡುಗಾಡಿಗೆ ಕರೆದುಕೊಂಡು ಬಂದಿದ್ದಳು ಮಾತೆವ್ವ. ಮಳೆ ತಣ್ಣಗೆ ಹಣಿಯುತ್ತಲೆ ಇತ್ತು. ನಾಲ್ಕು ಗೋಡೆಯ ಮೇಲೆ ತಗಡಿನ ಶೀಟು ಹೊದಿಸಿರುವ ಒಂದು ಗೂಡಿನಲ್ಲಿಯೇ ಇವರ ವಂಶದ ಬಳ್ಳಿ ಚಿಗಿತು ಹಬ್ಬ ತೊಡಗಿ ಈ ಹಂತಕ್ಕೆ ಬಂದಿತ್ತು. ಆ ಗೂಡಿನಲ್ಲೆ ಈಗ ಸ್ಟೇಲ್ಲಾಳ ಬಾಣಂತನ ವಾಗಬೇಕು.

ಆ ಬೆಳಗ್ಗೆ ಮನೆಗೆ ಬಂದರೆ ಮನೆ ತುಂಬ ತಟ ತಟ, ಯಾವತ್ತೋ ಹೊದೆಸಿದ ತಗಡುಗಳು ಅಲ್ಲಲ್ಲಿ ತೂತು ಬಿದ್ದ ಸೋರುತ್ತಿದ್ದವು. ಬಾಗಿಲು ಗಳಿಲ್ಲದ ಕಿಡಕಿಯಿಂದ ರಾಜೋರೋಷವಾಗಿ ಪ್ರವೇಶ ಮಾಡುತ್ತಿದ್ದ ಮಳೆಗಾಳಿಗೆ ಮಾತೆವ್ವ ಉಡಿಯಲ್ಲಿನ ಮಗು ಅವಚಿಕೊಂಡು ದಿಗಿಲಿಗೆ ಬಿದ್ದು ದರ್ಯಾನತ್ತ ನೋಡಿದಳು. ನಿದ್ದೆಯ ಮಂಪರಿನಲ್ಲಿದ್ದ ದರ್ಯಾ ಸಿಕ್ಕ ಹಾಸಿಗೆ ತುಗೊಂಡು ರುದ್ರಮಂಟಪದ ಕಡೆ ಹೊಂಟಬಿಟ್ಟಿದ್ದ.

'ಏ ಮೂಳಾ, ಹಂಗ ಹೊಂಟೆಲ್ಲ, ಅಟು ಖಬರ್ರೈತಿಲ್ಲ ನಿಂಗ, ಮಗಳ ಹಸಿ ಮೈಯ್ಯಾಕಿ ಅದಾಳ ಅನ್ನೂದರ ಗೊತ್ತೈತಿಲ್ಲೋ. ಮನಿ ನೋಡಿದರ ಒಂದ ಸಂವನ ಸೋರತೈತಿ. ಹೋಗು. ಏನ್ ಮಾಡ್ತಿಯೋ ಗೊತ್ತಿಲ್ಲ, ಎಲ್ಲ ಕಿಡಕಿ ಬಂದ್ ಮಾಡಿ ಬಾ' ಅಂತ ಆದೇಶಿಸಿಬಿಟ್ಟಳು.

ಸುರಿಯುವ ಮಳೆಯೊಳಗ ರೇಗಾಡುತ್ತಲೇ ಹೊರಗೆ ಹೋದ ದರಿಯ ಕಿಡಕಿ ಹ್ಯಾಂಗ ಮುಚ್ಚೋದು ಅಂತ ಸ್ವಲ್ಪ ಹೊತ್ತು ವಿಚಾರ ಮಾಡ್ದ. ಏನೇನೋ ದೇನಕಿ ಹಾಕ್ಕೊಂಡು ಹುಡುಕಾಡಿದ. ಏನೂ ಸಿಗಲಿಲ್ಲ. ಅದೆ ಹೊತ್ತಲ್ಲಿ ಬಿದ್ದ ಕೋಲ್ಮಿಂಚಿನ ಬೆಳಕಲ್ಲಿ ಗೋರಿಗಳ ಮೇಲೆ ಹುಗಿಯಲಾಗಿದ್ದ ನಾಮಫಲಕಗಳು ಇವನನ್ನು ಕರದಂಗಾತು. ಜೀವವಿರುವ ಮನುಷ್ಯರಿಗಿಂತ ಸತ್ತ ಮನುಷ್ಯರೆ ಒಳ್ಳೆಯವರು ಎನ್ನುವ ಅವನು ನಂಬಿದ ಏಕೈಕ ತತ್ವ ಈ ಸಮಯದಲ್ಲಿ ಮತ್ತೆ ನೆನಪಿಗೆ ಬಂದು ಮನಸ್ಸು ಅರಳಿತು. ನೂರಾರು ವರ್ಷದ ಹಿಂದ ಗೋರಿಗಳೊಳಗ ಮಲ ಮುಂತಾದ ಸಜ್ಜನರು 'ಬಾ ದರ್ಯಾ' ಅಂತ ಕರೆದಂಗಾತು. ಈ ಹಿರಿಕರ ಶತಮಾನದ ಗೋರಿಗಳು ತಮ್ಮ ಮೈಮೇಲಿನ ಗಚ್ಚು ಸಿಮೆಂಟ್ ಉದುರಿ ಹೋಗಿ ಕೇವಲ ಮೂಲೆಗಲ್ಲು, ನಾಮಪಲಕಗಳ ಅಸ್ತಿಪಂಜರವನ್ನು ಮಾತ್ರ ಹೊದ್ದು ನಿಂತಿದ್ದವು. ಕೆಲವು ಗೋರಿಗಳ ನಾಮಫಲಕವೂ ಕಳಚಿ ಬಿದ್ದು, ಯಾವುದೂ ಶಾಶ್ವತವಲ್ಲ ಎಂಬ ಲೋಕ ನೀತಿಗೆ ಸಾಕ್ಷಿಯಾಗಿದ್ದವು. ದರ್ಯಾ ತನಗೆ ಬೇಕಾದ ಆಕಾರದ ಐದಾರು ನಾಮ

ಫಲಕಗಳನ್ನು ತಂದು ಗಾಳಿ ಮಳೆ ಪ್ರವೇಶಿಸದಂತೆ ಕೋಲಿಯ ಕಿಡಕಿಗಳಿಗೆ ಮುಚ್ಚಿದ.

ಒಳಗೆ ಮಗು ಕಿಲ ಕಿಲ ಅಂತ ನಗುತ್ತಿತ್ತು. ಹೆರಿಗೆ ಸುಸ್ತಿನಲ್ಲಿದ್ದ ಮಗಳು ನಿದ್ದೆ ಹೋಗಿದ್ದಳು. ಮಾತೆವ್ವ ಮಗಳು ಮೊಮ್ಮಗಳಿಗೆ ಮಳೆ ನೀರು ಸಿಡಿಯ ದಂತೆ ಹಗ್ಗದ ಮಂಚದ ಮೇಲೆ ಪ್ಲ್ಯಾಸ್ಟಿಕ್ ಹಾಳೆಯೊಂದನ್ನು ಕಟ್ಟುತ್ತಿದ್ದಳು. ಒಂದೆರಡು ಗೋಣಿ ಚೀಲಗಳನ್ನು ತೆಗೆದುಕೊಂಡ ದರ್ಯಾ ಮಲಗಲು ರುದ್ರಮಂಟಪದತ್ತ ಹೆಜ್ಜೆ ಹಾಕಿದ. ನಿದ್ರೆ ಕಣ್ತುಂಬುವವರೆಗೆ ನೆನಪುಗಳು ಅವನಿಗೆ ಮತ್ತೆ ಜೊತೆಯಾದವು.

ಮರುದಿನ ಬೆಳಗ್ಗೆ ಮಾತೆವ್ವ ಹಾಸಿಗೆ ಜಗ್ಗಿ ಎಬ್ಬಿಸಿದಾಗಲೇ ಅವನಿಗೆ ಎಚ್ಚರವಾದುದು. 'ಒಂದು ಬದುಕು ಬರೂದೈತಿ. ಒಂದು ಕುಣಿ ರೆಡಿ ಮಾಡ ಬೇಕು ಎದ್ದೇಳು.' ಅಂತ ಹಾಸಿಗೆ ಜಗ್ಗತೊಡಗಿದಳು. ತಮ್ಮೊಡಲಿಗೆ ಅನ್ನ ಹಾಕುವ ಹೆಣಗಳನ್ನೆ ಬದುಕು ಎಂದು ಕರೆಯುವ ಕಾಯಕ ಜೋಡಿಯದು.

'ಇನ್ನೊಂದು ತಾಸಿನ್ಯಾಗ ತರ್ತಾರಂತ ಜಲ್ದಿ ಏಳು' ಅನಕೋತ ಅಂವ ಹೊಳ್ಳಿ ಮಕ್ಕೊಂಡು ಗಿಕ್ಕೊಂಡಾನು ಅಂತ ಅಂವನ ಕೌದಿಯನ್ನು ಬಗಲಲ್ಲಿ ಇಟ್ಟುಕೊಂಡೆ ಮಾತೆವ್ವ ಕೋಲಿ ಕಡೆ ನಡೆದಳು. ಅವಳ ಹಿಂದಿಂದ ಆಕಳಿಸಿಕೊತ ಹೊದ ದರಿಯ ಬಿಸಿ ಬಿಸಿ ಚಾ ಕುಡ್ದು ಮೊಮ್ಮಗಳಿಗೆ ಮುಖ ನೋಡಿ ನಿನ್ನ ದರ್ಶನದಿಂದ ಇವತ್ತು ಚಲೋತಂಗ ಚಿಲ್ಲರೆ ಬರಲೆವ್ವ ನಿಮ್ಮವ್ವಗ ಕೋಳಿ ಸಾರು ಮಾಡಿ ಹಾಕ್ತೆನಿ ಅನಕೋತ ಸಲಕಿ ಕೆಬ್ಬಣ ಪುಟ್ಟಿ ತುಗೊಂಡು ಹೊರ ನಡೆದ.

ಒಂದು ಮೂಲೇಲಿ ಜಾಗ ಗುರುತಿಸಿ ಹಡ್ಡಬೇಕಂದವನಿಗೆ ಏನೋ ನೆನಪಾಗಿ ಸುಡುಗಾಡಿನ ಗೇಟ್‌ಕಡೆ ನಡೆದ. ಸುಡುಗಾಡಿನ ತಿರುವಿನಲ್ಲಿದ್ದ ಸರೆ ಅಂಗಡಿಗೆ ಹೋಗಿ ಉದ್ರಿ ಹೇಳಿ ಒಂದು ಬಾಟಲಿ ಹೊಟ್ಟಿಗಿಳಿಸಿ ಬಂದು ಕುಣಿ ತೋಡತೊಡಗಿದ. ಸ್ವಲ್ಪ ಹೊತ್ತಿಗೆ ತನ್ನ ಸೆರಗನ್ನೆ ಸಿಂಬಿಯನ್ನಾಗಿ ಮಾಡಕೋತ ಮಾತೆವ್ವನೂ ಬಂದೂ ಜೋಡಾದ್ಲು. ಇಂವ ಕ್ಷಣ ಕ್ಷಣಕ್ಕೂ ಕುಣಿಯೊಳಗ ಇಳಿಯುತ್ತಾ ಹೋದಂತೆ ಮಾತೆವ್ವಳೂ ಕುಣಿಯೊಳಗ ಇಳಿದ್ಲು. ಇಂವ ಸಲಕಿಗೆ ತುಂಬೋದು, ಮಾತೆವ್ವ ಬುಟ್ಟಿ ಹೊರಗ ಚೆಲ್ಲೋದು ಸೂರ್ಯ ಹೆಗಲ ಮೇಲೆ ಬರೂವರೆಗೂ....

* * *

ಕುಣ್ಯಾಗ ಹೆಣ ಇಟ್ಟ ಮಂದಿ ನಿರುಮ್ಮಳಾಗಿ ಮನೆ ಕಡೆ ಹೊರಡುವಾಗಲೇ

ಅವರಿಗೆ ಆ ನಾಮಪಲಕಗಳು ಕಣ್ಣಿಗೆ ಬಿದ್ದು ಮುಂದಿನ ವಿಪರೀತಕ್ಕೆ ಕಾರಣವಾಗಿದ್ದವು. ಆ ಗುಂಪಿನಲ್ಲಿದ 'ಕಹಿರಸ' (ಕರ್ನಾಟಕ ಹಿಂದೂ ರಕ್ಷಣಾ ಸಮಿತಿ) ಮುಖಂಡನೊಬ್ಬನ ಚುರುಕುಗಣ್ಣುಗಳಲ್ಲಿ ಕಿಡಕಿಗೆ ಆಸರಾಗಿ ಇಟ್ಟಿದ್ದ ಆ ನಾಮಫಲಕಗಳು ಪ್ರತಿಫಲಿಸಿ ಅವು ಕೆಂಪಾಗಲು ಕಾರಣವಾಗಿದ್ದವು. 'ಅಯ್ಯೋ ನಮ್ಮ ಹಿರಿಕರು ಉಲ್ಟಾ ಪಲ್ಟಾ ಕುಂತಾರ, ಕರಿರಿ ಆ ಕಿರಿಸ್ತಾನ್ ಬೋಳಿ ಮಗನ್ನ' ಅಂತ ಚೀರಾಡತೊಡಗಿದ್ದನ್ನು ನೋಡಿದ ಮಾತೆವ್ವ ಭಯದಿಂದ ಥರಗುಟ್ಟಿ ಒಳಗೆ ದನಿವಾರಿಸಿಕೊಳ್ಳುತ್ತಿದ್ದ ಗಂಡನನ್ನು ಕರೆದಳು. ದರ್ಯಾ ತೇಲಗಣ್ಣು ಮೇಲುಗಣ್ಣು ಹಾಕೋತ ಬಂದ ನಿಂತ.

'ಮಗನ ಇಂವನ್ಯಾಕ ಇಲ್ಲಿ ಇಟಗೊಂಡಿದ್ದಿ, ಮೈ ಸೊಕ್ಕ ಏರಿತೇನ'

'ಎಪ್ಪ ರಾತ್ರಿ ಮಳಿ ಬರತಿತ್ತ ಅದಕ್ಕ..'

'ಅದಕ್ಕ ನಮ್ಮ ಹಿರ್‍ಯಾರ ಬೇಕೇನೋ ಮಗನ ನಿನಗ.. ಯಾರನ್ನ ಕೇಳಿ ತುಗೊಂಡಿ.'

'ಎಪ್ಪ ಯಾರನ್ನೇನು ಕೇಳೋದು. ಹುಟ್ಟಿದಾಗಿಂದ ಇಲ್ಲಿ ಬದುಕೇನಿ, ಈ ಸುಡಗಾಡ ನನ್ನ ಮನಿ, ಇಲ್ಲಿ ಮಕ್ಕೊಂಡರಲ್ಲಾ, ಈ ಗೋರಿಗಳೊಳಗ, ಅವರು ನಮ್ಮ ದೇವರು.. ನನ್ನ ಮೊಮ್ಮಗಳ ಕಷ್ಟ ನೋಡಲಾರದ ಅವರ ನನಗ ಈ ಪಾಠಿಗಲ್ಲು ತುಗೊಂಡು ಹೋಗು ಅಂದ್ರು ಅದಕ್ಕ ತಂದ ಇಟಗೊನ್ನಿ.'

ಒಂದಿಷ್ಟು ಜನ ಕೊಳ್ಳೆಂದು ನಕ್ಕರು. ಆದ್ರ ಒಬ್ಬ 'ಮಗನ್ನ ಸುಳ್ಳು ಹೇಳತಿ ಅಂತ ಗುಂಪಿನಲ್ಲಿದ್ದವನೊಬ್ಬ ಜಾಡಿಸಿ ಒದ್ದೆಬಿಟ್ಟ! ಇನ್ನೊಂದಿಷ್ಟು ಜನ ಬಿದ್ದವನ ತುಳಿಯಲು ಮುಂದೆ ಸರಿದರು. ಗುಂಪಿನಲ್ಲಿದ್ದ ಹಿರಿಯನೊಬ್ಬ ಇದನ್ನೆಲ್ಲ ನೋಡಲಾರದೆ 'ಏ ಒದಿಬ್ಯಾಡ್ರೋ ಅಟ್ರಾಸಿಟಿ ಕೇಸ್ ಹಾಕಿದ್ರ ಜಡಾ ಆಕೈತಿ' ಅಂತ ಅವರನ್ನೆಲ್ಲ ಹಿಂದೆ ಸರಿಸಿದ.

'ಕಹಿರಸ' ಮುಖಂಡ ಇನ್ನು ಬುಸುಗುಡುತ್ತಲೇ ಇದ್ದ. 'ಕಿರಿಸ್ತಾನ ಮಗನ್ನ ನಮ್ಮ ಸುಡುಗಾಡಿಂದ ಒದ್ದೋಡಿಸುವರೆಗೂ ನಮ್ಮ ಹಿರಿಕರ ಈ ಗೋಳು ತಪ್ಪುವಂಗಿಲ್ಲ. ಮೊದಲು ಇಂವನ ಮ್ಯಾಲೆ ಒಂದು ಕೇಸು ಜಡಿಯೋನು ಬರ್ರ್ಯೋ' ಅಂತ ಒಂದಿಷ್ಟು ಗುಂಪು ಹೊಂಡಿಸಿಗೊಂಡು ಹೊರಟೇ ಬಿಟ್ಟ. ಹೋಗುವ ಮುನ್ನ ಸಾಕ್ಷಿಗಿರಲೆಂದು ತನ್ನ ಮೊಬೈಲ್‌ನಿಂದ ಉಲ್ಟಾ ಪಲ್ಟಾ ಇಟ್ಟಿದ್ದ ನಾಮಫಲಕಗಳ ಫೋಟೋಗಳನ್ನು ಕ್ಲಿಕ್ಕಿಸಿಕೊಂಡಿದ್ದ.

ಅವನಿಗೆ ಕ್ರಿಶ್ಚಿಯನ್ ಅನುಯಾಯಿಗಳ ಮೇಲೆ, ಅದರಲ್ಲೂ ಯಾರ ಯಾರದೋ ಮಾತು ಕೇಳಿ ತಮ್ಮ ಧರ್ಮವನ್ನೆ ಮಾರಿಕೊಂಡವರ ಮೇಲೆ

ಬಹಳ ಸಿಟ್ಟಿತ್ತು. ಭಾರತ ಹಿಂದೂಗಳ ದೇಶವೆಂದು ಆತ ಬಲವಾಗಿ ನಂಬಿದ್ದ. ಹೇಗಾದರೂ ಮಾಡಿ ಅನ್ಯ ಧರ್ಮದ ಕುನ್ನಿಗಳನ್ನ ಓಡಿಸೋಣ ಎಂದು ಆಗಾಗ ಸಭೆಗಳಲ್ಲಿ ಭಾಷಣ ಮಾಡುತ್ತಿದ್ದ. ಆತ ಬಹಳ ದಿನಗಳ ನಂತರ ಮಾತನ್ನು ಕೃತಿಗಿಳಿಸಲು ಸಿಕ್ಕ ಅವಕಾಶವನ್ನು ಮಿಸ್ ಮಾಡಿಕೊಳ್ಳಬಾರದೆಂಬ ಹುಮ್ಮಸ್ಸಿನಲ್ಲಿದ್ದ.

ಮುಸಲರ ಹುಡಗನೊಬ್ಬ ಹಿಂದೂ ಹುಡುಗಿಗೆ ಕಿಚಾಯಿಸಿದ್ದರ ಪ್ರಕರಣ ವೊಂದರ ಬಗ್ಗೆ ತಲೆಬಿಸಿ ಮಾಡಿಕೊಂಡ ಕುಂತಿದ್ದ ಪಿಎಸ್ಐ ಸೂರ್ಯರೆಡ್ಡಿ ಅವರು 'ಕಹಿರಸ' ಸಂಘಟನೆಯವರು ತಂದ ದೂರನ್ನು ಆಲಿಸಿ ಮತ್ತಷ್ಟು ಗರಂ ಆಗಿದ್ದರು. 'ಕೇವಲ ನಾಮಫಲಕಗಳ ಕಳುವು ಅಂಥ ಕೇಸು ಜಡಿದರೆ ಅದು ಸ್ಟ್ರಾಂಗ್ ಆಗೂದಿಲ್ಲ. ಸುಡಾಗಾಡಿನ್ಯಾಗ ಅಸ್ತಿಪಂಜರ, ಎಲುಬು, ಆಗಷ್ಟೆ ಹುಗಿದ ಹೆಣ ಮಾರ್ತಾನ ಅಂತ ಕೇಸ್ ಜಡಿರಿ. ಒಂದಷ್ಟು ವರ್ಷ ಕಂಬಿ ಎಣಿಸಲಿ ಮಗಾ' ಅಂತ ತಮಗೆ ತಿಳಿದ ಕೆಲವು ಸೆಕ್ಷೆನ್‌ಗಳ ನಂಬರ್ ಹೇಳಿ ತಮ್ಮ ತಲೆಬಿಸಿಯನ್ನು ಸ್ವಲ್ಪಮಟ್ಟಿಗೆ ತಣ್ಣಗೆ ಮಾಡಿಕೊಂಡರು. ಜೊತೆಗೆ 'ಕಹಿರಸ' ಸಂಘಟನೆ ಮುಖ್ಯಸ್ಥರಿಂದ ಶಹಬ್ಬಾಷಗಿರಿ ಸಿಕ್ಕು ಮತ್ತಷ್ಟು ಖುಷಿ ಗೊಂಡರು.

ಇಲ್ಲಿ ಕೇಸು ಜಡಿಯಲಾಗುತ್ತಿದ್ದರೆ ಅಲ್ಲಿ ರುದ್ರಮಂಟಪದೊಳಗೆ ನೆಮ್ಮದಿಯ ನಿದ್ದೆಯಲ್ಲಿದ್ದವನನ್ನು ಪೊಲೀಸ್‌ಪೇದೆಗಳು ಎಳೆದುತಂದರು. ಅಷ್ಟೊತ್ತಿಗಾಗಲೇ 'ಕಹಿರಸ' ವೇದಿಕೆಯ ಸಮಾಜಸೇವಕರು ತಮಗೆ ಗೊತ್ತಿದ್ದ ಟಿವಿ ರೀಪೋರ್ಟರ್‌ಗಳಿಗೆ ಫೋನಾಯಿಸಿ ಕರೆಸಿಕೊಂಡು ತಮ್ಮ ಸೇವೆಯನ್ನು ಸಾಧ್ಯಂತವಾಗಿ ವಿವರಿಸುವಲ್ಲಿ ತಲ್ಲೀಣರಾಗಿದ್ದರು. ಅಲ್ಲಿಗೆ ಯಾವದೋ ಲೋಕದ ಪ್ರಾಣಿಯಂತೆ ಹಿಡಿದು ತರಲಾದ ದರ್ಯಾನನ್ನು ನೋಡಿದ ಟಿವಿ ವರದಿಗಾರರು ತಮ್ಮ ಕ್ಯಾಮರಾವನ್ನು ದರಿಯನತ್ತ ತಿರುಗಿಸಿದರು. ಕೇಸಿನ ತಳಬುಡವನ್ನು ಅರಿಯದ ದರಿಯ ಎಂದಿನಂತೆ ಹಲ್ಕಿರಿದು ಪೋಜು ಕೊಟ್ಟ. ಅವನನ್ನು ಸ್ಟೇಷನ್ನಿನಲ್ಲೆ ಇದ್ದ ಕಂಬಿಯೊಳಗೆ ನೂಕಿ ಕೀಲಿ ಜಡಿಯಲಾಯಿತು. ಇದ್ಯಾವುದರ ತಳಬುಡವೂ ಅರ್ಥವಾಗದ, ಅರ್ಥೈಸಿಕೊಳ್ಳಲು ಪ್ರಯತ್ನಿಸದ ದರಿಯ ಅಲ್ಲಿಯೆ ಟವೆಲ್ಲು ಚೆಲ್ಲಿ ಅಡ್ಡಾಗಿಬಿಟ್ಟ. ಬಹುಶಃ ಕುಡಿದದ್ದು ಇನ್ನು ಇಳಿಯದಿದ್ದುದರಿಂದ ಮತ್ತೆ ನೆನಪುಗಳ ಲೋಕದಲ್ಲಿ ವಿಹರಿಸಿ ನಿದ್ರೆಯ ಪಾತಳಿಗೆ ಬಿದ್ದು ನಿರಮ್ಮಳನಾದ.

ಇತ್ತ ಮಾಧ್ಯಮಗಳಲ್ಲಿ ನೋಡಿ ಈ ಪ್ರಕರಣವನ್ನು ಗಂಭೀರವಾಗಿ ಕೆಲವು

ದೇಶಭಕ್ತರು ದೇಶದ ರ್‍ಷಕಣೆಗಾಗಿ ಸಿಕ್ಕ ಅವಕಾಶವನ್ನು ಕಳೆದುಕೊಳ್ಳಬಾರದೆಂದು ನಿರ್ಧರಿಸಿ ಒಟ್ಟಾದರು. ತುರ್ತು ಸಭೆಗಳನ್ನು ನಡೆಸಿದರು. ಇದರ ಫಲವಾಗಿ ಮಾರನೆ ದಿನವೇ ಸುಡುಗಾಡಿನ ಮುಂದೆ ಬೃಹತ್ ಪ್ರತಿಭಟನಾ ಧರಣಿ ನಡೆಯಿತು. ಹೆಣ, ಅಸ್ತಿಪಂಜರ ಮಾರಾಟ ಮಾಡುವ, ಹಿಂದೂ ಗೋರಿ ಗಳನ್ನು ಧ್ವಂಸಗೊಳಿಸಿ ಸಮಾಜದ ಕೋಮು ಸೌಹಾರ್ದವನ್ನು ಕೆಡಿಸುತ್ತಿರುವ ಕ್ರಿಶ್ಚಿಯನ್ ದೊರೆರಾಜ್‌ನ ಕುಟುಂಬವನ್ನು ಕೂಡಲೆ ಸ್ಮಶಾನದಿಂದ ಎತ್ತಂಗಡಿ ಮಾಡುವವರೆಗೂ ನಮ್ಮ ಹೋರಾಟವನ್ನು ಹಿಂಪಡೆಯುವುದಿಲ್ಲ ಎಂದು ಹೋರಾಟಗಾರರು ಪಟ್ಟು ಹಿಡಿದರು. ಇದೆ ವೇಳೆ ಪ್ರತಿಭಟನಾಕಾರರಿಂದ ಮಾತೆವ್ವನ ಮನೆ ಮೇಲೆ ಕಲ್ಲುಗಳು ಬಿದ್ದವು. ಸುದ್ದಿ ತಿಳಿದ ಅಳಿಯ ಮುನ್ಸಿಪಾಲ್ಟಿ ನೌಕರ ಗಂಗರಾಜು ಎಲ್ಲಿದ್ದವನೋ ಓಡೋಡಿ ಬಂದು ತಾಬಡತೋಬಡ ತನ್ನ ಬಾನಂತಿ ಹೆಂಡತಿ ಮತ್ತು ಅತ್ತೆ ಮಾತೆವ್ವನನ್ನು ತನ್ನ ತಗಡಿನ ಮನೆಗೆ ಸಾಗಿಸಿದ.

ಹೆಣಗಳ್ಳತನ ಘೋರವಾದ ಅಪರಾಧವೇ ಆದ್ದರಿಂದ ಮಾನ್ಯ ಗೌರವಾನ್ವಿತ ನ್ಯಾಯಮೂರ್ತಿಗಳು ದರಿಯನಿಗೆ 5 ವರ್ಷ ಸಜೆಯನ್ನು ವಿಧಿಸಿದರು.

* * *

5 ವರ್ಷಗಳಲ್ಲಿ ಏನೆನೆಲ್ಲ ಬದಲಾಗಿತ್ತು. ಅಳಿಯ ಗಂಗರಾಜು ತನ್ನ ಹೆಂಡತಿ ಮತ್ತು ಮಾತೆವ್ವನನ್ನು ತನ್ನ ಮನೆಯಲ್ಲೆ ಇಟ್ಟುಕೊಂಡು ಬಿಟ್ಟಿದ್ದ. ಸಂಸಾರ ಪೂರ್ತಿ ದರಿಯನೊಂದಿಗೆ ಸಣ್ಣಪುಟ್ಟದಕ್ಕೆಲ್ಲ ಜಗಳಾಡಿಕೊಂಡೆ ಕಳಿದಿದ್ದ ಮಾತೆವ್ವ ಅಳಿಯನ ಮನೆ ಸೇರಿದ ಮೇಲೆ ಯಾರೊಂದಿಗೂ ಮಾತನಾಡುವುದನ್ನು ಬಿಟ್ಟು ಗಂಡನ ನೆನಪಲ್ಲಿ ದಿನವೂ ಕುಸಿಯುತ್ತಾ ಹೋಗಿ ಒಂದಿನ ಮಣ್ಣಲ್ಲಿ ಸೇರಿಹೋದಳು.

ಐದು ವರ್ಷದ ನಂತರ ಬಿಡುಗಡೆಗೊಂಡ ದರಿಯಜ್ಜ ಸುಡುಗಾಡಿಗೆ ಬಂದರೆ ಅಲ್ಲೇನಿದೆ ಮಣ್ಣು? ದರಿಯನ ಕುಟುಂಬದ ಅರಮನೆಯಂತಿದ್ದ ಮುರುಕಲು ಮನೆಯನ್ನು ಯಾವತ್ತೋ ಬಿಳಿಸಲಾಗಿದೆ. ಒಂದಲ್ಲಾ ಎರಡು ವಿದ್ಯುತ್ ಶವಾಗಾರಗಳನ್ನು ಜೋಡಿಸಲಾಗಿದೆ. ಅವುಗಳನ್ನು ನಡೆಸಲು ಪ್ಯಾಂಟು ಶರಟಿನ ನೌಕರರು ಪಾಳಿಯಲ್ಲಿದ್ದ ಹೆಣಗಳನ್ನು ಕಬ್ಬು ನುರಿಸುವಂತೆ ನುರಿಸುತ್ತಿದ್ದಾರೆ.

ಗೇಟ್ ಒಳಗೆ ನುಸುಳಿದ ಈ ಅಜ್ಜನನ್ನು ಕಂಡು ರಾಂಗಾದ ಕಾವಲುಗಾರ 'ಏಯ್ ಯಜ್ಜಾ ಯಾಕ ಒಳಗ ಬರ್ತಿ? ಇಲ್ಲಿ ಜೀವ ಇರಾಕಿಲೆ ಒಳಗ ಬರಾಕ ಆಗೂದಿಲ್ಲ ಹೋಗ್ಹೋಗ' ಅಂದ.

'ಹಂಗಲ್ಲೊ ತಮ್ಮ ನನ್ನ ಹೆಂಡತಿ ಮಕ್ಕಳು ಇಲ್ಲೆ ಅದಾರ. ನನ್ನ ಮನಿ ಇಲ್ಲೇ ಐತೋ' ಅಂತ ದರಿಯಜ್ಜ ಏನೇನೊ ಬಡಬಡಿಸತೊಡಗಿದ. ಕಾವಲುಗಾರನಿಗೆ ನಗು ಬಂತು. ಹೀಗೆಂದುಕೊಂಡೆ ಬರುವ ಹುಚ್ಚರನ್ನು ಆತ ಈ ಹಿಂದೆಯೂ ನೋಡಿದ್ದ. ಬಹುಶಃ ಅಜ್ಜನ ಹೆಂಡತಿ ಮಕ್ಕಳು ಯಾವದೋ ದುರಂತದಾಗ ಸತ್ತ ಮ್ಯಾಲ ಅವರನ್ನ ಇಲ್ಲೆ ಮಣ್ಣು ಮಾಡಿರಬೇಕು. ಅವರ ಸಾವು ಅಜ್ಜಗ ಹುಚ್ಚ ಹಿಡಿಸ್ಯೆತಿ, ಪಾಪ. ಅನ್ಕೊಂಡ ಕಾವಲುಗಾರನಿಗೆ ಆ ಕ್ಷಣದಲ್ಲಿ ಹಳ್ಳಿಯಲ್ಲಿರುವ ತನ್ನ ತಂದೆಯ ನೆನಪಾದ. ಆದರೂ ಆತ ಅಸಹಾಯಕ. ಅತ್ಲಾಗ ಹೋಗ ಯಜ್ಜಾ, ರಾತ್ರಿ ಬಾಳ ಆಗೇತಿ ಅಂತ ಗೇಟ್ ಹಾಕತೋಡಗಿದ. ತನ್ನ ಶಕ್ತಿ ಮೀರಿ ಗೇಟ್‌ಒಳಗೆ ನುಸಳಲು ಪ್ರಯತ್ನಿಸಿದ ದರಿಯಜ್ಜ ಕೊನೆಗೂ ಅದು ಸಾಧ್ಯವಾಗದೆ ಗೇಟ್ ಹೊರಗೆ ಉಳಿದು ಮುಸಗುಡತೊಡಗಿದ.

ಇದಾದ 8 ದಿನಗಳವರೆಗೂ ಅಜ್ಜ ಗೇಟ್ ಪಕ್ಕದ ಗಿಡದ ನೆರಳಲ್ಲಿ ತಳ ಊರಿದ್ದ. ಗೇಟ್ ಸಪ್ಪಳವಾದಾಗೊಮ್ಮೆ ಗೇಟ್ ಹತ್ತಿರ ಕಾಲೆಳೆದುಕೊಂಡು ಬರುತ್ತಿದ್ದ. ಒಳಗೆ ನುಸಳಲು ಸಾಧ್ಯವಾಗದೆ ಸೋತು ಗಿಡದ ಬಡ್ಡಿಗೆ ಹಿಂತಿರುಗುತ್ತಿದ್ದ. ಬರಬರುತ್ತ ಗೇಟಿನ ಕಡೆ ಕೇವಲ ಮಲಗಿದಲ್ಲಿಂದಲೇ ದೃಷ್ಟಿ ಹಾಯಿಸುತ್ತಿದ್ದ. 9ನೆ ದಿನ ಅಪರಾಹ್ನ ನೊಣಗಳು ಅವನ ದೇಹದೊಳಗೆ ಹೋಗಿಬರುವುದನ್ನು ಮಾಡುವ ಮೂಲಕ ಅವನ ಜೀವ ಹೋಗಿದ್ದನ್ನು ಜಗತ್ತಿಗೆ ಸಾರಲು ಯತ್ನಿಸುತ್ತಿದ್ದವು. ಆದರೆ, ತನ್ನದೆಯಾದ ಜಂಜಡದೊಳಗೆ ಮುಳುಗಿದ್ದ ಈ ಜಗತ್ತು ಇದ್ಯಾವುದರ ಪರಿವೆಯಿಲ್ಲದೆ ಬೈಕು, ಕಾರುಗಳಲ್ಲಿ ಕುಳಿತು ಓಡುತ್ತಲೇ ಇತ್ತು. ಎಲ್ಲಿಗೆ ಮುಟ್ಟುತ್ತೋ?

24 ಕ್ಯಾರೆಟ್

–ಶ್ರೀಧರ ಬನವಾಸಿ

ತನ್ನನ್ನು ತಾನೇ 24 ಕ್ಯಾರೆಟ್ ಚಿನ್ನವೆಂದು ಆಗಾಗ ಹೊಗಳಿಕೊಳ್ಳುತ್ತಿದ್ದ ಸುಮತಿ, ತಾನು ಮದುವೆಯಾಗಿ ಡಿವೋರ್ಸಿಯಾಗಿದ್ದರೂ ತನ್ನ ಕನ್ಯತ್ವವನ್ನು ಉಳಿಸಿಕೊಂಡಿದ್ದೇನೆ ಅನ್ನುವ ಸೂಕ್ಷ್ಮವನ್ನು ಶ್ರೀಷನಿಗೆ ತಿಳಿಸಿದ್ದಳು.

'ಬಿಟ್ಟುಹೋದ ಗಂಡ ತನ್ನಲ್ಲಿ ನಿರೀಕ್ಷಿಸಿದ್ದು ಬೇರೆಯೇ ಇತ್ತು, ಅದು ಆತನಿಗೆ ಸಿಗದೇ ಹೋದಾಗ, ತನ್ನ ದೌರ್ಬಲ್ಯವನ್ನು ಮುಚ್ಚಿಟ್ಟುಕೊಂಡು, ಗಂಡನಿಗೆ ಸುಖ ನೀಡಲು ನಿನಗೆ ಯೋಗ್ಯತೆ ಇಲ್ಲ ಅಂತ ನನ್ನ ಮೇಲೆ ಗೂಬೆ ಕೂರಿಸಿ ಓಡಿಹೋದ, ಅಂತಹ ಗಂಡಸಿನ ಬಗ್ಗೆ ನನಗೆ ಎಳ್ಳಷ್ಟು ಕರುಣೆ ಇಲ್ಲ' ಎಂದು ತನ್ನ ಅಂತರಂಗವನ್ನು ಶ್ರೀಷನ ಮುಂದೆ ತೆರೆದಿಟ್ಟಿದ್ದಳು. 'ಎಷ್ಟೇ ಆದರೂ ನೀವೆಲ್ಲಾ ಗಂಡಸು ಜಾತಿಯವರಲ್ಲವೇ?' ಅಂತ ಶ್ರೀಷನನ್ನು ಕೆಣಕಿದ್ದಳು. ಅವಳ ಮಾತು ಈತನಿಗೆ ರುಚಿಸಿರಲಿಲ್ಲ. 'ನಾನು, ನೀನು ಹೇಳುವ ಗಂಡಸು ಜಾತಿಯವನಲ್ಲ...! ನಿನ್ನ ಬದುಕಿನಲ್ಲಾದ ಘಟನೆಗೆ ಎಲ್ಲಾ ಗಂಡಸರನ್ನು ದೂರುವುದನ್ನು ನಾನು ಸುತಾರಾಂ ಒಪ್ಪಲಿಕ್ಕೆ ಸಾಧ್ಯವಿಲ್ಲ' ಅಂತ ಸಣ್ಣಗೆ ವಾದ ಮಾಡಿದ್ದ. ಇವರಿಬ್ಬರ ನಡುವಿನ ಸಿಟ್ಟು ಟೇಬಲ್ ಮೇಲಿದ್ದ ಕಾಫಿ ಆರುವುದರೊಳಗೆ ಮಾಯವಾಗಿತ್ತು.

ಇತ್ತೀಚಿನ ದಿನಗಳಲ್ಲಿ ಶ್ರೀಷನ ಬದುಕು ಸ್ವಲ್ಪ ಸುಧಾರಿಸಿದಂತೆ ಕಂಡಿತ್ತು. ಕೆಲಸದಲ್ಲಿ ಸ್ವಲ್ಪ ಬೆಳವಣಿಗೆ, ಬ್ಯಾಂಕ್‌ನಲ್ಲಿ ಒಂದಿಷ್ಟು ಹಣ, ಕೈಯಲ್ಲಿ ಐದಾರು ತಿಂಗಳಿಗೆ ಆಗುವಷ್ಟು ಕೆಲಸ, ಇವೆಲ್ಲಾ ಆತ ಮದುವೆ ಕಡೆ ಮನಸು ಮಾಡಲು ಕಾರಣಗಳಾಗಿದ್ದವು. ಸದ್ಯದ ಪರಿಸ್ಥಿತಿಯಲ್ಲಿ ಮದುವೆಯ ಕಲ್ಪನೆ ಕೂಡ ಮಾಡಲಿಕ್ಕೆ ಸಾಧ್ಯವಿಲ್ಲ ಅಂತ ಹೇಳುತ್ತಿದ್ದವನು, ಈಗ ಸ್ವಲ್ಪ ಬದಲಾಗಿದ್ದ, ಮದುವೆಯಾಗಲಿಕ್ಕೆ ಮನಸ್ಸು ಮಾಡಿದ್ದ.

ಈಗಿನ ಹುಡುಗಿಯರಿಗೆ ಬಹಳಷ್ಟು ನಿರೀಕ್ಷೆಗಳು...! ಹುಡುಗಿ ಬಡ ಕುಟುಂಬದವಳಾಗಿರಲಿ, ಶ್ರೀಮಂತನ ಮಗಳಾಗಿರಲಿ, ಎಲ್ಲರೂ ಒಂದಲ್ಲಾ ಒಂದು ರೀತಿ ಹತ್ತಾರು ನಿರೀಕ್ಷೆಗಳನ್ನು ಇಟ್ಟುಕೊಂಡು ಒಳ್ಳೆಯ ಗಂಡನಿ

ಗೋಸ್ಕರ ಕಾಯುತ್ತಲೇ ಇರುತ್ತಾರೆ. ಅದು ಅವರ ತಪ್ಪಲ್ಲ ಬಿಡಿ...! ಅಕಸ್ಮಾತ್ ಒಳ್ಳೆಯ ಸ್ಯಾಲರಿ ಪ್ಯಾಕೇಜ್, ಸ್ವಂತ ಮನೆ, ಅಪ್ಪ ಅಮ್ಮ ಮಾಡಿಟ್ಟ ಆಸ್ತಿ ಇದ್ದರೆ, ಅವರ ನಿರೀಕ್ಷೆಗಳಿಗೆ ತಕ್ಕಂತೆ ಜೀವನವನ್ನು ನಡೆಸಬಹುದಾದರೂ, ಎಲ್ಲೋ ಒಂದು ಕಡೆ ಮಾವನ ಮನೆಯವರ ಹತ್ತಿರ ಕೈಚಾಚಿ ಬದುಕುವುದು ಯಾವ ಜನ್ಮಕ್ಕೂ ಬೇಡ. ತಾನು ದುಡಿದ ಹಣದಲ್ಲೇ ಜೀವನವನ್ನು ಸುಂದರವಾಗಿ ಕಟ್ಟಿಕೊಳ್ಳಬೇಕೆಂದು ಶ್ರೀಷ ಆಸೆಪಟ್ಟಿದ್ದ. ಆದರೆ ಎಲ್ಲವೂ ನಾವು ಅಂದುಕೊಂಡಂತೆ ಆಗಿ, ಅದರಂತೆ ಬದುಕಿದರೆ ಅದನ್ನ ಜೀವನ ಅಂತ ಕರೆಯಲಿಕ್ಕೆ ಸಾಧ್ಯವಾಗುವುದೇ? ಶ್ರೀಷ ನಿಜವಾದ ಬದುಕಿನ ಜೊತೆ ನಡೆಯು ತ್ತಿದ್ದ. ಆತನ ಆಸೆಗಳು ತುಂಬಾ ನಿಧಾನವಾಗಿ ಜೀವ ಪಡೆದುಕೊಳ್ಳುತ್ತಿದ್ದವು. ಈಗಿನ ಹುಡುಗಿಯರ ನಿರೀಕ್ಷೆಗಳ ಬಗ್ಗೆ ಆತನಿಗೆ ಒಳಗೊಳಗೆ ಹೆದರಿಕೆ ಶುರುವಾಗಿತ್ತು. ಅಕ್ಕಪಕ್ಕದ ಸ್ನೇಹಿತರ ಮದುವೆ ನಂತರದ ಕತೆಗಳು ಮನಸ್ಸನ್ನು ಇನ್ನಷ್ಟು ಗೊಂದಲದಲ್ಲಿ ಸಿಲುಕಿಸಿದ್ದವು. 'ಅತಿಯಾದ ನಿರೀಕ್ಷೆಗಳನ್ನು ಮನಸ್ಸಿನಲ್ಲಿ ಇಟ್ಟುಕೊಂಡ ಹುಡುಗಿಯರು ಯಾವುದೇ ಕಾರಣಕ್ಕೂ ತನಗೆ ಸಿಗದೇ ಇದ್ದರೆ ಒಳ್ಳೆಯದು. ಸಿಕ್ಕರೂ ಅನಿವಾರ್ಯವಾಗಿ ಅವರ ಜೊತೆಗೆ ಬದುಕು ಸೆಣೆಸುವುದು ತನ್ನಿಂದಾಗದು, ಅಂತಹ ನೋವಿನ ಬದುಕನ್ನು ಮಾತ್ರ ಎಂದಿಗೂ ತನಗೆ ನೀಡಬೇಡ' ಅಂತ ನಿತ್ಯ ದೇವರಲ್ಲಿ ಬೇಡಿಕೊಳ್ಳುತ್ತಿದ್ದ. ಇದು ಆತನ ಹುಚ್ಚುತನವೋ, ಅವನಲ್ಲಿನ ನ್ಯೂನ್ಯತೆಯೋ ಅನ್ನುವುದನ್ನು ಬಿಡಿಸು ವುದು ಸ್ವಲ್ಪ ಕಷ್ಟವಿತ್ತು.

'ಶ್ರೀಷ ಮಾಡೋ ಕೆಲ್ಸಕ್ಕೂ, ಅವ್ನ ಮನಸ್ಥಿತಿಗೂ ಹೆಣ್ಣು ಸಿಗೋದು ತುಂಬಾ ಕಷ್ಟ ಮಾರಾಯ್ರೇ...' ಅಂತ ಸಂಬಂಧಿಕರು ಬೇರೆಯವರ ಹತ್ತಿರ ಹೇಳಿದ್ದನ್ನು ಕೇಳಿದ್ದ, ಈತ ತನಗೆ ಇಷ್ಟವಾಗುವ ಹುಡುಗಿ ಸಿಗುವವರೆಗೂ ತಾನು ಮದುವೆಯಾಗಬಾರದು ಅಂತ ನಿರ್ಧರಿಸಿದ್ದ. 'ಬಾರದು ಬಪ್ಪದು; ಬಪ್ಪದು ತಪ್ಪದು, ಸಿಗಬೇಕು ಅಂತ ಅಂದುಕೊಂಡವಳು ಖಂಡಿತ ತನಗೆ ಸಿಕ್ಕೆ ಸಿಗುತ್ತಾಳೆ' ಅನ್ನುವ ಆತ್ಮವಿಶ್ವಾಸ ಇತ್ತೀಚಿನ ದಿನಗಳಲ್ಲಿ ತುಂಬಾ ಬಲವಾಗಿ ಕಾಡತೊಡಗಿತ್ತು. ಜಾತ್ಯಸ್ಥರಲ್ಲಿ ತನ್ನನ್ನು ಇಷ್ಟಪಡುವ ಹೆಣ್ಣು ಸಿಕ್ಕರೂ, ಎಲ್ಲೋ ಒಂದು ಕಡೆ ಸಂಬಂಧಿಕರಿಂದ ಸಾಧ್ಯವಾದಷ್ಟು ದೂರ ಇರಬೇಕು, ಬಂಧು ಗಳೆಂದರೆ ಅಷ್ಟಕಷ್ಟೇ ಅನ್ನುತ್ತಿದ್ದ. ಶ್ರೀಷನನ್ನು ಸುಲಭವಾಗಿ ಅರ್ಥಮಾಡಿ ಕೊಳ್ಳುವುದು ತುಂಬಾ ಕಷ್ಟವಿತ್ತು. ಅವನಿಗಿಂತ ಆತನ ಯೋಚನೆಗಳೇ ಭಾರಿ ಅಪಾಯಕಾರಿಯಾಗಿವೆ ಅಂತ ಕೆಲವರಿಗೆ ಅನಿಸಿಬಿಟ್ಟಿತ್ತು. ಹೊರಗಡೆ ಆತ ಮೌನಿಯಾದರೂ, ಆಂತರಿಕವಾಗಿ ತುಂಬಾ ವಾಚಾಳಿಯಾಗಿದ್ದ. ಒಳಗಿನ

ಮಾತುಗಳು ಅವನಿಗೆ ಮಾತ್ರ ಕೇಳಬೇಕಿತ್ತಷ್ಟೇ. ಇನ್ನೇನು ವಯಸ್ಸು ಮೂವತ್ತು ದಾಟಿದ ಮೇಲೆ ಹುಡುಗಿಯನ್ನು ಹುಡುಕಲು ಶುರುಮಾಡಿದರೆ, ಎರಡ್ಮೂರು ವರ್ಷಗಳಲ್ಲಿ ತಾನು ಅಂದುಕೊಂಡಂತಹ ಹುಡುಗಿ ಸಿಗಬಹುದು ಅಂದು ಕೊಂಡು ಮ್ಯಾಟ್ರಿಮೋನಿಯಲ್ಲಿ ಹುಡುಗಿಯನ್ನು ಹುಡುಕಲಿಕ್ಕೆ ಕೈಹಾಕಿದ್ದ.

ಎಲ್ಲೊ ಒಂದು ಕಡೆ ತನಗೆ 30 ವರ್ಷ ದಾಟುತ್ತಿದೆ, ಇನ್ನೂ ಹುಡುಗಿ ಸಿಕ್ಕಲಿಲ್ಲವೆಂದು ಒಳಗೊಳಗೆ ಗೊಣಗುತ್ತಿದ್ದ ಶ್ರೀಷನಿಗೆ ಮ್ಯಾಟ್ರಿಮೋನಿಯಲ್ಲಿ ಮದುವೆಯಾಗದ ಹುಡುಗಿಯರ ವಯಸ್ಸು ಕಂಡು, ಇನ್ನೂ ತಾನು ನಾಲ್ಕೈದು ವರ್ಷ ಬ್ರಹ್ಮಚಾರಿಯಾಗಿಯೇ ಇದ್ದರೂ, ತನಗೆ ಖಂಡಿತ ಹೆಣ್ಣು ಸಿಕ್ಕೆ ಸಿಗುತ್ತಾಳೆ ಅನ್ನುವ ಇನ್ನೊಂದು ಧೈರ್ಯ ಇತ್ತೀಚಿನ ದಿನಗಳಲ್ಲಿ ಸೇರಿ ಕೊಂಡಿತ್ತು. 'ಅಯ್ಯೋ ದೇವರೇ... ಮ್ಯಾಟ್ರಿಮೋನಿಯಲ್ಲಿ ಇರುವ ಹುಡುಗಿಯರ ವಯಸ್ಸು ನೋಡಿದರೆ, ನನಗೆ ವಯಸ್ಸು ಮೂವತ್ತೈದು ದಾಟಿದರೂ ಮದುವೆಯಾಗಬಹುದು, ಇಪ್ಪತ್ತರ ಹರೆಯದ ಹುಡುಗಿಯರಿ ಗಿಂತ, ಇಪ್ಪತ್ತೇಳು, ಮೂವತ್ತು ವರ್ಷ ದಾಟಿದ ಹುಡುಗಿಯರ ಸಂಖ್ಯೆಯೇ ಅಲ್ಲಿ ಹೆಚ್ಚಾಗಿದೆಯಲ್ಲ...!' ಅಂತ ಒಳಗೊಳಗೆ ತುಂಬಾ ಖುಷಿಪಟ್ಟಿದ್ದ. ಈಗಿನ ಹೆಣ್ಣುಮಕ್ಕಳಿಗೆ ಅತಿಯಾದ ನಿರೀಕ್ಷೆಗಳು...! ಅವರ ಮ್ಯಾಟ್ರಿಮೋನಿ ಪ್ರೊಫೈಲ್ ನೋಡಿದರೆ ಗೊತ್ತಾಗುತ್ತದೆ, ಅವರ ನಿರೀಕ್ಷೆಗಳಿಗೆ ಮ್ಯಾಚ್ ಆಗುವ ಹುಡುಗ ಸಿಗುವವರೆಗೂ ಅವರು ಮದುವೆಯಾಗುವುದಿಲ್ಲ ಅನ್ನುವ ಅವನ ಒಳಗಿನ ವಾದ ಗೆಲುವಿನ ನಗೆ ಬೀರಿತ್ತು. ಮೂವತ್ತು ದಾಟಿದರೂ, ಇನ್ನೂ ಗಂಡು ಹುಡುಕುತ್ತಿರುವ ಹುಡುಗಿಯರ ಸಂಖ್ಯೆಯನ್ನು ನೋಡಿದಾಗ, ತನ್ನ ಯೋಚನೆ ಸರಿಯಾಗಿದೆ ಅಂತ ಅನಿಸಿಬಿಟ್ಟಿತ್ತು. ಇದೇ ಹುಡುಕಾಟದಲ್ಲೇ ತಿಂಗಳುಗಳು ಉರುಳಿದ್ದವು.

ಕಳೆದ ಆರೇಳು ತಿಂಗಳಿಂದ ಸಂಗಾತಿಯ ಹುಡುಕಾಟದಲ್ಲಿದ್ದ ಶ್ರೀಷನಿಗೆ, ತನ್ನ ನಿರೀಕ್ಷೆಗೆ ತಕ್ಕಂತೆ ಇರುವ ಹೆಣ್ಣು ಕಂಪ್ಯೂಟರ್ ಮೂಲಕ ಅಪ್ಪನಾಣೆ ಸಿಗುವುದಿಲ್ಲ ಅನ್ನುವುದು ಮನವರಿಕೆಯಾಗಿಬಿಟ್ಟಿತ್ತು. ಇದಕ್ಕೆ ಅಂತ್ಯವೆಂಬಂತೆ, ಒಂದು ದಿನ ಮ್ಯಾಟ್ರಿಮೋನಿ ಎಕೌಂಟು ಕೂಡ ಆತನಿಂದ ಮರೆಯಾಗಿತ್ತು. 'ಹೆಣ್ಣು ಸಿಗುತ್ತಾಳೆ, ಖಂಡಿತ ಸಿಗುತ್ತಾಳೆ. ತನ್ನನ್ನು ನಂಬಿ ಬರುವ ಹುಡುಗಿಗೆ ಯಾವುದೇ ಕಾರಣಕ್ಕೂ ನಾನು ಮೋಸ ಮಾಡಬಾರದು, ಅವರನ್ನು ಚೆನ್ನಾಗಿ ನೋಡಿಕೊಳ್ಳಬೇಕು' ಅನ್ನುವ ಅರಿಕೆ ಆತನದಾಗಿತ್ತು. ಇವನ ಅಂತರಾಳದ ಉದ್ದೇಶದ ದಾರಿ ಮಾತ್ರ ಬೇರೆಯವರಿಗೆ ಅಪಥ್ಯವಾಗಿತ್ತು.

* * *

'ನನ್ನ ಜೀವನದ ಎಲ್ಲ ಆಸೆ, ಕನಸುಗಳು ಸತ್ತುಹೋಗಿವೆ. ಮುಂದೆಂದೂ ಅವು ಜೀವವನ್ನು ಪಡೆಯಲಾರವು. ದಯವಿಟ್ಟು ನನ್ನಲ್ಲಿಯ ಆಸೆಗಳನ್ನು ಕೆಣಕಬೇಡಿ' ಅಂತ ನೇರವಾಗಿಯೇ ಸುಮತಿ, ಶ್ರೀಷನಲ್ಲಿ ಕೇಳಿಕೊಂಡಿದ್ದಳು. ಆಕೆಯ ಮನಸ್ಸನ್ನು ಅರ್ಥಮಾಡಿಕೊಳ್ಳುವ ನಿಟ್ಟಿನಲ್ಲಿ ತುಂಬಾ ಪ್ರಯತ್ನ ಪಟ್ಟರೂ, ತನ್ನನ್ನು ಯಾವುದೇ ಕಾರಣಕ್ಕೂ ಆ ಸ್ಥಾನದಲ್ಲಿ ಕಲ್ಪಿಸಿಕೊಳ್ಳಬೇಡಿ. ಸುಮ್ಮನೇ ವ್ಯಥಾ ಆಸೆಗಳನ್ನು ಹುಟ್ಟಿಸಿಕೊಂಡು ಮುಂದೊಂದು ದಿನ ಕೊರಗು ವುದಕ್ಕಿಂತ ಚಿಗುರುವಾಗಲೇ ಅಂತಹ ಆಸೆಗಳನ್ನು ಕೊಂದುಬಿಡಿ ಅಂತ ಆಕೆ ಕೇಳಿಕೊಂಡರೂ, ಆತನ ಮನಸ್ಸು ಯಾಕೋ ಕರಗಿದಂತೆ ಕಾಣಲಿಲ್ಲ. ನೀನು ನನಗಿಂತ ಹತ್ತು ವರ್ಷ ಚಿಕ್ಕವನು, ಯಾವುದೇ ಕಾರಣಕ್ಕೂ ನಾನು ನೀನು ಜೋಡಿಯಾಗಲಿಕ್ಕೆ ಸಾಧ್ಯವೇ ಇಲ್ಲ ಅಂತ ಹೇಳಿದರೂ, ಆತನ ಮನಸ್ಸು ಸಮಾಧಾನವಾಗಲಿಲ್ಲ. ಅವಳು ಕೊಟ್ಟ ಹತ್ತಾರು ಕಾರಣಗಳು ಆತ ಆಕೆಯನ್ನು ಇಷ್ಟಪಡಲು ಇರುವ ಕಾರಣದ ಮುಂದೆ ಸಮವಾಗಿರಲಿಲ್ಲ. ಅಷ್ಟಕ್ಕೂ ಸುಮತಿ ಯನ್ನು ಇಷ್ಟಪಡಲು ಕಾರಣವೆಂತಹುದು ಅನ್ನುವುದು ಆತನ ಅಂತರಾಳವನ್ನು ಹೊಕ್ಕು ನೋಡಿದಾಗಲೇ ಅರ್ಥವಾಗಬಹುದೇನೋ?

ಆರಂಭದ ದಿನಗಳಲ್ಲಿ ಶ್ರೀಷ, ಸುಮತಿಯನ್ನು ನೋಡದೇ, ಅವಳು ಹೇಗಿರುವಳು ಅನ್ನುವ ಕಲ್ಪನೆ ಕೂಡ ಮಾಡದೇ ಆಕೆಯನ್ನು ಇಷ್ಟಪಡಲು ಅನೇಕ ಕಾರಣಗಳಿದ್ದವು. ಅವಳು ಹೇಗಿದ್ದಾಳೆ? ಸುಂದರವಾಗಿರುವಳೇ? ದಪ್ಪ ಗಿರುವಳಾ? ನಲವತ್ತು ವರ್ಷದ ಹೆಂಗಸರಂತೆ ಆಕೆಯೂ ಕಾಣುತ್ತಿರುವುಳೇ? ಮನಸ್ಸಿನಲ್ಲಿ ಆಗಾಗ ಈ ಪ್ರಶ್ನೆಗಳು ಮೂಡುತ್ತಿದ್ದರೂ, ಆಕೆ ಎಲ್ಲವನ್ನು ಮೀರಿ ನಿಂತಿದ್ದಾಳೆ; ತಾನು ಅಂದುಕೊಂಡಂತಯೇ ಆಕೆ ಬದುಕುತ್ತಿದ್ದಾಳೆ; ಈಗಿನ ಹುಡುಗಿಯರಲ್ಲಿರುವ ಹಾಗೆ ಅಪಾರ ನಿರೀಕ್ಷೆಗಳು, ಆಸೆ ಕನಸುಗಳು, ಆಕೆಯ ಮಾತುಗಳಲ್ಲಿ ಅವನಿಗೆ ಎದ್ದು ಕಾಣಲಿಲ್ಲ. 'ನನ್ನಲ್ಲಿ ಜೀವನದ ಎಲ್ಲ ಆಸೆ, ಕನಸುಗಳು ಬತ್ತಿಹೋಗಿವೆ' ಅಂತ ಹೇಳಿದ್ದ ಆಕೆಯ ಮಾತುಗಳು, ತನ್ನಲ್ಲಿದ್ದ ಕನಸುಗಳಿಗೆ ಜೊತೆಯಾದಂತೆ ಕಂಡಿದ್ದವು. ಹಾಗಿದ್ದರೆ ತಾನು ಸ್ವಾರ್ಥಿಯಾಗಿ ಬಿಟ್ಟನೇ? ಸತ್ತು ಹೋದ ಅವಳ ಆಸೆಗಳು ತನ್ನ ಜೀವನವನ್ನು ಸುಖವಾಗಿರಿಸು ತ್ತವೆ ಅಂತ ಅಂದುಕೊಂಡರೆ ತಾನು ನಿಜಕ್ಕೂ ಸ್ವಾರ್ಥಿಯಾಗುವುದಿಲ್ಲವೇ? ತನ್ನ ಜೀವನದ ಕನಸುಗಳು ಸಾಕಾರಗೊಳ್ಳಲು, ಸತ್ತು ಹೋದ ಅವಳ ಆಸೆ ಕನಸುಗಳು ಪೂರಕವಾಗುತ್ತವೆ ಅನ್ನುವ ಗ್ರಹಿಕೆಯೇ ಸತ್ಯವಾದರೆ, ಎಂತಹ ಕೆಟ್ಟ ಮನಸ್ಸು ನನ್ನದು...! ಇಲ್ಲವೇ ಸತ್ತುಹೋಗುತ್ತಿರುವ ಅವಳ ಜೀವನಕ್ಕೆ

ಆಸರೆಯಾಗುತ್ತೇನೆ ಎಂಬ ಒಳ್ಳೆಯ ಮನಸ್ಸೋ...? ದ್ವಂದ್ವದ ಸ್ಥಿತಿಯಲ್ಲಿದ್ದ ಮನಸಿಗೆ ಉತ್ತರವೂ ಸಿಗುತ್ತಿಲ್ಲ.

ಈಗಿನ ಎಲ್ಲ ಹುಡುಗಿಯರು ತಮ್ಮ ಸಂಗಾತಿಯ ಬಗ್ಗೆ ಅತಿಯಾದ ನಿರೀಕ್ಷೆಗಳನ್ನು ಹೊಂದಿರುತ್ತಾರೆ ಅನ್ನುವ ತನ್ನ ಯೋಚನೆಯೇ ಎಷ್ಟು ತಪ್ಪಾಗಿದೆಯಲ್ಲ...! ಸುಮತಿಯಂತಹ ಹೆಂಗಸರೂ ಕೂಡ ನಿರೀಕ್ಷೆಗಳನ್ನು ಹೊತ್ತ ಹುಡುಗಿಯರ ಮಧ್ಯೆ ಇರುತ್ತಾರೆ ಅಂತ ತನಗೇಕೆ ಹೊಳೆಯಲಿಲ್ಲ?– ಶ್ರೀಷನ ಮನಸ್ಸು ತನ್ನೊಳಗೆ ಮೂಡುತ್ತಿದ್ದ ಇಂತಹ ಮಾತುಗಳ ಬಗ್ಗೆ ಯೋಚಿಸತೊಡಗಿತು. ಅವಳ ಬಾಹ್ಯಸೌಂದರ್ಯವನ್ನು ನೋಡದೇ ಕೇವಲ ಅವಳ ಜೊತೆಗಿನ ಸಖ್ಯದ ಮಾತುಕತೆಯೊಳಗೆ ಅವಳ ಅಂತರಾಳದ ಮುಖವನ್ನು ಅರಿತಿದ್ದ ಆತನಿಗೆ ತಾನು ಕಂಡುಕೊಳ್ಳುತ್ತಿರುವ ಅವಳ ಅಂತರಂಗಿಕ ಸತ್ಯವಾದರೂ ಎಂತಹದ್ದು...? ಖಂಡಿತ ಅದನ್ನು ತಿಳಿದು ಕೊಳ್ಳಬೇಕು... ಅವಳ ನಿರಾಸೆಗೆ ಕಾರಣವಾದರೂ ಏನಿರಬಹುದು? ತನ್ನೆಲ್ಲಾ ಬಯಕೆಗಳನ್ನು ಬದಿಗಿಟ್ಟು ನಾಳೆಯ ಬದುಕಿನ ಬಗ್ಗೆ ನಿರುತ್ಸಾಹವನ್ನು ತೋರುತ್ತಲೇ ದಿನಗಳನ್ನು ಕಳೆಯುತ್ತಿರುವ ಅವಳ ಬಗ್ಗೆ ತನಗೇಕೆ ಈ ರೀತಿ ಕಾಳಜಿ...? ಅವಳ ಬಗೆಗಿನ ಕಾಳಜಿಯನ್ನೇ ಪ್ರೀತಿಯೆಂದು ಬಣ್ಣಿಸಬೇಕೆ? ತಾನಿನ್ನೂ 24 ಕ್ಯಾರೆಟ್ ಚಿನ್ನವೆಂದು ಸೂಕ್ಷ್ಮವಾಗಿ ಹೇಳಿ, ತನ್ನ ಕನ್ಯತ್ವದ ಬಗ್ಗೆ ಆಪ್ತವಾಗಿ ಹೇಳಿದಾಗಲೂ, ಅವಳ ಬಗೆಗಿನ ಭಾವನೆ ನೂರ್ಮಡಿಯಾಗಿ ಇಂತಹ ಹೆಂಗಸನ್ನೇ ತಾನೇ ತನ್ನ ಜೀವನ ಸಂಗಾತಿಯನ್ನಾಗಿ ಹುಡುಕುತ್ತಿರು ವುದು? ಈಗಿನ ಹುಡುಗಿಯರು ಕನ್ಯತ್ವವನ್ನೇ ಉಳಿಸಿಕೊಳ್ಳುವುದೇ ಕಷ್ಟವಿರು ತ್ತದೆ. ಅಂತಹುದರಲ್ಲಿ ಅವಳು ಉಳಿಸಿಕೊಂಡಿದ್ದಾಳೆ ಅನ್ನುವ ಯೋಚನೆಯೂ ಕೂಡ ಎಷ್ಟು ಕೆಟ್ಟದಲ್ಲವೇ...? ಇದೇ ಅವಳನ್ನು ಇಷ್ಟಪಡಲು ಕಾರಣ ವಾಯಿತೇ? ಲಂಗು ಲಗಾಮಿಲ್ಲದ ಮನಸ್ಸು ಆಕೆಯನ್ನು ಒಪ್ಪಿಕೊಳ್ಳಲು ಅಸ್ಪಷ್ಟ ಕಾರಣಗಳನ್ನು ನೀಡುತ್ತಲೇ ಇತ್ತು. ಮನಸಿನ ಕೆಟ್ಟ ಯೋಚನೆಗಳಿಗೆಲ್ಲಾ ಬುದ್ಧಿ ನಿಧಾನವಾಗಿ ವಿವೇಚನೆ ಹೇಳುತ್ತಲೇ ಇತ್ತು. ಮನಸಿಗೆ ಬಂದಿದ್ದನ್ನು ಸೂಕ್ಷ್ಮ ವಾಗಿ ಹೇಳಿದರೂ, ಆಕೆಯ ಮನಸು ಈತನ ಮನಸನ್ನು ಒಪ್ಪಿಕೊಳ್ಳಲು ಸಾಧ್ಯವೇ ಇಲ್ಲ ಅಂತ ಹೇಳಿತು. ದೇಹಗಳ ನಡುವೆ ಹತ್ತು ವರ್ಷಗಳ ಅಂತರ ವಿದ್ದರೂ, ಮನಸುಗಳ ನಡುವಿನ ಅಂತರವೆಷ್ಟು? ಎನ್ನುವ ಹುಡುಗಾಟ ತುಂಬಾ ಬಲವಾಗಿ ಅಣಕಿಸುತ್ತಿತ್ತು. ಮನಸುಗಳು ಎಷ್ಟೇ ಹತ್ತಿರವಿದ್ದರೂ, ಒಂದಲ್ಲಾ ಒಂದು ಸಮಯದಲ್ಲಿ ದೇಹಗಳು ಕೂಡ ಹತ್ತಿರ ಸೇರಲೇ ಬೇಕಲ್ಲವೇ? ಅವಳ 24 ಕ್ಯಾರೆಟ್ ಚಿನ್ನದ ದೇಹವನ್ನು ಅನುಭವಿಸಬೇಕಲ್ಲವೇ?

ಆಗ ವಯಸಿನ ಅಂತರ ಕಾಡುವುದಿಲ್ಲವೇ? ದೇಹಗಳ ಹಸಿವು ಅಷ್ಟು ಸುಲಭವಾಗಿ ಕಡಿಮೆಯಾಗುವುದೇ? ಕಾಮದ ರಕ್ತ ದೇಹದಲ್ಲಿ ಇರುವವರೆಗೂ ದೇಹಗಳ ನಡುವಿನ ಆಕರ್ಷಣೆ ಅಂತರವನ್ನು ಹುಟ್ಟುಹಾಕುವುದಿಲ್ಲವೇ? ನಿನ್ನಲ್ಲಿನ ದೇಹದ ಹಸಿವನ್ನು ನೀನು ನಿಗ್ರಹಿಸಲಾಗುವುದೇ? ಸೌಂದರ್ಯವನ್ನು ಯಾವುದೇ ಕಾರಣಕ್ಕೂ ಲೆಕ್ಕಿಸದೇ ಕೇವಲ ಆಕೆಯ ಅಂತರಂಗದ ಸೌಂದರ್ಯವನ್ನು ಎಷ್ಟು ವರ್ಷಗಳವರೆಗೆ ನೀನು ಒಪ್ಪಿಕೊಳ್ಳುತ್ತಿ? ಒಂದಲ್ಲಾ ಒಂದು ದಿನ ದೇಹದ ಪುರುಷತ್ವ ಅಂತರಂಗದ ಸೌಂದರ್ಯವನ್ನು ಕೆಣಕುವುದಿಲ್ಲವೇ? ಅವಮಾನಿಸುವುದಿಲ್ಲವೇ? ನಿನಗೇಕೆ ಆಕೆಯ ಮೇಲೆ ಈ ರೀತಿಯ ಹುಚ್ಚು? ಬಿಟ್ಟು ಬಿಡು... ನಿನ್ನ ಮನಸಿಗೆ ಅಂಟಿರುವುದು ಅವಳ ಅಂತರಂಗವನ್ನು ಅನುಭವಿಸುವ ರೋಗ...! ಇದಕ್ಕೆ ದೇಹವ ಹಸಿವನ್ನು ಬಲಿಕೊಡಬೇಡ. ಈ ಖಾಯಿಲೆ ದೀರ್ಘಾಯುಷಿಯಲ್ಲ...! ಇದು ಈ ಕ್ಷಣ ನಿನ್ನನ್ನು ಕಾಡುತ್ತಿರಬಹುದು. ನಾಳೆಯ ದಿನಗಳಲ್ಲೂ ಕಾಡಬಹುದು? ಬೇಡ ಬಹುದು... ಆದರೆ ಭವಿಷ್ಯದ ದಿನಗಳಲ್ಲಿ ಖಂಡಿತ ಆತ ನಿನ್ನನ್ನು ನೋಡಲಾರ. ಬಯಸಲಾರ, ಕಾಡಲಾರ... ಆತ ನಿನ್ನನ್ನು ಬಿಟ್ಟು ಹೋದ ಕ್ಷಣಗಳಲ್ಲಿ ನಿನ್ನ ಆ ಸ್ಥಿತಿಯ ಕಲ್ಪನೆಯನ್ನು ಕೂಡ ಮಾಡಲಾಗದು...! ಬೇಡ ಕಣೋ... ಈ ರೀತಿಯ ಬದುಕಿನ ಚಿಂತನೆ. ಕೆಲವೊಮ್ಮೆ ಒಳ್ಳೆಯ ಆದರ್ಶಗಳೇ ಜೀವನದ ನೆಮ್ಮದಿಯನ್ನು ಹಾಳುಮಾಡಿಬಿಡುತ್ತವೆ. ಬದುಕನ್ನು ಎತ್ತಿಂದತ್ತ ಎತ್ತಲೋ ಕರೆದೊಯ್ಯುವ ಈ ಹುಚ್ಚು ಕುದುರೆ ನಿನ್ನ ಜೀವನವನ್ನು ಹಾಳುಮಾಡುವುದಲ್ಲವೇ? ಇಲ್ಲದ ಆಸೆಗಳನ್ನು ಆಕೆಯ ಮೇಲೆ ಹೊರಿಸಿ ಕೊನೆಗೆ ಆಕೆಯ ಬದುಕನ್ನು ಕೂಡ ಎಂದಿಗೂ ಹಾಳು ಮಾಡಬೇಡ...! ನಿನಗಲ್ಲದ್ದನ್ನು ನೀನೇಕೆ ಚಿಂತಿಸುವೆ? ನಿನಗೆ ಸಿಗದ ಹಸಿವನ್ನು, ನಿನ್ನದ್ದೇಕೆ ಅಂದುಕೊಳ್ಳುವೆ? ಬಿಟ್ಟು ಬಿಡು ಗೆಳೆಯ... ಇಂತಹ ಹುಚ್ಚು ಸಾಹಸಕ್ಕೆ ನೀನೆಂದೂ ಹೋಗಬೇಡ...! ಅಂತ ಬುದ್ಧಿ ಶ್ರೀಷನ ಮನಸನ್ನು ಒಮ್ಮೆ ಬಹಿರಂಗವಾಗಿ ತರಾಟೆಗೆ ತೆಗೆದುಕೊಂಡಿತ್ತು.

ಕಾಣುವ ಸತ್ಯಗಳ ನಡುವೆ ಮಿಥ್ಯದ ಪರಿಧಿಯನ್ನು ಹುಡುಕಾಡುವ ಮನಸ್ಸನ್ನು ಬದಲಾಯಿಸಲು ಬುದ್ಧಿ ತುಂಬಾ ಪ್ರಯತ್ನಿಸುತ್ತಿತ್ತು. ಶ್ರೀಷ ಬದಲಾದಂತೆ ಕಂಡಿರಲಿಲ್ಲ. ಅವಳ ಜೊತೆಗಿನ ಸಖ್ಯವಾದಾಗಿನಿಂದ, ಶ್ರೀಷ ಅಂತರಂಗದಲ್ಲಿ ತುಂಬಾ ವಾಚಾಳಿಯಾಗಿಬಿಟ್ಟಿದ್ದ. ದಿನದ ಮೂರ್ಹೊತ್ತು ಒಳಗೊಳಗೆ ಏಳುತ್ತಿದ್ದ ಪ್ರಶ್ನೆಗಳು, ಯೋಚನೆಗಳಿಗೆ, ಬುದ್ಧಿ ವಿವೇಚನೆಯಿಂದ ಉತ್ತರ ಕೊಡುತ್ತಲೇ ಇತ್ತು. ತನ್ನೊಳಗೆ ಪ್ರಬುದ್ಧವಾದಂತಹ ಬುದ್ಧಿ ಅಡಗಿದೆ

ಅಂತ ಆಗಾಗ ಅರಿವಾಗುತ್ತಿದ್ದರೂ, ವಾದದ ಕೊನೆಯಲ್ಲಿ ಗೆಲುವನ್ನು ಕಾಣುತ್ತಿದ್ದ ಬುದ್ಧಿಯಿಂದ ಮಾತ್ರ ಆತ ಒಪ್ಪಿಕೊಳ್ಳಲು ಸಾಧ್ಯವಾಗುತ್ತಲೇ ಇರಲಿಲ್ಲ. ಹಾಗಾದರೆ, ತಾನು ಮನಸಿನ ಕೈಗೊಂಬೆಯೋ ಅಥವಾ ಬುದ್ಧಿಯ ಅನುಯಾಯಿಯೋ?

* * *

'ನಾನು ನಿನಗೆ ಯಾವ ರೀತಿಯಲ್ಲೂ ಜೋಡಿಯಾಗುವ ಹೆಂಗಸಲ್ಲ...! ದಯವಿಟ್ಟು ನನ್ನ ಮೇಲಿನ ನಿನ್ನ ಅಂತಃಕರಣವನ್ನು ಬಿಟ್ಟುಬಿಡು. ನನ್ನ ಮೇಲೆ ನಿನ್ನ ಕರುಣೆ ಬೇಡವೇ ಬೇಡ' ಅಂತ ಸುಮತಿ ಶ್ರೀಷನಲ್ಲಿ ಗೋಗರೆದು ಕೇಳಿಕೊಂಡಿದ್ದರೂ, ಅವಳ ಮಾತಿಗೆ ಸರಿಯಾದ ಫಲಿತಾಂಶ ಸಿಕ್ಕಿರಲಿಲ್ಲ. ತನ್ನ ಅಂತರಂಗವನ್ನ ಆತನ ಮುಂದೆ ಬೆತ್ತಲೆಯಾಗಿಸಿದ್ದೆ, ತಾನು ಮಾಡಿದ ದೊಡ್ಡ ತಪ್ಪು ಅಂತ ಆಕೆಗೆ ಮನವರಿಕೆಯಾಗಿಬಿಟ್ಟಿತ್ತು. ದೇಹ ಬೆತ್ತಲಾಗಬಹುದು, ಆದರೆ ಮನಸ್ಸನ್ನು ಎಂದಿಗೂ ಯಾರೊಂದಿಗೂ ಬೆತ್ತಲೆಯಾಗಿಸಬಾರದು. ಅದರಿಂದ ಯಾವಾಗಲೂ ಅಪಾಯ ಕಟ್ಟಿಟ್ಟ ಬುತ್ತಿ ಅಂತ ಎಲ್ಲೋ ಓದಿದ್ದ ವಿವೇಚನೆಯ ಮಾತು; ಆತನ ಜೊತೆ ಮಾತನಾಡುವಾಗ ನೆನಪಾಗಲಿಲ್ಲವಲ್ಲ ಅಂತ ಕೊರಗುತ್ತಿದ್ದಳು. 'ತಪ್ಪು ಮಾಡಿದ್ದೇನೆ; ಎದುರಿಸಬೇಕು, ಇಷ್ಟು ವರ್ಷಗಳವರೆಗೆ ನನ್ನ ಅಂತರಂಗವನ್ನು ಯಾರೊಂದಿಗೂ ಸಂಪೂರ್ಣವಾಗಿ ತೆರೆದಿಡಬೇಕು ಅಂತ ಅಂದುಕೊಂಡಿದ್ದೆನೋ, ಅದೆಲ್ಲವೂ ಇಷ್ಟು ಬೇಗ ಅವನ ಮುಂದೆ ಮಣ್ಣಾಗಿ ಹೋಯಿತಲ್ಲ' ಅಂತ ಆಕೆಯ ಮನಸ್ಸು ಕೂಡ ವ್ಯಥಿಸುತ್ತಿತ್ತು. ಹದಿಹರೆಯದ ವಯಸ್ಸಿನಲ್ಲಿ ಈಗಿನ ಸಿಟಿ ಹುಡುಗಿಯರಂತೆ ತಾನು ಎಲ್ಲ ರೀತಿಯ ಸುಖವನ್ನು ಅನುಭವಿಸಬಹುದಿತ್ತು, ಸ್ವಾತಂತ್ರ್ಯದ ಹೆಸರಿನಲ್ಲಿ ತಾನು ಅಂದುಕೊಂಡಂತೆ ಸ್ವೇಚ್ಛೆಯಾಗಿ ಬದುಕಬಹುದಿತ್ತು. ಯಾಕೋ ಮನಸ್ಸು ತನಗಲ್ಲದ ಈ ಬದುಕನ್ನು ಎಂದಿಗೂ ಕಲ್ಪನೆ ಮಾಡಿ ಕೊಳ್ಳಬೇಡ ಅಂತ ಹೇಳುತ್ತಲೇ ಇತ್ತು. ಇದಕ್ಕೆ ಬುದ್ಧಿಯೂ ಸಾಕ್ಷಿಯಾಗಿತ್ತು, ಬಲವಾಗಿತ್ತು. ಜೀವನದ ದಿನಗಳು ಓಡುತ್ತಲೇ ಇದ್ದವು. ತನಗೆ ಸಿಗುವ ಎಲ್ಲ ಸುಖವನ್ನು ತ್ಯಾಗ ಮಾಡಿ, ಮುಂಬರುವ ಸಂಗಾತಿಗೆ ನನ್ನದೆಲ್ಲವನ್ನು ಅರ್ಪಿಸಬೇಕು ಅನ್ನುವ ಅಂತರಂಗದ ಹಂಬಲವೇನು ಕಡಿಮೆಯಾಗಿರಲಿಲ್ಲ. ತನ್ನ ಅಂತರಂಗವೂ ಈ ಸಾತ್ವಿಕತೆಯನ್ನು ಅಳವಡಿಸಿಕೊಂಡಿದೆ; ತಾನು ಈ ರೀತಿ ಬದುಕಲಿಕ್ಕೆ ಕಾರಣವಾಗಿದ್ದರೂ, ಬೇರೆ ಹೆಂಗಸರಂತೆ ಒಳಗೊಂದು, ಹೊರಗೊಂದು ರೀತಿ ಬದುಕನ್ನು ಕಟ್ಟಿಕೊಳ್ಳಬಹುದಿತ್ತಲ್ಲವೇ? ನಡತೆ

ಕೆಡಿಸಿಕೊಂಡರೂ, ಗರತಿಯಂತೆ ಮೆರೆಯಬಹುದಿತ್ತಲ್ಲವೇ? ಅಂತ ಪ್ರಶ್ನೆಗಳನ್ನು ಕೇಳುತ್ತಲೇ ಇತ್ತು. ತನ್ನ ಅಂತರಂಗದ ಒಳದನಿ ಆತನಿಗೆ ಅರ್ಥವಾಗಿತ್ತು. ಅವನ ಅಂತರಂಗದ ಹುಡುಕಾಟಕ್ಕೆ ತಾನು ಬಲಿಯಾಗಿಬಿಟ್ಟನೇ? ಅವನ ಮನಸ್ಸನ್ನು ನಾನು ಕೆಣಕಿದ್ದೇನೆ, ಅದು ನನ್ನನ್ನೇ ಹಂಬಲಿಸುತ್ತಿದೆ ಅದಕ್ಕೆ ವಯಸ್ಸಿನ ಅಂತರವಿಲ್ಲ. ದೇಹದ ಹಸಿವನ್ನು ಬೇಡುತ್ತಿಲ್ಲ. ತನಗೆ ಬೇಕಾದ ಸಂಗಾತಿಯ ಅಂತರಂಗವನ್ನೇ ಹುಡುಕಿಕೊಂಡಿದೆ. ಈ ಬಂಧನದಿಂದ ತಾನು ಹೇಗೆ ಪಾರಾಗಬೇಕು. ಎಲ್ಲೋ ಒಂದು ಕಡೆ ತನ್ನ ಜೀವನಕ್ಕೆ ಒಬ್ಬ ಸಂಗಾತಿ ಬೇಕೇ ಬೇಕು ಅಂತ ಹಂಬಲಿಸಿ ಮದುವೆಯಾದರೂ, ಅರಸಿದ ಸಂಗಾತಿಯ ಅಂತರಂಗ ನನ್ನನ್ನು ಎಂದೂ ಬಯಸಲೇ ಇಲ್ಲ. ನನ್ನನ್ನು ಅನುಭವಿಸಲೇ ಇಲ್ಲ, ಅದಕ್ಕೆ ನಾನು ಬೇಕಾಗಿರಲಿಲ್ಲ. ನನ್ನ ದೇಹ ಸೌಂದರ್ಯವೂ ಅವನಿಗೆ ಮೋಡಿ ಮಾಡಲಿಲ್ಲ. ಮೂವತ್ತು ದಾಟಿದ ಮೇಲೆ ತನಗೆ ಮದುವೆಯ ಬಲ ಒಲಿದು ಬಂದಿದ್ದರೂ, ಆ ಸುಖ ಓಡಿ ಹೋಗುವ ಕ್ಷಣಗಳಿಗಿಂತ ತುಂಬ ಅವಸರದಲ್ಲಿತ್ತು. ಬಯಸಿದ್ದು ಒಲಿದಿರಲಿಲ್ಲ. ಅಂದುಕೊಂಡಿದ್ದು ಅಂದವಾಗಿರ ಲಿಲ್ಲ. 'ತಾನೊಂದು ಬಗೆದರೆ, ದೈವವೂ ಇನ್ನೊಂದು ರೀತಿ ಬಗೆಯಿತು' ಅನ್ನುವಂತೆ ಜೀವನ ಮೊದಲ ಮದುವೆಯಲ್ಲೇ ತನ್ನ ಎಲ್ಲ ಆಸೆ ಕನಸುಗಳನ್ನು ಕಿತ್ತುಕೊಂಡು ಬಿಟ್ಟಿತ್ತು. ಹಳೆಯ ಕಹಿನೆನಪುಗಳನ್ನು ಅಷ್ಟು ಸುಲಭವಲ್ಲ ವೆಂಬಂತೆ ಮರೆಯಲು ಆಗದಿದ್ದರೂ, ಎಲ್ಲೋ ಒಂದು ಕಡೆ ಅಂದು ತನ್ನ ಅಂತರಂಗಕ್ಕೆ ತಾನು ಮೋಸ ಮಾಡಿಬಿಟ್ಟೆ ಅಂತ ಮನಸ್ಸು ಹೇಳುತ್ತಲೇ ಇತ್ತು. ಸುಮತಿ ತನ್ನ ಜೀವನದಲ್ಲಾದ ಇಷ್ಟೆಲ್ಲಾ ನೋವುಗಳನ್ನು ಶ್ರೀಷನ ಹತ್ತಿರ ಹೇಳಿಕೊಂಡಿದ್ದಳು. ತನ್ನ ದೇಹ ಮತ್ತು ಮನಸು ಎಂದಿಗೂ ಮೈಲಿಗೆಯಾಗಿಲ್ಲ, ಅದರ ಶುದ್ಧತೆಯನ್ನು ಹೊರಗಡೆ ಜಗತ್ತಿಗೆ ಹೇಳಿಕೊಂಡರೂ, ಸಮಾಜ ಒಪ್ಪದೇ ಇರುವ ಪರಿಸ್ಥಿತಿ ತನ್ನದು. ನಿಜವಾದ ಸತ್ಯ ತನಗೆ ಮಾತ್ರ ತಿಳಿದಿದೆ.

'ನನ್ನ ದೇಹದ ಮೇಲೆ ಇಂದಿಗೂ ತನಗೆ ಮೋಹವಿದೆ, ನನ್ನ ಶುದ್ಧತೆಯ ಬಗ್ಗೆ ಅಭಿಮಾನವಿದೆ. ನಿಜವಾದ 24 ಕ್ಯಾರೆಟ್ ನನ್ನ ಪರಿಶುದ್ಧ ಮನಸೇ ಹೊರತು ದೇಹವಲ್ಲ...! ಈ ಸತ್ಯ ಅವನಿಗೆ ತಿಳಿದಿದೆ. ಅದಕ್ಕೆ ತಾನೇ ಆತನ ಮನಸು ನನ್ನ ಅಂತರಂಗದ ಸಂಬಂಧಕ್ಕಾಗಿ ಹಾತೊರೆಯುತ್ತಿರುವುದು. ನನಗಾಗಿ ಪರಿತಪಿಸುತಿಹುದು. ನನಗೂ ಆತನ ಸಖ್ಯ ಒಮ್ಮೊಮ್ಮೆ ಬೇಕೆನಿಸು ತ್ತದೆ. ದೇಹದ ಹಸಿವು ಆಗಾಗ ತನ್ನ ವಯಸ್ಸನ್ನು ಎಚ್ಚರಗೊಳಿಸಿದರೂ, ತನಗಿಲ್ಲದ ಸುಖವನ್ನು ಮತ್ತೇಕೆ ಕಲ್ಪನೆ ಮಾಡಿಕೊಳ್ಳುತ್ತಿ?' ಅಂತ ಬುದ್ಧಿ

ಆಗಾಗ ತಿಳಿಮಾತುಗಳನ್ನು ಹೇಳುತ್ತಲೇ ಇರುತ್ತದೆ. ಅಂತರಂಗದ ಈ ಎಲ್ಲ ತೊಳಲಾಟಗಳನ್ನು ಆತನ ಮನಸ್ಸು ಅರ್ಥಮಾಡಿಕೊಂಡಿದ್ದು, ಉತ್ತರ ಸಿಗದ ಪ್ರಶ್ನೆಗಳಿಗೆ ಸಮಂಜಸವಾದ ಸಾಂತ್ವನದ ಮಾತುಗಳನ್ನು ಅದು ಅಮೂರ್ತವಾಗಿ ಹೇಳುತ್ತಿದೆ. ಆತನ ಅಂತರಂಗ ನನಗಿಂತಲೂ ಅತ್ಯಂತ ಪ್ರಬುದ್ಧವಾಗಿದೆ. ಎರಡು ಮನಸುಗಳು ತಮ್ಮ ಸನಿಹವನ್ನು ಇಷ್ಟಪಟ್ಟರೂ, ದೇಹದ ನಡುವಿನ ಕೆಲವು ವ್ಯತ್ಯಾಸಗಳು ಆ ಕ್ಷಣದ ದಾರಿಯ ಮುಳ್ಳುಗಳಾಗಿದ್ದವಷ್ಟೇ! ತನಗಿಂತಲೂ ಮಾಗಿದ ಆತನ ಅಂತರಂಗವು ತನ್ನನ್ನು ಮದುವೆಯಾಗಲೂ ಇಷ್ಟಪಟ್ಟರೂ, ತನ್ನ ಬುದ್ಧಿ ಮಾತ್ರ ಯಾಕೋ ಇದಕ್ಕೆ ಒಪ್ಪುತ್ತಿಲ್ಲ. ಅದು ಹೇಳುವ ವಿವೇಚನೆಯ ಕಾರಣಗಳು, ನನ್ನನ್ನು ಕಟ್ಟಿಹಾಕಿಬಿಟ್ಟಿವೆ. ಅದು ಆತನ ಸನಿಹದಿಂದ ದೂರವಿರು ಅಂತ ಮನವರಿಕೆ ಮಾಡುತ್ತಲೇ ಇದೆ. ಏನು ಮಾಡುವುದು? ಕೇಳದ ವಯಸ್ಸಿನಲ್ಲಿ ಮನಸ್ಸನ್ನು ಭಾರವಾಗಿಸಿಕೊಂಡು ಈಗ ಅದರ ನೋವನ್ನು ಅನುಭವಿಸುತ್ತಿರುವಂತೆ ಭಾಸವಾಗುತ್ತದೆ. ಸುಮತಿ ತನ್ನಲ್ಲಾಗುತ್ತಿದ್ದ ಈ ಆಂತರಿಕ ತೊಳಲಾಟದಿಂದ ಆದಷ್ಟು ಬೇಗ ಹೊರಬರಲಿಕ್ಕೆ ಯೋಚಿಸುತ್ತಲೇ ಇದ್ದಳು. ಆದರೂ ಆಕೆಯ ಅಂತರಂಗ ಶ್ರೀಷನ ಅಂತರಂಗದ ಸನಿಹವನ್ನು ಬೇಡುತ್ತಲೇ ಇತ್ತು. ಇತ್ತೀಚಿನ ದಿನಗಳಲ್ಲಿ ಆತ ಕಾಣದಷ್ಟು ಅವನ ಮೇಲಿನ ತುಡಿತ ಹೆಚ್ಚಾಗುತ್ತಲೇ ಇತ್ತು.

ಕನ್ನಡಿಯ ಮುಂದೆ, ಸ್ನಾನಕ್ಕೆ ಹೋದಾಗಲೆಲ್ಲಾ, ಬೆತ್ತಲೆ ದೇಹವನ್ನು ನೋಡಿಕೊಂಡಾಗಲೆಲ್ಲಾ ಯಾಕೋ ದೇಹದ ಮೇಲೆ ಮೊದಲಿದ್ದ ಪ್ರೀತಿ ಕಡಿಮೆಯಾಗುತ್ತಿರುವಂತೆ ಕಾಣುತ್ತಿದೆ. ವಯಸ್ಸು ನಲವತ್ತು ದಾಟುತ್ತಿದೆ. ಮನವೂ ಮಾಗುತ್ತಿದೆ ಅಂತ ಅನಿಸುತ್ತಿದೆ. ಎಲ್ಲಕ್ಕಿಂತ ಮುಖ್ಯವಾಗಿ ಬೆನ್ನಿನ ಮೇಲೆ ಬಿಳಿಯಾದ ಕಲೆ ದಿನದಿಂದ ದಿನಕ್ಕೆ ಬೆಳೆಯುತ್ತಲೇ ಇದೆ. ಇದನ್ನು ನೋಡಿದ ಸ್ನೇಹಿತೆ 'ನಿನಗೆ ತೊನ್ನು ರೋಗ ಅಂಟಿದೆ ಕಣೇ...' ಅಂತ ಹೇಳಿದ್ದಳು. ಒಂದು ಕಾಲದಲ್ಲಿ ನನ್ನ ಸೌಂದರ್ಯವನ್ನು ತೋರಿಸಿ, ತಾನು ಖುಷಿ ಪಡುತ್ತಿದ್ದ ಕನ್ನಡಿ, ಈಗ ನನ್ನನ್ನು ನೋಡಿ ಮೌನಿಯಾಗಿಬಿಟ್ಟಿದ್ದಾಳೆ. ದಿನದಿಂದ ದಿನಕ್ಕೆ ಕನ್ನಡಿ ನೋಡಿದಾಗಲೆಲ್ಲಾ ದೇಹದ ಮೇಲಿನ ಬಿಳಿಬಣ್ಣ ಹೆಚ್ಚಾಗುತ್ತಲೇ ಇದೆ. ಕನ್ನಡಿಯೇ ತನ್ನ ದೇಹದ ವೈರಿಯಂತೆ ಕಂಡರೂ, ಅದನ್ನು ನೋಡದೇ ಇರಲಿಕ್ಕೆ ಸಾಧ್ಯವಾಗದ ಹುಚ್ಚು ಮನಸ್ಥಿತಿ. ಬೆನ್ನು ಸಂಪೂರ್ಣ ಬಿಳಿಯಾಗಿ, ಮೊಲೆಗಳು, ಕೈಗಳೂ ಕೂಡ ಆ ಬಣ್ಣಕ್ಕೆ ತಿರುಗುತ್ತಿದ್ದವು. ಕೈಗಳು ಮುಚ್ಚುವಂತೆ ಬ್ಲೌಸು, ಚೂಡಿದಾರ ತೊಟ್ಟರೂ, ಮುಖದ

ತುಟಿಗಳಿಗೆ ಅಂಟಿಕೊಂಡಿದ್ದ ತಿಳಿಗುಲಾಬಿ ಬಣ್ಣವನ್ನು ಮುಚ್ಚಿಕೊಳ್ಳಲಿಕ್ಕೆ ಸಾಧ್ಯವಾಗಲೇ ಇಲ್ಲ.

ಶ್ರೀಷ ತನ್ನಿಂದ ದೂರವಾದಷ್ಟು ಅವನ ನೆನಪುಗಳು ಕಾಡುತ್ತಲೇ ಇವೆ. ನಿನ್ನ ತೊನ್ನು ದೇಹವನ್ನು ಆತ ಖಂಡಿತ ಒಪ್ಪುವುದಿಲ್ಲ. ಅವನ ಮನಸು ಈಗ ನಿನ್ನ ಅಂತರಂಗವನ್ನು ಇಷ್ಟಪಡಲಾರದು. ಅವನ ಮೇಲಿನ ನಿನ್ನ ಮೋಹ ವನ್ನು ಕೊಂದುಹಾಕು. ಇಲ್ಲವಾದರೆ ಆ ಚಿಂತೆಯೇ ನಿನ್ನನ್ನು ಜೀವನಪೂರ್ತಿ ಸುಟ್ಟುಬಿಡುತ್ತದೆ. ನೀನು 24 ಕ್ಯಾರೆಟ್ ಅನ್ನುವ ಭಾವನೆ ನಿನ್ನಲ್ಲಿ ಇದ್ದರೆ ಸಾಕು. ಈ ಜಗತ್ತಿಗೆ ನಿನ್ನೊಳಗಿನ ಸತ್ಯ ಬೇಕಾಗಿಲ್ಲ ಅಂತ ಬುದ್ಧಿ ಒಳಗೊಳಗೆ ಮಾತನಾಡುತ್ತಲೇ ಇತ್ತು. ಅವನ ಮುಖ ನೋಡದೇ ಶುರುವಾದ ಬಂಧ, ಭೇಟಿಯ ನಂತರ ಅನುಬಂಧವಾಗಲೇ ಇಲ್ಲ. ಕೆಲವು ತಿಂಗಳಿಂದ ಆತ ನಾನು ಕೆಲಸ ಮಾಡುತ್ತಿದ್ದ ಬ್ಯಾಂಕ್ ಕಡೆಗೂ ಬರುತ್ತಿಲ್ಲ. ಅವನ ಎಕೌಂಟ್ ಇನ್ನೂ ಜೀವಂತವಾಗಿದೆ. ಬರಬಹುದು ಅನ್ನುವ ಸುಳ್ಳು ನಿರೀಕ್ಷೆ...!

ಸುಮತಿಯ ಜೊತೆ ಮಾತನಾಡಲು ಈಗ ಶ್ರೀಷನಂತೆ ಯಾರು ಸಿಗುತ್ತಿಲ್ಲ. ತನ್ನ ಅಂತರಂಗಕ್ಕೆ ಮತ್ತೊಮ್ಮೆ ತಾನು ಮೋಸಮಾಡಿಬಿಟ್ಟೆ ಅಂತ ಆಕೆ ಕೊರಗುತ್ತಿದ್ದಳು.

ಬೆತ್ತಲೆಯ ತೊನ್ನು ದೇಹ ಕನ್ನಡಿಯಲ್ಲಿ ಅವಳನ್ನು ನೋಡಿ ನಗುತ್ತಿತ್ತು.

ಎರಡು ಮತ್ತು ಒಂದು

–ಇಂದ್ರಕುಮಾರ್ ಎಚ್. ಬಿ.

1

'ಹಿಂಗ್ ಅಕ್ಕತೀಂತ ಗೊತ್ತಿದ್ರ.. ಏನಾರ ಮಾಡ್ಬೌದಿತ್ ಬಿಡು.'

'ಹಿಂಗಾ ಅಕ್ಕತೀ ಅಂತಾ ಮೊದ್ಲ ಹೆಂಗ್ ಗೊತ್ತಾಕತೋ..'

'ತೊ.. ನಾಕ್ ದಿನಾ ಆತಲ್ಲೋ ಹುಡ್ಕಾಕತ್ತಿ.. ನಂಗಂತೂ ದಿಕ್ಕೇ ತೋಚವಲ್ದು..'

'ಹುಡುಕ್ಸಿ ಕೊಡ್ರಿ ಅಂತ ಪೋಲೀಸ್ರತ್ರ ಹೋಗಿದ್ದೇ ತಪ್ಪಾಯ್ತು ನೋಡು. ನಮ್ಮುನ್ನೇ ಒಳಗಾಕಾಕೆ ಬಂದ್ರಲ್ಲ ಕಳ್ನನ್ಮಕ್ಳು!'

'ಒಟ್ನಾಗೆ ನಮ್ ಟೈಮೇ ಸರಿಯಿಲ್ಲ ಬಿಡು!'

'ನಮ್ ವಸ್ತು ನಾವೇ ಜ್ವಾಪಾನಾ ಮಾಡ್ಕಬೇಕಾಗಿತ್ತು ಬಿಡಪ್ಪಾ. ಕಳ್ಕಂಬಿಟ್ವಿ.'

'ಹೌದೋ ಯಪ್ಪಾ. ಈಗ ಮನಿನೂ ಬಿಕೋ ಅನ್ನಾಕತ್ತೈತಿ. ಇವತ್ ಎಷ್ಟೊತ್ತಾದ್ರೂ ಚಿಂತೆಯಿಲ್ಲ ಹೆಂಗಾನಾಮಾಡಿ ಹುಡ್ಕಂಡೇ ಹೋಗಾಣ.'

'ಅದ್ಕೇ ಅಲ್ಲಾ ಬೆಳಕರ್ತಿಗೆ ದಾವ್ಣಗೆರಿಗೆ ಹೊಂಟ್ ಬಂದಿರೋದು..'

'ಹ್ಞೂಂ. ಅಗಾ.. ಬಸ್ಟಾಂಡ್ ಬಂತು.. ಇಲ್ಲಿಳ್ದು ಎಲ್ಲೋಗದು? ಇಂತಾ ದೊಡ್ ಊರ್ನಾಗ ಈಪಾಟಿ ಜನದಾಗೆ ಎಲ್ಲಂತಾ ಹುಡ್ಕಾದು? ಅಬಬಬಬಬಾ'

'ಮೊಬೈಲ್ನಾಗ ಯಾವಳೋ ಪ್ರೆಂಡಿನ್ನೊಜ್ತಿಗಾ ಚಿಗಟೇರಿ ಆಸ್ಪತ್ರಿ, ಹೆರ್ಗಿ ವಾರ್ಡು ಅಂತಿರ್ಲಿಲ್ಲಾ? ಪಸ್ಟು ಅಲ್ಲೇ ಹೋಗಾಣ. ನಡಿ ನಡಿ ಜಲ್ದಿ ಇಳಿಯಾಣ!'

'ದೇವ್ರೇ ಮೈಲಾರಲಿಂಗಾ.. ನೀನೇ ಕಾಪಾಡಪ್ಪಾ.. ಇಲ್ಲಾದ್ರೂ ಸಿಕ್ಕಂಗ್ ಮಾಡಪ್ಪಾ.. ನಮ್ ಪಾಡಿಗೆ ನಾವಿದ್ವಿ.. ಇದೇನ್ ಕೇಡ್ ಬಂತೋ ಏನೋ..'

ಕರಿಮೋಡಗಳು ಕಲೆತುಕೊಂಡು ಭಯಂಕರ ಮಳೆಯ ಹೆದರಿಕೆ ಹುಟ್ಟಿಸಿತ್ತು ದಾವಣಗೆರೆ. ದುಗ್ಗಮ್ಮನ ಹಬ್ಬದ ಗಿಜಿಗುಡುವ ವಾತಾವರಣಕ್ಕೆ ಹೆಜ್ಜೆ ಇಟ್ಟಿದ್ದ ದುರ್ಗದ ಒಡನಾಡಿಗಳು ಆತಂಕದಲ್ಲಿ ದಾಪುಗಾಲು ಹಾಕುತ್ತಾ ಸರ್ಕಾರಿ ಆಸ್ಪತ್ರೆಯೆಡೆ ಹೆಜ್ಜೆಹಾಕಿದ್ದರು. ತಮ್ಮ ಅಮೂಲ್ಯ ವಸ್ತು ಇಲ್ಲೇ ಇದೆಯೆನ್ನುವಂತೆ

ಚಿಗಟೇರಿ ಆಸ್ಪತ್ರೆಯ ಕಾಂಪೌಂಡಿನೊಳಗೆ ಸರಸರನೆ ಹೆಜ್ಜೆ ಹಾಕುತ್ತಾ ಸುತ್ತಲೂ ಕಣ್ಣು ಹಾಯಿಸಿ ಹತ್ತಾರು ರೋಗಿಷ್ಟರ ಸಂಕಟಗಳನ್ನೂ ಅವರ ಜೊತೆ ಬಂದವರ ತೊಳಲಾಟಗಳನ್ನು ಏಸಿ ಕಾರಿನಿಂದಿಳಿದು ಬಿರಬಿರನೆ ಆಸ್ಪತ್ರೆಯೊಳಗೆ ನುಗ್ಗುವ ಡಾಕ್ಟರುಗಳನ್ನೂ ಮೊಬೈಲುಗಳ ಸಂಗ ಬಿಡದ ನರ್ಸುಗಳನ್ನೂ ದಿಟ್ಟಿಸಿದರು. ತಾವು ಬಯಸಿದ ಆಕೃತಿ ಅಲ್ಲಿ ಕಂಡುಬರದೆ ಕಂಗಾಲಾದರು. ಬದುಕು ಏನೋ ಆಗಿಬಿಟ್ಟಂತೆ ಕಳವಳ ಪಡತೊಡಗಿದರು.

ಅಂತೂ ಅವರ ಆತಂಕದ ಕಣ್ಣುಗಳಿಗೆ ದೊಡ್ಡ ಅರಳೀಮರದ ಕೆಳಗೆ ಬಚ್ಚಿಟ್ಟುಕೊಂಡಂತಿರುವ ಪುರಾತನ ಹೆರಿಗೆ ಆಸ್ಪತ್ರೆ ಕಾಣಿಸಿತು. ಅತ್ತ ನಡೆದು ಪ್ರಶ್ನಾರ್ಥಕ ಕಣ್ಣುಗಳಿಂದ ಹೆದರಿಸಿದ ಕಾಂಪೌಂಡರ್‌ನ ಕಂಡು ಗರಬಡಿದವ ರಂತೆ ನಿಂತು ಯಾರನ್ನೂ ಕೇಳಲಾಗದೇ ಏನನ್ನೂ ಹೇಳಲಾರದೇ ಸುಮ್ಮನೇ ಚೂಪುಮೂಗಿನ ಉದ್ದ ಕೂದಲಿನ ಜೀವವನ್ನು ಹುಡುಕತೊಡಗಿದರು. ನಿತ್ಯ ಇಷ್ಟೊತ್ತಿಗೆ ದುರ್ಗದ ಮೈಸೂರು ಕೆಫೆಯ ಇಡ್ಲಿಸಾಂಬಾರು ಹೊಡೆದು ಮಜವಾಗಿ ತಿರುಗಾಡುತ್ತಿದ್ದವರ ಹೊಟ್ಟೆ ಇಂದು ಭಣಭಣಗುಡುತ್ತಿದ್ದರೂ ಹನಿ ನೀರನ್ನೂ ಗಂಟಲಿಗೆ ಬಿಟ್ಟುಕೊಳ್ಳದೇ ಬಾಲ ಸುಟ್ಟ ಬೆಕ್ಕಿನಂತೆ ಅತ್ತಿಂದಿತ್ತ ಓಡಾಡುತ್ತಾ ಆಸ್ಪತ್ರೆ ಬಾಗಿಲು, ಕಿಟಕಿ, ಒಣಗಿ ನಿಂತ ನಾಲ್ಕಾರು ಮರ, ಕ್ಯಾಂಟೀನಿನ ಮುಂದೆ ಮುಗಿ ಬಿದ್ದ ಜನ, ಬಡಕಲು ಹಂದಿಗಳು, ಗುಟ್ಕಾ ಸಿಗರೇಟು ಮಾರುವ ಹುಡುಗನ, ಟ್ರಾಫಿಕ್ಕಿನ ಹಾರ್ನ್‌ಗಳ ಸದ್ದನ್ನ ಕೇಳಿಸಿಕೊಳ್ಳುತ್ತ ನಿಂತರು.

* * *

ಸಾಂಬಾಜಿ ಮತ್ತು ತಿಪ್ಪೇಶಿ ದಿನಾ ಬೆಳಗ್ಗೆ ಸೈಕಲ್ಲಿನಲ್ಲಿ ಬಂದಿಳಿದು ಮೈಸೂರು ಕೆಫೆಯಲ್ಲಿ ಇಡ್ಲಿಸಾಂಬಾರು ತಿನ್ನದ ದಿನವಿಲ್ಲ. ಕರೆಂಟು ರಿಪೇರಿಯ ಸಾಂಬಾಜಿ ಹಾಗೂ ಹೂ ಮಾರೋ ತಿಪ್ಪೇಶಿ ಪರಸ್ಪರ ಸಂಧಿಸಿದ್ದೂ ವಿಲಕ್ಷಣ ಕ್ಷಣದಲ್ಲಿ. ಆ ಬಗ್ಗೆ ತಲೆಕೆಡಿಸಿಕೊಳ್ಳದೇ ತುಂಡುಬೀಡಿ, ಪ್ಲೇಟ್ ಇಡ್ಲಿ, ಸೈಕಲ್ಲು, ಮೊಬೈಲು, ಬಾಡಿಗೆಮನೆ ಹಾಗೂ ಹೆಂಡತಿಯನ್ನೂ ನಿರಾಯಾಸವಾಗಿ ಬೈ-ಟು ಮಾಡಿಕೊಂಡು, ಅನಕ್ಷರಸ್ಥರಾದರೂ ಬದುಕನ್ನು ತಮ್ಮದೇ ರೀತಿಯಲ್ಲಿ ಸುಖಿಸತೊಡಗಿದ್ದರು. ಹೆಂಡತಿ ಬೈಟು ಮಾಡಿಕೊಂಡ ಬಗ್ಗೆ ಸಮಾಜದ ಬೈಗುಳಗಳನ್ನೂ ಬೈಪಾಸ್ ಮಾಡಿ ತಮ್ಮ ಕೆಲಸಗಳಲ್ಲಿ ಕಳೆದುಹೋಗತೊಡಗಿದ್ದರು.

ಬದುಕಿನ ಬಹಳಷ್ಟು ವರ್ಷ ಬಿಂದಾಸ್ ಆಗಿಯೇ ಇದ್ದ ತಿಪ್ಪೇಶಿಯದ್ದು ಹೂ ಮಾರುವ ಕೆಲಸ. ನಾಲ್ಕೈದು ಗಂಟೆಗೆ ಹೂವಿನ ಹಡಗಲಿ, ಕೂಡ್ಲಿಗಿ,

ಹೊಳಲ್ಕೆರೆ ಬಸ್ಸುಗಳಿಂದ ಬಂದಿಳಿವ ಹೂಗಂಟುಗಳಿಗೆ ಕಾಯುತ್ತಿದ್ದ ತಿಪ್ಪೇಶಿಗೆ ಎರಡು ತಿಂಗಳ ಹಿಂದೆ ಅಕಸ್ಮಾತ್ ರೋಗವೊಂದು ತಗುಲಿ, ನಿರೋಧಕ ಶಕ್ತಿಯೇ ಇಲ್ಲದವನಂತೆ ಒಮ್ಮೆಲೆ ಸುಸ್ತಾಗಿ ಹೋಗಿದ್ದ. ತನ್ನ ಫುಲ್‌ಟೈಮ್ ಕರೆಂಟು ರಿಪೇರಿ ಕೆಲಸವನ್ನು ಇವನ ನೋಡಿಕೊಳ್ಳುವ ಕಾರಣಕ್ಕಾಗಿಯೇ ಪಾರ್ಟ್‌ಟೈಮು ಮಾಡಿಕೊಳ್ಳುವ ಮಹತ್ವದ ನಿರ್ಧಾರ ತೆಗೆದುಕೊಂಡ ಸಾಂಬಾಜಿ ಸದಾ ತಿಪ್ಪೇಶಿಯ ಬೆನ್ನಿಗಿರುತ್ತಿದ್ದ. ಒಮ್ಮೆಲೆ ಬಂದೆರಗಿದ ಆಘಾತಕ್ಕೆ ಈತ ಜೊತೆಯಾಗಿ ನಿಲ್ಲುತ್ತಾನೆಂದೂ ಅದೂ ಈ ರೀತಿಯಲ್ಲಿ ಪೊರೆಯುತ್ತಾನೆಂದೂ ತಿಪ್ಪೇಶಿ ಎಣಿಸಿರಲಿಲ್ಲ. ಸ್ವಿಚ್ಚು ಬೋರ್ಡು ವಯರು ಕಟಿಂಗ್ ಪ್ಲೇಯರು ಪದಗಳನ್ನು ಮರೆತು ಕಾಕ್ಡಾ, ಸೇವಂತ್ಗೆ, ಗಂಟು, ಪುಟ್ಟಿ, ಮಾರು, ಮೊಳ ಅನ್ನುತ್ತಾ ಒಂದು ಕಾಲದ ತಿಪ್ಪೇಶಿಯ ಋಣವನ್ನು ತೀರಿಸಲು ಪಣ ತೊಟ್ಟವನಂತೆ ದಿನಕ್ಕೆ ಹತ್ತಾರು ಸಾರಿ 'ಈಗ ಹೆಂಗೈತಿ?' ಅಂತಾ ನೀರು ತಂದುಕೊಡುವುದೋ, ಕುರ್ಚಿ ತಂದು ಹಾಕವುದೋ, ಬೆವರು ಒರೆಸುವುದೋ ಮಾಡುತ್ತಿದ್ದ.

ಬದುಕಿನ ಮರ್ಮಾಘಾತದ ಹೊಡೆತಗಳನ್ನು ಅರಿವು ಮೂಡುವ ಮುಂಚೆಯೇ ದಾಟಿಕೊಂಡು, ಹೇಗೋ ಪರದೇಸಿಗಳಾಗಿಯೇ ಸಂಪನ್ನರಾಗಿದ್ದ ಮೂವತ್ತೈದರ ಆಸುಪಾಸಿನ ಇಬ್ಬರಿಗೂ ಅನಾರೋಗ್ಯ ದಡಂ-ದುಡುಕಿ ಆಟದಂತೆ ಅವನ ಬಿಟ್ಟು ಇವನಿಗೆ ಅನ್ನುವಂತೆ ಅಟಕಾಯಿಸಿಕೊಳ್ಳಲು ಪ್ರಾರಂಭಿಸಿದ ಮೇಲೆ ಬದುಕು ಭಿನ್ನವಾಗಿಯೇ ಕಾಣತೊಡಗಿತ್ತು.

ಆದರೆ 'ಇದಿಮಾಯೆ' ತನ್ನ ಈ ಹೊಸ ಆಟದಲ್ಲಿ ಈ ಕ್ಷಣಕ್ಕೆ ಎತ್ತರದ ಆರೋಗ್ಯಕರ ತುದಿಯಲ್ಲಿ ಸಾಂಬಾಜಿಯನ್ನೂ ಮೆತ್ತಗಾಗಿದ್ದ ತಿಪ್ಪೇಶಿಯನ್ನು ಕೆಳಗಿನ ಈ ತುದಿಯಲ್ಲೂ ಇಟ್ಟುಬಿಟ್ಟಿದ್ದಳು. ಇಬ್ಬರೂ ಎಟುಕದಿದ್ದರೂ ಕಣ್ಣೆದುರೇ ಇರಿಸುವಂತಹ ಮಧ್ಯದ ಮಹತ್ವದ ಜಾಗದಲ್ಲಿ ಸಾಕಮ್ಮನನ್ನೂ ಆಟಕ್ಕುಂಟು ಲೆಕ್ಕಕ್ಕಿಲ್ಲದ 'ಇಟ್ಟುಳ್ಕಿ'ಯಂತೆ ಕೂರಿಸಿಬಿಟ್ಟಿದ್ದಳು. ತನ್ನ ಸಧ್ಯದ ಬದುಕಿನ ಬಗ್ಗೆ ತಿರಸ್ಕಾರ ಬೆಳೆಸಿಕೊಳ್ಳತೊಡಗಿದ್ದವಳಿಗೆ ಈ ಮಧ್ಯದ ಆಧಾರ ಎಷ್ಟು ಮುಖ್ಯವೆಂದು ಪ್ರಕಟವಾಗುವ ಸಮಯ ಹತ್ತಿರವಾಗತೊಡಗಿತ್ತೆಂದು ಆಕೆಗೆ ಹೇಗೆ ತಿಳಿಯಬೇಕು?

ನಿತ್ಯ ಹೂಗಂಟುಗಳ ವಿಲೇವಾರಿ ಮಾಡಿ ಆರುವರೆ ಸುಮಾರಿಗೆ ಮನೆಗೆ ಬಂದಾಗಲೆಲ್ಲಾ ಇನ್ನೂ ಮಲಗಿರುತ್ತಿದ್ದ ಸಾಕಮ್ಮನ ಅಸ್ತವ್ಯಸ್ತ ವಸ್ತ್ರಗಳೆಡೆ, ಎದ್ದು ಕಾಣುವ ಉಬ್ಬುತಗ್ಗುಗಳೆಡೆ ಇಬ್ಬರ ಕಣ್ಣು ತಪ್ಪಿಯೂ ಹೊರಳುತ್ತಿರಲಿಲ್ಲ. ತಿಪ್ಪೇಶಿಗೆ ನೀರು ತಂದುಕೊಟ್ಟು, ಚಾ-ಸೊಪ್ಪು ಕುದಿಯಲು ಇಟ್ಟು ಟೀವಿ

ಸೌಂಡು ಜೋರು ಮಾಡುತ್ತಿದ್ದ ಸಾಂಬಾಜಿ, ನೀರೊಲೆಗೂ ಹೊಟ್ಟು ತುಂಬಿರುತ್ತಿದ್ದ. ಚಾಸೊಪ್ಪಿನ ವಾಸನೆ ಟೀವಿ ಸದ್ದಿನಿಂದಲೇ ಬೆಳಗನ್ನು ಕಾಣುತ್ತಿದ್ದ ಸಾಕಮ್ಮಳಿಗೆ ಕೋಲುದೇಹದ ಸಾಂಬಾಜಿ ಏಣಿಯ ಮೇಲೂ ಗಿಡ್ಡದೇಹದ ತಿಪ್ಪೇಶಿ ಕುರ್ಚಿಯ ಮೇಲೂ ಕೂತು ಮೈಮರೆತು ಅಣ್ಣಾವ್ರ ಹಾಡು ನೋಡುತ್ತಿದ್ದುದ ಕಂಡು 'ವೋ ಬಂದ್ಬಿಟ್ರು ಸೂರರು.. ತಮ್ಮ ದೇಖರೇಖಿ ತಾವೇ ಮಾಡ್ಕಂತಾರೆ.. ನಂಗಾದ್ರೂ ಎಂತಾ ಸುಕಾ! ಆದ್ರೂ ಈ ಹೊಟ್ಟಿ ಒಂದ್ ತುಂಬ್ಸಾಕೆ ಆಗ್ಲಿಲ್ಲ' ಅಂದುಕೊಳ್ಳುತ್ತ ಕಣ್ಣೀರಲ್ಲೇ ಮುಖ ತೊಳೆವಂತೆ ಕಡ್ಡಿಚಾಪೆ ಬಿಟ್ಟೇಳುತ್ತಿದ್ದಳು.

ಕಸ ಬಳಿಯುತ್ತ, ಕೊಡಪಾನ ಹೊತ್ತು ತರುತ್ತ, ರಂಗೋಲಿ ಹಾಕುತ್ತ, ಮುಂದೆಯೇ ಸುಳಿದರೂ ಯಾರೊಬ್ಬರೂ ಲಕ್ಷ್ಯವಹಿಸದೇ, ವರ್ಷವಾಗುತ್ತಾ ಬಂದಿತ್ತು. 'ಕೆಟ್ ಗಳ್ಗೆಗೇ ಬುದ್ಧಿ ಕೆಟ್ಟೋಗಿ ಏನೇನೋ ಅಂದ್ಬಿಟ್ಟೇಂತ ಅವ್ನೂ, ತಾನೂ ಹಾಸ್ಗೆ ಹಿಡಿಯಾಕತ್ತೀನಿ ನಂಗೂ ಇವ್ರು ಹಿಂಗೇ ಮಾಡ್ಬೌದು ಅಂತಾ ಇವ್ನೂ ಹಿಂಗ್ ಮುಕಾ ಗಂಟಾಕ್ಕಂಡಾರೆ.. ಇವ್ರ ನಾಟ್ಕ ಎಷ್ಟ್ ದಿನಾಂತ ನಾನೂ ನೋಡ್ತೀನಿ.. ತೌರು ನೋಡಿದ್ರೆ ಸರ್ವನಾಸ ಆಗೋತು.. ಈ ಊರ್ನಾಗೆ ನಂಗೇನ್ ಕಳ್ಳುಬಳ್ಳಿ ಅದಾರಾ.. ಕಷ್ಟಾಸುಕಾ ಹೇಳ್ಕಣಾಕೆ.. ಇವ್ರಿಬ್ರೇ ಎಲ್ಲಾ.. ಇವ್ರಿಗೂ ಸಮುಂದಿಕ್ರು ಇದ್ದಾರಾ.. ಹ್ನುಹ್ನೂಂ.. ಇಬ್ರೂ ಪರ್ದೇಸಿಗುಳೇ.. ಹ್ಮ್! ಒಂದ್ ಕೂಸಾನಾ ಹುಟ್ಸಿದ್ರೆ.. ಹೊಗ್ಗೋ ನಿಮ್ಮೌನ್ ಅಂತಾ ಸೆಡ್ಡ್ ಹೊಡೀತಿದ್ದೆ.. ಏನ್ಮಾಡೋದು.. ನನ್ ಅಣೇಬರಾ.. ಆಸ್ಪತ್ರಿಗೆ ಕರ್‍ದೂ ಸಾಕಾಗೋತು.. ಮಕ್ಕಣಕೇ ಬರಲ್ಲಾ.. ಆಸ್ಪತ್ರಿಗೆಲ್ಲಿ ಬರ್‍ತಾವೆ.. ಇನ್ನಾ ಮಕ್ಳಾಗೂಂದ್ರೆ ಹೆಂಗ್ ಅಕ್ಕಾವೆ?' ಅನ್ನುವ ಸಾಪಳಿಕೆಯಲ್ಲೇ ಮತ್ತೂ ಒಂದು ವರ್ಷ ಕಳೆದುಬಿಟ್ಟಿದ್ದಳು.

ಬೆಳಗ್ಗೆ ಚಳಿಯಾಗೆ ಹೂವಿನ ಗಂಟ್ ಇಸ್ಕಳಾಕೆ ಹೋಗಿ ಬಂದವ್ರು, ತಾವೇ ಹಾಳಗಸಾ ಹೊಡ್ದು, ಚಾ ಮಾಡ್ಕಂಡು ಸ್ನಾನ ಮಾಡ್ಕಣಾಕೆ ನೀರಿಟ್ಕಂತಾರೆ ಅಂತ ಸಾಕಮ್ಮ ಉಪ್ಪಿಟ್ಟಿಗೋ ಚಿತ್ರಾನ್ನಕ್ಕೋ ರೆಡಿ ಮಾಡಲು ಹಸಿಮೆಣಸಿನ ಕಾಯಿ ಈರುಳ್ಳಿ ಕೊಚ್ಚುತ್ತ ಕೂತರೆ.. ಅದ್ಹೇಗೋ ಮೂಗೇರಿಸುತ್ತ ಕೂತವಳ ಸುಳಿವು ಹಿಡಿಯುತ್ತಿದ್ದವರು ಮೈಸೂರು ಕೆಫೆಯ ಇಡ್ಲಿಸಾಂಬಾರಿನ ಚಟಕ್ಕೆ ಪರಾರಿಯಾಗಿ ಅವಳ ಬೆಳ್ಳಂಬೆಳಗ್ಗೆಯೇ ಕೆಣಕಿ ಬಿಡುತ್ತಿದ್ದರು. ಮೂವರಿಗೆಂದು ತಯಾರಾಗತೊಡಗಿದ್ದ ತಿಂಡಿ ಒಬ್ಬರಿಗೂ ಆಗದಂತೆ ಅದೆಷ್ಟೋ ಬೆಳಗ್ಗೆ ಒಲೆ ಹೊತ್ತಿಸುವ ಪ್ರಮೇಯವೇ ಬರದಂತಾಗಿ ತಂಗಳಿಗೇ ಹೊಟ್ಟೆ ತಣ್ಣಗೆ ಮಾಡಿಕೊಳ್ಳತೊಡಗಿದ್ದಳು. ಆದರೆ ರಾತ್ರಿಗಳು, ಭಾವನೆಗಳು, ನರನಾಡಿಗಳ

ರೋಷಾವೇಶಗಳು ಉದ್ರೇಕಗೊಳಿಸುವ ಕತ್ತಲ ಸಮಯಗಳು.. ಅವೂ ನಿಟ್ಟುಸಿರಿನಲ್ಲಿ ಕಾಯುವಿಕೆಯಲ್ಲಿ ಬೇಯುವಿಕೆಯಲ್ಲಿ ಕರಗತೊಡಗಿದ್ದವು.

ಮುಖಕ್ಕಿಂತ ಹೆಚ್ಚು ಬೆನ್ನನ್ನೇ ತೋರಿಸುತ್ತ ನಡೆಯುತ್ತಿದ್ದ ಇಬ್ಬರ ನೋಡುತ್ತಲೇ ಎರಡು ತಾಳಿಸರಗಳನ್ನು ಮುಷ್ಟಿಯಲ್ಲಿಡಿದು ಸಿಟ್ಟಿನಲ್ಲಿ ತಿರುಗಿಸುತ್ತಾ ಬದುಕು ಬದಲಾಗುವ ಕ್ಷಣಕ್ಕಾಗಿ ಹಪಹಪಿಸುತ್ತಿದ್ದಳು. ಮನೆ ಮುಂದಿನ ಹೆಸರುಗೊತ್ತಿಲ್ಲದ ಮರದಲ್ಲಿ ತಿನ್ನಬಾರದ ಹಣ್ಣು ತುಂಬಿಕೊಂಡು ಕಣ್ಣುಕುಕ್ಕುತ್ತಾ, ಕರಿಹಂಚಿನ ಮಾಡಿನಲ್ಲಿ ಸೇರಿಕೊಂಡಿದ್ದ ಗುಬ್ಬಿ ಮರಿಗಳಿಗೆ ಗುಟುಕುಣಿಸುವಾಗ ವಿಪರೀತ ಗದ್ದಲವೇಳುತ್ತ, ಯಾರದ್ದೋ ಮನೆಯಲ್ಲಿ ಎದೆಹಾಲಿಗೆ ಹಪಹಪಿಸಿ ಎಳೆಕಂದ ವದರಾಡುತ್ತಿದ್ದ ಸಂಗತಿಗಳು ಅವಳ ಬುದ್ಧಿಯನ್ನು ವಿಕೋಪದ ತುದಿಗೆ ಒಯ್ಯುತ್ತಿದ್ದವು.

ಗಿಡ್ಡತಿಪ್ಪೇಶಿ ಕಂಬಿಯ ಮೇಲೆ ಸಾಂಬಾಜಿ ಸೀಟಿನ ಮೇಲೆ ಟ್ರಿಣಿಗುಡುತ್ತಾ ರೊಯ್ಯನೆ ಬಂದಿಳಿಯುತ್ತಿದ್ದಂತೆ ಮೈಸೂರುಕೆಫೆಯಲ್ಲಿ ಪ್ಲೇಟು ಇಡ್ಲಿ-ಸಾಂಬಾರು ಬಂದುಬಿಡುತ್ತಿತ್ತು. ಪರಮಾಮೃತವನ್ನು ಲೊಟ್ಟೆಯೊಡೆಯುತ್ತ ತಿಂದು ಲೆಕ್ಕ ಬರೆಸಿ ತೇಗುತ್ತ ಹೊರ ನಡೆದರೆ, ಓನರ್‌ಗೆ ಎಲ್ಲವೂ ಸರಿಯಾಗಿದೆಯೆಂಬ ಸಮಾಧಾನ. ಉಳಿದವರು ಮನೆ ಊಟ ಬಿಟ್ಟು ನಿತ್ಯ ಹೊರಗೆ ಉಣ್ಣುವ ಇವರಿಗೇಕೆ ಹೆಂಡತಿ ಎಂದು ಆಡಿಕೊಳ್ಳುವುದು ಕೇಳಿಸು ತ್ತಿರಲಿಲ್ಲವೆಂದಲ್ಲ. ಆದರೆ ಏನೊಂದಕ್ಕೂ ಏಕೆ ಪ್ರತಿಕ್ರಿಯಿಸಬೇಕು, ಬದುಕು ತಮಗೆ ಒಲಿದಂತೆ ತಾವು ಬದುಕ ಬೇಕೆಂದುಕೊಂಡು ಸೈಕಲ್ಲು ತುಳಿದು ಕೊಂಡು ನಡೆದುಬಿಡುತ್ತಿದ್ದರು. ಕರೆಂಟು ರಿಪೇರಿಯ, ಹೂವಿನ ಬಾಕಿ ಕೆಲಸ ಮುಗಿಸಿ, ಮೂರುಗಂಟೆ ಸುಮಾರಿಗೆ ಮತ್ತಿನ್ನೆಲ್ಲೂ ತಿರುಗಲು ಮನಸ್ಸಾಗದೆ ಮನೆಯ ಕಡೆಗೆ ಸೈಕಲ್ಲಿನ ಹ್ಯಾಂಡಲ್ ತಿರುಗಿಸುತ್ತಿದ್ದರು.

ಸೂಳೆಯ ಮನೆಗೆ ಹೋದಂತೆ ಇಡ್ಲಿಸಾಂಬಾರಿನ ಚಟಕ್ಕೆ ಎದ್ದು ಹೋದವರ ಕ್ಷಮಿಸಿ, ಹೆಂಡತಿ-ಮನೆ ಅನ್ನುವ ಎಂಥದ್ದೋ ಇವರೊಳಗೆ ಇನ್ನೂ ಇದೆ... ನಾಚಿಕೆ ಪಟ್ಟುಕೊಳ್ಳುತ್ತಲಾದರೂ ಬಂದು ತಟ್ಟೆ ಮುಂದೆ ಕೂತಿದ್ದಾರಲ್ಲಾ ಎಂದುಕೊಂಡು ಮುದ್ದೆ ಇಡುತ್ತಿದ್ದಳು. ಹಸಿವಿನಲ್ಲಿ ಗಪಗಪನೆ ನುಂಗುತ್ತ ಕೂತವರ ಕಂಡು ಮಗುವೊಂದು ಆಗಿಬಿಟ್ಟಿದ್ದರೆ ಎಲ್ಲಾ ಸರಿಹೋಗ್ತಿತ್ತು.. ಕಣ್ಣಿಗೆ ಕಾಣದ ದೇವರೂ, ಈ ಬಡ್ಡಿಹೈದರೂ ಮನಸ್ಸು ಮಾಡುತ್ತಿಲ್ಲವೆಂದು ಕಣ್ಣೀರನ್ನು ಕಣ್ಣಲ್ಲೇ ನುಂಗುತ್ತಿದ್ದಳು. ಉಪ್ಪು ಹಾಕದಿದ್ದರೂ ಹುಳಿಯಿರದಿದ್ದರೂ ಅರ್ಧ ಬೆಂದಿದ್ದರೂ ಉಂಡೇಳುತ್ತಿದ್ದವರ ನಾಲಗೆ

ಮರಗಟ್ಟಿದೆಯೋ ಹೃದಯವೇ ಕಲ್ಲಾಗಿದೆಯೋ ಎಂದು ಅದೆಷ್ಟೋ ಬಾರಿ ಯೋಚಿಸಿದ್ದಾಳೆ.

ಹೀಗೆ ಬೆಳಗ್ಗೆ ಕುಂಡೆ ತೋರಿಸಿ ಹೋಗಿ, ಮಧ್ಯಾಹ್ನ ಮೀಸೆ ಇಳಿಸಿಕೊಂಡು ಬಂದು ಉಣ್ಣುತ್ತಿದ್ದವರ ಹೊಟ್ಟೆ ತುಂಬಿಸುತ್ತಿದ್ದವಳು ತನ್ನ ಖಾಲಿ ಗರ್ಭ ತುಂಬಿಸಿಕೊಳ್ಳಲು ಮಾಡಿದ್ದ ಸಾಹಸಗಳೇನು ಕಮ್ಮಿಯಲ್ಲ.. ಬೇರು, ಬೆಲ್ಲ, ನುಗ್ಗೇಕಾಯಿ, ಕೊನೆಗೆ ಮಾಟ-ಮಂತ್ರ.. ಸಾಕಮ್ಮನ ಎಲ್ಲ ಪ್ಲಾನುಗಳೂ ಟುಸ್ ಆಗಿದ್ದವು. ಇಬ್ಬರಿದ್ದರೂ ಏಕಾಂಗಿತನ ಆವರಿಸತೊಡಗಿ ತನಗ್ಯಾರೋ 'ಮಾಡಿಸಿ'ಬಿಟ್ಟಿದ್ದಾರೆಂದು ನಂಬಲು ಶುರುಮಾಡಿದ್ದಳು.

ಬದುಕು ಸಲೀಸಾಗಿತ್ತು, ಮುಟ್ಟೂ ನಿರಂತರವಾಗಿತ್ತು, ಮನಸ್ಸು ಎಲ್ಲೋ ಒಂದು ಗಾಢಾಂಧಕಾರದ ಮೂಲೆಗೆ ಆತುಕೊಳ್ಳುತ್ತ ಕೊಳೆಯತೊಡಗಿದೆ ಅನ್ನಿಸತೊಡಗಿತ್ತು ಆಕೆಗೆ. ರಾತ್ರಿಗಳು ಅಸಮಾಧಾನದಲ್ಲಿ ಕರಗತೊಡಗಿ ವಿಲಕ್ಷಣ ಕನಸುಗಳು ದಾಳಿಯಿಡತೊಡಗಿದ್ದವು. ಕನಸಿನಲ್ಲಿ ಮುಟ್ಟಿನ ಸ್ರಾವದೊಂದಿಗೆ ಹತ್ತಿ ಉಂಡೆ, ನೂಲಿನಂತಹ ವಸ್ತು ಬಂದಂತೆ... ಸೈರನ್ ಸದ್ದು ಕೇಳಿಸಿದಂತೆ ಆಗುತ್ತಿತ್ತು. ಆಗೆಲ್ಲ ದಿಗ್ಗನೆದ್ದು ಬೆವೆತು ಕಂಗಾಲಾಗಿ ಕೂರುತ್ತಿದ್ದವಳಿಗೆ ತನ್ನ ಅಪ್ಪನ ಶಾಪ ತನಗೆ ತಟ್ಟಿತೇ ಎಂದು ಹೆದರಿ, ಅಷ್ಟೊತ್ತಿಗೇ ಎದ್ದು ಕುಲ ದೇವರಿಗೆ ಊದಿನಕಡ್ಡಿ ಬೆಳಗಿ, ಮುಡಿ ಕಟ್ಟಿಡುತ್ತಿದ್ದಳು.

ಇನ್ನಿವ್ರ ನಾಟ್ಕ ತಡ್ಕಣಕ್ಕಾಗಲ್ಲ... ಏನಾದ್ರೂ ಮಾಡ್ಲೇ ಬೇಕು ಎಂದು ಗಟ್ಟಿಯಾಗಿ ನಿರ್ಧರಿಸಿದ್ದಳು. ಸಾಮಾನ್ಯ ಹೆಂಗಸಿನಂತೆ ತಾಳಿಕೊಂಡು ತಾಳಿಭಾಗ್ಯಕ್ಕೆ ಬೆಲೆಕೊಟ್ಟು ಬದುಕುತ್ತಿರುವ ಸಾಕಮ್ಮ ಮದುವೆಗಿಂತ ಮುಂಚೆ ಹೇಗಿದ್ದಳೆಂದು ಈ ಇಬ್ಬರು ಮುಖೇಡಿಗಳಿಗೆ ಗೊತ್ತಾಗುವುದುಂಟೇ?

2

ದಾವಣಗೆರೆಯ ದುಗ್ಗಮ್ಮನ ಪೇಟೆಯ ಬಾಡಿಗೆಮನೆಯಲ್ಲಿ ತಾನೋಜಿ-ತಾರಾಬಾಯಿ ದಂಪತಿಗಳಿಗೆ ಬಹುವರ್ಷದ ಕಣ್ಣೀರಿನ ಫಲವೆಂಬಂತೆ ಹುಟ್ಟಿದ್ದ ಈ ಸಾಕಮ್ಮನ ನಿಜವಾದ ಹೆಸರು ಸಕ್ಕೂಬಾಯಿ. ಸುಂದರ ಮೊಗದ ಚೂಪು ಮೂಗಿನ ಸಾಕಮ್ಮನ ಅಪ್ಪ ದೊಡ್ಡ ಕಾಟನ್‌ಮಿಲ್ಲಿನಲ್ಲಿ ಮೇಸ್ತ್ರಿ. ಒಳ್ಳೆ ಕೆಲಸ, ಒಳ್ಳೆ ಗೌರವ. ಸಾಕಮ್ಮ ತನ್ನ ಜನನದ ಜೊತೆ ತಾಯಿಯ ಗರ್ಭಚೀಲವನ್ನೂ ಹರಿದುಕೊಂಡು ಬಂದಾಗಿನಿಂದ ಇವಳನ್ನು ಕಣ್ಣಲ್ಲಿ ಕಣ್ಣಿಟ್ಟು ಸಾಕಿದ್ದರು.

ಸಾಕಮ್ಮ ಮುದ್ದಿನ ಸೊಕ್ಕಿನ ಹುಡುಗಿಯಾಗಿ ಬೆಳೆಯಲು ಅಷ್ಟು ಸಾಕಿತ್ತು. ಪ್ರತೀ ವರ್ಷ ಅವಳ ಹುಟ್ಟಿದ ದಿನಕ್ಕೆ ಓಣಿಯ ಜನರಿಗೆಲ್ಲ ಹುಗ್ಗಿ, ಅವಳಿಗೋ

ಕೇಳಿದ್ದ ಡ್ರೆಸ್ಸು, ಆಡಲು ಆಟದ ಸಾಮಾನು. ಕೈ-ಬಾಯಿ ಶುದ್ಧವಿರಿಸಿಕೊಂಡಿದ್ದ ತಾನೋಜಪ್ಪನಿಗೆ ಬರುತ್ತಿದ್ದ ಸಂಬಳದಲ್ಲಿ ಹೆಚ್ಚು ಪಾಲು ಮಗಳ ಮೇಲೆ ಪ್ರೀತಿ ಉಕ್ಕಿಸುವುದರಲ್ಲೇ ವ್ಯಯವಾಗುತ್ತಿತ್ತು.

'ರೀ.. ಸಕ್ಕೂಗೆ ರೀತಿ-ನೀತಿ, ನಯ-ನಾಜೂಕು ಕಲಿಸ್ರಿ.. ಹಿಂಗ್ ಉಬ್ಬಿ ಬೆಳ್ಸಿದ್ರೆ, ನಾಳೆ ಮದ್ವೆ ಆದ್ಮೇಲೆ ಅಕಿಗೆ ಭಾಳ ಕಷ್ಟ ಅಕ್ಕೈತಿ..' ಅಂತಾ ತಾರಾಬಾಯಿ ಅಂದಾಗಲೆಲ್ಲಾ..

'ನನ್ ಮಗ್ಳಿಗೇನ್ ಕಮ್ಮಿಯಾಗೈತೇ.. ಮನಿ ಅಳಿಯನ್ ಮಾಡ್ಕಂಡು.. ನನ್ ಕಣ್ಮುಂದೆನೇ ಇಟ್ಕಂತೀನಿ' ಅಂತಾ ಮಗಳ ಇನ್ನಷ್ಟು ಮೇಲಕ್ಕೇರಿಸುತ್ತಿದ್ದ.

ನಿತ್ಯ ಎಂಟುಗಂಟೆಯ ಮಿಲ್ಲಿನ ಬೆಳಗಿನ ಸೈರನ್ ಸದ್ದಿನವರೆಗೂ ಮಲಗಿರು ತ್ತಿದ್ದವಳು, ಅಪ್ಪ ಹೋಗುವ ವೇಳೆಗೆ ಎದ್ದು, ಹಠ ಮಾಡಿ ಹತ್ತೋ ಇಪ್ಪತ್ತೋ ಕಿತ್ತುಕೊಳ್ಳುತ್ತಿದ್ದಳು. ಸಂಜೆಯ ಸೈರನ್ನು ಕೂಗಿದ್ದೇ ಮತ್ತೆ ಅಪ್ಪನ ಜೇಬಿಗಾಗಿ ಕಾತರದಿಂದ ಕಾಯುತ್ತಿದ್ದಳು. ಆದರೆ ಸಾಕಮ್ಮನ ಕನಸುಗಳನ್ನು ಸಾಕು ಮಾಡಲು ಸಮಯ ಕೂಡಿಬಂದಿತ್ತು.

ಮಿಲ್ಲಿನ ಹತ್ತಿ ನೂಲುಗಳನ್ನು ಸ್ಪರ್ಧಿಸುವ ಬಟ್ಟೆ, ರೆಡಿಮೇಡ್ ಬಟ್ಟೆಗಳು ದೇಶ ದಾಟಿ ದೇಶಕ್ಕೆ ರಾಜ್ಯಕ್ಕೆ ದಾವಣಗೆರೆಗೂ ಬಂದು ಬಿಟ್ಟು, ಮಿಲ್ಲಿನ ಸೈರನ್ನು ಈಗ ಆರ್ತನಾದ ಮೊರೆಯತೊಡಗಿತ್ತು. ದಿನಕಳೆದಂತೆ ಜನ ವಿದೇಶಿ ವ್ಯಾಮೋಹಕ್ಕೆ ಕನ್ನಡದ ಸಿನಿಮಾ ನೋಡುತ್ತಲೇ ಬಲಿಯಾದರು. ಕರ್ನಾಟಕದ ಮ್ಯಾಂಚೆಸ್ಟರ್‌ನಲ್ಲಿನ ಮಿಲ್ಲುಗಳು ಒಂದೊಂದಾಗಿಯೇ ಕಣ್ಮುಚ್ಚಿದವು. ಪತ್ರಿಕೆ ರೇಡಿಯೋಗಳು ಒಮ್ಮೆಲೆ ನಿರ್ಗತಿಕರೂ ನಿರುದ್ಯೋಗಿಗಳು ಹತಾಶರೂ ಆದ ಜನರನ್ನು ಬಣ್ಣಿಸಿದವು.

ತಾನೋಜಪ್ಪ ಕೆಲಸ ಮಾಡುತ್ತಿದ್ದ ಮಿಲ್ಲು ಅರೆಜೀವ ಇಟ್ಟುಕೊಂಡು ಸೆಣಸುತ್ತಿತ್ತು. 'ರಾಜ್ಯದ ಅತಿ ದೊಡ್ಡ ಮಿಲ್ಲು.. ಮುಖ್ಯಮಂತ್ರಿಗಳೂ ಸಹಾಯಕ್ಕೆ ನಿಲ್ಲುವ ಭರವಸೆ ನೀಡಿದ್ದಾರೆ.. ವಿದೇಶದವರೂ ಧನಸಹಾಯ ಮಾಡುತ್ತಾರೆ..' ಇತ್ಯಾದಿ ಆಶ್ವಾಸನೆಗಳು ಹೊರಗೆ ಕೇಳಿಸುತ್ತಿದ್ದರೆ.. ತಾನೋಜಪ್ಪನಿಗೆ ಗಾಜಿನ ಕೋಣೆಯೊಳಗಿನ ಮೀಟಿಂಗು, ಹತಾಶ ದೇಹ, ಬೆವರಿದ ಮುಖಗಳು ದುರಂತವನ್ನು ಅರ್ಥೈಸಿಬಿಟ್ಟಿದ್ದವು. ತಾನೋಜಪ್ಪನ ಗುಣ ಒಳ್ಳೆಯದಿದ್ದರೂ ದುಡ್ಡಿನ ವಿಚಾರದಲ್ಲಿ ಹಾಸಿಗೆ ಮೀರಿ ಕಾಲು ಚಾಚಿದ್ದ. ಈ ಕೆಲಸ, ಸಂಬಳ ನೆಚ್ಚಿಕೊಂಡು ಕಂತಿನ ಮೇಲೆ ಸಾಲ ತೆಗೆದು ಮನೆ ತುಂಬ ಸಾಮಾನು ಮಾಡಿಕೊಂಡಿದ್ದ. ಲೂನಾ, ಬಿನಾಟೋನಾ ಟೀವಿ, ಮಗಳ ಚಿನ್ನದ ಆಭರಣಗಳು... ಈಗ ಕೆಲಸ ಕೈಕೊಡುವ ಭಯಕ್ಕೆ ಕಂಗಾಲಾಗಿ ಹೋದವನಿಗೆ

ಹೆಂಡತಿ ಧೈರ್ಯಕ್ಕೆ ನಿಂತರೆ ಮಗಳು ಇದ್ದಷ್ಟು ಧೈರ್ಯವನ್ನು ಕರಗಿಸುವಂತೆ ಮೆರೆದಾಡತೊಡಗಿದ್ದಳು.

'ಮೇಸ್ತ್ರಿಯೋರೆ ಯೂನಿಯನ್ ಮುಖಂಡ್ರು ನೀವು.. ನಮ್ ಕೈ ಬಿಡಬ್ಯಾಡ್ರಿ.. ಲಾಕ್‌ಔಟ್ ಖರೇನೇ ಆದ್ರೆ ಹೇಳ್ ಬಿಡ್ರಿ... ಸಾಯೋವರ್ಗೂ ಹೋರಾಡಣಾ.. ಸಾಹೇಬ್ರ ಜೊತೆ ಶಾಮೀಲಾಗ್ಬೇಡಿ.' ಅಂತೆಲ್ಲ ಮನೆ ಮುಂದೆ ಬಂದು ಕೂರುತ್ತಿದ್ದ ಕಾರ್ಮಿಕರು ಹೊಯ್ದುಕೊಳ್ಳುತ್ತಿದ್ದರು. ಆದರೆ ಅತ್ತ ಓನರ್ರು ಮೇನೇಜರ್ರುಗಳು ತಾನೋಜಪ್ಪನಿಗೆ ಏನೊಂದೂ ಬಿಟ್ಟುಕೊಡದೇ, ಇತ್ತ ಕಾರ್ಮಿಕರಿಗೆ 'ಏನೋ ಕೆಟ್ಟದ್ದು ಘಟಿಸುವಂತಿದೆ' ಎಂದು ಹೇಳಲಾಗದೇ ತಾನೋಜಪ್ಪ ಇಬ್ಬಂದಿಗೆ ಸಿಲುಕಿ, ಹಣ್ಣಾಗಿ ಹೋಗಿದ್ದ.

ದಿನಗಳೆಂದಂತೆ ಸಾಕಮ್ಮನ ಕೈಯಿಂದ ಹತ್ತರ ನೋಟು, ಕಾಲಿನ ಬೆಳ್ಳಿಗೆಜ್ಜೆ, ಕಿವಿಯ ಬಂಗಾರದ ಝುಮುಕಿ, ಇಬ್ಬರ ಮದುವೆಯ ಇನ್ಷಿಯಲ್ ಚಿನ್ನ ದುಂಗುರಗಳು ಮಾಯವಾದವು. ಸಾಕಮ್ಮ ಖಾಸಗೀ ಶಾಲೆಯಿಂದ ಸರ್ಕಾರಿ ಶಾಲೆಗೆ ಬಂದು ಎಸ್ಸೆಸ್ಸೆಲ್ಸಿಯನ್ನೂ ಥರ್ಡ್ ಕ್ಲಾಸಿನಲ್ಲಿ ಪಾಸಾಗಿ, ಎರಡು ವರ್ಷ ಕಾಲೇಜು ಮುಗಿಸುವಷ್ಟು ದಿನ ಮಾತ್ರ ಸೈರನ್ನು ಕೂಗುವಷ್ಟು ಶಕ್ತಿ ಪಡೆದಿತ್ತು. ಅಂತೂ ಒಂದು ದಿನ ಮಿಲ್ಲು ಬಂದಾಯಿತು. ಸೈರನ್ ಕೂಗುವ ಸಮಯಕ್ಕೇ ಲೂನಾ ಕಿಕ್ ಒದೆಯುತ್ತಿದ್ದ ತಾನೋಜಪ್ಪನಿಗೆ ಇನ್ನೊಬ್ಬ ಮೇಸ್ತ್ರಿಯಿಂದ ಬಂದ ಸುದ್ದಿ ಕೇಳಿ ಕುಸಿದು ಬಿದ್ದಿದ್ದ. ಅಷ್ಟೇ, ಮುಂದಾಲೋಚನೆಯಿಲ್ಲದೆ ಬದುಕಿದವನ ಬದುಕಿನ ರೈಲು ಒಮ್ಮೆಲೆ ಬೇರೆ ಹಳಿಯಲ್ಲಿ ಓಡತೊಡಗಿತು.

ಕಂತಿನಲ್ಲಿ ಸಾಮಾನುಗಳನ್ನು ಮನೆಯೊಳಗೆ ಬಿಟ್ಟಿ ಹೋದವರು ಈಗ ಬೀದಿಬೀದಿಗಳಲ್ಲಿ ತಾನೋಜಪ್ಪನ ಹಿಡಿದು ನಿಲ್ಲಿಸತೊಡಗಿದರೆ, ಕಾರ್ಮಿಕರು 'ಸೌಕಾರ್ರ ಜತಿ ಸೇರ್ಕಂಡ್ ಜನ್ರ ಹೊಟ್ಟಿ ಮ್ಯಾಲ್ ಹೊಡ್ದೋನು' ಅಂತಾ ಹಲ್ಲುಮಸೆಯತೊಡಗಿದ್ದರು. ತಾನೋಜಪ್ಪ ನಾಲ್ಕೈದು ವರ್ಷಗಳಲ್ಲಿ ಇನ್ನಷ್ಟು ಹಣ್ಣಾದ. ಅಪವಾದ ಎದುರಿಸುತ್ತಲೇ ಮನೆಯಲ್ಲೇ ಹೆಂಡತಿ ಹೊಲಿದು ಕೊಡುತ್ತಿದ್ದ ಜಾಕೀಟು, ಒಳಲಂಗ, ಸಣ್ಣ ಮಕ್ಕಳ ಡ್ರೆಸ್ಸುಗಳನ್ನು ಸೈಕಲ್ಲಿನಲ್ಲಿ ಒಟ್ಟಿಕೊಂಡು ಹಳ್ಳಿಹಳ್ಳಿಗೆ ಹೋಗಿ ಮಾರಿ ಬರಲು ಶುರುಮಾಡಿದ. ಆ ಕೆಲಸ ಇವನ ಸಾಯಿಸಿದ್ದರೆ, ಈ ಕೆಲಸ ಕೈಹಿಡಿದಿತ್ತು. ಅಪರಿಚಿತವಾದ ಈ ಹೊಸ ದಿನಚರಿ, ದಿನ ಕಳೆದಂತೆ ಅವನಿಗೆ ಅರ್ಥಪೂರ್ಣವಾದ ಸರಳ ಬದುಕನ್ನು ಕಟ್ಟಿಕೊಡತೊಡಗಿತ್ತು.

ಆದರೆ ನಿತ್ಯ ಮಿಲ್ಲಿನ ಮುಂದಿನಿಂದ ಸೈಕಲ್ಲು ದಾಟಿಸುವಾಗ ಮಾತ್ರ

ಕೈಕಾಲಲ್ಲಿ ಶಕ್ತಿಯೇ ಕುಂದಿದಂತಾಗಿ ನಿಂತುಬಿಡುತ್ತಿದ್ದ. ಈ ಕ್ಷಣ ಈ ದೊಡ್ಡ ಕಬ್ಬಿಣದ ಗೇಟು ತೆರೆಯುತ್ತದೆ, ಸೈರನ್ನು ಕೂಗುತ್ತದೆ, ರಾಶಿರಾಶಿ ಜನ ಕೈಯಲ್ಲಿ ಊಟದ ಡಬ್ಬಿ ಹಿಡಿದು ಸಂಭ್ರಮದಲ್ಲಿ ಒಳಗೆ ನಡೆದು ಹೋಗುತ್ತಾರೆ, ಯಾರೋ 'ಮೇಸ್ತ್ರಿಯೋರ್ಗೆ ನಮ್ಸಾಕ್ಕರ' ಅಂದಂತೆ-ಭ್ರಮೆ ಅವನ ಆವರಿಸಲು ಪ್ರಾರಂಭಿಸಿತು. ನಡುರಾತ್ರಿ ಒಮ್ಮೆಲೆ ಎಚ್ಚರವಾಗಿ ದಿಕ್ಕುತೋಚದಂತೆ ಎದ್ದು ಕೂತು ಬಿಡುತ್ತಿದ್ದ. ಮಗಳ ಮದುವೆ ಮಾಡುವ ಮುನ್ನವೇ ತಾನು ಸತ್ತು ಹೋದರೆ ಎಂಬ ಹಳಹಳಿಕೆ ತೀವ್ರವಾಗಿ ಕಾಡತೊಡಗಿತು. ಎಷ್ಟೋ ಹೊತ್ತಿನವರೆಗೆ ಗಂಡ–ಹೆಂಡತಿ ಅಳುತ್ತಾ ಒಬ್ಬರಿಗೊಬ್ಬರು ಸಂತೈಸುತ್ತಾ ಕೂತರೆ ಸಾಕಮ್ಮ ಯಾರ್‍ಯಾರದ್ದೋ ಫೋಟೋ ತಲೆದಿಂಬಿನಡಿ ಇಟ್ಟುಕೊಂಡು ಸವಿಗನಸಲ್ಲಿ ತೇಲುತ್ತ ಹೊರಳುತ್ತಾ ಇರುತ್ತಿದ್ದಳು. ಸಾಲದ್ದಕ್ಕೆ ಸಾಲದಲ್ಲಿ ಕೊಂಡ ಟೇಪ್‌ರೆಕಾರ್ಡಿನಲ್ಲಿ ರಾತ್ರಿಯಿಡೀ ಸಿನಿಮಾ ಹಾಡುಗಳು..

ತಾನೋಜಪ್ಪ ಅನಾರೋಗ್ಯದ ದಿನವೂ ಸೈಕಲ್ಲು ತುಳಿದ. ತಾರಾಬಾಯಿ ರಾಟೆಯ ಪೆಡಲ್ಲು ತುಳಿದಳು. ಅಡುಗೆ, ಕಸ–ಮುಸುರೆ, ಬಟ್ಟೆ–ಬರೆ ಎಲ್ಲವನ್ನೂ ತಾರಾಬಾಯಿಯೇ ನೋಡಿಕೊಂಡಳು. ಆಕೆಯ ಕಾಲುಗಳು ಸೋತವು, ಎದೆ ಪುಪ್ಪುಸ ಉಸಿರನ್ನು ಸರಾಗವಾಗಿ ತೆಗೆದುಕೊಳ್ಳಲು ನಿರಾಕರಿಸಿದವು. ಒಂದೆಡೆ ಗಂಡನ ಸ್ಥಿತಿ–ಇನ್ನೊಂದೆಡೆ ಮಗಳ ಆತಂಕಕಾರಿ ಬೆಳವಣಿಗೆಗೆ ಒಳಗೇ ಕೊರಗಿದಳು. ಆದರೆ ಸಾಕಮ್ಮನ ಕಾಲುಗಳು ಆಸೆಯನ್ನು ಚಪಲವನ್ನು ಹರೆಯವನ್ನು ಅನುಸರಿಸಿ ಸಿನಿಮಾ ಟಾಕೀಸು, ಹೋಟೆಲ್ಲು, ಪಾರ್ಕುಗಳ ಕಡೆ ನಡೆದವು.

ಅಂತೂ ತಾರಾಬಾಯಿ ಬಹುಬೇಗ ಆಸ್ಪತ್ರೆಯ ಗಂಜಿ ಉಣ್ಣಬೇಕಾಯಿತು. ಇಷ್ಟು ದಿವಸ ಕಷ್ಟಪಟ್ಟು ದುಡಿದು ಮಗಳ ಲಗ್ನಕ್ಕೆಂದು ಕೂಡಿಟ್ಟ ದುಡ್ಡಿನ ಚೀಲಕ್ಕೆ ತೂತು ಬಿದ್ದು ಅದು ಖಾಲಿಯಾದ ಮೇಲೆಯೇ ತಾರಾಬಾಯಿಯ ಬಿಡುಗಡೆಯಾಯಿತು. ಗಂಡ ಹೆಂಡತಿ ಹಠ ಬಿಡದೆ ಮತ್ತೆ ಕೆಲಸ ಶುರುಮಾಡಿದರೆ, ಸಾಕಮ್ಮ ಸಾಕಾಗುವಷ್ಟು ಮೆರೆದು, ಏರುತ್ತಿರುವ ಪ್ರಾಯಕ್ಕೆ ಎಗ್ಗು–ಸಿಗ್ಗಿಲ್ಲದೆ ಕುಣಿದು, ನೈಲ್ ಪಾಲಿಶ್ಶು–ಡಬಲ್ ಜಡೆ–ಜೂಲಿ ಡ್ರೆಸ್ಸು ಅಂತಾ ಸಿಕ್ಕಾಪಟ್ಟೆ ಮುಂದುವರೆದು ಬಿಟ್ಟಿದ್ದಳು. ಆದರೆ ಮುಗ್ಗರಿಸಿ ಬಿದ್ದದ್ದು ಅಪ್ಪನ ಎದುರಲ್ಲೇ..

ಅಂತೂ ಒಂದು ದಿನ ರವಿಚಂದ್ರನ್ ತರಹದ ತೇಲುಗಣ್ಣು ಗುಂಗುರು ಗೂದಲ ಕಲ್ಲೇಶಿ ಜೊತೆಯಲ್ಲಿ ಆಗಷ್ಟೇ ತೆರೆದಿದ್ದ ಶಿವಾಲಿ ಟಾಕೀಸಿನಲ್ಲಿ

ಪ್ರೇಮಲೋಕದ ಮೊದಲ ಶೋಗೆ ನಿರ್ಭಯದಿಂದ ನಿರ್ಲಜ್ಜಳಾಗಿ ಹೋಗಿದ್ದಳು. ಕತ್ತಲ ಕೋಣೆಯಲ್ಲಿ ಕೂತು ಹತ್ತುನಿಮಿಷವೂ ಕಳೆದಿರಲಿಲ್ಲ.. ಕಲ್ಲೇಶಿ ಉಸಿರೆಣಿಸುತ್ತಾ ಕಂಪಿಸುತ್ತಾ, ಪರದೆಯ ಮೇಲೆ ನಿಂಬೆಹಣ್ಣಿನಂತ ಹುಡುಗಿಯ ಹಾಡು ಮುಗಿಯುವುದರೊಳಗೆ ಕಿತ್ತಲೆಹಣ್ಣಿನ ಗಾತ್ರದ ಸ್ತನಗಳ ಅರಸಿ ಅವಳ ಜಾಕೀಟಿನೊಳಗೆ ಕೈ ಇಳಿಬಿಡುವುದರೊಳಗೆ, ಹಿಂಬದಿಯಿಂದ ಬಂದ ತಾನೋಜಪ್ಪನ ಒರಟು ಕೈ ಇವನ ಕೊರಳಪಟ್ಟಿ ಹಿಡಿದುಬಿಟ್ಟಿತ್ತು.

ಆದರೆ ಆದದ್ದೇ ಬೇರೆ. ನಡುರಸ್ತೆಯಲ್ಲಿ ನಡೆದ ಜೋರು ವಾಗ್ವಾದದಿಂದ ವಿಪರೀತ ಅವಮಾನಕ್ಕೊಳಗಾದವನು ತಾನೋಜಪ್ಪನೇ. ಕೆರಳಿದ್ದ ಕಲ್ಲೇಶಿ ಪೇಟೆಯ ದೊಡ್ಡಸರ್ಕಲ್ಲಿನಲ್ಲಿ ಎಲ್ಲರೆದುರು ಮಾತಿನಲ್ಲೇ ಚಟ್ಟ ಕಟ್ಟಿಬಿಟ್ಟಿದ್ದ.

ಬದುಕುವ ಅವಕಾಶ ಎಲ್ಲೂ ಇಲ್ಲದಂತೆ ತಾನೋಜಪ್ಪ ಒಮ್ಮೆಲೆ ತಣ್ಣಗಾಗಿ ಹೋದ. ಅಪ್ಪನಿಗೆ ಆದ ಅವಮಾನದ ಅರಿವೆಯೇ ಇಲ್ಲದಂತೆ ಸಾಕಮ್ಮ ಮತ್ತೂ ಹಾಡು ಗುನುಗುತ್ತ ಉಗುರುಬಣ್ಣ ಹಚ್ಚಿಕೊಳ್ಳುತ್ತ ಕಿಟಕಿಯ ಬಳಿ ನಿಲ್ಲುತ್ತಿದ್ದಳು. ತಾರಾಬಾಯಿಯೇ ಧೈರ್ಯ ತಂದುಕೊಂಡು ಅವರಿವರ ವಿಚಾರಿಸಿ ಕೇಳಿಸಿ ಅಂತೂ ಗಂಡು ಹುಡುಕಿಸಿಬಿಟ್ಟಳು. ಇನ್ನೂ ಐದಾರು ವರ್ಷವಾದರೂ ಮಗಳ ಮದುವೆಯ ಬಗ್ಗೆ ಕನಸಿನಲ್ಲೂ ಚಿಂತೆ ಮಾಡದ ತಾನೋಜಪ್ಪ ಗಂಡು ಸಿಕ್ಕಿದ್ದೇ ತನ್ನ ಸೋಲಿನ ಸುಸ್ತನ್ನು ಬದಿಗಿರಿಸಿ ಎದ್ದುಕೂತಿದ್ದ. ಎಲ್ಲ ಕಡೆಯಿಂದಲೂ ಸೋಲನ್ನು ಎದುರಿಸುತ್ತಿದ್ದವನಿಗೆ ಮಹಾಯಶಸ್ಸು ಸಿಕ್ಕಂತೆ, ಬಂದ ವರ ಅವಳ ಒಪ್ಪಿಬಿಟ್ಟಿದ್ದ.

ಅಲ್ಲಿಗೆ ಸಾಕಮ್ಮನ ಆ ಅಧ್ಯಾಯ ಮುಗಿದಂತೆ, ಕಾಲೇಜು ಮೆಟ್ಟಿಲು ಹತ್ತಿದ್ದವಳು ಟಾಕೀಸಿನ ಮೆಟ್ಟಿಲು ಇಳಿದ ಮೂರು ತಿಂಗಳೊಳಗೆ ಸಾಂಬಾಜಿ ಎಂಬ ಹೆಸರಿನ ಕಪ್ಪಾನುಕಪ್ಪು ಆಕೃತಿಯನ್ನು ಲಗ್ನವಾಗಿ ದುರ್ಗಕ್ಕೆ ಬಂದು ಬಿದ್ದಿದ್ದಳು.

ಒಮ್ಮೆಲೆ ಕನಸುಗಳು ಕರಗಿ, ಬದುಕು ಬದಲಾದದ್ದಕ್ಕೆ ಸಾಕಮ್ಮ ಕಂಗಾಲಾಗಿದ್ದು ಅಷ್ಟಿಷ್ಟಲ್ಲ. ಮದುವೆಯಾದಾಗಲೇ ದುರ್ಗದ ಬಸ್ಸು ಮೊದಲು ಹತ್ತಿದ್ದವಳ ಪಾಲಿಗೆ ಕಲ್ಲುಬಂಡೆಗಳ ನಾಡು ನರಕದಂತೆ ಕಂಡುಬಂದಿತ್ತು. ತಾನು ಮಾಡಿದ ತಪ್ಪಿಗೆ ತನಗೆ ಕುರೂಪಿ ಗಂಡ, ಕುರೂಪ ಬದುಕು ಸಿಕ್ಕಿದೆಯೆಂದು ಸಿಡುಕಿಗೆ ಶರಣಾಗಿದ್ದಳು.

ಇತ್ತ ಯಾವ ಮಿಲ್ಲು ಮತ್ತೆ ತೆರೆಯುವುದೆಂದು ತಾನೋಜಪ್ಪ ಹಗಲುಗನಸು ಕಟ್ಟುತ್ತಿದ್ದನೋ ಅದೇ ಮಿಲ್ಲು ಈಗ ಬಟಾಬಯಲಾಗಿ, ಆಸ್ತಿ

ಪಾಲಾಗಿ, ಮಿಲ್ಲಿನ ಜಾಗದಲ್ಲಿ ಸೈಟುಗಳಾಗಿ, ಕಲ್ಲೇಶಿ ಸೈಟು ಮಾರಿಕೊಡುವ ದಲ್ಲಾಳಿಯಾಗಿ ಒಮ್ಮೆಲೇ ಮೇಲೆ ಬಂದ. ಕಂಡಕಂಡಲ್ಲಿ ತಾನೋಜಪ್ಪನ ಎಳೆದೆಳೆದು ಹಿಂಸಿಸಿದ. ದೊಡ್ಡ ಬೈಕು ದಪ್ಪ ಉಂಗುರುಗಳಲ್ಲಿ ಮನೆ ಮುಂದೆಯೇ ಓಡಾಡುತ್ತ 'ತಾನೋಜಪ್ಪ ಮಿಲ್ಲಿನ ದೊಡ್ಡ ಮಿಶೀನುಗಳನ್ನೆಲ್ಲ ಮಾರಿಕೊಂಡು ತಿಂದಿದ್ದಾನೆ' ಎಂಬ ಸುದ್ದಿ ಹಬ್ಬಿಸಿದ. ತಾನೋಜಪ್ಪನ ಬುದ್ಧಿ ಸ್ಥಿಮಿತ ತಪ್ಪತೊಡಗಿತು. ಸೈರನ್ ಸದ್ದು, ಜೀಪಿನ ಸದ್ದು, ಬೈಕಿನ ಸದ್ದಿಗೆ ಹುಚ್ಚನಂತೆ ಓಡತೊಡಗಿದ್ದೇ.. ಹೆದರಿ ಕಂಗಾಲಾದ ತಾರಾಬಾಯಿ ಮತ್ತೆ ಹಾಸಿಗೆ ಹಿಡಿದಳು. ಕದ್ದುಮುಚ್ಚಿ ಮಗಳಿಗೆ ಕಾರ್ಡು ಬರೆಸಿದರೆ ಸಾಕಮ್ಮನ ಕಡುಕೋಪದಲ್ಲಿ ಅವು ಕಸಕ್ಕೇ ಸೇರಿಬಿಟ್ಟವು.

ತಂದೆತಾಯಿ ವೈರಿಗಳಾದಾಕ್ಷಣ ಸಾಕಮ್ಮ ವಿಧಿಯಿಲ್ಲದೇ ಸಾಂಬಾಜಿಗೆ ಶರಣಾಗಿಬಿಟ್ಟಿದ್ದಳು. ಗಂಡನಿಗೆ ರೂಪವಷ್ಟೇ ದೇವರು ಕೊಟ್ಟಿಲ್ಲ, ಬಾಕಿ ಎಲ್ಲವೂ ಚೆನ್ನಾಗಿದೆಯೆಂದು ಆಕೆಗೆ ಆನಂತರವೇ ಅರಿವಾದದ್ದು. 'ಕಲ್‌ಬಂಡಿಯ ಈ ಊರು ಮಿಲ್ಲಿನ ಆ ಊರಿಗಿಂತಾ ಭಾಳ ಚನಾಗೈತಿ' ಅನ್ನತೊಡಗಿದಳು. ಬತೇರಿ, ತಣ್ಣೀರು ದೊಣೆ, ಚಂದ್ರವಳ್ಳಿ ಗುಹೆ, ಜೋಗಿಮಟ್ಟಿ ಮುಂತಾದ ವಿಶಿಷ್ಟ ಜಾಗಗಳನ್ನು ನೋಡಿ ಚಕಿತಳಾಗಿ, ಮೈಮರೆತು ಹೊಸ ಹುಟ್ಟು ಪಡೆದವಳಿಗೆ ಸ್ವರ್ಗವೆಂದರೆ ಗಂಡನ ಸಾಮಿಪ್ಯವೇ ಆಗಿತ್ತು. ತಾನು ಯೌವನದ ಏರಿಳಿತದಲ್ಲಿ ಏನೇನೋ ಮಾಡಿದ್ದೆ ಎನ್ನುವುದನ್ನು ಸಂಪೂರ್ಣ ಮರೆತಿದ್ದಳು. ತೌರು ಮನಸ್ಸಿನಿಂದ ದೂರವಾಗುತ್ತಾ, ಸಂಸಾರಿಕ ಬದುಕು ಸಹನೀಯವಾಗುತ್ತಾ ಗಂಡನೇ ದೇವರಾಗುತ್ತಾ, ಇನ್ನೇನು ಅವಳ ಒಡಲಲ್ಲಿ ಪ್ರೀತಿ ಚಿಗುರೊಡೆಯ ಬೇಕು ಎನ್ನುವಷ್ಟರಲ್ಲಿ.. ತಾಯಿ ಸತ್ತ ಸುದ್ದಿ ಸಿಡಿಲಂತೆ ಎರಗಿತ್ತು.

ಹಠದಿಂದ ಬದುಕು ಕಟ್ಟಿಕೊಳ್ಳುತ್ತಿದ್ದವಳಿಗೆ ತಾಯಿ ಇನ್ನೆಂದೂ ಸಿಗದಷ್ಟು ದೂರಕ್ಕೆ ಹೋಗುತ್ತಾಳೆಂಬ ಯೋಚನೆಯೇ ಹೊಳೆದಿರಲಿಲ್ಲ. ಹೆಂಡತಿಯ ಸಾವು, ಜನರ ಕಾಟದಿಂದ ತಲೆಮರೆಸಿಕೊಂಡು ಹೋಗಿದ್ದ ಅಪ್ಪನ ಸುದ್ದಿಯಂತೂ ಅವಳ ಕಾಲ ಕೆಳಗಿನ ಭೂಮಿಯನ್ನೇ ಕರಗಿಸಿತ್ತು. ಆದರೆ ಸಾಂಬಾಜಿ ಆ ಕ್ಷಣದಲ್ಲಿ ಅವಳ ಸಂತೈಸಿದ್ದು, ಅವಳಿಗೆ ಭದ್ರ ಬದುಕಿನ ಭರವಸೆ ಕೊಟ್ಟದ್ದು ಕೆಲಸ ಮಾಡಿತ್ತು. ಸಾಕಮ್ಮನ ಮನಸ್ಸು ಮಾಗತೊಡಗಿತು. ಸರಿ–ತಪ್ಪುಗಳು ಈಗ ಅರಿವಾಗತೊಡಗಿದವು. ಬದುಕು ಆಕೆಯ ಬದಲಾಯಿಸಿ ಜೀವನದ ಚಾದರ ಪೂರ್ಣ ಹರಡಿಕೊಳ್ಳುವುದರೊಳಗೆ ಅಲ್ಲೂ ಕಾಲದ ಕರಿನಾಗರ ಭುಸುಗುಡುತ್ತಾ ಹೆಡೆಯಾಡಿಸಿ ನಿಂತುಬಿಟ್ಟಿತ್ತು.

ಎರಡು ತಿಂಗಳ ಕಾಲ ತನ್ನ ಮಾವನ ಹುಡುಕಲು ಊರೂರು ಅಲೆದು

ಸೋತು ಮರಳಿ ಬಂದು, ಇನ್ನೇನು ಕೆಲಸ ಮಾಡದಿದ್ದರೆ ಹೊಟ್ಟೆಪಾಡಿನ ಗತಿಯೇನು ಎಂದು ಕರೆಂಟು ರಿಪೇರಿ ಕೆಲಸಕ್ಕೆ ಹೋಗಿದ್ದ ಸಾಂಬಾಜಿಗೆ ದೊಡ್ಡ ಪ್ರಮಾಣದ ವಿದ್ಯುತ್ ಶಾಕ್ ತಗುಲಿ ಪ್ರಜ್ಞಾಶೂನ್ಯ ಸ್ಥಿತಿಯಲ್ಲಿ ಮನೆಗೆ ಬಂದಿದ್ದ. ಪ್ರಜ್ಞೆಯೇನೋ ತಾಸಿನೊಳಗೇ ಬಂದರೂ ಮೈಶಕ್ತಿ ಬೇಗನೇ ಮರುಕಳಿಸದೆ ನಿಲ್ಲದ ಕೆಮ್ಮು ಆವರಿಸಿಕೊಂಡು ತಿಂಗಳೊಳಗೆ ಸಂಪೂರ್ಣ ಹಾಸಿಗೆ ಹಿಡಿದುಬಿಟ್ಟ.

ನಾಲ್ಕಾರು ಡಾಕ್ಟರರಾದರು, ಹತ್ತಾರು ತರಹದ ಔಷಧಿಯಾಯಿತು. ಈವರೆಗೆ ಕೂಡಿಟ್ಟ ಅಷ್ಟೂ ಹಣ ಖಾಲಿಯಾಯಿತು. ಓಣಿಯ ಜನ ಮತ್ತೆ ಕರುಣೆಯ ಈಟಿಗಳಿಂದ ಇರಿಯತೊಡಗಿದರು. ತನ್ನದಲ್ಲದ ಸಹನಾಶೀಲ ಗುಣವನ್ನು ತಾಳಿಕೊಂಡು ಗಂಡನ ನೋಡಿಕೊಳ್ಳುತ್ತಿದ್ದವಳಿಗೆ ವಿಚಿತ್ರ ಸ್ಥಿತಿ ಎದುರಾಗಿ ನಿಂತಿತ್ತು. ನೋವಿಗೋ ತನ್ನ ಗುಣವಾಗದ ರೋಗಕ್ಕೋ ಸಾಂಬಾಜಿ ಸಿಕ್ಕಾಪಟ್ಟೆ ರೇಗಾಡಲು ಪ್ರಾರಂಭಿಸಿದ್ದ. ಗಂಜಿ ಕೊಡುವುದು ಕ್ಷಣ ತಡವಾದರೂ ಶಕ್ತಿಯಿಲ್ಲದ ಕೈಯನ್ನೇ ಎತ್ತಿ ಹೊಡೆಯುತ್ತಿದ್ದ. ಸಾಕಮ್ಮನ ಸಹನೆಯ ಬಲೂನು ಅಂತೂ ಒಂದು ದಿನ ಒಡೆದು ಹೋಯಿತು.

ಕಣ್ಣೀರಿನಲ್ಲಿ ಆರೈಕೆ ಮಾಡತೊಡಗಿದ್ದವಳು ಬರಬರುತ್ತಾ ಸ್ಟಾಟೆಗೆ ತಿವಿಯುತ್ತಾ, ಲೋಟ ಕುಕ್ಕುತ್ತಾ, ಅನ್ನ ತುರುಕುತ್ತಾ ಅವನ ಸಾಕತೊಡಗಿದ್ದಳು. ಗಂಡನ ಆರೈಕೆಯೂ ಮಾಡಬೇಕು, ತಿನ್ನಲು ಗಂಜಿಗೂ ಹಣ ಹೊಂದಿಸ ಬೇಕು.. ಹೊರಗಿನ ಸಮಾಜಕ್ಕೊಂದು ಮಗುವನ್ನೂ ಹೆತ್ತು ಕೊಡಬೇಕು.. ಎಂಬಿತ್ಯಾದಿ ಕೊರಗಿನಲ್ಲಿ ದಿನ ತಳ್ಳಿದವಳು, ಇನ್ನು ಒಂದೂ ದಿನ ತಳ್ಳಲಾಗದ ಆರ್ಥಿಕ ಮುಗ್ಗಟ್ಟಿಗೆ, ಹತಾಶ ಸ್ಥಿತಿಗೆ ದತ್ತೂರಿ ಬೀಜಗಳನ್ನು ಅರೆದು ನೀರಲ್ಲಿ ಕರಗಿಸಿಕೊಂಡು ಗಂಡನಿಗೆ ಕುಡಿಸಿ ತಾನೂ ಕುಡಿಯುವ ಕೆಲಸಕ್ಕೆ ಕೈಹಾಕಿದ್ದ ಸಮಯಕ್ಕೇ..

'ಹೂವಮ್ಮ ಹೂವು.. ಕಾಕ್ಡಾ, ಕನಕಾಂಬ್ರ, ಸೇವಂತ್ಗೆ..' ಎಂಬ ದನಿ ಹೊರಗಿನಿಂದ ಕೇಳಿಸಿತು.

3

ಸಾಂಬಾಜಿ ತಿಪ್ಪೇಶಿ ಅಂದು ಬೆಳಗ್ಗೆ ಅಪರೂಪಕ್ಕೆ ಮೈಸೂರು ಕೆಫೆಗೆ ಹೋಗದೇ ಸಾಕಮ್ಮನ ಉಪ್ಪಿಟ್ಟಿಗೆ ತೃಪ್ತಿ ಪಟ್ಟುಕೊಂಡಿದ್ದರು. ಮೂರ್ನಾಲ್ಕು ದಿನದಿಂದ ಮಂಕಾಗಿದ್ದವಳ ಆಸ್ಪತ್ರೆಗೆ ಕರೆದೊಯ್ಯುವ ಯೋಚನೆಯಲ್ಲೇ ಇದ್ದವರು, ಅರ್ಧಗಂಟೆ ಹೊರಗೆ ಹೋಗಿ ಬರುವಷ್ಟರಲ್ಲಿ ಏನೆಲ್ಲ ಘಟಿಸಿ ಹೋಗಿತ್ತು. ಬಾಗಿಲು ಹಾರು ಹೊಡೆದದ್ದು ಕಂಡು ಮಂಚದ ಮೇಲೆ ಬಟ್ಟೆ

ಅಸ್ತವ್ಯಸ್ಥವಾಗಿದ್ದು ಕಂಡು ಏನೇನೋ ಕಲ್ಪಿಸಿಕೊಂಡು ಅಡುಗೆ ಮನೆ ಹಿತ್ತಲು ಅಟ್ಟ ಎಲ್ಲ ಜಾಲಾಡಿದ್ದರು. ಎಲ್ಲೂ ಆಕೆಯ ಸುಳಿವಿಲ್ಲ... ಯಾರನ್ನೂ ಕೇಳುವಂತಿಲ್ಲ.. ಮನೆಯಲ್ಲಿದ್ದ ನಾಲ್ಕುಸಾವಿರವೂ ಕಾಣೆ!

4

ಹೂ ಮಾರುವ ತಿಪ್ಪೇಶಿ ಕಂಡಾಕ್ಷಣ ಬಚ್ಚಿಟ್ಟುಕೊಳ್ಳುತ್ತಿದ್ದ ಸಾಕಮ್ಮ, ಇಂದು ಆತನ ದನಿ ಕೇಳಿ, ಸಾಯುವ ಮುನ್ನವಾದರೂ ಸಾಲದಿಂದ ಮುಕ್ತಳಾಗೋಣ ಎಂದುಕೊಂಡು, ಮನೆಯಲ್ಲಿದ್ದ ಹುಂಡಿಯನ್ನು ಒಡೆದು ಇಪ್ಪತ್ತೈದು ರುಪಾಯಿಗೆ ಸಮನಾದ ನಾಕಾಣೆ, ಎಂಟಾಣೆ, ರುಪಾಯಿಯ ನಾಣ್ಯಗಳನ್ನು ಜೋಡಿಸಿಟ್ಟುಕೊಂಡು ಅವನ ಒಳಗೆ ಕರೆದಳು.

ಒಳಗೆ ಬಂದವನು ತನಗೆ ದಕ್ಕಬೇಕಾಗಿದ್ದ ಹಣದ ಕುರಿತು ತಲೆಕೆಡಿಸಿ ಕೊಳ್ಳದೇ ಆಗಷ್ಟೇ ವಿಷದ ಬೀಜ ನುಂಗಲಾರದೇ ವಾಂತಿ ಮಾಡಿಕೊಳ್ಳುತ್ತಿದ್ದ ಸಾಂಬಾಜಿಯ ಸಹಾಯಕ್ಕೆ ನಿಂತ. ತಿಪ್ಪೇಶಿಗೆ ಕುಡಿಯಲು ನೀರು ತರಲು ಒಳಗೆ ಹೋದವಳು ಬರುವಷ್ಟರಲ್ಲಿ 'ಏನಪ್ಪಾ ಸಾಂಬೋಜಪ್ಪಾ ಪಾಡದಿ ಯೇನು..' ಅನ್ನುತ್ತಾ ತಿಪ್ಪೇಶಿ ವಾಂತಿ ಒರೆಸುತ್ತ ಮಾತನಾಡಿಸಿದ್ದೇ ಶಕ್ತಿಮೀರಿ ಎದ್ದು ಕೂತಿದ್ದ ಗಂಡನ ಕಂಡು ಬೆಚ್ಚಿದ್ದಳು. ಅಷ್ಟೇ..

ತಿಪ್ಪೇಶಿ ದಿನಾ ಬರಲು ಪ್ರಾರಂಭಿಸಿದ. ಹೂ-ಗಂಟಿನ ಲೆಕ್ಕಾ ಮಾಡ್ಕೊಡ್ರಿ ಅಂತಾ ಕೂಡುವ ಕಳೆಯುವ ಆಟವಾಡುತ್ತ 'ಇಷ್ಟೊಂದು ದುಡ್ಮಿ ಮಾಡ್ತೀನಿ ನೋಡ್ರಿ.. ಒಂದು ಸೂರಿಲ್ಲ..' ಅಂತನ್ನುತ್ತ ಅವಳಿಗೆ ಬಿಡಿ ಹೂ ಕಟ್ಟಿಕೊಡುವ ಕೆಲಸ ತಗುಲಿಸಿ ಉಸಿರಾಡುವಂತಹ ವಾತಾವರಣ ನಿರ್ಮಿಸಿ, ಮನೆಯ ಅನಿವಾರ್ಯ ಅವಿಭಾಜ್ಯ ಅಂಗವಾಗಿ ಹೋದ. ಉಚ್ಚೆ ವಾಂತಿ ಹೇಲಿನ ನಾತದಲ್ಲಿರುತ್ತಿದ್ದ ಮನೆಯಲ್ಲಿ ಈಗ ಬಗೆಬಗೆಯ ಹೂವಿನ ಪರಿಮಳ. ಸಾಕಮ್ಮನ ಮುಡಿಯಲ್ಲಿ ಹೂವಿರದಿದ್ದರೂ ಕುತ್ತಿಗೆ ಸೊಂಟ ವಕ್ಷಸ್ತಲಗಳ ಮೇಲೆ ಹೂವಿನ ಪರಿಮಳವಿರುತ್ತಿದ್ದ ಬಗ್ಗೆ, ಸಾಂಬಾಜಿ ತಲೆಕೆಡಿಸಿಕೊಳ್ಳಲಿಲ್ಲ. ತನ್ನೆತ್ತಿ ಕೂರಿಸಿ ಜೊಲ್ಲೊರೆಸಿ ಒಂದು ಇಡ್ಲಿ ತಿನ್ನಿಸಿ ಒಳಕೋಣೆಯಲ್ಲಿ ಮರೆಯಾಗುತ್ತಿದ್ದ ತಿಪ್ಪೇಶಿಯ ಬಗ್ಗೆ ಸಾಂಬಾಜಿಗೆ ಆದರವೇ ಜಾಸ್ತಿ. ಅಂತೂ ಮೂರು ತಿಂಗಳೊಳಗೆ...

ಯಾವ ಪಾತ್ರೆಯಲ್ಲಿ ಅಡುಗೆ ಮಾಡಿದರೇನು ಒಟ್ಟಿನಲ್ಲಿ ಅಡುಗೆಯಾಗ ಬೇಕು, ಹೊಟ್ಟೆತುಂಬ ಉಣ್ಣಬೇಕು ಎನ್ನುವ ಸಿದ್ಧಾಂತಕ್ಕೆ ಮೂವರೂ ಬದ್ಧರಾಗುತ್ತಿದ್ದಂತೆ.. ಹೊರಗಿನ ಜನರ ಕರ್ಕಶ ಮಾತುಗಳನ್ನೂ ಧಿಕ್ಕರಿಸಿದ

ಸಾಕಮ್ಮ ಗಂಡನೆದುರೇ ತಿಪ್ಪೇಶಿಯ ಕೈಹಿಡಿದಿದ್ದಳು. ಕರಿಹೆಂಚಿನ ಬಾಡಿಗೆ ಮನೆಯೊಳಗೆ ಹೊಸ ಸಂಸಾರ ಶುರುವಾಗಿತ್ತು.

ಮನೆಯಿಂದ ಹೊರಗೆ ಬಾರದೆ ಕತ್ತಲ ಕೋಣೆ ಸೇರಿ ಬಿಳಿಚಿಕೊಂಡಿದ್ದ ಸಾಂಬಾಜಿಗೆ ಈಗ ತಿಪ್ಪೇಶಿ ಹಗ್ಗದ ಮಂಚ ಮಾಡಿಸಿ, ಹೊರಗೆ ಕೂರಿಸಿ ಪೇಪರ್ ತರಿಸಿಕೊಡುತ್ತಿದ್ದ. ತಿಪ್ಪೇಶಿಯ ಕಂಡಾಕ್ಷಣ ಖುಷಿಯಾಗುತ್ತಿದ್ದ ಸಾಂಬಾಜಿಗೆ ಸಾಕಮ್ಮನ ಜೊತೆ ಮುರಿದ ಮಾತು ಜೋಡಿಸಬೇಕೆನಿಸಲೇ ಇಲ್ಲ.

ಅಂತೂ ಸಾಂಬಾಜಿಯ ಕೆಮ್ಮುದಮ್ಮು ವಾಂತಿ-ಸುಸ್ತು ನಿಂತು, ಮತ್ತೆ ಕಟಿಂಗ್ ಪ್ಲೇಯರ್ ಹಿಡಿಯುವ ದಿನ ಬಂದುಬಿಟ್ಟಿತ್ತು. ಇಬ್ಬರೂ ಒಂದೇ ಸೈಕಲ್ಲು ಏರಿ ಮೈಸೂರು ಕೆಫೆಯ ಇಡ್ಲಿ, ಆನೆಬಾಗಿಲ ಸೈಕಲ್ ಶಾಪು, ಹಳೆ ಬಸ್ಟ್ಯಾಂಡ್ ಚಾದಂಗಡಿ ಅಂತಾ ಸಿಕ್ಕಾಪಟೆ ಸುತ್ತಾಡತೊಡಗಿದ್ದರು. ಜೀವನದ ವರ್ಷವೊಂದು ಒಡ್ಡಿದ ಪರೀಕ್ಷೆಗೆ ಆತುರವಾಗಿ ಉತ್ತರಿಸಿದ್ದ ಸಾಕಮ್ಮನ ಪಾಲಿಗೆ ಈಗ ಇಬ್ಬರು ಗಂಡಂದಿರು. ಆದರೆ ಅವಳ ಬಾಡಿಹೋದ ಬದುಕನ್ನು ತನ್ನ ಹೂ ಪರಿಮಳದಿಂದ ಅರಳಿಸಿದ ತಿಪ್ಪೇಶಿಯೂ ಅವಳ ಗರ್ಭದಲ್ಲೊಂದು ಹೂವರಳಿಸಲು ಸೋತುಹೋಗಿದ್ದ. ಸಿಟ್ಟಿಗೇಳುತ್ತ ಇಬ್ಬರನ್ನೂ ಬೈದಾಡುತ್ತಿದ್ದ ಸಾಕಮ್ಮನ ಬೈಗುಳಕ್ಕೆ ನಾಟುವ ಶಕ್ತಿಯೇ ಇಲ್ಲವಾದಂತೆ ತಿಪ್ಪೇಶಿ ಸಾಂಬಾಜಿ ಗಾಢ ಸ್ನೇಹದಲ್ಲಿ ಲೀನವಾಗತೊಡಗಿದ್ದರು.

5

ಆಸ್ಪತ್ರೆಯ ಹಿಂದೆ ಉಚ್ಚೆ ಹೊಯ್ಯಲು ಹೋದಾಗಲೇ ಬೋಳು ತಲೆಯೊಂದು ಕಾಣಿಸಿತ್ತು. ಉದ್ದಕೂದಲ ಸಾಕಮ್ಮನ ಆಕಾರ ದಿಟ್ಟಿಸುತ್ತಿದ್ದವರು.. ಹೌದು ಅಲ್ಲ ಹೌದು ಅಲ್ಲ ಎನ್ನುತ್ತ ಇಬ್ಬರೂ ಮತ್ತೆ ಬೋಳು ತಲೆಯನ್ನು ಹುಡುಕುವಷ್ಟರಲ್ಲಿ ಹಿಂದಿನ ಗೇಟಿನಿಂದ ಆ ಆಕೃತಿ ಕೈಯಲ್ಲೊಂದು ಬ್ಯಾಗು ಹಿಡಿದು ಮಾಯವಾದಂತಾಯಿತು. ಖಾತ್ರಿ ಪಡಿಸಿಕೊಂಡು ಅತ್ತ ಬಿರಬಿರನೆ ಕಾಲು ಹಾಕುವಷ್ಟರಲ್ಲಿ ಈವರೆಗೆ ತಾಳಿಕೊಂಡಿದ್ದ ಮಳೆ ಒಮ್ಮೆಲೆ ರಪರಪನೆ ಬಾರಿಸತೊಡಗಿತು. ನಿಚ್ಚಳವಿದ್ದದ್ದೆಲ್ಲ ಮಸುಕಾಗತೊಡಗಿತು. ಮಳೆಗೆ ಎದುರಾಗಿ ದೊಡ್ಡ ರಸ್ತೆಗಳ ಹತ್ತಾರು ವಾಹನಗಳ ದಾಟಿ ಓಡತೊಡಗಿದರು. ದುಗ್ಗಮ್ಮನ ಜಾತ್ರೆಯ ಜನಸಂದಣಿಯಲ್ಲಿ ಕೈಹಿಡಿದುಕೊಂಡು ಓಡುತ್ತಾ ದಬ್ಬಿ ಬೀಳಿಸಿದವರಿಗೆಲ್ಲಾ ಕೈಮುಗಿದು ಕ್ಷಮೆ ಕೇಳುತ್ತಾ ಹೈಸ್ಕೂಲು ಮೈದಾನದವರೆಗೂ ಓಡಿದ್ದರು.

ಕುರಿ ಉಡ್ಡಿಯಾಟದಲ್ಲಿ ರಂಗೇರಿದ್ದ ಹೈಸ್ಕೂಲು ಮೈದಾನದಲ್ಲೇ ಆ ಬೋಳುತಲೆ ಕಾಣೆಯಾಗಬೇಕೆ? ಆವೇಶದಲ್ಲಿದ್ದ ಜನ ಇವರ ಎಳೆದೆಳೆದು ಬಿಸಾಕಿದರು, ದಬ್ಬಿ ದೂಕಿ ತುಳಿದಾಡಿದರು. ಹೈರಾಣಾಗಿ ಹೋದವರ ಇನ್ನಷ್ಟು

ರಭಸದಿಂದ ಬಂದ ಮಳೆಯೇ ಕಾಪಾಡಿತ್ತು. ಮಳೆ ಹೊಡೆತಕ್ಕೆ ಮರದ ಕೆಳಗೆ ನಿಂತು ದಣಿವಾರಿಸಿಕೊಳ್ಳತೊಡಗಿದರು. ಬಾಳ ಸಂಗಾತಿ ಸಿಕ್ಕಳೇ, ತಪ್ಪಿಸಿಕೊಂಡಳೇ, ಬಾಳು ಬರಿದಾಯಿತೇ, ಬದುಕೇ ಮುಗಿದುಹೋಯಿತೇ ಎಂಬ ಪ್ರಶ್ನೆಗಳನ್ನು ತಮ್ಮತಮ್ಮ ಅರಿವಿನ ಪರಿಧಿಯಲ್ಲಿ ತಮಗೇ ಕೇಳಿಕೊಂಡರು. ಮಬ್ಬಿನ ತೆರೆಯೊಂದನ್ನು ಮೈದಾನವಿಡೀ ಹರಡಿದಂತೆ ಬೀಳುತ್ತಿದ್ದ ಮಳೆಯನ್ನೇ ದಿಟ್ಟಿಸುತ್ತಿದ್ದವರಿಗೆ, ದೂರದ ಮೂಲೆಯಲ್ಲಿ ಮಳೆಯನ್ನೂ ಬೋಳು ತಲೆ ದಾಟಿದ್ದ ಸೆರಗನ್ನೂ ಲೆಕ್ಕಿಸದೇ ಹೆಂಗಸೊಂದು ಓಡಿಹೋಗುತ್ತಿರುವ ದೃಶ್ಯ ಕಾಣಿಸಿತು. 'ಹೌದಲೇ.. ಹೌದು' ಅನ್ನುತ್ತ ಜೀವದ ಹಂಗು ಬಿಟ್ಟವರಂತೆ ಓಡಿದರು.. ಯಾವುದೋ ಬಸ್ಸು ಹತ್ತಿಕೊಂಡು ಮರೆಯಾದಂತೆ ಬಸ್ಸು ಕೈಗೆ ಸಿಗದೇ ತಪ್ಪಿಸಿಕೊಂಡಂತೆ ಕೆಸರ ರಾಡಿಯಲ್ಲಿ ಜಾರಿ ಬಿದ್ದು.. ರೇಜಿಗೆಗೆ ಸಿಟ್ಟಿಗೆದ್ದ ಜನ ಇವರ ಬೈದು.. ಅಂತೂ ಹತಾಶೆಯಿಂದ ದುರ್ಗದ ಬಸ್ಸಿನಲ್ಲಿ ಕೂತು ತಲೆ ಒರೆಸಿಕೊಳ್ಳುತ್ತಾ 'ಅಂತೂ ಬಾಳೇವು ಕೈ ಬಿಟ್ಹೋತು..' ಅಂತಾ ಹಲುಬತೊಡಗಿದರು.

ಹಿಂದಿನ ಸೀಟಿನಿಂದಲೇ ಮಗುವಿನ ಅಳುವಿನ ಸದ್ದು. ಒಮ್ಮೆಲೆ ಬೆಚ್ಚಿ ಎದ್ದು ಹಿಂದೆ ನೋಡಿದರು. ಬೋಳುತಲೆಯ ಸಾಕಮ್ಮ ಸೆರಗೆತ್ತಿ ಮೊಲೆಯುಣಿಸಲು ಯತ್ನಿಸಿ ಸೋತು ಅಂತೂ ಯಶಸ್ವಿಯಾಗಿ ಕಣ್ಣು ಮುಚ್ಚಿದ್ದ ದೃಶ್ಯ! ಮತಿ ಭ್ರಮಣೆಯ ವರ್ತುಳದಿಂದ ಅಂತೂ ಹೊರಬಂದಂತೆ ಅರಳಿದ್ದ ಅವಳ ಮುಖ ನೋಡಿ ಸಮಾಧಾನದ ನಿಟ್ಟುಸಿರಿಟ್ಟರು. ಮಾತನಾಡಿಸಿದರೆ ಓಡಿ ಹೋದಾಳೆಂದು ಇಬ್ಬರೂ ಅವಳ ಪಕ್ಕದ ಸೀಟಿನಲ್ಲಿ ಕೂತು ಅವಳ ದಿಟ್ಟಿಸತೊಡಗಿದರು.

ವೇಗದೊಳಗಿನ ಆವೇಗ

–ಮೌನೇಶ ಬಡಿಗೇರ

"ನಮ್ಮ ರಾಜ್ಯ ಎಷ್ಟು ಸುರಕ್ಷಿತ? ಅದರಲ್ಲೂ ದಿನದಿಂದ ದಿನಕ್ಕೆ ವೇಗವಾಗಿ ಬೆಳೆಯುತ್ತಿರುವ ರಾಜ್ಯದ ರಾಜಧಾನಿ ಬೆಂಗಳೂರು ಎಷ್ಟು ಸೇಫ್? ಇಷ್ಟು ದಿನ ಬರೀ ಕಾಶ್ಮೀರ, ದಿಲ್ಲಿ, ಮುಂಬೈಗಳಲ್ಲಿ ಕೇಳಿಬರುತ್ತಿದ್ದ ಬಾಂಬಿನ ಸದ್ದು, ಈಗ ನಮ್ಮ ನಿಮ್ಮ ಮನೆಯ ಅಕ್ಕಪಕ್ಕದಲ್ಲೇ ಕೇಳಿಬರುತ್ತಿದೆ. ಇಂಥಾ ಹೊತ್ತಿನಲ್ಲಿ ಎಲ್ಲೋ ಒಂದು ಕಡೆ ಸರ್ಕಾರ ನಾಗರಿಕರ ರಕ್ಷಣೆ ಮಾಡುವಲ್ಲಿ ವಿಫಲ ವಾಗಿದೆಯೇ ಅನ್ನೋ ಸಂಶಯ ಬರದೇ ಇರಲಾರದು. ವೀಕ್ಷಕರೇ ಈ ಎಲ್ಲ ಪ್ರಶ್ನೆಗಳಿಗೆ ಉತ್ತರಿಸಲು ಈಗ ನಮ್ಮ ಸ್ಟುಡಿಯೋದ ನೇರಪ್ರಸಾರದಲ್ಲಿ ಪ್ರಪ್ರಥಮ ಬಾರಿಗೆ ನಮ್ಮ ರಾಜ್ಯದ ಗೃಹಮಂತ್ರಿಗಳಿದ್ದಾರೆ. ನೀವು ಅವರೊಂದಿಗೆ ನೇರವಾಗಿ ನಿಮ್ಮ ಪ್ರಶ್ನೆಗಳನ್ನು ಕೇಳಬಹುದು... "ವಾರದ ಹಿಂದೆ ಸ್ಟುಡಿಯೋದಲ್ಲಿ ತಾನು ರಾಜ್ಯದ ಗೃಹಮಂತ್ರಿಗಳೊಂದಿಗೆ ಕೂತು ಮಾಡಿದ ಸಂದರ್ಶನದ ಮಾತು–ಚಿತ್ರಿಕೆಗಳು 'ಎಲ್ಲೋ ಒಂದು ಕಡೆ'ತೇಲಿಬರುತ್ತಿರುವಂತೆ ಇರುವಾಗ ಧಿಗ್ಗನೆ ಸಿಡಿದ ಸಿಡಿತಕ್ಕೆ ಮನೋಹರ ಎದ್ದು ಕುಳಿತ.

ಪ್ರತಿದಿನ ಮುಂಜಾನೆ ಅವನು ಏಳುತ್ತಿದ್ದದ್ದೇ ಪಕ್ಕದ ಮನೆಯ ಕುಕ್ಕರು ಕೂಗುವ ಸದ್ದಿನಿಂದ ಎಂದು ಹೇಳಿದರೆ ಸ್ವತಃ ಮನೋಹರನೇ ನಂಬಲಾರ ನೇನೋ! ದಿನಾ ಅವನು ಮಲಗುವಾಗ ಅವನ ಕಯ್ಯಿ ಯಾಂತ್ರಿಕವಾಗಿ ಮುಂಜಾನೆ ಆರೂವರೆಗೆ ಮೊಬೈಲಿನ ಅಲಾರಮ್ಮನ್ನು ಒತ್ತುತ್ತಿತ್ತಾದರೂ ಎಂದೂ ಅವನದಕ್ಕೆ ಎದ್ದಿದ್ದೇ ಇಲ್ಲ. ಬದಲಿಗೆ ಪಕ್ಕದ ಮನೆಯ ಕುಕ್ಕರು ಮೊದಲ ಸೀಟಿ ಹೊಡೆಯುವಾಗ ಅವನು ತನ್ನ ತನಿನಿದ್ರೆಯಿಂದಲೇ ಅದನ್ನು ಆಲಿಸುವನು. ಒಂದೆರಡು ಕ್ಷಣ ಬಿಟ್ಟು ಹೊರಡುವ ಎರಡನೇ ಸೀಟಿಗೆ ಈ ಭೂಮಂಡಲವನ್ನು ದಾಟಿ ಎಲ್ಲೆಲ್ಲೋ ಅನಾಮಿಕ ನೀಹಾರಿಕೆಗಳಲ್ಲಿ ಹರಿದಾಡುವ ಮಾಯಾಮನಸ್ಸು ಅವನ ಐದೂವರೆಯಡಿಯ ದೇಹಕ್ಕೆ ಬಂದು ಸೇರಿಕೊಂಡು ಮೆಲ್ಲನೆ ಮಿಸುಕಾಡುವನು. ಮತ್ತೆರಡು ಕ್ಷಣ ಕಳೆದದ್ದೇ ಹೊರಡುತ್ತಿದ್ದ ಮೂರನೇ ಸೀಟಿಗೆ ದೇಹದ ಮಾಂಸಖಂಡಗಳ ಮೂಲೆ

ಮೂಲೆಗೂ ಹರಿದಾಡುವ ಎಚ್ಚರ ನಿಚ್ಚಳವಾಗಿ ತಾನೀಗ ಏಳಬೇಕು ಎಂಬ ಮುನ್ಸೂಚನೆಯನ್ನು ಮಿದಿಳಿಗೆ ರವಾನಿಸುವುದು; ಏಳಬೇಕು ಎಂದವನು ನಿರ್ಧರಿಸುತ್ತಿದ್ದಂತೆ ಹೊರಡುತ್ತಿದ್ದ ನಾಲ್ಕನೇ ಸೀಟಿಯು 'ಇದು ನಿನ್ನ ಅಂತಿಮ ಕರೆ' ಎಂಬಂತೆ ಕೂಗಿ ಹೇಳುವುದು; ಆಗ-ಅವನು, ಸಂಪೂರ್ಣ ಭೂ ಮಂಡಲದ, ಭಾರತ ಎಂಬ ದೇಶದ, ಕರ್ನಾಟಕವೆಂಬೀ ರಾಜ್ಯದ, ಬೆಂಗಳೂರು ನಗರದ ಶ್ರೀನಗರವೆಂಬ ಕ್ಷೇತ್ರದ, ಮೂರನೇ ಮುಖ್ಯರಸ್ತೆಯ, ಎರಡನೇ ಗಲ್ಲಿಯ, ಎಂಭತ್ನಾಲ್ಕನೇ ಮನೆಯ, ನಾಲ್ಕನೇ ಫ್ಲೋರಿನ ಒಂದು ಕೋಣೆಯ ಮನೆಯ ಹಾಸಿಗೆಯ ಮೇಲೆ ಅಂಗಾತಬಿದ್ದು ಉಸಿರಾಡುತ್ತಿರುವ ಮನೋಹರನೆಂದು ಅವನಿಗೇ ಜಾಗೃತವಾಗಿ ಎದ್ದು ಮಗ್ಗುಲಲ್ಲೇ ಮಲಗಿರುವ ಮೊಬೈಲಿನ ಮೈಸವರಿ ಮನೆಯ ಹಾಲನ್ನೆಲ್ಲ ಬೆಳಗಿಸಿ ಸಮಯ ನೋಡುವನು. ಹಿಂದಿನ ರಾತ್ರಿ ತಾನೇ ಇಟ್ಟ ಆರೂವರೆಯ ಅಲಾರಮ್ಮನ್ನು ನಿಷ್ಕ್ರಿಯಗೊಳಿಸಿ ತನ್ನ ಮೊಬೈಲುಸಖನಿಗೆ ಇನ್ನು ತನ್ನನ್ನು ಎಬ್ಬಿಸುವ ಜವಾಬ್ದಾರಿಯಿಂದ ಮುಕ್ತಗೊಳಿಸುವನು.

ಆದರೆ ಇಂದು ಹಾಗಾಗಲಿಲ್ಲ ಎಂಬುದೇ ಅವನಿಗೊಂದು ವಿಚಿತ್ರ. ಎಲ್ಲೆಲ್ಲೋ, ಯಾವಯಾವುದೋ ಅನಾಮಿಕ ನೀಹಾರಿಕೆಗಳಲ್ಲಿ ಅಲೆದಾಡುತ್ತಿದ್ದ ಅವನ ಮಾಯಾಮನಸ್ಸು ಧಡಾಲೆಂದು ಅವನ ದೇಹಕ್ಕೆ ಝುಪ್ಪಿಸಿದಂತಾಗಿ ಇಹದ ದೇಹಕ್ಕೆ ಹೊಂದಿಕೊಂಡು ಇಂದ್ರಿಯಗಳಿಗೆ ತನ್ನ ಇರವನ್ನು ಹೇಳಲು ತಬ್ಬಿಬ್ಬಾದಂತಾಗಿತ್ತು. ಅಂಥ ಅವಾಕ್ಕಾದ ಆ ಅರೆಕ್ಷಣದ ನಿರ್ವಾತದಲ್ಲಿ ಒಂದು ಥರದ ಅಯೋಮಯ ಸ್ಥಿತಿ ಏರ್ಪಟ್ಟಿತು. ಒಂದೇ ಕ್ಷಣ. ಮತ್ತೆ ಅವನ ಮನಸ್ಸು ಪ್ರಜ್ಞೆಯಾಗಿ ಅವನ ಇಂದ್ರಿಯಗಳಿಗೆಲ್ಲ ಮೆಲ್ಲ ಹರಿದಾಡತೊಡಗಿದ ನಂತರ ಈಗ ತಾನೇನು ಮಾಡಬೇಕು ಎಂದು ಒಂದೂ ತಿಳಿಯದೆ ಬಲವಂತವಾಗಿ ಕಣ್ಣುಬಿಟ್ಟುಕೊಂಡು ನೋಡತೊಡಗಿದ. ಹೀಗೆ ಏನೂ ಮಾಡಲು ತೋಚದೇ ಇರುವಾಗಲೇ ಮಗ್ಗುಲಲ್ಲಿರುವ ಮೊಬೈಲುಸಖನ ನೆನಪಾಗುತ್ತದೆ ಅವನಿಗೆ. ಈಗಲೇ ಅಂತಲ್ಲ, ಕರೆಂಟುಬಿಲ್ಲು ಕಟ್ಟಲು ಕ್ಯೂ ನಿಂತಿರುವಾಗ ಉದ್ದುದ್ದದ ಕ್ಯೂನಲ್ಲಿ ನಿಂತ ಥರಹೇವಾರಿ ಜನಗಳ ನಡುವೆ ಅವರ ಮಾತು-ಕತೆಗಳಲ್ಲಿ ತಾನು ಹೇಗೆ ಸೇರಿಕೊಳ್ಳಬೇಕು? ಅಥವಾ ಸೇರಿಕೊಳ್ಳಬೇಕೇ ಬೇಡವೇ ಎಂಬ ದ್ವಂದ್ವದಲ್ಲಿ ಅವನಿಗೆ ಕಿಸೆಯಲ್ಲಿಯ ಈ ಆಪದ್ಬಾಂಧವ ನೆನಪಾಗುತ್ತಾನೆ; ಚಾನಲ್ಲಿನಲ್ಲಿಯ ಯಾವುದೋ ಲೈವ್ ಪ್ರೋಗ್ರಾಮಿನಲ್ಲಿ 'ಈಗ ಒಂದು ಸಣ್ಣವಿರಾಮದ ನಂತರ ಮತ್ತೆ ವಾಪಸ್ಸಾಗು ತ್ತೇವೆ' ಎಂದು ಹೇಳಿದ ನಂತರ ಏರ್ಪಡುವ ಒಂದು ನಿರ್ವಾತ ಘಳಿಗೆಯಲ್ಲಿ

ಅವನಿಗೆ ಮತ್ತೆ ಕಿಸೆಯಲ್ಲಿನ ಈ ಸಖನ ನೆನಪಾಗುತ್ತದೆ; ಯಾರಿಗೋ ಕಾಯುತ್ತ ನಿಂತಿರುವಾಗ, ಅಂಗಡಿಗೆ ಹೋಗಿ ಕೊತ್ತಂಬರಿಸೊಪ್ಪು ತರುವಾಗ, ಮೂಲೆಯಂಗಡಿಯ ಬದಿಯ ನೆರಳಿನಲ್ಲಿ ಗದ್ದಲದ ನಡುವೆ ಸಿಗರೇಟು ಎಳೆಯುವಾಗ, ಬಸ್ಸಿನಲ್ಲಿ ಕಾಣುವ ಚಂದದ ಹುಡುಗಿಯರನ್ನು ಮತ್ತೆಮತ್ತೆ ಕದ್ದು ನೋಡಬೇಕು ಎನಿಸಿದಾಗ, ಸಿಗ್ನಲ್ಲಿನಲ್ಲಿ ನಿಧಾನವಾಗಿ ತನ್ನನ್ನೇ ಗುರಿಯಾಗಿಟ್ಟುಕೊಂಡು ಬರುವ ಭಿಕ್ಷುಕಿಯಿಂದ ತಪ್ಪಿಸಿಕೊಳ್ಳುವಾಗ-ಹೀಗೆ ಇಂತಹ ಎಲ್ಲ ನಿರ್ವಾತ ಘಳಿಗೆಗಳಲ್ಲೂ ತನ್ನ ಚಿಪ್ಪಿನೊಳಗೆ ಸೇರಿಕೊಳ್ಳುವ ಆಮೆಯಂತೆ ಅವನು ತನ್ನ ಮೊಬೈಲುಸಖನ ಆಂತರ್ಯದಲ್ಲಿ ಸೇರಿಕೊಂಡುಬಿಡುತ್ತಾನೆ. ಹಾಗೆ ಇಂದಿನ ಈ ಮುಂಜಾನೆಯಲ್ಲಿ ಧಿಡೀರನೆ ಎಚ್ಚರಾದ ತನ್ನನ್ನು ಹೇಗೆ ಸಂಭಾಳಿಸಿಕೊಳ್ಳಬೇಕೋ ತಿಳಿಯದೆ ದೇಹದ ಭಾಗದ ಚಲನೆಯಷ್ಟೆ ಸಹಜವಾಗಿ ಅವನ ಕೈಗಳು ತನ್ನ ದಿಂಬಿನ ಮಗ್ಗುಲಲ್ಲಿ ಎಲ್ಲೋ ಸೇರಿಕೊಂಡಿದ್ದ ಆ ಕಿರುಕಿಂಡಿಯನ್ನು ಆ ಕತ್ತಲಲ್ಲೇ ತಡಕಾಡತೊಡಗಿದವು. ಕಯ್ಗೆ ಹತ್ತಿದ್ದೇ ತಡ ಕಳೆದುಹೋದ ತನ್ನ ದೇಹದ ಭಾಗವೇ ಬಂದು ಕೂಡಿಕೊಂಡಿತೇನೋ ಎಂಬಂತೆ ಅದನ್ನು ಹೊರಗೆಳೆದು ಲಘುಬಗೆಯಿಂದ ಅದರ ಮೈಸವರಿದನು. ಹೊತ್ತಲ್ಲದ ಹೊತ್ತಿನಲ್ಲಿ ಒಡೆಯನ ಸ್ಪರ್ಶಕ್ಕೆ ಅವನ ಮೊಬೈಲು ಸಖನೂ ಒಮ್ಮೆ ಮೆಲ್ಲನೆ ಬೆಚ್ಚಿ ಮನೆಯನ್ನು ಬೆಳಕುಮಾಡಿತು.

ಮೊಬೈಲು ಬೀರಿದ ಮಂದಬೆಳಕಿನಲ್ಲಿ ನಿಧಾನವಾಗಿ ಕಣ್ಣುಬಿಟ್ಟು ಸುತ್ತಲೂ ನೋಡಿದ. ಪಕ್ಕದ ಮನೆಯ ಕುಕ್ಕರಿನ ಸೀಟಿಸದ್ದಿನ ಕ್ರಿಯಾವಿಧಿಯ ಮೂಲಕ ಹಂತಹಂತವಾಗಿ ಅವನ ಗಾಳಿತೊಗಲೊಳಗೆ ಬಂದು ಸೇರುತ್ತಿದ್ದ ಮನೋಹರನ ಮಾಯಾಮನಸ್ಸು ಇಂದು ಮಾತ್ರ ಯಾವುದೋ ಕ್ಷುದ್ರಗ್ರಹವೊಂದು ರುಮ್ಮನೆ ಬಂದು ಭೂಮಿಗೆ, ಅದರಲ್ಲೂ ತಾನು ಮಲಗಿರುವ ಈ ಶ್ರೀನಗರದ ಗಲ್ಲಿಯ ನಾಲ್ಕನೇ ಫ್ಲೋರಿನ ಮನೆಯ ಗೋಡೆಗೇ ಬಂದಪ್ಪಳಿಸಿತೇನೋ ಎಂಬಂತೆ ಥರಗುಟ್ಟುತ್ತಿತ್ತು! ಇತ್ತೀಚೆಗಷ್ಟೆ ನಾಸಾದ ವಿಜ್ಞಾನಿಗಳು ಆ ಕ್ಷುದ್ರಗ್ರಹದ ಪಥವನ್ನು ಬದಲಿಸಿ ಭೂಮಿಯಿಂದ ದೂರ ಹಾದುಹೋಗುವಂತೆಯೋ ಅಥವಾ ಅದು ಭೂಮಿಯ ಕಕ್ಷೆಗೆ ಬರುತ್ತಿದ್ದಂತೆಯೇ ಉರಿದುಹೋಗುವ ಹಾಗೆಯೋ ಮಾಡುತ್ತಾರೆಂದು ಚಾನಲ್ಲಿಗೆ ಒಂದು ಎಕ್ಸ್‌ಕ್ಲೂಸಿವ್ ಸ್ಟೋರಿ ಮಾಡಿದ್ದು ನೆನಪಾಯಿತು ಅವನಿಗೆ. ಆ ಕ್ಷಣದಲ್ಲೇ ಅವನಿಗೆ ಅದರ ಎಲ್ಲ ಚಿತ್ರಿಕೆಗಳೂ ಶಬ್ದ ಪರಿಣಾಮಗಳ ಜೊತೆಗೆ ಕಣ್ಣಮುಂದೆ ಹಾದುಹೋಯಿತು. ಇದೊಂದು ಕಾರ್ಯಕ್ಕೇ ಭೂಮಂಡಲದ ಬಲಿಷ್ಠರಾಷ್ಟ್ರಗಳೆಲ್ಲ ಸೇರಿ ಕೋಟ್ಯಂತರ ಡಾಲರುಹಣವನ್ನು ಸುರಿದು,

ನೂರಾರು ವಿಜ್ಞಾನಿಗಳ ಕಣ್ಣಿಗೆ ಎಣ್ಣೆಬಿಟ್ಟಿದ್ದರು. ಅವರು ಎಷ್ಟೋ ವರ್ಷಗಳಿಂದಲೂ ಇಂದೋ ನಾಳೆಯೋ ಬಂದಪ್ಪಳಿಸಬಹುದಾದ ಆ ಕ್ಷುದ್ರಗ್ರಹವನ್ನು ಬಡಿದೋಡಿಸುವಲ್ಲಿ ಹಗಲು–ರಾತ್ರಿ ಕಣ್ಣೆವೆ ಮಿಟುಕಿಸದೆ ಆಕಾಶ ನೋಡುತ್ತಾ ಕೂತಿದ್ದರು. ಹೀಗಿರುವಾಗ ಇವರೆಲ್ಲರ ಕಣ್ತಪ್ಪಿಸಿ ಅದು ಭೂಮಿಗೆ ಬಡಿದಿರಬಹುದಾದ ಸಾಧ್ಯತೆಯನ್ನು ಅವನು ನಿರಾಕರಿಸಿದ. ಸುಮತಿಯಿದ್ದಿದ್ದರೆ ಎಂಥಾ ಸರಹೊತ್ತಿನಲ್ಲೇ ಆಗಲಿ, ಗಲ್ಲಿಯ ಯಾವುದೇ ಮನೆಯ ಗೇಟಿನ ಸದ್ದಾದರೂ ತನ್ನನ್ನು ಎಬ್ಬಿಸಿ ಕಿಟಕಿಯ ಪರದೆ ಸರಿಸಿಯೋ, ಬಾಗಿಲು ತೆರೆಸಿಯೋ, ಎರಡುಹೆಜ್ಜೆ ಮೆಟ್ಟಿಲಿಳಿಸಿ ಕಳಿಸಿ ನೋಡಹಚ್ಚುತ್ತಿದ್ದಳು. ಈಗ ಅವಳೇನಾದರೂ ಇದ್ದಿದ್ದರೆ ಆ ಸದ್ದು ಬರುವ ಮುಂಚೆಯೇ ತನ್ನನ್ನು ಎಬ್ಬಿಸಿಕೂರಿಸುತ್ತಿದ್ದಳೋ ಏನೋ; ನಾಸಾದ ವಿಜ್ಞಾನಿಗಳಂತೆ! ಎಂದೆಲ್ಲ ಯೋಚಿಸುತ್ತ ಈಗ ಅವಳೂ ಇಲ್ಲದ್ದನ್ನು ಅರಿತ ಅವನ ಮನಸ್ಸು ಒಮ್ಮೆ ಆ ಮೊಬೈಲು ಬೆಳಕಿನಲ್ಲೇ ಸುತ್ತಲೂ ಒಮ್ಮೆ ಕಣ್ಣೋಡಿಸಿತು. ತಾನು ಮಲಗಿದ ಹಾಲಿನ ಒಂದು ಗೋಡೆಯ ಬಣ್ಣ ಮಾಸಲಾಗಿ ಬಿರುಕುಬಿಟ್ಟಂತೆ ಅಸ್ಪಷ್ಟವಾಗಿ ಅವನಿಗೆ ಕಂಡಿತು. ಅರೆ! ಇದೇನಿದು ಎಂದು ಎದ್ದು ಟ್ಯೂಬ್ಲೈಟಿನ ಸ್ವಿಚ್ಚು ಒತ್ತಬೇಕು–ಅಷ್ಟರಲ್ಲೇ ಮನೆಯ ಬಾಗಿಲು ಬಡಿದ ಸದ್ದಾಯಿತು. 'ಸಾರ್ ಸಾರ್... ಸಾರ್ ಸಾರ್'ಮನೋಹರ ಒಂದು ಕ್ಷಣ ಬೆಚ್ಚಿಬಿದ್ದಂತಾದರೂ ಸಾವರಿಸಿಕೊಂಡು ಎದ್ದು ಹೋಗಿ ಬಾಗಿಲ ಬದಿಗೇ ಇದ್ದ ಕಿಟಕಿ ಪರದೆ ಸರಿಸಿ ನೋಡಿದರೆ ಪಕ್ಕದ ಮನೆಯ ಕ್ಯಾಬ್‌ಡ್ರೈವರ್ ಮೂರ್ತಿ! ಮುಂಜಾನೆಯ ನಸುಬೆಳಗಿನಲ್ಲಿ ಅವನ ಮುಖ ಗಾಬರಿಯಿಂದ ಇನ್ನೇನು ಅತ್ತುಬಿಡುತ್ತದೆಯೇನೋ ಎಂಬಂತಿತ್ತು. ಮನೋಹರ ಬಾಗಿಲು ತೆರೆದವನೇ, 'ಯಾಕ್ರೀ ಏನಾಯ್ತು?' ಎಂದ. 'ಸಾರ್ ಬೇಗ ಬನ್ನಿ ಸಾರ್ ಬೇಗ, ಪ್ಲೀಸ್ ಕುಕ್ಕರ್ ಬ್ಲಾಸ್ಟ್ ಆಗ್ಬಿಟ್ಟಿದೆ' ಎಂದು ತಾನು ಅವಸರವಸರವಾಗಿ ಮುನ್ನಡೆದ. ಮನೋಹರನಿಗೆ ಒಂದು ಕ್ಷಣ ತಾನು ಇದುವರೆಗೂ ನೆನೆದ ವಿಚಾರಗಳ ಹಕೀಕತ್ತೆಲ್ಲ ಗೊತ್ತಾದಂತಾಗಿ ಲಗುಬಗನೆ ಒಂದು ಲುಂಗಿ ಸುತ್ತಿಕೊಂಡು ಎಂದೂ ಹೊಕ್ಕಿರದ ತನ್ನ ಮನೆಯ ಪಕ್ಕದ ಮೂರ್ತಿಯ ಮನೆಹೊಕ್ಕ.

* * *

ಮೂರ್ತಿ ಅದು ಯಾವ ಮೂರ್ತಿಯೋ ಅವನಿಗೇ ಮರೆತುಹೋಗಿದೆ ಎಂಬಷ್ಟು ಅವನ ಹೆಸರು ಮೂರ್ತಿ ಎಂದು ಕೀರ್ತಿಯಾಗಿದೆ. ಬೆಂಗಳೂರಿನಂಥ ಹೊತ್ತುನಿಲ್ಲದ ನಗರಗಳಲ್ಲಿ ತುತ್ತು ಹೊಂಚಿಕೊಳ್ಳಲು ಬಂದ ಕೋಟ್ಯಾನುಕೋಟಿ ಜೀವಜಂತುಗಳಲ್ಲಿ ಈ ಮೂರ್ತಿಯೂ ಒಬ್ಬ. ಶ್ರವಣ

ಬೆಳಗೊಳದ ಪುಟ್ಟ ಊರಿನಿಂದ ಬೆಂಗಳೂರಿಗೆ ಬಂದ ಮೂರ್ತಿ ಮೊದ ಮೊದಲು ಮಣ್ಣೋ, ಮರಳೋ, ಕಬ್ಬಿಣವೋ, ಫರ್ನಿಚರ್ರೋ ಇಂಥ ತೂಕದ ಸಾಮಾನುಗಳನ್ನು ಹೊರುವ ಲಗೇಜು ಆಟೋಗಳನ್ನು ಓಡಿಸುತ್ತಿದ್ದನು. ಅವನ ಸ್ಪೀಡಿಗೆ ಆ ಲಗೇಜು ಆಟೋ ಕಿರ್ರೋ ಎಂದು ಅಳುತ್ತಿತ್ತು. ಎಷ್ಟೇ ಕಿವಿ ತಿರುವಿದರೂ ಎಮ್ಮೆಯಂತೆ ಮೈಎಳೆಯುತ್ತ ಸಾಗುವ ಆ ಲಗೇಜು ಆಟೋ ಓಡಿಸುವ ಕಾಯಕ ಅವನಿಗೆ ಬಹಳಬೇಗ ಬೋರುಬಂದು ಪ್ಯಾಸೆಂಜರ್ ಆಟೋ ಓಡಿಸತೊಡಗಿದ. ಆಟೋ ಬಾಡಿಗೆ, ರೂಮು ಬಾಡಿಗೆಗಳಿಗೆಲ್ಲ ಇದರಿಂದ ಬರುವ ವರಮಾನ ಸಾಲದೆ ಎರಡು ಟ್ರಿಪ್ಪುಗಳಲ್ಲಿ ಶಾಲಾಮಕ್ಕಳನ್ನು ಸಾಗಿಸುವ ಕೆಲಸವನ್ನೂ ಸೇರಿಸಿಕೊಂಡ. ಮಕ್ಕಳನ್ನು ಆಟೋದ ಮೂಲೆ ಮೂಲೆಯಲ್ಲೂ ತುರುಕಿಕೊಂಡು ಮನೆಯಿಂದ ಶಾಲೆ, ಶಾಲೆಯಿಂದ ಮನೆಗೆ ಎಂದು ಅವನ ಆಟೋ ರಸ್ತೆಯ ಗಲ್ಲಿಗಲ್ಲಿಗಳಲ್ಲಿ ಓಡುತ್ತಿದ್ದರೆ ಎದುರು ಬರುತ್ತಿದ್ದವರು ಒಂದು ಕ್ಷಣ ಜೀವ ಕೈಯಲ್ಲಿ ಹಿಡಿದುಕೊಳ್ಳಬೇಕಾಗಿಬರುತ್ತಿತ್ತು.

ಆಟೋದ ಕನ್ನಡಿಗೆ ತೂಗುಹಾಕಿದ ಮಕ್ಕಳ ಊಟದ ಕ್ಯಾರಿಯರುಗಳು, ಬ್ಯಾಗುಗಳು ರಸ್ತೆ ತಿರುವುಗಳಲ್ಲಿ ಆಟೋ ತಿರುಗುತ್ತಿದ್ದ ಸ್ಪೀಡಿಗೆ ಎದುರು ಬರುವವರಿಗೆ ಬೀಸಿಬೀಸಿ ಹೊಡೆಯುತ್ತಿತ್ತು. ಮೂರ್ತಿಯ ಆಟೋ ಬರುತ್ತಿದೆ ಎಂದು ತಿಳಿದ ತಕ್ಷಣ ಎಲ್ಲರೂ ಒಮ್ಮೆ ದೂರ ಸರಿದುನಿಂತು ದಾರಿಬಿಟ್ಟು ಕೊಡುತ್ತಿದ್ದರು. ಹಲವರು ಈ ಕಾರಣಕ್ಕೇ ಅವನೊಂದಿಗೆ ಜಗಳ ಮಾಡಿದ್ದೂ ಇದೆ; ಕಯ್ಕಯ್ ಮಿಲಾಯಿಸಿದ್ದೂ ಇದೆ. ಆದರೆ ಒಳಗೆ ಕೂತ ಮಕ್ಕಳಿಗೆ ಮಾತ್ರ ಇದ್ಯಾವುದೂ ಎಂದೂ ಭಯಗೊಳಸುವ ಸಂಗತಿಯಾಗಿರಲಿಲ್ಲ. ಛೋಟಾ ಭೀಮ್, ಬಾಲ್‌ಗಣೇಶ್, ಹ್ಯಾರಿ ಪಾಟರ್, ಸೂಪರ್ ಮ್ಯಾನ್‌ಗಳ ಸ್ಟಂಟುಗಳನ್ನು ನೋಡಿ ತಾವೂ ಹಾಗೆ ಮಾಡಬೇಕೆಂದು ಮನಸಾದರೂ ಶಾಲೆ-ಮನೆಗಳಲ್ಲಿ ಎಂದೂ ಮಾಡಲಾಗದ ಅಸಹಾಯಕತೆಯಲ್ಲಿರುವ ಮಕ್ಕಳಿಗೆ ಮೂರ್ತಿಮಾಮಾನ ಆಟೋನೇ ಕಾರ್ಯಕ್ಷೇತ್ರವಾಯಿತು. ರಸ್ತೆಯ ಜಗಳಗಳಲ್ಲಿ ತೋಳುಮಡಚುತ್ತ ನಿಲ್ಲುತ್ತಿದ್ದ ಮೂರ್ತಿಮಾಮಾನನ್ನು ತಮ್ಮ ಸಿನಿಮಾದ ನಾಯಕನೆಂದೇ ಕಲ್ಪಿಸಿಕೊಳ್ಳುತ್ತಿದ್ದರು. ಅಂಥ ಹೀರೋನಿಗೆ ಎಲ್ಲಾದರೂ ತೊಂದರೆಯಾದರೆ ಸ್ವತಃ ತಾವೇ ಅವನ ಪರ ರಸ್ತೆಕಾಳಗಕ್ಕೆ ನಿಂತುಬಿಡುತ್ತಿದ್ದರು! ಈ ಮಕ್ಕಳ ಸೈನ್ಯವನ್ನು ಕಂಡು ಗಲಿಬಿಲಿಗೊಳ್ಳುವ ಎದುರಾಳಿ ಸುಮ್ಮನೆ ತನ್ನ ದಾರಿ ತಾನು ಹಿಡಿದು ಮರೆಯಾಗುವನು. ಇಂಥ ಹಲವು ಸಂದರ್ಭಗಳಲ್ಲೇ ಮಕ್ಕಳಿಗೆ ಬೆಂಗಳೂರಿನ ಹಲವು ಗಲ್ಲಿಗಲ್ಲೀ ಮಾತುಗಳು, ಬೈಗುಳಗಳೂ ಅಭ್ಯಾಸವಾದದ್ದು. ಇಂಥಾ ಬೈಗುಳಗಳಿಗೆ ತುತ್ತಾದ

ಅಪ್ಪ-ಅಮ್ಮಂದಿರು ಇದೆಲ್ಲಕ್ಕೂ ಕಾರಣ ಮೂರ್ತಿಯ 'ಆಟೋಟೋಪ'ಗಳೇ ಎಂದರಿತು ತಮ್ಮ ಮಕ್ಕಳನ್ನು ಅವನ ಆಟೋದಲ್ಲಿ ಕಳಿಸುವುದನ್ನು ನಿಲ್ಲಿಸಿ ಬಿಟ್ಟರು.

ಬೆಳಿಗ್ಗೆ ಸಂಜೆ ಶಾಲೆಯ ಟ್ರಿಪ್ಪು ಹೊಡೆಯುವುದರ ಜೊತೆಗೆ ಮಧ್ಯದ ಬಿಡುವಿನಲ್ಲಿ ಜನರಲ್ಲು ಟ್ರಿಪ್ಪುಗಳನ್ನು ಹೊಡೆಯುತ್ತಿದ್ದನು ಮೂರ್ತಿ. ಮೂರ್‍ನಾಕು ಕಿಲೋಮೀಟರು ಅಂತರದ ಪ್ಯಾಸೆಂಜರುಗಳನ್ನು ಅವನು ಎಂದೂ ಹತ್ತಿಸಿಕೊಳ್ಳುತ್ತಿರಲಿಲ್ಲ. ಮೆಜೆಸ್ಟಿಕ್ಕೋ, ಮಾರ್ಕೆಟ್ಟೋ, ಬಾಣಸವಾಡಿಯೋ, ವೈಟ್‌ಫೀಲ್ಡೋ ಹೀಗೆ ತಾನಿರುವ ಸ್ಥಳದಿಂದ ದೂರದೂರ ಹೋಗ ಬಯಸುವವರಿಗೆ ಸಾರಥಿಯಾಗಲು ಬಯಸುತ್ತಿದ್ದನು ಮೂರ್ತಿ. ಹೋದ ಮಾರ್ಗದಲ್ಲೇ ಮರಳಿ ಮರಳಿ ಹೋಗಲು ಅವನಿಗೆ ಇಷ್ಟವಿದ್ದಿದ್ದಿಲ್ಲ. ಹೊಸ ಹೊಸ ಮಾರ್ಗಗಳನ್ನು ಅನ್ವೇಷಿಸುತ್ತಿದ್ದನು. ಶಾರ್ಟ್‌ಕಟ್ಟು, ಒನ್ವೇ, ಗಲ್ಲಿ, ಸಂದಿ, ಸ್ಲಮ್ಮು, ಹೀಗೆ ಅವನ ವೇಗಕ್ಕೆ ಮಿತಿಯೇ ಇರಲಿಲ್ಲ. ಹಾಗಾಗಿಯೇ ತುಂಬ ವಯಸ್ಸಾದವರನ್ನು ಅವನು ತನ್ನ ಆಟೋದಲ್ಲಿ ಹತ್ತಿಸಿಕೊಳ್ಳಲು ಕೊಂಚ ಹಿಂದೆ ಮುಂದೆ ನೋಡುತ್ತಿದ್ದನು. ಒಳಗೆ ಕೂರುವ ಪ್ಯಾಸೆಂಜರುಗಳು ಅವನ ಆಟೋ ಓಡುವ ಸ್ಪೀಡಿಗೆ ತಮ್ಮ ಗುಂಡಿಗೆಯ ಸ್ಪೀಡನ್ನೂ ಅಡ್ಜಸ್ಟು ಮಾಡಿಕೊಳ್ಳಬೇಕಿತ್ತು.

ಅವನ ಆಟೋ ಹಾರದ ಸಿಗ್ನಲ್ಲುಗಳಿಲ್ಲ. ನುಗ್ಗದ ಗಲ್ಲಿಗಳಿಲ್ಲ. ಆದರೂ ಯಾಕೋ ಮೂರ್ತಿಗೆ ಆ ಸ್ಪೀಡು ಸಾಲದು ಎನಿಸುತ್ತಿತ್ತು. ಹಾಗೆ ಅವನಿಗೆ ಪದೇಪದೇ ಅನ್ನಿಸುವಾಗಲೇ ಒಂದು ಘಟನೆ ಜರುಗಿತು: ತನ್ನ ಕಾರುಕೆಟ್ಟು ಪರಿತಪಿಸುತ್ತ ನಿಂತಿದ್ದ ಯಾವುದೋ ಚಾನಲ್ಲಿನ ರಿಪೋರ್ಟರೊಬ್ಬ ಆಟೋ ಹುಡುಕುತ್ತ, ಸಿಕ್ಕ ಆಟೋಗಳೆಲ್ಲ ಅವನ ತುರ್ತಿಗೆ ಬರಲು ಒಪ್ಪದೆ ಇರುವಾಗ ಅವರಿಗೆಲ್ಲ ಬಯ್ಯುತ್ತ, ನಿಂತಿದ್ದವನಿಗೆ ಆಕಸ್ಮಿಕವಾಗಿ ಮೂರ್ತಿ ಎದುರಾದ. ಅಷ್ಟು ಹೊತ್ತಿಗೆ ಆ ರಿಪೋರ್ಟರನಿಗೆ ರೋಸಿಹೋಗಿತ್ತು. ಪದೇಪದೇ ಗಡಿಯಾರ ನೋಡಿಕೊಳ್ಳುತ್ತ ತಾನಿನ್ನು ಹೋಗಬೇಕಾದ ತನ್ನ ಗಮ್ಯದ ಕುರಿತೇ ಅನುಮಾನ ಮೂಡಿ ಆ ಅನುಮಾನ ಅಸಹನೆಗೆ ತಿರುಗಿ ಸಿಡಿಮಿಡಿಯಿಂದಲೇ ಮೂರ್ತಿಗೆ ಕೇಳಿದ, 'ನೋಡಪ್ಪ ಇಪ್ಪತ್ತು ನಿಮಿಷದಲ್ಲಿ ನನ್ನ ವಿಧಾನಸೌಧಕ್ಕೆ ಬಿಡೋಕ್ಕೆ ಆಗುತ್ತ? ಫಾಸ್ಟಾಗ್ ಹೋಗಬೇಕು. ಇಂಪಾರ್ಟೆಂಟ್ ನ್ಯೂಸ್ ಇದೆ. ಎಲ್ಲೂ ನಿಲ್ಲಿಸಬೇಡ. ಪೋಲೀಸು ಅಂತೆಲ್ಲ ಹೆದರಬೇಡ. ಆಗುತ್ತಾ? ಮೀಟರಿ ದಿಯಾ? ಆಗುತ್ತೆ ಅಂದ್ರೆ ಹೇಳು ಆಟೋ ಹತ್ತುತೀನಿ.' ಮೂರ್ತಿ ಹೆಚ್ಚು ಮಾತನಾಡದೆ 'ಹತ್ತೀ ಸಾರ್, ಹತ್ತಿ. ಹತ್ತೀ ಸಾರ್' ಎಂದು ಒಳಗೆ ಹತ್ತುತ್ತಿದ್ದ ಆ ರಿಪೋರ್ಟರನಿಗೆ ಪಕ್ಕದಲ್ಲಿ ಅಂಟಿಸಿಕೊಂಡಿದ್ದ ಸ್ಟಿಕ್ಕರ್‍ನ್ನು ತೋರಿಸಿದ.

ಕೈ ಮುಗಿದು ಏರು ಇದು ಕನ್ನಡದಾ ತೇರು. ಮೀಟರಿದ್ರೆ ಸಾರು ಈ ಕನ್ನಡಿಗನ ಖದರ್ರು! ಇದನ್ನು ನೋಡಿ ಕುಹಕದಿಂದ ಮುಸಿನಗುತ್ತ ಅವನು ಒಳಗೆ ಕೂಡುತ್ತಿದ್ದಂತೆ ಕಿರಕ್ಕನೆ ಮೀಟರು ತಿರುಗಿಸಿದ ಮೂರ್ತಿ 'ನಿಮ್ಮ ವಾಚಲ್ಲಿ ಟೈಮ್ ನೋಡ್ಕಳಿ ಸಾರ್' ಎಂದು ರುಮ್ಮನೆ ಆಟೋದ ಕಿವಿತಿರುವಿದನು. ಯಾವ ಸಿಗ್ನಲ್ಲು, ಟ್ರಾಫಿಕ್ಕು, ಯಾವುದಕ್ಕೂ ನಿಲ್ಲದೆ ಮೂರ್ತಿಯ ತೇರು ಸಂದಿ ಒಳಸಂದಿಗಳನ್ನೆಲ್ಲಾ ನುಸುಳಿ ವಿಧಾನಸೌಧದ ಹೆಬ್ಬಾಗಿಲ ಬಳಿ ಬಂದು ನಿಂತಾಗ ಹದಿನೆಂಟು ನಿಮಿಷಗಳಾಗಿತ್ತು! ಯಾರನ್ನು ಕೇಳಿದರೂ ಕನಿಷ್ಠ ನಲವತ್ತೈದು ನಿಮಿಷ ಬೇಕೇಬೇಕು ಎಂದು ಹೇಳಿ ಆಲಸಿಗಳಂತೆ ಹೋಗುತ್ತಿದ್ದ ಆಟೋದವರ ನಡುವೆ ಮೂರ್ತಿ ಆ ರಿಪೋರ್ಟರನಿಗೆ ವಿಚಿತ್ರವಾಗಿ ಕಂಡ. ಅವನ ಬೆನ್ನು ತಟ್ಟಿ, 'ಶಹಬ್ಬಾಸ್... ಏನ್ರೀ ಅದು ನಿಮ್ಮ ಸ್ಪೀಡು. ಸ್ಸಾರಿ ಖದರ್ರು?!' ಎಂದು ನಗಾಡಿ ಇನ್ನೂರು ರುಪಾಯಿ ತೆಗೆದು ಕೊಟ್ಟು 'ಅದ್ಯಾಕ್ರೀ ಈ ತಡಕಲಾಂಡಿ ಆಟೋ ಓಡುಸ್ತಾ ಇದ್ದೀರಾ? ನಿಮ್ಮಂತೋರು ನಮ್ಮಂಥ ನ್ಯೂಸ್ ಚಾನಲ್ಲುಗಳಲ್ಲಿ ಇರಬೇಕು. ಕಾರ್‌ಡ್ರೈವಿಂಗ್ ಬರುತ್ತಾ? ಮೊದಲು ಕಾರ್‌ಡ್ರೈವಿಂಗ್ ಕಲೀರಿ. ನಿಮಗೆ ನಮ್ಮ ಚಾನಲ್ ಕ್ಯಾಬ್ ಓಡಸೋಕೆ ಇಷ್ಟ ಇದ್ರೆ, ತೊಗೋಳ್ಳಿ. ಇವರನ್ನ ಕಾಂಟ್ಯಾಕ್ಟ್ ಮಾಡಿ. ನಾನೂ ಮಾತಾಡತೀನಿ ಬೇಕಾದ್ರೆ. ಬಂದ್ಬಿಡಿ.' ಎಂದು ತನ್ನ ಹಾಗೂ ತಮ್ಮ ಚಾನಲ್ಲಿನ ಕ್ಯಾಬ್ ಮ್ಯಾನೇಜರನ ವಿಸಿಟಿಂಗ್‌ಕಾರ್ಡು ತೆಗೆದುಕೊಟ್ಟು ಹೊರಟುಹೋದನು.

ಈ ಘಟನೆಯಿಂದ ಒಳಗೊಳಗೇ ಪುಳಕಿತನಾದ ಮೂರ್ತಿ ತನ್ನ ಸ್ಪೀಡಿಗೆ ಏನಿದ್ದರೂ ನ್ಯೂಸ್ ಚಾನಲ್ಲುಗಳ ಕಾರೇ ಸರಿ ಎಂದು ನಿರ್ಧರಿಸಿದ. ದಿನವೂ ಅವನಿಗೆ ಕಾರಿನ ಕನವರಿಕೆಯೇ ಆಯಿತು. ಎರಡೇ ತಿಂಗಳಲ್ಲಿ ಕಾರ್ ಡ್ರೈವಿಂಗನ್ನು ಕರತಲಾಮಲಕ ಮಾಡಿಕೊಂಡ. ರಿಪೋರ್ಟರು ಕೊಟ್ಟು ಹೋಗಿದ್ದ ವಿಸಿಟಿಂಗ್ ಕಾರ್ಡನ್ನು ಹಿಡಿದು ಚಾನಲ್ಲಿಗೆ ಹೋಗಿ ಕೆಲಸವನ್ನೂ ಗಿಟ್ಟಿಸಿಕೊಂಡ. ಅಲ್ಲಿಂದ ಮೂರ್ತಿಯ ಬದುಕಿನ ಸ್ಪೀಡು ಇನ್ನೊಂದು ಮಜಲಿಗೆ ಏರಿತು.

ಇಂಥ ಸಂಕ್ರಮಣ ಕಾಲದಲ್ಲೇ ಮೂರ್ತಿಯ ವೈಯಕ್ತಿಕ ಬದುಕಿನ ಸ್ಪೀಡಿನಲ್ಲೂ ಕೊಂಚ ಬದಲಾವಣೆಗಳಾದವು. ಅವನ ಸ್ಪೀಡಿಗೆ ಬ್ರೇಕು ಹಾಕಲೆಂದೋ ಅಥವಾ ಆಕ್ಸಿಲರೇಟ್ ಮಾಡಲೆಂದೋ ಆ ಭಗವಂತ ಅವನಿಗೆ ಕಾರಿನ ಜೊತೆಗೆ ಮದುವೆ ಎಂಬ ಹೊಸ ವಾಹನವನ್ನೂ ಕೊಟ್ಟನು. ಈ

ಎರಡನ್ನೂ ಮೂರ್ತಿ ತುಂಬ ಆನಂದ, ಉತ್ಸಾಹದಿಂದ ಎದುರು ನೋಡ ತೊಡಗಿದನು.

* * *

ಮೂರ್ತಿಯ ಕೈಹಿಡಿದು ಬಂದ ಹುಡುಗಿ ಚಂದ್ರಿಕಾ ದೂರದಿಂದ ಮೂರ್ತಿಗೆ ಸಂಬಂಧಿಯೇ ಆಗಬೇಕು. ಆಗಷ್ಟೆ ಚನ್ನರಾಯಪಟ್ಟಣದ ಸರ್ಕಾರೀ ಕಾಲೇಜಿನಲ್ಲಿ ಪೀಯೂಸೀ ಮುಗಿಸಿಕೊಂಡು ಮುಂದೇನು ಎಂದು ಕಣ್ಣರಳಿಸುವ ಹೊತ್ತಿಗೆ ಅವಳಿಗೆ ಮೂರ್ತಿಯ ಜೊತೆಗೆ ಮದುವೆ ನಿಶ್ಚಯ ಮಾಡಿದರು. ಮದುವೆಯ ಮುಂಚಿನ ಹೊಸತರಲ್ಲಿ ಒಂದೆರಡು ಸಲ ಮೂರ್ತಿ ಚಾನಲ್ಲಿನ ಕಾರನ್ನೇ ಚಂದ್ರಿಕಾಳ ಮನೆಗೆ ತಂದು ಅದರಲ್ಲಿ ಅವಳನ್ನು ಮತ್ತವಳ ಗೆಳತಿಯರನ್ನು ಕೂರಿಸಿಕೊಂಡು ಹಾಸನ, ಚನ್ನರಾಯಪಟ್ಟಣವನ್ನೆಲ್ಲಾ ಸುತ್ತಾಡಿಸಿದನು. ಒಳ್ಳೆ ಬಸ್ಟ್ಯಾಂಡ್ ಹೋಟೇಲಿನಲ್ಲಿ ಇಷ್ಟಗಲದ ಕಲ್ಲುಹೆಂಚಿನ ಮೇಲೆ ಕಣ್ಣು ಮುಚ್ಚಿ ತೆಗೆಯುವುದರೊಳಗೆ ದೋಸೆ ಹಾಕುವ ಪರಮೇಶನಂತೆ ಮೂರ್ತಿ ಸ್ಟೇರಿಂಗನ್ನು ರುಮ್ಮನೆ ತಿರುಗಿಸಿ ಕಾರನ್ನು ಹಠಾತ್ತನೆ ಹೊಳ್ಳಿಸಿ ಬಿಡುತ್ತಿದ್ದದ್ದನ್ನು ಕಂಡು ಚಂದ್ರಿಕಾಳಿಗೆ ಒಮ್ಮೆ ಹೃದಯವೇ ಕಿತ್ತು ಕೈಗೆ ಬಂದಷ್ಟು ಗಾಭರಿಯೆನಿಸಿತ್ತು. ಅವಳು ಅಲ್ಲೇ ಇದ್ದರೂ ಅದುವರೆಗೂ ನೋಡಿರದ ಶ್ರವಣಬೆಳಗೊಳದ ಗೊಮ್ಮಟೇಶ್ವರನನ್ನು ತೋರಿಸಿಕೊಂಡು ಬಂದನು. ಅವಳು ಮತ್ತವಳ ಗೆಳತಿಯರು ಬೇಕುಬೇಕೆಂದ ತಿಂಡಿ ಕೊಡಿಸಿದನು. ಅವಳಿಗಂತಲೇ ಬೆಂಗಳೂರಿನ ಜಯನಗರದಿಂದ ತಂದ ಹೊಸಬಗೆಯ ಟಾಪುಗಳನ್ನು ಅವಳ ಗೆಳತಿಯರಿಗೂ ತಿಳಿಯದಂತೆ ಕೊಟ್ಟುಬಂದಿದ್ದನು. ಅಲ್ಲಿಯವರೆಗೂ ಮದುವೆಯ ಕುರಿತು ಅಷ್ಟೇನೂ ಆಸಕ್ತಳಾಗಿರದ ಚಂದ್ರಿಕಾ, ಮೂರ್ತಿಯ ನಿರ್ಮಲ ಪ್ರೇಮಕ್ಕೆ ಕರಗಿ ಖುಷಿಯಿಂದ ತನ್ನ ಮದುವೆಯನ್ನು ಎದುರು ನೋಡತೊಡಗಿದಳು. 'ಕರ್ನಾಟಕ ನ್ಯೂಸ್ 24/7' ಎಂದು ಬರೆಯಲಾದ ಮೂರ್ತಿಯ ಇಂಡಿಕಾ ಕಾರು ಮನೆಯ ಮುಂದೆ ಬಂದು ನಿಲ್ಲುವುದನ್ನೇ ದಾರಿಕಾಯತೊಡಗಿದಳು.

ಆಗಷ್ಟೆ ಸೇರಿದ ತನ್ನ ಬಿಡುವಿರದ ಕೆಲಸದ ನಡುವೆಯೂ ಅಂತೂ ಸರಳವಾಗಿ ಮದುವೆ ಮಾಡಿಕೊಂಡು ಚಂದ್ರಿಕಾಳನ್ನು ಬೆಂಗಳೂರಿಗೆ ಕರೆತಂದ ಮೂರ್ತಿಗೆ ಮದುವೆಯ ಮಾರನೆ ದಿನವೂ ಅರ್ಜಂಟ್ ಕಾಲುಗಳಿದ್ದವು. ಅವನ ಮೊಬೈಲಂತೂ ಬಿಡುವಿರದೆ ವಟಗುಟ್ಟುತ್ತಿರುತ್ತಿತ್ತು. ಚಂದ್ರಿಕಾಳೂ ಕೂಡ ಗಂಡನ ಕರ್ತವ್ಯನಿಷ್ಠೆಗೆ ಬೆರಗಾಗಿ ಅವನನ್ನು ಅಣಿಗೊಳಿಸಿ ಕಳಿಸಿಕೊಡುತ್ತಿದ್ದಳು. ಮನೆಗೆ ಒಂದೊಂದೇ ಸಾಮಾನುಗಳನ್ನು ಹೊಂಚಿ ಕೊಂಡುತಂದು ಇಷ್ಟು

ದಿನ ರೇಲ್ವೇ ಪ್ಲಾಟ್‌ಫಾರ್ಮಿನಂಥಿದ್ದ ಪುಟ್ಟ ರೂಮನ್ನು ಹೆಣ್ಣಿರುವ ಮನೆಯನ್ನಾಗಿ ಮಾಡಿದಳು. ಅವಳಿಗೆ ಎಷ್ಟೋ ಅಡುಗೆಗಳನ್ನು ಮೂರ್ತಿಯೇ ಖುದ್ದು ಹೇಳಿಕೊಟ್ಟನು. ಬರೀ ದಬರಿಯಲ್ಲೇ ಅನ್ನ ಬೇಯಿಸುತ್ತಿದ್ದ ಚಂದ್ರಿಕಾಳಿಗೆ ಏಳು ಲೀಟರಿನ ಹೊಸಾ ಕುಕ್ಕರನ್ನು ತಂದು 'ಇದರಲ್ಲಿ ಮಾಡಬೇಕು ಕಣೇ... ಅಡುಗೆ ಎಷ್ಟು ಸ್ಪೀಡಾಗಿ ಆಗುತ್ತೆ ಗೊತ್ತಾ!' ಎಂದು ತಾನೇ ಮುಂದೆನಿಂತು ಹೇಳಿ ಕೊಟ್ಟಿದ್ದನು. ಕುಕ್ಕರಿನಲ್ಲಿ ಮಾಡಿ ಅಭ್ಯಾಸವಿಲ್ಲದ ಚಂದ್ರಿಕಾಳಿಗೆ ಅದರಲ್ಲಿ ಮಾಡಿದ ಅಡುಗೆ ಮಿಜಿಮಿಜಿ ಆಗಿಬಿಡುತ್ತದೆ ಎಂದಿದ್ದರೂ ಗಂಡನ ಸ್ಪೀಡಿನ ಮಂತ್ರದ ಮುಂದೆ ಅವಳ ಮಿಜಿಮಿಜಿ ನಡೆಯಲಿಲ್ಲ. ಭಯದಿಂದಲೇ ಕುಕ್ಕರಿನಲ್ಲಿ ಬೇಯಿಸುವುದನ್ನು ಕಲಿತಳು.

ನ್ಯೂಸ್ ಚಾನಲ್ಲಿನ ಇಂಡಿಕಾ ಕಾರಿನ ಕೆಲಸ ಮೂರ್ತಿಯ ಸ್ಪೀಡಿಗೆ ಪೈಪೋಟಿಯೊಡ್ಡುತ್ತಾ ಸದಾ ಅವನ ಉತ್ಸಾಹವನ್ನು ಕಾಪಿಟ್ಟಿತ್ತು. ಮೂರು ಗಂಟೆಗಳ ಹಾದಿಯನ್ನು ಕೇವಲ ಒಂದು ಗಂಟೆಯಲ್ಲಿ ತಲುಪುತಿದ್ದನು ಮೂರ್ತಿ. ಹಾಗಾಗಿ ಚಾನಲ್ಲಿನಲ್ಲಿಯೂ ಅವನ ಬೇಡಿಕೆ ಹೆಚ್ಚಿತು. ಯಾವುದೇ ಎಮರ್ಜನ್ಸಿ ಸ್ಪಾಟುಗಳಿಗೆ ನ್ಯೂಸ್ ಕವರೇಜುಗಳನ್ನು ಮಾಡಲು ಎಲ್ಲಾ ರಿಪೋರ್ಟರುಗಳ ಬಾಯಲ್ಲಿ ಮೂರ್ತಿಯ ಹೆಸರೇ ಮುಂದೆಬರುತ್ತಿತ್ತು. ಅವನ ಈ ಸ್ಪೀಡಿನ ಖಯಾಲಿಯಿಂದಲೇ ಚಾನಲ್ಲಿಗೆ ಕೆಲವು ಅಮೂಲ್ಯವಾದ ವಿಜುವಲ್ಲುಗಳು, ಸ್ಟೋರಿಗಳು, ಸಿಕ್ಕವು. ಅವೆನ್ಯೂ ರೋಡಿನ ಪ್ರಖ್ಯಾತ ಬಟ್ಟೆ ಅಂಗಡಿಯೊಂದಕ್ಕೆ ಬೆಂಕಿತಗುಲಿದ ದೃಶ್ಯಗಳಿರಬಹುದು, ಯೂಬಿ ಟವರ್ರಿನ ತುದಿಯಿಂದ ಅರ್ಧಗಂಟೆಗೂ ಮಿಕ್ಕಿ ಸತಾಯಿಸಿ ಕೆಳಗೆ ಧುಮುಕಿ ಆತ್ಮಹತ್ಯೆ ಮಾಡಿಕೊಂಡ ಕಾಲೇಜು ಪ್ರೇಮಿಯ ನೇರದೃಶ್ಯಾವಳಿಗಳಿರಬಹುದು, ಲೋಕಾಯುಕ್ತದವರು ಗುಪ್ತವಾಗಿ ನಡೆಸಿದ ದಾಳಿಗಳಿರಬಹುದು, ಚಿನ್ನಸ್ವಾಮಿ ಕ್ರೀಡಾಂಗಣದ ಪ್ರವೇಶದಲ್ಲಿ ಉಗ್ರರು ಅಡಗಿಸಿಟ್ಟಿದ್ದರು ಎನ್ನಲಾದ ಹುಸಿ ಬಾಂಬಿನ ಸ್ಫೋಟವಿರಬಹುದು–ಹೀಗೆ ಅಮೂಲ್ಯವಾದ ಸ್ಟೋರಿಗಳನ್ನು ಪ್ರೇಕ್ಷಕರಿಗೆ ಮೊದಲು ತಲುಪಿಸುವ ಚಾನಲ್ಲಿನ ಮೇಲ್ಮೆಯಲ್ಲಿ ಮೂರ್ತಿಯ ಪಾಲು ಬಹಳವಿತ್ತು ಎಂಬುದು ಕ್ರಮೇಣ ಉಳಿದ ಚಾನಲ್ಲುಗಳಿಗೂ ಗುಟ್ಟಾಗಿ ಉಳಿಯಲಿಲ್ಲ. ಇಂಥ ಸಾಹಸದ ಕೆಲಸಗಳಿಗಾಗಿ ಎಲ್ಲರಿಂದಲೂ ಮೂರ್ತಿಯು ಮೆಚ್ಚುಗೆಯ, ಹೊಗಳಿಕೆಯ ಸುರಿಮಳೆಯಿಂದ ತೋಯ್ದುಹೋಗಿದ್ದನು. ಆದರೆ ಇವ್ಯಾವುವೂ ಅವನಿಗೆ ಕೋಡುಮೂಡಿಸಲಿಲ್ಲ. ಬದಲಿಗೆ ಎಲ್ಲಾ ಮೆಚ್ಚಿಗೆಗಳನ್ನೂ ಒಂದು ಮಂದಸ್ಮಿತದಲ್ಲಿ ಸ್ವೀಕರಿಸಿ ಮರೆತು ಮತ್ತೆ ತನ್ನ ಸ್ಪೀಡಿನ ಅಮಲಿನಲ್ಲೇ ತಲ್ಲೀನನಾಗಿಬಿಡುತ್ತಿದ್ದನು.

ಇವನ ಇಂಥ ರೋಚಕ ಕಾರುಚಲಾವಣೆಯಿಂದಲೇ ಅವನಿಗೆ ಬಿಡುವಿಲ್ಲದ ಕೆಲಸವೂ ಬೀಳುತ್ತಿತ್ತು. ಹಲವು ಬಾರಿ ಅವನಿಗೆ ಇಡೀ ದಿನ ಸರಿಯಾಗಿ ನಿಂತು ಊಟ ಮಾಡಲೂ ಪುರಸೊತ್ತು ಸಿಗುತ್ತಿದ್ದಿಲ್ಲ. ಅಲ್ಲೀಇಲ್ಲೀ ಬೀಡಾ ಅಂಗಡಿಯಲ್ಲಿ ಒಂದು ಗಳಿಗೆ ನಿಲ್ಲಿಸಿದವನೇ ಎರಡು ಬಾಳೇಹಣ್ಣು, ಒಂದು ಪಾಕೀಟು ಬಿಸ್ಕತ್ತು ಮತ್ತು ಅರ್ಧ ಪಾಕೀಟು ಸಿಗರೇಟು ಕೊಂಡು ಇಡೀ ದಿನ ಕಳೆದುಬಿಡುತ್ತಿದ್ದನು. ಇವನ ಕೆಲಸಕ್ಕೆ ಹೊತ್ತು, ಗೊತ್ತು, ಮನೆ, ಆಫೀಸು ಎಂಬ ಯಾವ ವ್ಯತ್ಯಾಸವೂ ಇರುತ್ತಿರಲಿಲ್ಲ. ಬಹುಶಃ ಪೋಲೀಸರೇನಾದರೂ ಅವನನ್ನು ಟ್ರೇಸ್ ಮಾಡಿ ಹಿಡಿಯಲು ಯತ್ನಿಸಿದರೆ ಅದು ಈ ಜನ್ಮದಲ್ಲೇ ಸಾಧ್ಯವಿರಲಿಲ್ಲ. ಅವರ ಟ್ರೇಸರಿಗೆ ಸಿಗದಷ್ಟು ಅವನ ಕಾರು ಇಡೀ ಬೆಂಗಳೂರು ಪೂರ್ತಿ ಓಡಾಡುತ್ತಿತ್ತು. ಈ ಕ್ಷಣ ಜಯನಗರದಲ್ಲಿದ್ದವನಿಗೆ ಹತ್ತುನಿಮಿಷ ಬಿಟ್ಟು ಕರೆಮಾಡಿದಲ್ಲಿ ಎಮ್ಜಿ ರೋಡಿನಲ್ಲಿರುತ್ತಿದ್ದನು. ತಾನು ಯಾವ ಕ್ಷಣ ಯಾವ ಸ್ಥಳದಲ್ಲಿರುತ್ತೇನೆ ಎಂದು ಸ್ವತಃ ಅವನಿಗಿರಲಿ ಜಗತ್ತಿನ ಎಲ್ಲ ಚಲನವಲನ ಗಳಿಗೂ ಕಾರಣೀಭೂತನಾದ ಆ ಭಗವಂತನಿಗೂ ಊಹಿಸುವುದು ಕಷ್ಟದ ಸಂಗತಿಯೇ ಆಗಿತ್ತು.

ಇಂಥ ಅವನ ಬಿಡುವಿರದ ಕೆಲಸ, ಸ್ಪೀಡಿನ ಖಯಾಲಿಯಿಂದಾಗಿಯೇ ಬರುಬರುತ್ತಾ ಅವನು ತನ್ನ ಮನೆಗೇ ಅಪರೂಪವಾಗತೊಡಗಿದನು. ಬೆಳಿಗ್ಗೆ ಆರುಗಂಟೆಗೆ ಮನೆಬಿಟ್ಟರೆ ಮನೆ ಸೇರುವುದು ಯಾವಾಗ ಎಂದು ಅವನ ಕಾರು ಮನೆಯ ಮುಂದೆ ಬಂದು ನಿಂತರೇ ಮಾತ್ರ ತಿಳಿದೀತು. ಹಾಗಾಗಿ ಇಡೀ ದಿನ ತನ್ನ ಜೊತೆಗಿರದ ಗಂಡನ ಕುರಿತು ಚಂದ್ರಿಕಾಳಿಗೆ ಒಳಗೊಳಗೇ ಅಸಹನೆಯುಂಟಾಗತೊಡಗಿತ್ತು. ಪ್ರಾರಂಭದಲ್ಲಿ ಅವನಿಗೋಸ್ಕರ ಮಧ್ಯಾಹ್ನದ ಅಡುಗೆ, ರಾತ್ರಿಯ ಅಡುಗೆ ಮಾಡಿಟ್ಟುಕೊಂಡು ಟೀವೀಹಚ್ಚಿಕೊಂಡು ಕಾಯು ತ್ತಿದ್ದವಳು, ಯಾವಾಗ ಅವನು ತನ್ನ ಹೊತ್ತಿನ ಅಡುಗೆಗೆ ನಿಲುಕದವನು ಎಂದು ತಿಳಿಯಿತೋ ಕ್ರಮೇಣ ಅವನ ದಾರಿಕಾಯುವುದನ್ನು ಬಿಟ್ಟುಬಿಟ್ಟಳು. ಅವನು ಮನೆಗೆ ಬಂದ ಕೂಡಲೇ ಹತ್ತುನಿಮಿಷದಲ್ಲಿ ಮಾಡಿದ ಅಡುಗೆಯನ್ನು ಬಿಸಿಮಾಡಿ ಬಡಿಸುತ್ತಿದ್ದಳು. ಹಾಗಾಗಿ ಮುಂಜಾನೆ ಅಷ್ಟುಹೊತ್ತಿಗೇ ಎದ್ದು ಕುಕ್ಕರಿನಲ್ಲಿ ಅಡುಗೆ ಮಾಡುವುದು ಚಂದ್ರಿಕಾಳಿಗೆ ಅಭ್ಯಾಸವಾಗಿಬಿಟ್ಟಿತು. ಮೂರ್ತಿಯೂ ಕೂಡ ಬೆಳಗ್ಗೆ ಆರೂವರೆಗೆ ಮನೆ ಬಿಡುವ ಮೊದಲೇ ಗಡದ್ದಾಗಿ ಹೆಂಡತಿಯ ಕೈಊಟ ಉಂಡು ಹೊರಡುತ್ತಿದ್ದುದರಿಂದ ಎಷ್ಟೇ ಕೆಲಸವಿದ್ದರೂ ಹಸಿವನ್ನು ನೀಗಿ ದುಡಿಯುವುದು ಸುಲಭವಾಯಿತು.

ಮನೆಯಲ್ಲೇ ಒಂಟಿಯಾಗಿ ಇದ್ದೂಇದ್ದೂ ಬೇಸರಾದಾಗ ಚಂದ್ರಿಕಾ ಕುವೆಂಪು ವಿಶ್ವವಿದ್ಯಾನಿಲಯದಲ್ಲಿ ಬೀಯೆ ಪರೀಕ್ಷೆ ಕಟ್ಟಿದಳು. ಅಷ್ಟಾಗಿಯೂ, ದಿನವೂ ಮುಂಜಾನೆ ಐದುಗಂಟೆಗೇ ಎದ್ದು ಗಂಡನಿಗೆ ಅಡುಗೆ ಮಾಡಿ ಅಭ್ಯಾಸವಾಗಿಹೋದ್ದರಿಂದ ಅವನು ಹೋದಬಳಿಕ ಅವಳಿಗೆ ಹಾಸಿಹೊದಿಯು ವಷ್ಟು ಖಾಲಿ ಸಮಯ ಉಳಿಯುತ್ತಿತ್ತು. ಅದನ್ನು ಸುಮ್ಮನೆ ಮನೆಯಲ್ಲಿ ಟೀವೀ ನೋಡುತ್ತ ಕಳೆಯುವ ಬದಲು ಎಲ್ಲಿಯಾದರೂ ಒಂದು ಸಣ್ಣಕೆಲಸಕ್ಕೆ ಸೇರಬಾರದೇಕೆ ಎನಿಸಿ ಮೂರ್ತಿಯನ್ನು ಕೇಳಿದಳು. ಮೂರ್ತಿಯೂ ಕೂಡ ಸರಿ ಎಂದಿದ್ದ. ಆದರೆ ಅವಳು ಹೇಳಿದ ಗಾರ್ಮೆಂಟು ಕೆಲಸಕ್ಕೆ ಕಳಿಸಲು ಮೂರ್ತಿ ಸುತಾರಾಂ ಒಪ್ಪಲಿಲ್ಲ. ಕಡೆಗೆ ಅವನೇ ತನಗೆ ಗೊತ್ತಿರುವವರ ಜೊತೆಗೆ ಮಾತನಾಡಿ ಏರ್‌ಟೆಲ್ ಸರ್ವೀಸ್ ಸೆಂಟರಿನಲ್ಲಿ ಕೆಲಸಕ್ಕೆ ಸೇರಿಸಿದನು. ಇಷ್ಟುದಿನ ಬರೀ ಸೀರೆ, ಚೂಡಿದಾರಗಳನ್ನು ಹಾಕಿ ಅಭ್ಯಾಸವಿದ್ದ ಚಂದ್ರಿಕಾ ಅಲ್ಲಿ ಪ್ಯಾಂಟುಶರ್ಟು ತೊಟ್ಟು ಗ್ರಾಹಕರಿಗೆ ಫೋನು ಮಾಡಿ ತಮ್ಮಕಂಪನಿಯ ಹೊಸ ಆಫರ್ರುಗಳ ಕುರಿತು ಮನವೊಲಿಸಿಕೊಳ್ಳುವುದು ಅವಳ ಕೆಲಸವಾಗಿತ್ತು. ಇದಕ್ಕಾಗಿ ಅವಳಿಗೆ ಆರುತಿಂಗಳ ಇಂಗ್ಲೀಷ್ ಟ್ರೇನಿಂಗನ್ನೂ ಕಂಪನಿಯೇ ಕೊಟ್ಟಿತು. ಅವಳ ಕಂಪನಿ ಸೆಂಟರಿಗೆ ಹತ್ತಿರವಾಗುವಂತೆ ಮನೆಯನ್ನೂ ಬದಲಾಯಿಸಿದ್ದಾಯಿತು.

ಹಾಗೆ ಮನೆಯನ್ನು ಹುಡುಕಿಕೊಂಡು ಕಡೆಗೆ ಬಂದದ್ದು ಮನೋಹರ ಬಾಡಿಗೆಗಿದ್ದ ಮನೆಯ ಪಕ್ಕದ ಮನೆಗೆ! ಮನೋಹರನಿಗೆ ಮೂರ್ತಿ ಅಪರಿಚಿತ ನೇನೂ ಅಲ್ಲ. ಇಬ್ಬರೂ ಕೆಲಸ ಮಾಡುವುದು ಬೇರೆಬೇರೆ ಚಾನಲ್ಲಿನಲ್ಲಾದರೂ ಅಲ್ಲೀ ಇಲ್ಲೀ ನ್ಯೂಸ್ ಕವರೇಜಿಗೆ ಅಂತ ಹೋಗಿದ್ದಾಗ ಭೇಟಿಯಾಗಿ ಇಬ್ಬರೂ ಟೀ ಕುಡಿದಿದ್ದರು. ಅದಲ್ಲದೆ ಮೂರ್ತಿಯ ಈ ಸ್ಪೀಡಿನ ಬಗ್ಗೆಯೂ ಮನೋಹರ ಅವರಿವರ ಬಾಯಲ್ಲಿ ಕೇಳಿದ್ದನು. ಆದರೆ ಈಗೀಗ ಮನೋಹರ ನಿಗೆ ನ್ಯೂಸ್‌ರೀಡಿಂಗು, ಪ್ರೋಗ್ರಾಮ್ ಪ್ರೊಡ್ಯೂಸಿಂಗಿನ ಕೆಲಸ ಬಿದ್ದು, ಹೊರಗೆ ರಿಪೋರ್ಟಿಂಗಿಗೆ ಹೋಗುವುದು ತಪ್ಪಿದ್ದರಿಂದ ಮೂರ್ತಿಯ ಭೆಟ್ಟಿ ಆಗಿರಲಿಲ್ಲ. ಮೂರ್ತಿಗಂತೂ ಮನೋಹರನ ಪಕ್ಕದ ಮನೆಯಲ್ಲಿ ಬಾಡಿಗೆಗೆ ಮನೆಸಿಕ್ಕಿದ್ದು ಸಂತೋಷವೇ ಆಯಿತು. ಯಾಕೆ ಅಂತ ಅವನಿಗೂ ಗೊತ್ತಿಲ್ಲ; ಹಾಗೇ ಮನೋಹರನಿಗೂ. ಮನೋಹರನಿಗೆ ಮೂರ್ತಿ ಪಕ್ಕದ ಮನೆಗೆ ಬಾಡಿಗೆ ಬಂದದ್ದರಿಂದ ಆದ ಒಂದು ದೊಡ್ಡ ಉಪಕಾರವೆಂದರೆ–ಬೆಳಗಿನ ಐದೂವರೆಯ ತನ್ನ ಮೊಬೈಲಿನ ಅಲಾರಾಮಿಗೆ ಎಂದೂ ಜಗ್ಗದ ನಿದ್ದೆಯಿಂದ ಅವನಿಗೇ ಗೊತ್ತಿಲ್ಲದಂತೆ ಅವನನ್ನು ಎಬ್ಬಿಸುವ ಜವಾಬ್ದಾರಿಯನ್ನು ವಹಿಸಿ

ಕೊಂಡ ಕುಕ್ಕರಿನ ಸೀಟಿಯು ಹೊಮ್ಮುತ್ತಿದ್ದದ್ದು ಇದೇ ಮೂರ್ತಿಯ ಮನೆಯಿಂದ!

* * *

ಆದರೆ ಇಂದು? ಲುಂಗಿಸುತ್ತಿಕೊಂಡು ಮೂರ್ತಿಯನ್ನೇ ಹಿಂಬಾಲಿಸುತ್ತ ಅವನ ಮನೆಯನ್ನು ಹೊಕ್ಕ ಮನೋಹರ ಕಣ್ಣುಜ್ಜಿಕೊಂಡು ಸುತ್ತಲೂ ನೋಡಿದ. ಒಂದು ದಿವಾನಕಾಟು, ಅದರ ಮೇಲೊಂದು ಹಾಸಿಗೆ, ಬೆಡ್‌ಶೀಟು, ದಿಂಬು. ಈಗಷ್ಟೆ ಯಾರೋ ಅಲ್ಲಿಂದ ಮೇಲೆದ್ದುಹೋದಂತೆ ಹರಡಿಕೊಂಡಿದೆ. ಕುಕ್ಕರು ಸಿಡಿದ ರಭಸಕ್ಕೆ ಹಾಲಿನ ಶೋಕೇಸಿನ ಗಾಜು, ಟೀವೀ ಗಾಜು ಒಡೆದುಹೋಗಿವೆ. ಮನೆ ಪೂರ್ತಿ ಬೆಂದ ಕಾಳು, ಬೀನ್ಸು, ಆಲೂಗಡ್ಡೆ, ಸೊಪ್ಪು, ಬೇಳೆ, ಅನ್ನ ಚೆಲ್ಲಾಪಿಲ್ಲಿಯಾಗಿಬಿದ್ದಿವೆ. ಅಡುಗೆ ಮನೆಹೊಕ್ಕರೆ ಮೂರ್ತಿಯ ಹೆಂಡತಿ ಚಂದ್ರಿಕಾ ಭಯಂಕರ ನರಳಾಟದಲ್ಲಿ ಒದ್ದಾಡುತ್ತಿದ್ದಾಳೆ. ಮುಖ, ಎದೆಗೆಲ್ಲ ಸಿಡಿದ ಕುಕ್ಕರು ಅವಳು ತೊಟ್ಟಿದ್ದ ಹಳದಿಬಣ್ಣದ ನೈಟಿಯನ್ನು ಕೆಂಪಾಗಿಸುತ್ತಿವೆ.

'ಅಡುಗೆ ಮಾಡಲು ಹೋದ ಗೃಹಿಣಿ ಸೇರಿದ್ದು ಜವರಾಯನ ಮನೆಗೆ!' ತಾನು ನೋಡುತ್ತಿದ್ದ ಮೂರ್ತಿಯ ಮನೆಯ ಚಿತ್ರವು ಯಾವುದೋ ನ್ಯೂಸ್ ಸ್ಟೋರಿಯ ಚಿತ್ರಿಕೆಗಳಂತೆ ಭಾಸವಾಗಿ ಆ ಕ್ಷಣದಲ್ಲೇ ಆ ಕಾರ್ಯಕ್ರಮಕ್ಕೆ ಒಂದು ರೋಚಕ ಟೈಟಲ್ಲೂ ಹೊಳೆದುಬಿಟ್ಟಿದ್ದು ಕಂಡು ಒಂದು ಕ್ಷಣ ಮನೋಹರನಿಗೇ ತನ್ನ ಬಗ್ಗೇ ಗಾಬರಿಯೆನಿಸಿತು. ಈಚೀಚೆಗೆ ಅವನಿಗೆ ಎಲ್ಲಾ ಬದುಕೂ, ಎಲ್ಲರ ಬದುಕೂ ಟೀವಿಯ ಯಾವುದೋ ಚಾನಲ್ಲಿನ ಯಾವುದೋ ನ್ಯೂಸಿನ ಸ್ಟೋರಿಗೆಂದೇ ನಡೆಯುತ್ತಿವೆಯೇನೋ ಎನಿಸುತ್ತಿದೆ! ಎಲ್ಲಿ ನೋಡಿದರಲ್ಲಿ ಅವನಿಗೆ ಇಂಟರೆಸ್ಟಿಂಗ್ ಸ್ಟೋರಿಯೇ ಕಾಣುತ್ತಿದೆ. ಹುಟ್ಟು, ಸಾವು, ಮದುವೆ, ವಿಚ್ಛೇದನ, ಪ್ರೀತಿ, ವಿರಹ, ಆತ್ಮಹತ್ಯೆ, ಹೀಗೆ ಎಲ್ಲವೂ ಅವನಿಗೆ ಒಂದು ಇಂಟರೆಸ್ಟಿಂಗ್ ಟೈಟಲ್ ಮತ್ತು ಪ್ರೋಮೋದ ಜೊತೆಗೆ ಬಿತ್ತರವಾಗುವ ಆಕರ್ಷಕ ಸ್ಟೋರಿ. ಮೊನ್ನೆ ಮೊನ್ನೆ ತನ್ನ ದೂರದ ಪರಿಚಿತರ ಮದುವೆಗೆಂದು ಹೋದವನಿಗೆ ತಿಳಿದದ್ದು–ಮದುಮಗಳಿಗೆ ಈಗಾಗಲೇ ಒಂದು ಮದುವೆಯಾಗಿ ಇಬ್ಬರು ಮಕ್ಕಳಿದ್ದಾರೆ ಎಂಬ ವಿಷಯ! ಅವನ ಕಣ್ಣಿಗೆ ಕಂಡದ್ದು–ಇಂಥ ಮೋಸದ ಮದುವೆಯನ್ನು ನಿಲ್ಲಿಸಿ ಮದುಮಗಳನ್ನು ಹಿಡಿದು ಹಿಗ್ಗಾಮುಗ್ಗಾ ಝಾಡಿಸುತ್ತಿದ್ದ ಮದುವೆಮನೆಯ ಕೋಲಾಹಲದ ದೃಶ್ಯಗಳು! ಅದನ್ನು ಕಂಡ ತಕ್ಷಣ ಅವನಿಗೆ ಹೊಳೆದದ್ದು, 'ಮಳ್ಳಿ ಮಳ್ಳಿ ನಿನ್ನ ಮಂಚಕ್ಕೆಷ್ಟೇ ಕಾಲು?' ಎಂಬ ಇಂಟರೆಸ್ಟಿಂಗ್ ಟೈಟಲ್! ಕಡೆಗೆ ಆ ಇಡೀ ಪ್ರಹಸನವನ್ನು ಸೆರೆಹಿಡಿದು

ಮೊದಲು ಬಿತ್ತರಮಾಡಿದ ಖ್ಯಾತಿ ಇವರ ಚಾನಲ್ಲಿಗೆ ಸಂದಿತು. ಅಲ್ಲಿ ಮದು ಮಗಳು ಎನಿಸಿಕೊಂಡ ತಾಯಿಹೆಣ್ಣು ಹಿಗ್ಗಾಮುಗ್ಗಾ ಹೊಡೆಸಿಕೊಳ್ಳುತ್ತಿರುವ ದೃಶ್ಯಗಳು; ತನ್ನ ತಾಯಿಯನ್ನು ಬಿಡಿಸಿಕೊಳ್ಳಲು ಗುಂಪಿನಲ್ಲಿ ಸಿಕ್ಕು ಅಳುತ್ತಾ ಒದ್ದಾಡುತ್ತಿರುವ ಪುಟ್ಟ ಕಂದಮ್ಮಗಳ ಆಕ್ರಂದನ; ಯಾವುವೂ ಮನೋಹರನಿಗೆ ನೆನಪಿಲ್ಲ. ಅವನಿಗೆ ಈಗಲೂ ನೆನಪಿರುವುದು ಅಂದು ಭಂಗನೆ ಹಾರಿದ ತಮ್ಮ ಚಾನಲ್ಲಿನ ಟೀಆರ್ಪೀ ರೇಟಿಂಗು ಮತ್ತು ಆ ಕಾರ್ಯಕ್ರಮದ ಆಕರ್ಷಕ ಟೈಟಲ್ ಮಾತ್ರ!

ಸ್ಟೋರಿಗಿಂತ ಮುಖ್ಯ–ಇಂಟರೆಸ್ಟಿಂಗ್ ಟೈಟಲ್ ಮತ್ತು ಪ್ರೋಮೋ ಎಂದು ಅವನಿಗೆ ಇಷ್ಟುವರ್ಷದ ಅವನ ನ್ಯೂಸುಬದುಕಿನ ಅನುಭವದಲ್ಲಿ ಎಂದೋ ಮನದಟ್ಟಾಗಿದೆ. ಈ ಎಲ್ಲದರ ನಡುವೆ ತನ್ನ ಅಂತಃಕರಣ ಬದುಕಿನ ಶಬ್ದ–ಬಣ್ಣ–ರೂಪ–ರಸ–ಗಂಧಗಳಿಗೆ ಮಿಡಿಯುವುದನ್ನೇ ಮರೆತುಹೋಗಿಬಿಟ್ಟಿದೆಯೇ ಎಂಬ ಪ್ರಶ್ನೆಯೂ ಅವನಿಗೆ ಆಗಾಗ ಕಾಡಿದ್ದಿದೆ. ಆದರೆ ದುರಂತವೆಂದರೆ ಮರುಕ್ಷಣವೇ ಆ ಪ್ರಶ್ನೆಯೂ ಎಲ್ಲಿ ಒಂದು ಇಂಟೆರೆಸ್ಟಿಂಗ್ ಸ್ಟೋರಿ ಯಾದೀತೇನೋ ಎನಿಸಿಬಿಟ್ಟು ಚಕ್ಕನೆ ತನ್ನ ಅಂತಃಕರಣದ ಬಟನ್ನನ್ನು ಅದುಮಿಕೊಂಡುಬಿಡುತ್ತಾನೆ!

ಎಂಟುವರ್ಷ ತನ್ನೊಂದಿಗೆ ಸಂಸಾರ ಮಾಡಿದ ಸುಮತಿ ತನ್ನನ್ನು ತೊರೆದು ಹೋದಾಗಲೂ ಅವನಿಗೆ ತನ್ನ ಅಂತಃಕರಣ ಮಿಡಿಯಲಿಲ್ಲ; ಬದಲಿಗೆ ಹೊಳೆದದ್ದು ಮತ್ತೊಂದು ಇಂಟರೆಸ್ಟಿಂಗ್ ಟೈಟಲ್! ತನ್ನ ವೈಯಕ್ತಿಕ ಬದುಕಿನ ಕ್ಷಣಗಳಿಗೂ ತನ್ನ ಮನಸ್ಸು ಟೈಟಲ್ ಕೊಟ್ಟು ಇಂಟರೆಸ್ಟಿಂಗ್ ಮಾಡುತ್ತ ಅದರ ಟೀಆರ್ಪೀ ರೇಟಿಂಗನ್ನು ಅಳೆಯಲು ಹೊರಟುಬಿಟ್ಟಾಗ ಅವನು ಒಮ್ಮೊಮ್ಮೆ ಇನ್ನಿಲ್ಲದ ಉದ್ವೇಗಕ್ಕೆ ಒಳಗಾಗುತ್ತಾನೆ.

* * *

'ಮುಂಡೇಗೆ ಬಡ್ಕೊಂಡೆ ಸಾರ್, ಒಲೆಮುಂದೆ ಮೊಬೈಲ್ ಹಿಡ್ಕೊಂಡು ನಿಂತ್ಕೊಬೇಡ್ವೇ ಅಂತಾ... ಅಯ್ಯೋ... ಕೇಳಬೇಕಲ್ಲಾ ಸಾರ್... ಅದ್ಯಾವ ಮುಂಡೇಮಗನ ಜೊತೆ ಚಕ್ಕಂದ ಹೊಡೀತಾ ಇದ್ದಳೋ... ಅಯ್ಯಪ್ಪಾ...'

ಎಂದು ಅಳುತ್ತಳುತ್ತ ಅವಳನ್ನು ಎತ್ತಿಕೊಂಡು ತನ್ನ ಇಂಡಿಕಾ ಕಾರಿಗೆ ಹಾಕಿಕೊಂಡ ಮೂರ್ತಿ. ಮನೋಹರನೂ ಅವನಿಗೆ ನೆರವಾಗುತ್ತ, ಅಥವಾ ಹೇಗೆ ನೆರವಾಗಬೇಕು ಎಂದು ಚಿಂತಿಸುತ್ತ ಅವನ ಜೊತೆಗೇ ಹೊರಟ. ಅಂಥ ಸಂದಿಗ್ಧದಲ್ಲೂ ಮನೋಹರನಿಗೆ ಈ ನ್ಯೂಸನ್ನು ಮೊದಲು ತಮ್ಮ ಚಾನಲ್ಲಿಗೆ ಫೋನು ಮಾಡಿ ಹೇಳಿಬಿಡಲೇ ಎಂದೊಮ್ಮೆ ಅನಿಸದೇ ಇರಲಿಲ್ಲ!

ಮನೋಹರನಿಗೆ ಡ್ರೈವಿಂಗ್ ಬಾರದ ಕಾರಣ ಅವಳನ್ನು ಹಿಂದಿನ ಸೀಟಿನಲ್ಲಿ ಮನೋಹರನ ತೊಡೆಯ ಮೇಲೆ ಹಾಕಿ ಮೂರ್ತಿಯೇ ಕಾರು ಓಡಿಸತೊಡಗಿದ!

ಈಗ ತನ್ನ ತೊಡೆಯ ಮೇಲೆ ಅಸಾಧ್ಯ ನೋವಿನಿಂದ ನರಳುತ್ತ ಮಲಗಿರುವ, ತನಗಿಂತ ಹತ್ತು ಹದಿನೈದು ವರ್ಷ ಕಿರಿಯವಳಾದ, ತೊಟ್ಟ ಹಳದಿ ನೈಟಿಯನ್ನೆಲ್ಲಾ ಕೆಂಪುಮಾಡಿಕೊಂಡಿರುವ ಚಂದ್ರಿಕಾಳನ್ನು ಮನೋಹರ ಕಂಪಿಸುವ ಕಣ್ಣುಗಳಿಂದ ಮೊದಲಬಾರಿಗೆ ಹೀಗೆ, ಇಷ್ಟು ಹತ್ತಿರದಿಂದ, ಇಂಥ ತತ್ತರದ ಸ್ಥಿತಿಯಲ್ಲಿ ನೋಡತೊಡಗಿದ–

* * *

ತನ್ನ ಮನೆಯ ಪಕ್ಕದಮನೆಗೆ ಬಾಡಿಗೆಗೆ ಬಂದು ಎರಡು ವರ್ಷಗಳಾಗಿದ್ದರೂ ಮನೋಹರನು ಒಮ್ಮೆಯೂ ಈ ಮೂರ್ತಿಯ ಹೆಂಡತಿ ಚಂದ್ರಿಕಾಳನ್ನು ಸರಿಯಾಗಿ ನೋಡಿಯೇ ಇರಲಿಲ್ಲ. ಮತ್ತವಳ ಬಗ್ಗೆ ಯಾವ ವಿಶೇಷ ಆಸಕ್ತಿಯೂ ಅವನಿಗೆ ಇದ್ದೇಯಿರಲಿಲ್ಲ. ಒಮ್ಮೆ ಇದ್ದಕ್ಕಿದ್ದಂತೆ ಅವನ ಮೊಬೈಲಿಗೆ ಒಂದು ಕರೆ ಬಂತು. ಅತ್ತ ಕಡೆಯಿಂದ ಒಂದು ಸುಮಧುರವಾದ ಹೆಣ್ಣಿನದನಿ: 'ಹಲೋ ಗುಡೀವನಿಂಗ್ ಸಾರ್, ಏರ್‌ಟೆಲ್‌ನಿಂದ ಕರೆಮಾಡ್ತಾ ಇದ್ದೀವಿ. ಒಂದು ಹೊಸ ಪೋಸ್ಟ್‌ಪೇಯ್ಡ್ ಸಿಮ್‌ಕಾರ್ಡ್ ಕನೆಕ್ಷನ್ ಫ್ರೀಯಾಗಿ ಕೊಡ್ತಾಇದ್ದೀವಿ ತೊಗೋತೀರಾ ಸಾರ್?' ಎಂದು ಕೇಳುತ್ತಿದ್ದಂತೆ ರೇಗಿದ ಮನೋಹರ, 'ಅಯ್ಯೋ ಫೋನಿಡಮ್ಮ ತಾಯಿ ಯಾವ ಸಿಮ್‌ಕಾರ್ಡೂ ಬೇಡ ಏನೂ ಬೇಡ'ಎಂದು ಇನ್ನೇನು ಲೈನ್ ಕಟ್‌ಮಾಡಬೇಕು ಅಷ್ಟರಲ್ಲೆ ಆ ಕಡೆಯಿಂದ 'ಹಲೋ, ಮನೋಹರ್ ಸಾರ್ ಅಲ್ವಾ?' ಎಂದು ಕೇಳಿತು ಆ ಹುಡುಗಿ. ಮನೋಹರನಿಗೆ ಎಲ್ಲಿಲ್ಲದ ಆಶ್ಚರ್ಯ. 'ಸಾರ್ ನಾನು ಚಂದ್ರಿಕಾ ಅಂತ. ಅದೇ, ನಿಮ್ಮನೇ ಪಕ್ಕದ ಮನೇಯವ್ರು. ಅದೇ ಮೂರ್ತಿ ಇದಾರಲ್ಲ ಸಾರ್? ಅವರ ವೈಫು ನಾನು. ಸಾರ್ ನಿಮ್ಮ ಪ್ರೋಗ್ರಾಮ್ ದಿನಾ ನೋಡ್ತೀನಿ ಸಾರ್ ನಾನು. ನೀವು ನ್ಯೂಸ್ ಓದೋ ಸ್ಟೈಲು, ನಿಮ್ಮ ವಾಯ್ಸು ನಂಗೆ ಬಾಳ ಇಷ್ಟ ಸಾರ್. ನಮ್ಮ ಮನೇಯವ್ರೂ ನಿಮ್ಮ ಬಗ್ಗೆ ಭಾಳ ಹೇಳಿದ್ದಾರೆ ಸಾರ್. ನಮ್ಮ ಸೆಂಟರ್‌ನಲ್ಲೆಲ್ಲಾ ನೀವು ನಮ್ಮ ಮನೇ ಪಕ್ಕಾನೇ ಇರೋದು ಅಂತ ಹೇಳಿದ್ದೀನಿ ಸಾರ್!' ಎಂದು ಒಂದೇ ಉಸಿರಿಗೆ ಮಾತನಾಡತೊಡಗಿದಳು. ಬರೀ ಸಿನಿಮಾ ಹೀರೋಗಳನ್ನು, ಸೀರಿಯಲ್ಲು ಆರ್ಟಿಸ್ಟುಗಳನ್ನು ಮಾತ್ರ ಆರಾಧಿಸುವವರ ನಡುವೆ ದಿನನಿತ್ಯದ ಕರ್ಮಕಾಂಡಗಳನ್ನು ವರದಿ ಒಪ್ಪಿಸುವ ತನ್ನಂಥ ರೋಬೋಟುಗಳನ್ನೂ ಆರಾಧಿಸುವ ಅಭಿಮಾನಿಯಿರುವುದು ಕಂಡು

ಮನೋಹರನಿಗೆ ಆಶ್ಚರ್ಯದ ಜೊತೆ ಹೆಮ್ಮೆಯೆನಿಸಿತು. ಹಾಗಾಗಿ ಅವಳೊಂದಿಗೆ ಬಹಳ ಕಟುವಾಗಿ ಮಾತನಾಡಲು ಅವನಿಗೆ ಮನಸ್ಸು ಬಾರದೆ ತುಸು ಸಲುಗೆಯಿಂದಲೇ ಮಾತನಾಡತೊಡಗಿದನು. ಬರುಬರುತ್ತಾ ಇದು ಒಂದು ಅಭ್ಯಾಸದಂತೆ ದಿನನಿತ್ಯ ಚಂದ್ರಿಕಾಳ ಹೊಗಳಿಕೆಯ ಫೋನು ಬಂದೇಬರ ತೊಡಗಿತು. ಕಛೇರಿಯಲ್ಲಿ ಯಾವುದೇ ಕೆಲಸವಿಲ್ಲದಿರುವಾಗ ಚಂದ್ರಿಕಾ ಮನೋಹರನಿಗೆ ಫೋನುಮಾಡಿ ಪದೇಪದೇ ಮಾತನಾಡತೊಡಗಿದಳು. ಮನೋಹರನೂ ಅವಳು ಆಫೀಸಿನಿಂದ ಕರೆಮಾಡುವ ನಂಬರನ್ನು ಸೇವ್ ಮಾಡಿಕೊಂಡು ಆ ಕರೆಗಾಗೇ ಕಾಯತೊಡಗಿದ. 'ಚೆನ್ನಾಗಿದ್ದೀರಾ? ಊಟಾ ಆಯ್ತಾ? ಕಾಫಿ ಆಯ್ತಾ? ಏನು ತಿಂದ್ರಿ? ಈಗ ಯಾವ ಪ್ರೋಗ್ರಾಮ್ ಮಾಡ್ತಾ ಇದ್ದೀರಿ? ಹೀಗೆ ಲೋಕಾಭಿರಾಮವಾಗಿ ಶುರುವಾದ ಮಾತುಗಳು ಕ್ರಮೇಣ ವೈಯಕ್ತಿಕ ಬದುಕಿನವರೆಗೂ ವಿಸ್ತರಿಸಿಕೊಳ್ಳುತ್ತ ಮಾತನಾಡುವ ಅವಧಿಯೂ ಹೆಚ್ಚಾಗುತ್ತಾ ಹೋಯಿತು. ಒಂದೊಂದು ದಿನವಂತೂ ಅದು ಒಂದು ಒಂದೂವರೆ ಗಂಟೆಯವರೆಗೂ ಹೋಗಿದ್ದಿದೆ. ಅಂಥ ದೀರ್ಘವಾದ ಮಾತು ಕತೆಗಳಲ್ಲಿ ಚಂದ್ರಿಕಾಳ ಒಳಗೆ ಮನೆಮಾಡಿದ್ದ ಮೂರ್ತಿಯೆಡೆಗಿನ ಅಸಮಾಧಾನದ ಎಳೆಗಳು ತುಂಬಾ ಢಾಳಾಗೇ ಕಾಣಿಸುತ್ತಿತ್ತು ಮನೋಹರನಿಗೆ.

* * *

'ಮದುವೆಯಾದ ಹೊಸತರಲ್ಲಿ ಪಿಕಪ್ಪು ಡ್ರಾಪಿನ ಸಲುವಾಗಿ ಮನೆಯ ಸಮೀಪ ಬಂದಿರುತ್ತಿದ್ದ ಮೂರ್ತಿ, ಮನೆಗೂ ಬಂದು ಚಂದ್ರಿಕಾಳನ್ನು ಹೊರಡಿಸಿಕೊಂಡು ಸಿನಿಮಾಕ್ಕೋ, ಹೋಟೇಲಿಗೋ ಕರೆದುಕೊಂಡು ಹೋಗು ತ್ತಿದ್ದನಂತೆ. ಅಂಥ ಆಕಸ್ಮಿಕ ಸಂತೋಷಗಳಿಂದ ಚಂದ್ರಿಕಾಳಿಗೆ ಹೊಸ ಹುರುಪು ಬರುತ್ತಿತ್ತಂತೆ. ಆದರೆ ಬರುಬರುತ್ತ ಗಂಡ ವರ್ಕೋಹಾಲಿಕ್ ಆದಂತೆ ಕಾಣ ತೊಡಗಿದನಂತೆ. ಮೊದಮೊದಲು ಮಧ್ಯಾಹ್ನ ಊಟಕ್ಕೆಂದು ಬರುತ್ತಿದ್ದವನು ಬರುಬರುತ್ತಾ ಬೆಳಿಗ್ಗೆ ಮನೆಬಿಟ್ಟರೆ ರಾತ್ರಿ ಯಾವ ಸರಹೊತ್ತಿನಲ್ಲಿ ಮನೆ ತಲುಪುತ್ತಾನೆ ಎಂದು ಹೇಳಲೂ ಬಾರದಂತೆ ಕಾಣೆಯಾಗಿಬಿಡುತ್ತಿದ್ದನಂತೆ. ಸರಿರಾತ್ರಿ ಮನೆಗೆ ಬಂದ ಮೇಲಾದರೂ ಹೊರಗಿನ ಎಲ್ಲಾ ಜಂಜಡಗಳನ್ನು ಮರೆತು ಖುಷಿಯಿಂದ ಹೆಂಡತಿಯೊಂದಿಗೆ ಇರುತ್ತಿದ್ದನೆಂದರೆ ಊಹೂಂ. ಅದೂ ಇಲ್ಲವಂತೆ. ನಿದ್ದೇಗಣ್ಣಿನಲ್ಲೇ ಎದ್ದು ಆಕಳಿಸುತ್ತಾ ಊಟಕ್ಕಿಡುತ್ತಿದ್ದ ಚಂದ್ರಿಕಾಳಿಗೆ ಗಂಡ ಏನಾದರೂ ಮಾತಾಡಬಹುದು, ಲಲ್ಲೆಗರೆಯಬಹುದು, ಕನಿಷ್ಠ ಊಟ ಹೇಗಿತ್ತು ಎಂದಾದರೂ ಹೇಳಬಹುದು ಎಂದು ಅನಿಸುತ್ತಿತ್ತಂತೆ. ಆದರೆ ಮೂರ್ತಿಗೆ ಬರೀ ನಾಳೆ ಮುಂಜಾನೆ ಮತ್ತೆ ಎಲ್ಲೆಲ್ಲಿ ತನ್ನ ಕಾರನ್ನು

ಸುತ್ತಿಸಬೇಕು ಎಂಬುದೇ ತಲೆಯೊಳಗೆ ಸುತ್ತುತ್ತಿರುತ್ತಿತ್ತಂತೆ. ಅವನ ಊಟವೂ ಕಾರು ಓಡಿಸಿದಷ್ಟೇ ಸ್ಪೀಡಂತೆ. ಚಕಚಕನೆ ಉಂಡು ಮುಗಿಸಿದವನೇ ಹೋಗಿ ಮಲಗಿಬಿಡುತ್ತಿದ್ದನಂತೆ. ಇವಳು ತಟ್ಟೆ ಎತ್ತಿಟ್ಟು ಬಂದು ನೋಡಿದರೆ ಅವನಾಗಲೇ ಗೊರಕೆಹೊಡೆಯುತ್ತಿರುತ್ತಿದ್ದನಂತೆ. ಒಂದು ಸಣ್ಣ ಅಪ್ಪುಗೆ, ಮುತ್ತು, ಸ್ಪರ್ಶ ಎಲ್ಲವೂ ಚಂದ್ರಿಕಾಳಿಗೆ ಕನಸೇ ಎಂಬಷ್ಟು ಅಪರಿಚಿತವಾಗಿ ಬಿಟ್ಟಿದ್ದವಂತೆ! ಅಪರೂಪಕ್ಕೊಮ್ಮೆ ಅವನ ಕಾರಿನ ಸ್ಪೀಡು ಕಡಿಮೆಯಾಗಿ, ಶೃಂಗಾರ ರಸೋನ್ಮಾದವೇರಿದಾಗ ಇಬ್ಬರೂ ಕಳೆದುಹೋದ ರೇಷನ್‌ಕಾರ್ಡು ಹುಡುಕಿದಂತೆ ಕೇಳಿಯಾಡುತ್ತಿದ್ದರಂತೆ. ಆದರೆ ಅದೂ ಕೂಡ ಗಂಟೆಗೆ ತೊಂಭತ್ತು ಕಿಲೋಮೀಟರು ವೇಗದಲ್ಲೇ ಇರುತ್ತಿತ್ತಂತೆ. ಅವಳಿನ್ನೂ ಕಾಮೋನ್ಮಾದದ ಅಖಾಡಕ್ಕೆ ಸಿದ್ಧಳಾಗುತ್ತಿರುವಂತೆಯೇ ಮೂರ್ತಿಯ ಆಟವೇ ಮುಗಿದು ಉನ್ಮಾದವೆಲ್ಲಾ ಇಳಿದುಹೋಗಿಬಿಟ್ಟಿರುತ್ತಿತ್ತಂತೆ. ಮರುಗಳಿಗೆ–ಬರೀ ಗೊರಕೆ. ಈಚೀಚೆಗಂತೂ ಅದೂ ಇಲ್ಲವಂತೆ. ಸಾಲದ್ದಕ್ಕೆ ಕುಡಿಯುವ ಚಟವನ್ನು ಬೇರೆ ಹತ್ತಿಸಿಕೊಂಡಿದ್ದಾನಂತೆ. ಕುಡಿತದ ಜೊತೆಗೆ ಅನುಮಾನದ ಖಾಯಿಲೆ ಫ್ರೀಯಾಗಿ ಬಂದಿದೆಯಂತೆ. ತಾನು ಕೆಲಸಕ್ಕೆ ಹೋಗತೊಡಗಿದಾಗಿನಿಂದ ಮೂರ್ತಿಗೆ ತನ್ನ ಮೇಲಿನ ಅನುಮಾನ ವಿಪರೀತವಾಗಿದೆಯಂತೆ...'

ಚಂದ್ರಿಕಾ ಹಲವು ಉದಾಹರಣೆಗಳ ಸಮೇತ ಮನೋಹರನಿಗೆ ವರದಿ ಮಾಡುತ್ತಿದ್ದಳು. ಹೀಗೆ ದೀರ್ಘವಾದ ತನ್ನ ಕಥಾನಕವನ್ನು ಹೇಳಹೇಳುತ್ತಲೇ ಮನೋಹರನ ಬದುಕಿನ ಕುರಿತೂ ಪರೋಕ್ಷವಾಗಿ ಕೆದಕುತ್ತಿದ್ದಳು. ಆದರೆ ಮನೋಹರ ಮಾತ್ರ ಮೇಲೆಮೇಲೆ ಹೇಳಿದಂತೆ ಮಾಡಿ ಸಾರಿಸಿಬಿಡುತ್ತಿದ್ದನು. ಬರುಬರುತ್ತಾ ಈ ಚಂದ್ರಿಕಾಳ ಫೋನಿನ ಮಾತುಗಳು ಅವನಿಗೆ ವಿಚಿತ್ರವಾದ ವ್ಯಸನದಂತೆ ಪರಿಣಮಿಸತೊಡಗಿತು. ಕೆಲಸದ ವೇಳೆಯಲ್ಲೂ ಮನೋಹರನಿಗೆ ಯಾವಾಗ್ಯಾವಾಗಲೋ ತಾನು ಕಂಡ ಚಂದ್ರಿಕಾಳ ಚಿತ್ರ ನೆನಪಾಗತೊಡಗಿತು. ಹಾಲು ತರಲು ಅಂಗಡಿಗೆ ಹೋದಾಗ ಕಂಡ ಅವಳ ಚಿತ್ರ, ಬಸ್ಟ್ಯಾಂಡಿನಲ್ಲಿ ಬಸ್ಸಿಗಾಗಿ ಕಾಯುತ್ತಾ ಪ್ಯಾಂಟು ಶರ್ಟು ಬೂಟು ತೊಟ್ಟು ನಿಂತ ಚಿತ್ರ, ಮೆಟ್ಟಿಲಿಳಿಯುವಾಗ ಧಿಡೀರನೆ ಎದುರಾದ ಚಿತ್ರ ಹೀಗೆ ಎಲ್ಲವೂ ಈಗ ಅವಳ ಮಾತು–ಕಥೆ–ದನಿಯ ಜೊತೆಗೆ ಹೊಸದಾಗಿ ಥಳಕುಹಾಕಿಕೊಂಡು ಒಂದು ವಿಚಿತ್ರವಾದ ರಸವೊಂದು ಮನೋಹರನ ಮನಸ್ಸಿನಲ್ಲಿ ಒಸರತೊಡಗಿತು. ಹೀಗೆ ಈ ದೀರ್ಘವಾದ ಫೋನ್ಮಾತುಗಳಲ್ಲಿ ಹೇಳಲಾಗದ ತನ್ನ ಭಾವನೆಗಳನ್ನು ಮೆಸೇಜುಗಳ ಮೂಲಕ ಕಳಿಸತೊಡಗಿದಳು ಚಂದ್ರಿಕಾ. ಆ ಮೆಸೇಜುಗಳನ್ನು ಕಂಡು ಮನೋಹರನಿಗೆ ಒಮ್ಮೆ ಉಸಿರಾಟವೇ ಮೇಲೆಕೆಳಗಾಯಿತು. ಯಾಕೋ

ಇದು ಹಳಿತಪ್ಪುತ್ತಿದೆ ಎನಿಸಿ ಒಳಗೊಳಗೇ ಬೆದರತೊಡಗಿದ. ಆದರೂ ಮನಸ್ಸಿನ ಮೂಲೆಯಲ್ಲಿ ಅವಳ ಕುರಿತು ಮಂಡಿಗೆ ತಿನ್ನುವುದಂತೂ ನಡೆದೇಯಿತ್ತು.

ಸರಿರಾತ್ರಿ ಕುಡಿದು ಬಂದ ಮೂರ್ತಿ ಬರುಬರುತ್ತಾ ಅವಳೊಂದಿಗೆ ಹೊಡೆದುಬಡಿದು ಜಗಳ ಮಾಡತೊಡಗಿದ್ದ. ಇಬ್ಬರ ಜೋರುಜೋರು ಮಾತುಗಳಿಗೆ ಎಚ್ಚರಾಗುವ ಮನೋಹರನಿಗೆ ಅಳುತ್ತಾ ಗೋಳಾಡುವ ಚಂದ್ರಿಕಾಳ ದನಿ ನಿಚ್ಚಳ ಕೇಳುತ್ತಿತ್ತು. ಆಗೆಲ್ಲ ಅವನಿಗೆ ಒಂದು ನಮೂನೆಯ ಅಸಹನೆ ಮೈದಾಳುತ್ತಿತ್ತು. ಅದು ಯಾರ ಮೇಲೆ ಎಂದು ಸ್ವತಃ ಅವನಿಗೇ ತಿಳಿಯುತ್ತಿರಲಿಲ್ಲ. ಅದೇನು ಚಂದ್ರಿಕಾಳನ್ನು ಹೊಡೆಯುತ್ತಿರುವ ಮೂರ್ತಿಯ ಮೇಲೋ, ಹೊಡೆಸಿಕೊಳ್ಳುತ್ತಿರುವ ಚಂದ್ರಿಕಾಳ ಮೇಲೋ, ತನ್ನನ್ನು ತೊರೆದು ಹೋದ ಹೆಂಡತಿ ಸುಮತಿಯ ಮೇಲೋ, ಅಥವಾ ಸ್ವತಃ ತನ್ನ ಮೇಲೋ ತಿಳಿಯುತ್ತಿರಲಿಲ್ಲ. ಅಂಥ ತೀವ್ರವಾದ ಕ್ಷಣಗಳನ್ನು ಅವನು ತನ್ನ ಮೊಬೈಲು ತೆರೆದವನೇ ಅದರಲ್ಲಿಯ ಕಾಮಕೇಳಿಯ ಚಿತ್ರಗಳನ್ನು ನೋಡಿ ವೀರ್ಯಪತನ ಮೂಡಿಕೊಳ್ಳುವ ಮೂಲಕ ತನ್ನೊಳಗಿನ ಅಂಥ ಸಂಕೀರ್ಣ ಸ್ಥಿತಿಯನ್ನು ಪರ್ಯವಸಾನ ಮಾಡಿಕೊಳ್ಳುತ್ತಿದ್ದನು. ಅಂಥ ಸಮಯಗಳಲ್ಲಿ, 'ಯಾವಾಗಲೂ ಸಂಜೆ ಭಾಗಶಃ ಏಕಾಂಗಿಯಾಗೇ ಮನೆಯಲ್ಲಿ ಇರುತ್ತಿದ್ದ ಚಂದ್ರಿಕಾಳನ್ನು ತಾನು ಯಾಕೆ ಹೋಗಿ ಕೂಡಿಬಿಡಬಾರದು' ಎಂದೂ ಅವನಿಗೆ ಅನ್ನಿಸಿದ್ದಿದೆ. ಅದಕ್ಕೆ ಸರಿಯಾಗಿ ಆ ಕಡೆಯಿಂದಲೂ ಅವನಿಗೆ ಇಂತಹದೇ ಸಂಕೇತಗಳು, ಮೆಸೇಜುಗಳು ಮೇಲಿಂದ ಮೇಲೆ ಬರುತ್ತಲೇಯಿವೆ! ಅವತ್ತೊಂದು ದಿನ 'ನಮ್ಮ ಮನೆಯಲ್ಲಿ ಕೇಬಲ್ ಬರುತ್ತಿಲ್ಲ ಒಮ್ಮೆ ಬಂದು ನೋಡಿ' ಎಂದು ಫೋನು ಮಾಡಿ ಹೇಳಿದ ಚಂದ್ರಿಕಾಳ ದನಿಯಲ್ಲಿ ಏನಿತ್ತು ಎಂದು ಅವನಿಗೆ ಈಗಲೂ ಸ್ಪಷ್ಟವಾಗಿ ಗೊತ್ತಿದೆ. ಆದರೆ ತಕ್ಷಣ ಜಾಗೃತವಾದ ಅವನ ಮನಸ್ಸು 'ಪಕ್ಕದ ಮನೆಯವಳ ಜೊತೆಗೇ ಅಕ್ರಮಸಂಬಂಧ ಇಟ್ಟುಕೊಂಡು ಸಿಕ್ಕುಬಿದ್ದು ಸಾರ್ವಜನಿಕವಾಗಿ ಎಲ್ಲರ ಕೈಯಲ್ಲೂ ಗೂಸ ತಿನ್ನುತ್ತಿರುವ ಚಿತ್ರಗಳು, ಸ್ಟೋರಿ' ನೆನಪಾಗಿ ತಟಸ್ಥನಾಗಿ ಉಳಿದುಬಿಟ್ಟಿದ್ದ. ಪ್ರತಿದಿನ ಮುಂಜಾನೆ ಚಂದ್ರಿಕಾ ಹೊತ್ತಿಸಿದ ಕುಕ್ಕರಿನಿಂದ ಹೊರಡುತ್ತಿದ್ದ ಸೀಟಿಗಳು ಮಾತ್ರ ಮನೋಹರನ ಮಾಯಾಮಾನಸರಂಗದಲ್ಲಿ ಜರುಗುತ್ತಿದ್ದ 'ಚಂದ್ರಿಕಾ' ಎಂಬ ಅವ್ಯಕ್ತ, ಅಮೂರ್ತದೊಟ್ಟಿಗೆ ಏರ್ಪಡುವ ಅಯೋಮಯ ಮೈತ್ರಿಯಿಂದ ಬೆಣ್ಣೆಯಲ್ಲಿ

ಕೂದಲು ತೆಗೆದಂತೆ ಅವನನ್ನು ಎಚ್ಚರಿಸುತ್ತಿತ್ತು!

* * *

'ಈಗ ಇಲ್ಲಿ ಕಾರಿನಲ್ಲಿ ಹೀಗೆ ನರಳುತ್ತಿರುವ ಚಂದ್ರಿಕಾಳಿಗೆ ಗೊತ್ತಿದೆಯೇ ತಾನೀಗ ಮಲಗಿರುವುದು ತನ್ನ ತೊಡೆಯಮೇಲೇ ಎಂದು'ಮನೋಹರ ಯೋಚಿಸುತ್ತಿರುವಂತೆಯೇ ಮೂರ್ತಿ ಹಾಕಿದ ಬ್ರೇಕಿಗೆ ಕಾರು ಕೀ...ರೆಂದು ನಿಂತಿತು. ಮೂರ್ತಿಯ ಕಾರಿನ ಸ್ಪೀಡಿನ ಬಗ್ಗೆ ಕೇಳಿ ತಿಳಿದಿದ್ದ ಮನೋಹರನಿಗೆ ಅಂದು ಅಂಥ ವಿಪ್ಲವ ಸನ್ನಿವೇಶದಲ್ಲಿ ಅದು ಇನ್ನೂ ಚೆನ್ನಾಗಿ ಮನದಟ್ಟಾಯಿತು. ಹತ್ತಿರದಲ್ಲಿ ಯಾವ ಆಸ್ಪತ್ರೆಯಿದೆ ಎಂದು ಮನೋಹರ ಯೋಚಿಸುವ ಹೊತ್ತಿಗೇ ಕಾರು ವಿಕ್ಟೋರಿಯಾ ಆಸ್ಪತ್ರೆಯ ಕಾಂಪೌಂಡು ತಲುಪಿತ್ತು. ಎರಡು ದಿನ ಸಾವು-ಬದುಕಿನ ಜೊತೆ ಸೆಣಸಾಟ ನಡೆಸಿದ ಬಳಿಕ ಚಂದ್ರಿಕಾ ಕಡೆಗೂ ಸಾವಿನ ಮುಂದೆ ಸೋತುಹೋದಳು. ಆ ಎರಡು ದಿನಗಳಂತೂ ಮೂರ್ತಿಯ ಬದುಕಿನ ಸ್ಪೀಡೇ ಲಯತಪ್ಪಿದಂತೆ ನಿರ್ಲಯ ಗೊಂಡಿತ್ತು. ಅಂಥ ಆ ಸ್ಥಿತಿಯಲ್ಲೇ, ಅವನು ಯಾರೊಂದಿಗೂ ಹೇಳಿ ಕೊಂಡಿರದ, ಹೇಳಿಕೊಳ್ಳಲಾಗದ ಎಷ್ಟೋ ವಿಚಾರಗಳನ್ನು ಮನೋಹರ ನೊಂದಿಗೆ ಹಂಚಿಕೊಂಡನು.

* * *

'ಆಗ ಮೂರ್ತಿಗೆ ಎಂಟೋ ಹತ್ತೋ ವಯಸ್ಸಂತೆ. ಅಪ್ಪ, ಅಮ್ಮ, ಅಕ್ಕ ಮತ್ತು ಅವನು ಎಲ್ಲರೂ ಕೂಡಿ ಧರ್ಮಸ್ಥಳಕ್ಕೆ ಹೋಗುತ್ತಿದ್ದರಂತೆ. ಚಿಕ್ಕಂದಿ ನಿಂದಲೂ ಮೂರ್ತಿಗೆ ಅಪ್ಪ ಅಮ್ಮ ಅಕ್ಕನೊಂದಿಗೆ ದೂರದೂರದ ಊರುಗಳಿಗೆ ಬಸ್ಸಿನಲ್ಲಿ ಹೋಗುವುದೆಂದರೆ ಎಲ್ಲಿಲ್ಲದ ಹುರುಪಂತೆ. ಅಂದೂ ಕೂಡ ಅಷ್ಟೇ ಹುರುಪಿನಿಂದಿದ್ದನಂತೆ. ಡ್ರೈವರಿನ ಸೀಟಿನ ಹಿಂದಿನ ಸೀಟಿನಲ್ಲೇ ಅವರೆಲ್ಲ ಕಿಲಕಿಲನೆ ಮಾತಾಡುತ್ತಾ ಕುಳಿತಿದ್ದರಂತೆ. ತಾನು ಡ್ರೈವರ್ ಸೀಟಿನ ಹಿಂಬದಿಯ ಕಬ್ಬಿಣದ ಸರಳುಗಳನ್ನು ಹಿಡಿದುಕೊಂಡು ತದೇಕಚಿತ್ತನಾಗಿ ತಾನೇ ಇಡೀ ಬಸ್ಸನ್ನು ಓಡಿಸುತ್ತಿದ್ದೇನೇನೋ ಎಂಬಂತೆ ಬಸ್ಸು ಎಷ್ಟು ತಿಂದರೂ ಮುಗಿಯದ ರಸ್ತೆಯನ್ನೇ ನೋಡುತ್ತಾ ನಿಂತಿದ್ದನಂತೆ. ಬಸ್ಸಿನ ಒಳಗಿನ ಬೆಳಕೆಲ್ಲ ಆರಿದ ಬಳಿಕ ಅಪ್ಪ, ಅಮ್ಮ, ಅಕ್ಕ, ಬಸ್ಸಿನಲ್ಲಿದ್ದವರೆಲ್ಲ ನಿದ್ರೆಗೆ ಹೋಗಿದ್ದರಂತೆ. ಇಡೀ ಬಸ್ಸಿನಲ್ಲಿ ಆಗ ಎಚ್ಚರಾಗಿದ್ದವರೆಂದರೆ ಡ್ರೈವರ್ರು-ತಾನು-ಬಸ್ಸು, ಜೊತೆಗೆ ಅನಂತ ರಸ್ತೆಯಲ್ಲಿ ಬಸ್ಸು ಬೆಳಕಿನ ಕಣ್ಣು ಬಿಟ್ಟುಕೊಂಡು ಹೊಳೆಯಿಸುತ್ತಿದ್ದ 'ತುಂಡಗಲದ ರಸ್ತೆ'-ಇವಿಷ್ಟೆ ಅಂತೆ. ಬಹುಶಃ ಅಂಥ ಯಾವುದೋ ಮಾಯಕಘಳಿಗೆಯಲ್ಲೇ ಅವನೊಳಗೆ ವೇಗವೆಂಬುದು ಪ್ರವೇಶ ಮಾಡಿರಬಹು

ದಂತೆ. ತಾನು ನೋಡನೋಡುತ್ತಿರುವಂತೆಯೇ ಮರುಘಳಿಗೆಯಲ್ಲೇ ಆ ಎಚ್ಚರಿದ್ದ ನಾಲ್ವರಲ್ಲಿ ಯಾವುದೋ ಒಂದರ ಎಚ್ಚರ ತಪ್ಪಿ ಇಡೀ ಬಸ್ಸು ಮುಗ್ಗರಿಸಿತ್ತಂತೆ! ಡ್ರೈವರನ ಸಮೇತ ನಿದ್ರೆಯಲ್ಲೇ ಎಲ್ಲರೂ ಸಮಾಧಿ ಯಾದರಂತೆ! ಇವನು ಮಾತ್ರ ಹೇಗೋ ಬದುಕಿ ಉಳಿದನಂತೆ. ಮುಂದಿನ ಸೀಟಿನಲ್ಲೇ, ಅದೂ ಬಸ್ಸಿನ ಡ್ರೈವರನ ಹಿಂಬದಿಯೇ ನಿಂತಿದ್ದ ತಾನೊಬ್ಬ ಮಾತ್ರ ಯಾಕೆ ಆ ದುರಂತದಲ್ಲಿ ಸಾಯಲಿಲ್ಲ? ಎಂದು ಇವನಿಗೆ ಬಹಳ ಸಾರಿ ಕಾಡುತ್ತದಂತೆ. ಈಗಲೂ ಆ ದುರಂತದ ಕಾರಣ ಇವನಿಗೆ ತಿಳಿಯುತ್ತಿಲ್ಲವಂತೆ. ಯಾಕೆಂದರೆ ಅಲ್ಲಿ ಅಂದು ಎಚ್ಚರಿದ್ದವರು ಡ್ರೈವರ್ರು, ಬಸ್ಸು, ರಸ್ತೆ ಮತ್ತು ತಾನು. ದುರಂತವಾಗಬೇಕೆಂದರೆ ಆ ನಾಲ್ಕರಲ್ಲಿ ಯಾವುದೋ ಒಂದರ ಎಚ್ಚರ ತಪ್ಪಿರಬೇಕು. ಆ ನಾಲ್ಕರಲ್ಲಿ ತಾನು ಎಚ್ಚರಿದ್ದದ್ದು ಮಾತ್ರ ಅವನಿಗೆ ನಿಚ್ಚಳವಾಗಿ ಖಾತ್ರಿಯಿದೆಯಂತೆ. ಆದರೆ ಇನ್ನುಳಿದ ಆ ಮೂರರಲ್ಲಿ, ಆ ಘಳಿಗೆಯಲ್ಲಿ ಎಚ್ಚರ ತಪ್ಪಿದ್ದು ಯಾರು? ಡ್ರೈವರನೋ? ಬಸ್ಸೋ? ಅಥವಾ ಅಂಥ ಅಸಂಖ್ಯ ವಾಹನಗಳನ್ನು ತನ್ನ ಎದೆಯ ಮೇಲೆ ಹರಿಸಿಕೊಂಡೇ ತಾನೂ ಹರಿಯು ತ್ತಿರುವ ರಸ್ತೆಯೋ? ಎಂದು ಈವರೆಗೂ ಅವನಿಗೆ ಕಂಡುಹಿಡಿಯಲಾಗಿಲ್ಲ ವಂತೆ!

ಅಂತೂ ಅನಾಥನಾದನಂತೆ. ಶ್ರವಣಬೆಳಗೊಳದಲ್ಲೇ ಇದ್ದ ಚಿಕ್ಕಮ್ಮನ ಮನೆಯಲ್ಲಿ ಬೆಳೆದು ಹಾಗೂಹೀಗೂ ಹತ್ತನೆ ತರಗತಿಯಷ್ಟು ಓದಿದನಂತೆ. ಒಂದು ತರಗತಿಯನ್ನು ಪಾಸುಮಾಡಲು ವರ್ಷಪೂರ್ತಿ ಒಂದೇ ಕ್ಲಾಸಿನಲ್ಲಿ ಕಳೆಯುವುದು ಅವನಿಗೆ ಬೋರುಹೊಡೆಸುತ್ತಿತ್ತಂತೆ. ಒಂದೇ ವರ್ಷದಲ್ಲಿ ಅಷ್ಟೂ ಪರೀಕ್ಷೆಗಳನ್ನು ಒಟ್ಟಿಗೆ ಬರೆದುಮುಗಿಸಿ ಯಾಕೆ ಸ್ಪೀಡಾಗಿ ಪಾಸಾಗಿಬಿಡಬಾರದು ಎಂದವನಿಗೆ ಅನಿಸುತ್ತಿತ್ತಂತೆ! ಹಾಗಾಗಿ ಅಂಥ ವಿದ್ಯೆಯನ್ನೇ ಬಿಟ್ಟು ಕೈಗೆ ಸಿಕ್ಕ ಕೆಲಸ ಮಾಡತೊಡಗಿದನಂತೆ. ಕಡೆಗೆ ಯಾವಾಗ ಆಟೋ ಹತ್ತಿದನೋ ಅದರ ಮೊದಲ ಓಟದಲ್ಲೇ ಇದು ತನಗಾಗೇ ಇರುವ ಕೆಲಸ ಎನಿಸಿಬಿಟ್ಟಿತಂತೆ ಅವನಿಗೆ. ಆಟೋ ಓಡಿಸುತ್ತ ಬದುಕು ಅರಸಿಕೊಂಡು ಬೆಂಗಳೂರಿಗೆ ಬಂದನಂತೆ. ಆಟೋದ ಸ್ಪೀಡೂ ಸಾಕಾಗದೆ ಈಗ ಚಾನಲ್ಲಿನ ಕಾರಿಗೆ ಬಂದಿದ್ದಾನಂತೆ.'

'ಚಂದ್ರಿಕಾಳನ್ನು ಮದುವೆಯಾಗುವಾಗ ತನ್ನ ಬದುಕಿಗೆ, ತನ್ನ ಸ್ಪೀಡಿಗೆ ಇನ್ನೊಂದು ಗೇರು ಸೇರಿತು ಎಂದು ಹಿರಿಹಿರಿ ಹಿಗ್ಗಿದ್ದನಂತೆ. ಈ ಮನೆಗೆ ಬರೋಕೆ ಮೊದಲು ಹನುಮಂತನಗರದಲ್ಲಿ ಅವನ ಹಳೆಯ ಪುಟ್ಟ ರೂಮಿನಲ್ಲೇ ಇದ್ದರಂತೆ. ಅದು ಇದ್ದದ್ದು ಎರಡನೇ ಫ್ಲೋರಿನಲ್ಲಂತೆ. ಬಟ್ಟೆ

ಒಗೆಯಲು ಟೆರೇಸಿಗೆ ಹೋಗಬೇಕಿತ್ತಂತೆ. ಮನೆಯ ಓನರ್ ಕೆಳಗೆ ಇರುತ್ತಿದ್ದರಂತೆ. ಅವರ ಮಗನಿಗೆ ಅಂತಲೇ ಓದಲು ಟೆರೇಸಿನ ಮೇಲೆ ಒಂದು ಪುಟ್ಟರೂಮನ್ನು ಕಟ್ಟಿಸಿಕೊಟ್ಟಿದ್ದರಂತೆ. ಮದುವೆಯಾಗಿ ಮೂರುತಿಂಗಳಲ್ಲೇ, ಬಟ್ಟೆಒಗೆಯಲು ಟೆರೇಸಿಗೆ ಹೋಗಿಬರುತ್ತಿದ್ದ ಚಂದ್ರಿಕಾಳಿಗೂ ಆ ಹುಡುಗನಿಗೂ ನಂಟೇರಿ ಅವರ ಚಕ್ಕಂದ ಶುರುವಾಗಿಬಿಟ್ಟಿತಂತೆ! ಒಮ್ಮೆ ಅಲ್ಲೇ ಹತ್ತಿರದಲ್ಲೇ ಯಾರೋ ಗೆಸ್ಟಿನ ಪಿಕಪ್ಪಿಗೆಂದು ಬಂದವನು ಅವರು ಬರಲು ಇನ್ನೂ ಅರ್ಧಗಂಟೆಯಿದೆ ಎನ್ನುವಾಗ ಹೇಗೂ ಇಲ್ಲೀ ತನಕ ಬಂದಿರುವಾಗ ಮನೆಗೆ ಹೋಗಿ ಬಂದುಬಿಡೋಣ ಎಂದುಕೊಂಡು ಫೋನು ಕೂಡ ಮಾಡದೆ ಮನೆಗೆ ಹೋದನಂತೆ... ತಾನು ಸಣ್ಣವನಿರುವಾಗ ಧರ್ಮಸ್ಥಳಕ್ಕೆ ಹೋಗುವ ಬಸ್ಸಿನಲ್ಲಿ ಆದ ದುರಂತದಲ್ಲಿ ಎಷ್ಟೇ ಪೆಟ್ಟಾಗಿ ಉಳಿದುಕೊಂಡರೂ ಆಗಿರದ ನೋವೆಲ್ಲ ಸೇರಿ ತನ್ನ ರೂಮಿನ ಕಿಟಕಿಯ ಮರೆಯಿಂದ ಕೇಳಿಬಂದ ನಗುವಿನಿಂದ, ಕೇಕೆಯಿಂದ, ಹೇಶಾರವದಿಂದ ಆಯಿತಂತೆ. ಮರುಘಳಿಗೆಯೇ ಅಕ್ಷರಶಃ, ಅಡುಗೆಮನೆಯ ಊಟದ ದಬರಿಗೆ ಬಂದು ಬಾಯಿ ಹಾಕುತ್ತಿದ್ದ ನಾಯಿಯನ್ನು ಓಡಿಸುವಂತೆ ಬಾಗಿಲು ಒದ್ದು ನುಗ್ಗಿ ಆ ಹುಡುಗನನ್ನು ಒದ್ದು ಓಡಿಸಿದನಂತೆ!'

'ನಾಲ್ಕು ದಿನಗಳಲ್ಲೇ ಅಲ್ಲಿಂದ ಮನೆ ಬದಲಾಯಿಸಿ ಶ್ರೀನಗರದ ಈ ಮನೆಗೆ ಬಂದನಂತೆ. ತಿಂಗಳುಗಟ್ಟಲೆ ಮೂರ್ತಿ ಅವಳೊಂದಿಗೆ ಮಾತೇ ಆಡಲಿಲ್ಲವಂತೆ. ಕಡೆಗೆ ಕನಿಕರ ಹುಟ್ಟಿ ಮತ್ತೆ ಮಾತನಾಡತೊಡಗಿದನಂತೆ. ಆದರೆ ಅವಳೊಂದಿಗೆ ಮೊದಲಿನಂತಿರಲು ಆಗಲೇಯಿಲ್ಲವಂತೆ ಅವನಿಗೆ. ಮನೆಯಲ್ಲಿರಲು ಬೋರು ಬೋರು ಎಂದು ಎಲ್ಲಿಯಾದರೂ ಗಾರ್ಮೆಂಟಿನಲ್ಲಿ ಕೆಲಸಕ್ಕೆ ಸೇರುತ್ತೇನೆ ಎಂದು ಗೋಗರೆದಳಂತೆ. ಗಾರ್ಮೆಂಟು ಗೀರ್ಮೆಂಟು ಯಾವುದೂ ಬೇಡ ಎಂದು ಇವನೇ ಯಾರೋ ತಮ್ಮ ಪರಿಚಿತರ ಬಳಿ ಮಾತಾಡಿ ಏರಟೆಲ್ ಸರ್ವೀಸ್ ಸೆಂಟರ್‌ನಲ್ಲಿ ಸೇರಿಸಿದನಂತೆ. ಅಲ್ಲೂ ಈಗಾಗಲೇ ಯಾವನದೋ ಜೊತೆಗೆ ಚಕ್ಕಂದ ಶುರುಮಾಡಿದ್ದಳಂತೆ... ಯಾವಾಗಲೂ ಫೋನು ಮೆಸೇಜು, ಫೋನು ಮೆಸೇಜು. ಇದಕ್ಕೇ ಎಷ್ಟೋ ಸಾರಿ ಅಹೋರಾತ್ರಿ ಜಗಳ ಆಗಿತ್ತಂತೆ. ಫೋನ್ ಬಂದರೆ ಸಾಕು ಒಲೆ ಮೇಲೆ ಇಟ್ಟಿದ್ದನ್ನೆ ಮರೆತುಬಿಡುತ್ತಿದ್ದಳಂತೆ. ಮೊನ್ನೆ ಬೆಳಿಗ್ಗೇನೂ ಯಾವನಿಗೋ ಮೆಸೇಜು ಕುಟ್ಟುತ್ತಾ ಒಲೆಮುಂದೆ ನಿಂತಿದ್ದಳಂತೆ. ಹೀಗಾಯ್ತಂತೆ. ಅವಳನ್ನು ಕಳಕೊಂಡದ್ದಕ್ಕೆ ತನಗೇನು ಖುಷಿಯೋ, ದುಃಖವೋ, ಸಮಾಧಾನವೋ ಒಂದೂ ತಿಳಿಯುತ್ತಿಲ್ಲವಂತೆ. ಕೈಹಿಡಿದ ತಾನು ಸಿಡಿದರೂ ಜಗ್ಗದ ಅವಳಿಗೆ ಕುಕ್ಕರೇ ಸಿಡಿದು ಪಾಠ

ಕಲಿಸಿತೇನೋ ಅನಿಸುತ್ತದೆಯಂತೆ... ಆದರೂ ಇಂಥಾ ಶಿಕ್ಷೆ, ಇಷ್ಟು ದೊಡ್ಡ ಶಿಕ್ಷೆ ಅವಳಿಗೆ ಬೇಡಿತ್ತು ಅಂತಲೂ ಈಗ ಅನಿಸುತ್ತದೆಯಂತೆ...'

ಮೂರ್ತಿ ಎಲ್ಲವನ್ನೂ ಮನೋಹರನೊಂದಿಗೆ ತೋಡಿಕೊಂಡ. ಮನೋಹರನಿಗೂ ಒಂದು ಕ್ಷಣ ಏನು ಹೇಳುವುದೆಂದು ತೋಚದೆ, ಈ ಎಲ್ಲಾ ಗಂಟಿನೊಳಗೆ ತಾನೂ ಸೇರಿಹೋಗಿದ್ದೇನಲ್ಲವೇ ಎಂದುಕೊಳ್ಳುತ್ತ ತನಗೆ ತೋಚಿದ ಸಮಾಧಾನವನ್ನೇ ಅವನಿಗೂ ಹೇಳಿದ. 'ತಾನೂ ಅವನ ಹಾಗೇ, ತನಗೂ ಅವನಿಗೂ ಯಾವ ದೊಡ್ಡ ವ್ಯತ್ಯಾಸಗಳೂ ಇಲ್ಲ' ಎಂದು ಸುಮತಿ ತನ್ನನ್ನು ತೊರೆದುಹೋದ ಕತೆಯನ್ನು ಹೇಳಿ ತಾವೆಲ್ಲ ಸಮಾನದುಃಖಿತರು ಎಂಬ ಆಸರೆಯನ್ನು ಕೊಟ್ಟ.

* * *

ಇದಾಗಿ ಒಂದೆರಡು ತಿಂಗಳುಗಳ ಕಾಲ ಮೂರ್ತಿಯನ್ನು ಮನೋಹರ ಮನೆಯ ಬಳಿ ಎಂದೂ ಕಾಣಲೇಯಿಲ್ಲ. ಯಾವುದೋ ಸರಹೊತ್ತಿನಲ್ಲಿ ಒಮ್ಮೊಮ್ಮೆ ಮೂರ್ತಿಯ ಮನೆಯ ಬಾಗಿಲು ತೆರೆದೂಮುಚ್ಚೀ ಮಾಡಿದ ಸದ್ದು ಕೇಳುತ್ತಿತ್ತಾದರೂ ಮನೋಹರನಿಗೆ ತನ್ನ ತನಿನಿದ್ರೆಗೆ ಭಂಗತಂದುಕೊಂಡು ಹಾಸಿಗೆಯಿಂದೆದ್ದು ಹೋಗಿ ಮೂರ್ತಿಯನ್ನು ಮಾತನಾಡಿಸುವ ಉಮೇದು ಮೂಡುತ್ತಿರಲಿಲ್ಲ. ಮೂರ್ತಿಯಂತೂ ಹಡಪ್ಪತ್ತಿದ ನಾಯಿಯಂತೆ ಹಗಲು ರಾತ್ರಿ ಅಸಂಖ್ಯ ಸ್ಟೋರಿಗಳ ಬೆನ್ನು ಹತ್ತಿದ ಚಾನಲ್ಲಿನ ಕೆಲಸ ಮಾಡುತ್ತ ಮಾಡುತ್ತ ತನ್ನ ಸ್ಟೋರಿಯನ್ನು ಮರೆಯಲು ಯತ್ನಿಸುತ್ತಿದ್ದ.

ಒಂದು ದಿನ ಇದ್ದಕ್ಕಿದ್ದ ಹಾಗೆ ಇಳಿಸಂಜೆಯ ಹೊತ್ತಿನಲ್ಲಿ ಕಾಣಿಸಿಕೊಂಡ ಮೂರ್ತಿ ಮನೆಯ ಸಾಮಾನುಗಳನ್ನೆಲ್ಲ ಟೆಂಪೋಗೆ ಹೇರಿಸತೊಡಗಿದ್ದ. ಮನೆಯ ಒಳಗೆ ಯಾವುದೋ ಕೆಲಸದಲ್ಲಿದ್ದ ಮನೋಹರನಿಗೆ ಹೊರಗಿನ ಎಲ್ಲಾ ಗದ್ದಲ ಕೇಳುತ್ತಿತ್ತಾದರೂ ಕಂಪ್ಯೂಟರು ಬಿಟ್ಟು ಎದ್ದು ಹೋಗಲು ಮನಸ್ಸಾಗಲಿಲ್ಲ. ಮನೆಯ ಎಲ್ಲಾ ಸಾಮಾನು ಹೇರಿಸಿದ ನಂತರ ಹೋಗುವ ಮುನ್ನ ಒಂದು ಮಾತು ಹೇಳಿ ಹೋಗೋಣ ಎಂದು ಮೂರ್ತಿಯೇ ಖುದ್ದು ಬಂದು ಮನೋಹರನ ಮನೆಬಾಗಿಲು ತಟ್ಟಿದ–

'ಏನ್ರೀ ಮೂರ್ತಿ ಪತ್ತೇನೇ ಇಲ್ಲಾ? ಏನಿದು ಮನೆಖಾಲಿ ಮಾಡ್ತಾಯಿರೋ ಹಾಗಿದೆ?'

'ಹೌದು ಸಾರ್...ಯಾಕೋ ಮಗಂದು ಈ ಕಾರಿನ ಸ್ಪೀಡು ಸಾಲ್ತಾ ಇಲ್ಲಾ ಅನ್ನಸ್ತಾ ಐತೆ. ಚಾನಲ್ ಕೆಲಸ ಬಿಟ್ಟುಬಿಟ್ಟೆ. ಹುಬ್ಬಳ್ಳಿಗೆ ಹೋಗತಾ ಇದ್ದೀನಿ ಸಾರ್. ವೀಆರೆಲ್ ಸೇರಿದ್ದೀನಿ. ಈಗೇನಿದ್ರೂ ಹುಬ್ಬಿಯಿಂದ ಪುಣೆ, ಬಾಂಬೆ,

ಡೆಲ್ಲಿ, ಕಲಕತ್ತ ಹಿಂಗೇ... ನ್ಯಾಷನಲ್ ಹೈವೇ...' 'ಯಾಕ್ರೀ, ಇಪ್ಪತ್ತು ವರ್ಷದಲ್ಲಿ ಮಾಡೋ ಡ್ರೈವಿಂಗು ನಾಕೇ ವರ್ಷದಲ್ಲಿ ಮಾಡಿದ್ದೀರಿ. ಇನ್ನೂ ಬೋರ್ ಆಗಿಲ್ವೇನ್ರೀ? ಸುಮ್ಮನೆ ಈ ಡ್ರೈವಿಂಗ್ ಕೆಲಸ ಬಿಟ್ಟು ಲೋನ್ ಮೇಲೆ ಒಂದು ಕ್ಯಾಬ್ ತೊಗೊಂಡು ಬಾಡಿಗೆಗೆ ಬಿಡ್ರೀ...'

'ಹ್ಹಾ... ಹ್ಹಹ್ಹಹ್ಹ... ಸಾರ್ ಮೊದಲನೇ ದಿನ ನಮ್ಮೂರು ಶ್ರವಣ ಬೆಳಗೊಳದಲ್ಲಿ ಆಟೋ ಓಡಿಸಿದ ಗಳಗೆಯಿಂದಲೇ ನಾನು ಮಾಡಬೋದಾದ ಕೆಲಸಾ ಏನಾದ್ರೂ ಇದ್ದರೆ ಅದು ಈ ಭೂಮಿಯ ನರಮಂಡಲಗಳಂಗೆ ಹರೀತಾಯಿರೋ ರಸ್ತೆಗಳ ಮೇಲೆ ಗಾಡಿಬಿಟ್ಟುಕೊಂಡು ಓಡಾಡೋ ಈ ಡ್ರೈವರ್ ಕೆಲಸಾನೇ ಅಂತ ನನಗೆ ಖಾತ್ರಿಯಾಗಿಬಿಟ್ಟೈತೆ ಸಾರ್. ನಿಮಗೆ ಆಶ್ಚರ್ಯ ಆಗಬೋದು ಆದರೆ ಅದು ಈ ಗಳಗೆವರೆಗೂ ಬದಲಾಗಿಲ್ಲ! ನಿಮ್ಮ ಮುಂದೆ ನಿಜ ಹೇಳ್ತೀನಿ ಸಾರ್, ಈಗ ನೀವೇ ಹೇಳಿ ನಿಮಗೆ ನಿಜವಾಗಲೂ ಟೀವೀಲ್ಲಿ ಕುಂತು ನ್ಯೂಸು ಓದಬೇಕು ಅಂತ ಇಷ್ಟ ಇದಿಯಾ ಸಾರ್? 'ಇದೇ ನನ್ನ ಕೆಲಸ' ಅಂತ ನಿಮಗೆ ಪ್ರತೀಸಾರಿ ನ್ಯೂಸು ಓದೋವಾಗಲೂ ಡೀಪಾಗಿ ಅನ್ಸುತ್ತಾ ಸಾರ್? ನಿಜ ಹೇಳಿ... ಇಲ್ಲ ಅಲ್ವಾ? 'ನಾನು ಇದಲ್ಲ ಇನ್ನೂ ಏನೋ ಆಗಬೇಕಾಗಿತ್ತು' ಅಂತಾನೇ ಅನ್ನಿಸ್ತಾ ಇರುತ್ತೆ ಅಲ್ವಾ ಸಾರ್? ಆದರೆ ನಂಗೆ ಹಂಗಲ್ಲ ಸಾರ್. ಪ್ರತೀ ಕ್ಷಣ ನಾನು ಸ್ಟೇರಿಂಗ್ ಹಿಡಿದಾಗಲೂ ನನ್ನ ರಕ್ತ ಬಿಸಿಯಾಗುತ್ತೆ ಸಾರ್. ಒಂದೊಂದೇ ಗೇರು ಚೇಂಜು ಮಾಡಿ, ಆಕ್ಸಲರೇಟರಿನ ಪೆಡ್ಲು ಒತ್ತುವಾಗಲೂ, ನನ್ನ ಗಾಡೀನ ತನ್ನ ಎದೇ ಮೇಲೆ ಹರಸ್ಕೊಂಡು, ಗಾಡೀ ಜೊತೆಜೊತೆಗೆ ತನ್ನ ಎದೇನೂ ಚಾಚ್ತಾ ಚಾಚ್ತಾ ನದೀಯಂಗೆ ಹರೀತಾಯಿರೋ ಈ ರಸ್ತೇನ ನೋಡಿದಾಗೆಲ್ಲ ನಾನು ಇದಲ್ಲದೆ ಇನ್ನೇನೂ ಆಗಕ್ಕೆ ಸಾಧ್ಯಾನೇ ಇರಲಿಲ್ಲ ಅನ್ಸುತ್ತೆ ಸಾರ್.'...! 'ಏನು ಇಷ್ಟೊಂದು ಸ್ಪೀಡು ಓಡುಸ್ತೀಯಾ ಅಂತ ಎಲ್ಲಾ ಕೇಳ್ತೀರಾ... ಈ ಸಿಟಿಗಿರೋ ಸ್ಪೀಡಿನ ಕಾಲುಭಾಗ ಇಲ್ಲಾ ಸಾರ್ ನನ್ನ ಸ್ಪೀಡು. ಸ್ಪೀಡು ಅನ್ನೋದು ಈ ಸಿಟಿಗಳ ಜೀವ ನಾಡಿಯಿದ್ದಂಗೆ ಅಲ್ವಾ ಸಾರ್? ಸ್ಪೀಡಿಲ್ಲದೇ ಇರೋ ಸಿಟಿ ಎಲ್ಲೈತೆ ತೋರಿಸಿಬಿಡಿ ಸಾರ್. ಬೆಂಗಳೂರಂಥ ಸಿಟಿಗಳು ಉಸರಾಡ್ತಾ ಇರೋದೇ ಈ ಸ್ಪೀಡನ್ನ ಅಲ್ವಾ ಸಾರ್? ಒಂದೇ ಗಳಿಗೆ, ಬರೀ ಒಂದೇಒಂದು ಗಳಿಗೆ ಈ ಸ್ಪೀಡುನ್ನ ರವಷ್ಟು ವ್ಯತ್ಯಾಸ ಮಾಡಬಿಟ್ರೂ ಸಿಟಿ ಅನ್ನೋದು ಮಷಾಣ ಆಗಬುಡುತ್ತೆ ಸಾರ್. ಅದೇ ಸ್ಪೀಡುನ್ನೇ ರವಷ್ಟು ಮಷಾಣಕ್ಕೆ ಕೊಟ್ಟುಬಿಡಿ, ಮಷಾಣ ಅನ್ನೋದು ಸ್ವರ್ಗದಂತಾ ಸಿಟಿ ಆಗೋಗ್ತದೆ ಸಾರ್....'!

'ಯಾಕ್ಸಾರ್ ಹಂಗೆ ನಿಂತ್ಬಿಟ್ರಿ? ಇದೆಲ್ಲಾ ನಂಗೆಂಗೆ ಗೊತ್ತಾಯ್ತು

ಅಂದ್ಕೊಂಡ್ರಾ? ಗೊತ್ತಿಲ್ಲಾ ಸಾರ್... ಇದು ಯಾವ ಮಾಯಕದಲ್ಲಿ ನನ್ನೊಳಗಡೆ ಸೇರ್ಕೊಂತೋ! ಗೊತ್ತಿಲ್ಲ ಸಾರ್... ಅದೇ ಆ ಧರ್ಮಸ್ಥಳಕ್ಕೆ ಹೋಗೋ ಬಸ್ಸಲ್ಲಿ ಡ್ರೈವರ್ ಸೀಟಿನ ಹಿಂದೆ ಅದರ ಸರಳುಗಳನ್ನ ಹಿಡಕೊಂಡು ಮಯ್ಯೆಲ್ಲ ಎಚ್ಚರವಾಗಿ ನಿಂತಿದ್ನಲ್ಲ, ಆಗ ಆದ ದುರಂತದ ಗಳಗೇಲಿ ಸೇರ್ಕೊಂತೋ ಏನೋ? ಗೊತ್ತಾಗಿಲ್ಲ ಸಾರ್. ಅವತ್ತು ಎಚ್ಚರ ತಪ್ಪಿದ್ದು ಡ್ರೈವರೋ, ಬಸ್ಸೋ, ಇಲ್ಲಾ ರಸ್ತೇನೋ ಅನ್ನೋ ಪ್ರಶ್ನೇಗೆ ಉತ್ತರ ಹುಡುಕ್ತಾನೇ ಇದ್ದೀನಿ ಸಾರ್. ಬಹುಶಃ ಅದಕ್ಕೆ ಉತ್ತರ ಸಿಕ್ಕ ಮರುಗಳಗೇಗೆ, ಅದೇ, ನೀವು ಕೇಳುದ್ರಲ್ಲಾ 'ಡ್ರೈವಿಂಗ್ ಮಾಡೀ ಮಾಡೀ ಬೋರು ಬಂದಿಲ್ಲ ವೇನಪ್ಪಾ ಅಂತ?' ಅದಾಗಬೋದು ಸಾರ್. ಆಗ ನನಗೆ ಈ ಡ್ರೈವಿಂಗು, ಗಾಡಿ, ರಸ್ತೆ, ಸ್ಪೀಡು ಎಲ್ಲಾ ಸಾಕು ಅನ್ನುಸ್ಬುಡುತ್ತೆ ಸಾರ್. ಆವಾಗ ನಾನು ಈ ಕೆಲಸ ಬಿಡೋದಲ್ಲ ಸಾರ್ ಅದೇ ನನ್ನ ಬಿಟ್ಹೋಗಿರ್ತದೆ. ಯಾಕೇಳಿ? ಯಾಕೇಳಿ?? ನನ್ನ ಪ್ರಶ್ನೆಗೆ ಉತ್ತರ ಸಿಕ್ಕ ಗಳಗೇಗೆ ನಾನು ಈ ಭೂಮೀ ಮೇಲೇ ಇರಲ್ವಲ್ಲ ಸಾರ್!! ಹ್ಹಾ...ಹ್ಹಾ...ಹ್ಹಾ... ಶಿವನ ಪಾ...ದವೇ... ಹ್ಹಾ... ಹ್ಹಾ...ಹ್ಹಾ... ಎಚ್ಚರ ತಪ್ಪದೆ ಎಚ್ಚರಾಗಾಕಾಗುತ್ತಾ ಸಾರ್?.......!!!'

ಇದ್ದಕ್ಕಿದ್ದಂತೆ ಬಂದು ಒಳ್ಳೆ ತತ್ವಜ್ಞಾನಿಯಂತೆ ಮಾತಾಡುತ್ತಿದ್ದ ಮೂರ್ತಿಯನ್ನು ನೋಡಿ ಮನೋಹರನಿಗೆ ವಿಚಿತ್ರವೆನಿಸಿತು. 'ಎಂದಿನ ಮೂರ್ತಿಯಂತೆ ಇವನೀಗ ಕಾಣುತ್ತಿಲ್ಲ, ಇವನಿಗೆ ಸ್ಪೀಡಿನ ಹುಚ್ಚೇ ಹಿಡಿದುಬಿಟ್ಟಿದೆ ಪಾಪ. ಇವನನ್ನು ತಕ್ಷಣ ಈಗ ಒಬ್ಬ ಸೂಕ್ತ ಮನೋವೈದ್ಯರ ಬಳಿ ಕರೆದುಕೊಂಡು ಹೋಗಿ ಕೂರಿಸಿದರೆ ಇವನ ಸ್ಪೀಡಿನ ಉನ್ಮಾದ ಎಂಥದ್ದು ಎಂದು ತಿಳಿದೀತು, ಅವರು ತಮ್ಮ ಬಳಿಯಿರುವ ದಪ್ಪದಪ್ಪ ಪುಸ್ತಕಗಳನ್ನು ಜಾಲಾಡಿ ಇದಕ್ಕೊಂದು ಸಂಕೀರ್ಣ ಹೆಸರನ್ನು ಕಟ್ಟಿ ಚಿಕಿತ್ಸೆ ನೀಡಬಲ್ಲರೇನೋ. ಅರೆ! ಮೂರ್ತಿಯೊಬ್ಬನೇ ಏನು? ಮೂರ್ತಿಯೊಬ್ಬನೇ ಯಾಕೆ? ನನ್ನನ್ನೂ ಒಳಗೊಂಡು ಇಂದು ಉಸಿರಾಡುತ್ತಿರುವ ಎಲ್ಲಾ ಮನುಷ್ಯಪ್ರಾಣಿಗಳನ್ನೂ ಕರೆದುಕೊಂಡು ಹೋಗಿ ಮನೋವೈದ್ಯರ ಮುಂದೆ ಕೂರಿಸಿದರೆ ಅವರ ಪುಸ್ತಕಗಳಿಗೆ ಹೊಸಹೊಸ ಪದಪುಂಜಗಳೇ ಸೇರ್ಪಡೆಯಾದೀತಲ್ಲವೇ!?'

'ಸಾರ್ ಬರ್ತೀನಿ ಸಾರ್. ಏನೋ ನಂಗನಿಸಿದ್ದು. ನಿಮ್ಮ ಹತ್ರ ಹೇಳ್ಕೋಬೇಕು ಅನ್ನುಸ್ತು. ಹೇಳ್ಕೊಂಡೆ. ತಪ್ಪುತಿಳ್ಕೋಬೇಡಿ ಸಾರ್. ಎಲ್ಲಿ, ನಿಮ್ಮ ನಂಬರ್ ಕೊಡಿ' ಎಂದು ತನ್ನ ಮೊಬೈಲಿನಲ್ಲಿ ದಾಖಲಿಸಿಕೊಂಡು ಅಲ್ಲೇ ರಿಂಗು ಮಾಡಿ, 'ಇದು ನನ್ನ ನಂಬರ್ರು ಸಾರ್, ಸೇವ್ ಮಾಡಿಕೊಳ್ಳಿ. ಹುಬ್ಬಿ ಕಡೆ ಬಂದ್ರೆ ಫೋನ್ ಮಾಡಿ ಸಾರ್.' ಎಂದು ಹೊರಡಲು ಅನುವಾಗುತ್ತಿದ್ದಂತೆ

ಮನೋಹರ ಆ ನಂಬರನ್ನು ಸೇವ್ ಮಾಡಿಕೊಳ್ಳುತ್ತ, 'ರೀ ಮೂರ್ತಿ ಅದ್ಯಾವ ಮೂರ್ತಿರೀ ನೀವು? ಶ್ರೀನಿವಾಸ ಮೂರ್ತಿನೊ? ಶ್ರೀಧರ ಮೂರ್ತಿನೋ? ಇಲ್ಲಾ ಕೇಶವ ಮೂರ್ತಿನೋ?' ಎಂದು ಕೇಳಿದ. ಅದಕ್ಕೆ ಮೂರ್ತಿ, 'ಅಯ್ಯೋ ಬಿಡಿ ಸಾರ್ ಸುಮ್ಮನೆ ಮೂರ್ತಿ ಅಂತ ಹಾಕ್ಕೊಳ್ಳಿ ಸಾಕು.' 'ಅದ್ಯಾಕ್ರೀ? ಪೂರ್ತಿ ಹೆಸರು ಹೇಳೋಕೆ ಏನ್ರೀ? ಹೇಳ್ರಿ' ಎಂದಿದ್ದಕ್ಕೆ 'ಸರಿ. 'ಜೀಟೀ ಮೂರ್ತಿ' ಅಂತ ಹಾಕ್ಕೊಳ್ಳಿ ಸಾರ್ ಸಾಕು, ಬರ್ತೀನಿ' ಎಂದು ಹೊರಡಲು ಮೆಟ್ಟಿಲಿಳಿಯುತ್ತಿರಬೇಕಾದರೆ ಮನೋಹರ ಅಷ್ಟೇ ಕುಶಾಲಿಯಿಂದ, 'ಅದೇನ್ರೀ ಜೀಟೀ ಅಂದ್ರೆ? ಹೇಳಿ ಹೋಗ್ರೀ, ಇಷ್ಟೆಲ್ಲಾ ಹೇಳಿದ್ದೀರಿ ಇದೊಂದು ಹೇಳೋಕೇನಪ್ಪ ಸಂಕೋಚಾ? ಮೂರ್ತಿ... 'ಕೇಳಿದ್ದನ್ನು ಕೇಳಿಯೂ ಕೇಳದವಂತೆ ಮೆಟ್ಟಿಲಿಳಿದು ಹೋಗುತ್ತಿದ್ದವನಿಗೆ ಅದೇನನಿಸಿತೋ ಒಂದು ಕ್ಷಣ ನಿಂತ.ವಾಪಸ್ಸು ಸರಸರ ಹತ್ತಿ ಬಂದವನೇ ಏನೋ ಗುಟ್ಟು ಹೇಳುವವನಂತೆ, 'ಸಾರ್ ಹೇಳುದ್ರೆ ನೀವು ನಗ್ತೀರಾ ಅಷ್ಟೆ. ನನ್ನ ಪೂರ್ತಿ ಹೆಸರು 'ಗೊಮ್ಮಟೇಶ್ವರ ಮೂರ್ತಿ' ಅಂತ. ಇಷ್ಟುದ್ದ ಹೆಸರನ್ನು ನಿಮ್ಮ ಈ ಮೊಬೈಲಲ್ಲಿ ಹಾಕ್ಕೋಳಕಾಗುತ್ತಾ? ಹಾಕ್ಕೊಳ್ಳಿ ನೋಡೋಣ... ಹ್ಹಾಹ್ಹಾ...ಹ್... ಹ್ಹಾ ಹ್ಹಾ... ಹ್' ಎಂದು ಜೋರಾಗಿ ನಗುತ್ತಾ ಮೆಟ್ಟಿಲಿಳಿದು ಹೊರಟುಹೋದನು. ಅಷ್ಟು ಜೋರಾಗಿ ನಕ್ಕ ಮೂರ್ತಿಯನ್ನ ಮನೋಹರ ಕಂಡಿದ್ದು ಅದೇ ಮೊದಲ ಬಾರಿ.ಕಣ್ಣು ಮಿಟಕಿಸುವುದರೊಳಗೆ ಮೆಟ್ಟಿಲಿಳಿದು ರಸ್ತೆಯ ನದಿಯ ಸ್ಪೀಡಿನಲ್ಲಿ ಲೀನವಾದ ಮೂರ್ತಿಯನ್ನೇ ನೋಡುತ್ತ ನೋಡುತ್ತ ಮನೋಹರ ನಿಂತೇ ಬಿಟ್ಟನು ಸಾಕ್ಷಾತ್ ಗೊಮ್ಮಟೇಶ್ವರನಂತೇ ತಟಸ್ಥನಾಗಿ! ಯಾವುದೋ ಅಜ್ಞಾತ ಮನೆಯೊಂದರಿಂದ ಕ್ಷೀಣವಾಗಿ ಕೇಳಿಬರುತ್ತಿದ್ದ ಕುಕ್ಕರಿನ ಸೀಟಿಯ ಸದ್ದು ಮನೋಹರನನ್ನು ಕಿಂಚಿತ್ತೂ ಕದಲಿಸಲಿಲ್ಲ.

ಕಾಮಸೂತ್ರ

–ವಿಕ್ರಮ ಹತ್ವಾರ

'ಸೆಕ್ಸ್ ಎಂದರೇನು, ಸ್ವಲ್ಪ ವಿವರಿಸ್ತೀರಾ ಪ್ಲೀಸ್?', ಅನಿರೀಕ್ಷಿತ ಪಾಪಪ್ಪಿನಂತೆ ಎದ್ದ ಆ ಪ್ರಶ್ನೆ ಏ.ಸಿ ಹವೆಯ ರೂಮಿನಲ್ಲಿ ಕ್ಲೀಷೆ ಅಂತೇನೂ ಅನ್ನಿಸಲಿಲ್ಲ. ಐಟಿ ಕಂಪನಿಗಳಲ್ಲಿ ಇಂಥ ನೂರಾರು ಕೇಸುಗಳಿದ್ದರೂ ಸೊನಾಲಿ ಅಗರ್ವಾಲಿಗೆ ಇದು ಹೊಸತು. ಕೆಲಸಕ್ಕೆ ಸೇರಿ ಎರಡು ವರ್ಷದಿಂದ ಬರೀ ಟ್ರಾನ್ಸ್‌ಫರ್, ಪ್ರಮೋಶನ್, ರಿಸೆಶೆನ್, ರೇಟಿಂಗು, ರಿಲೀಸು, ಇತ್ಯಾದಿ ತಕರಾರುಗಳನ್ನು ನಿಭಾಯಿಸಿದ್ದೇ ಆಯಿತು. ಅದು ಬಿಟ್ಟರೆ, ತಿಂಗಳಿಗೊಮ್ಮೆ ಬರ್ತ್‌ಡೇ ಸಂಭ್ರಮ, ವರ್ಷಕ್ಕೊಮ್ಮೆ ಟೆಕ್ನಿಕಲ್ ಫೆಸ್ಟಿಗೆ ಜನರನ್ನು ಒಗ್ಗೂಡಿಸುವುದು, ಕಂಪನಿಯ ಅನ್ಯುವಲ್ ಡೇ ದಿವಸ ನೌಕರರ ಕುಟುಂಬ ದವರಿಗೆ ಆಟೋಟಗಳನ್ನು ಆಯೋಜಿಸುವುದು, ಕಾರ್ಪೋರೇಟ್ ವೀಕ್ ಗಳನ್ನು ಕಾರ್ಯಗತಗೊಳಿಸುವುದರಲ್ಲೇ ಅವಳ ಲವಲವಿಕೆಯ ಸರಂಜಾಮು ಖರ್ಚಾಗುತ್ತಿತ್ತು. ದಿನನಿತ್ಯದಲ್ಲೂ ಯಾರೊಂದಿಗೆ ವ್ಯವಹರಿಸಬೇಕಾದರೂ ಎಲ್ಲೂ ಕಳೆಗುಂದದಂತೆ ಕಾಣಬೇಕು. ಎಲ್ಲೆಲ್ಲೋ ಹರಿದು ಹಂಚಿ ಹೋಗಲು ಹವಣಿಸುತ್ತಿರುವ ಜೀವದ ಚೆಲ್ಲಾಪಿಲ್ಲಿಗಳನ್ನು ಮತ್ತೆ ಮತ್ತೆ ತನ್ನೊಳಗೆ ಜಮಾಯಿಸಿಕೊಂಡು ಪುಟಿಯುತ್ತಿರಬೇಕು. ಆಫೀಸಿನ ಮುಂಬಾಗಿಲಿಗೆ ಸ್ವೈಪ್ ಮಾಡಿ ಹೆಜ್ಜೆ ಒಳಗಿಡುತ್ತಿದ್ದಂತೆ ಯಾವುದೋ ವಿಶೇಷ ಆವೇಶ ಅವಳನ್ನು ಆವರಿಸುವಂತೆ ಇವೆಲ್ಲವೂ ಅನಾಯಾಸವೆನಿಸಬೇಕು.

ಎಲ್ಲವೂ ಒಂದು ಉಮೇದಿನಲ್ಲಿ ಹೇಗೋ ನಡೆದುಹೋಗುತ್ತಿತ್ತು. ಆದರೆ ಬೆಳಗ್ಗೆ ಮೊರ್ಘೂರ್ಟ್ ಬಂದು ದಿವಾಕರನ ಕೇಸಿನ ಬಗ್ಗೆ ಹೇಳಿ ನೀನೂ ನಮ್ಮೊಟ್ಟಿಗೆ ಇರು ಎಂದಾಗ ಇದನ್ನು ನಿಭಾಯಿಸಲು ಬೇಕಾದ ಮನಸ್ಥಿತಿಯೇ ಬೇರೆ ಅನ್ನಿಸಿತ್ತು. 'ಗಂಭೀರ', 'ಜವಾಬ್ದಾರಿ', 'ಸೂಕ್ಷ್ಮ' ಅಂತೆಲ್ಲ ಒಳಮನಸ್ಸಿನ ಸುಪ್ತ ಸೂಚನೆಯಲ್ಲಿ ಆಕೆ ಅರೆಕ್ಷಣದಲ್ಲಿ ಒಬ್ಬ ಮಹಾನ್ ಕರ್ತವ್ಯ ನಿಷ್ಠ ವಿಚಾರಣಾ ಅಧಿಕಾರಿಯಾಗಿ ಹೊರಳಿಕೊಂಡಿದ್ದಳು. ಹಾಗೆ ಗಾಂಭೀರ್ಯ ದಿಂದ ಕುಳಿತವಳ ಮುಂದೆ ಧುತ್ತನೆ ಈ ಸೆಕ್ಸಿನ ಪ್ರಶ್ನೆ ಎದ್ದು ಗಲಿಬಿಲಿ

ಗೊಂಡಿದ್ದಳು. ಹಾಗೆ ಈ ಪ್ರಶ್ನೆಗೆ ಇಳಿಯುವುದಕ್ಕೆ ಬಹಳಷ್ಟು ಪೂರ್ವಪ್ರಶ್ನೆಗಳ ಕೊಡುಗೆಯಿದೆ:

'ನಿಮಗೂ ಅವಳಿಗೂ ಎಷ್ಟು ದಿನದ ಪರಿಚಯ?'

'ಈ ಪ್ರಾಜೆಕ್ಟ್ ಸೇರಿದಾಗಿನಿಂದ.'

'ಎಷ್ಟು ದಿನದಿಂದ ಅವಳು ನಿಮ್ಮ ಪ್ರಾಜೆಕ್ಟಿನಲ್ಲಿದ್ದಾಳೆ?'

'ಸುಮಾರು ಮೂರು ವರ್ಷ ಆಗಿದೆ'

'ಅವಳು ಕೆಲಸದ ವಿಷಯದಲ್ಲಿ ಹೇಗೆ?'

'ಪರ್ವಾಗಿಲ್ಲ'

'ಪರ್ವಾಗಿಲ್ಲ ಅಂದ್ರೆ?'

'ನಾಟ್ ಗುಡ್. ನಾಟ್ ಬ್ಯಾಡ್. ಈಗವಳು ನನಗೆ ನೇರವಾಗಿ ರಿಪೋರ್ಟ್ ಮಾಡ್ತಿಲ್ಲ'

'ಕ್ಲೈಂಟ್ಸ್‌ಗೆ ಅವಳ ಬಗ್ಗೆ ಯಾವ ಅಭಿಪ್ರಾಯವಿದೆ?'

'ಸ್ವಲ್ಪ ತಕರಾರಿತ್ತು. ಆದರೆ ಈಗ ಸರಿ ಹೋಗಿದೆ ಅಂದ್ಕೋತೀನಿ'

'ಟೀಮಿನವರ ಜೊತೆ ಅವಳ ನಡವಳಿಕೆ ಹೇಗಿದೆ?'

'ನನಗೆ ತಿಳಿದ ಮಟ್ಟಿಗೆ ಶೀ ಈಸ್ ಫ್ರೆಂಡ್ಲಿ'

'ಅವಳಿಗೆ ಆಗದವರು ಯಾರಾದರು ಟೀಮಿನಲ್ಲಿದ್ದಾರ?'

'ಗೊತ್ತಿಲ್ಲ'

'ನಿಮಗೆ ಆಗದವರು?'

'ಗೊತ್ತಿಲ್ಲ'

'ನೀವು ಆಕೆಗೆ ಏನಾದರು ಪ್ರಾಮಿಸ್ ಮಾಡಿದ್ರಾ?'

'ಬೀಯಿಂಗ್ ಎ ಪ್ರಾಜೆಕ್ಟ್ ಮ್ಯಾನೇಜರ್, ಸುಳ್ಳೋ ನಿಜವೋ, ಕೆಲಸದ ವಿಚಾರದಲ್ಲಿ ಎಲ್ಲರಿಗೂ ಏನಾದರೊಂದು ಆಶ್ವಾಸನೆ ಕೊಟ್ಟೇಕೊಡಬೇಕಲ್ಲ'

'ಆಕೆಗೆ ನಿಮ್ಮಿಂದ ಏನಾದರು ನಿರೀಕ್ಷೆ ಇತ್ತಾ?'

'ನತಿಂಗ್ ಅನ್ ಅಫಿಶಿಯಲ್'

'ನಿಮ್ಮಿಂದ ಅವಳಿಗೆ ಯಾವ ರೀತಿಯಲ್ಲಾದರು ಫೇವರ್ ದೊರಕಿದೆಯಾ?'

'ಫೇವರ್ ಅಂದ್ರೆ?'

'ಅವಳು ಮೂರು ವರ್ಷದಲ್ಲಿ ಬೇರೆ ಬೇರೆ ಪ್ರಾಜೆಕ್ಟಿನಿಂದ ಎರಡು ಸಲ ಲಂಡನ್ನಿಗೆ ಹೋಗಿದ್ದಾಳೆ'

'ಪ್ರಾಜೆಕ್ಟಿನಲ್ಲಿ ಅವಶ್ಯಕತೆಯಿತ್ತು. ಅವಳು ಅದೇ ಕೆಲಸದಲ್ಲಿದ್ದಳು. ಅದಕ್ಕೆ ಅವಳನ್ನುಪರಿಗಣಿಸಲಾಯಿತು'

'ಎರಡೂ ಸಲ ಅವಳನ್ನು ಅಲ್ಲಿಂದ ಆರೇ ತಿಂಗಳಿಗೆ ವಾಪಸ್ ಕಳಿಸಿದ್ದಾರೆ. ಅಂಡರ್‌ಪರ್ಫಾರ್ಮರ್ ಅಂತ'

'ಇರಬಹುದು. ಹಾಗೆ ಪರ್ಫಾರ್ಮ್ ಮಾಡದೆ ಇರುವವರು ಬಹಳಷ್ಟು ಜನ ಇದ್ದಾರೆ ಈ ಕಂಪನಿಯಲ್ಲಿ. ಹಾಗೆ ಹೊರದೇಶದಿಂದ ವಾಪಸ್ ಬಂದಿರುವವರೂ ಇದ್ದಾರೆ'

'ನಿಮಗೂ ಅವಳಿಗೂ ಎಷ್ಟು ದಿನದ ಸ್ನೇಹ?'

'ಸ್ನೇಹ ಅಂದ್ರೆ? ವಿ ಆಲ್ ಆರ್ ಫ್ರೆಂಡ್ಸ್'

'ಅಂದ್ರೆ, ನಿಮ್ಮ ಅವಳದು ಯಾವ ರೀತಿಯ ಸಂಬಂಧ?'

'ನನ್ನ ಟೀಮಿನ ಉಳಿದವರೆಲ್ಲರ ಜೊತೆ ಇರುವಂಥದ್ದೇ'

'ನಿಮ್ಮಿಬ್ಬರ ನಡುವೆ ಅಫೇರ್ ಇದೆ ಅಂತ ಗುಮಾನಿಯಿದೆಯಲ್ಲ?'

'ವಾಟ್! ವಾಟ್ ಡು ಯು ಮೀನ್ ಬೈ ಹ್ಯಾವಿಂಗ್ ಅಫೇರ್?!'

'ಓಕೆ.....ಡಿಡ್ ಯು ಹ್ಯಾವ್ ಸೆಕ್ಸ್ ವಿತ್ ಹರ್?'.....

'ಪ್ಲೀಸ್ ಡಿಫೈನ್ ಸೆಕ್ಸ್'

ಇದೇ ಪ್ರಶ್ನೆಯನ್ನು ಮೊರ್ಘಾರ್ಟ್ ಜಾವಾ ಸಿಟಿಯಲ್ಲಿ ಸಿಗರೇಟು ಸೇದುತ್ತ ಕೇಳಿದ್ದರೆ ಸೊನಾಲಿ ಯಾವುದೇ ಮುಜುಗರವಿಲ್ಲದೆ ಕೂಲಂಕುಷವಾಗಿ ಸೂಕ್ಷ್ಮಾತಿಸೂಕ್ಷ್ಮವಾಗಿ ವಿವರಿಸಿಬಿಡುತ್ತಿದ್ದಳು. ಅದೇ ಈ ಮಧ್ಯಾಹ್ನದ ಏ.ಸಿಯ ಏದುಸಿರಿನ ಮೀಟಿಂಗ್‌ರೂಮಿನಲ್ಲಿ ಎದ್ದ ಪ್ರಶ್ನೆಗೆ ಹಠಾತ್ತಾಗಿ ಗೊಂದಲಕ್ಕೆ ಬಿದ್ದವಳಂತೆ ತಬ್ಬಿಬ್ಬು. ತಬ್ಬಿದ್ದು ಕಾಮವೋ, ಉಬ್ಬಿದ್ದು ಕಾಮವೋ, ಅಬ್ಬರಿಸಿ ತಗ್ಗಿದ್ದು ಕಾಮವೋ, ನುಸುಳಿದ್ದೋ ಇಳಿಸಿದ್ದೋ? ಮುತ್ತು ಮೈಥುನ ಅಂಗಾಂಗ ರಿಂಗಣ.... ಯಾವುದು ಕಾಮ?ಯಾವುದೂ ಇತ್ಯರ್ಥವಾಗಬಾರದು ಅಂತಲೇ ದಿವಾ ಈ ಪ್ರಶ್ನೆ ಎಸೆದಿರುವಂತೆ ಇತ್ತು.ತಾವೆಸೆದ ಪ್ರಶ್ನೆಗಳ ಸೂಕ್ಷ್ಮಕ್ಕೆ ಎಲ್ಲೂ ಗುಟ್ಟು ಬಿಟ್ಟುಗೊಡದೆ ಅಂಕೆ ತಪ್ಪದೆ ಉತ್ತರಿಸಿ, ಕೊನೆಯಲ್ಲಿ ಎಲ್ಲರನ್ನು ಸೆಕ್ಸ್ ಅಂದರೇನು ಅಂತ ವಿವರಿಸುವ ಪರಿಸ್ಥಿತಿಗೆ ತಂದು ನಿಲ್ಲಿಸಿದ ಇವನು ನಿಜಕ್ಕೂ ಚಾಣಾಕ್ಷ ಅಂದುಕೊಂಡಳು.

ಆಶಾ ಇನ್ನೇನು ಅದನ್ನು ವಿವರಿಸ ಹೊರಡುತ್ತಿದ್ದಂತೆ ಮೊರ್ಘಾರ್ಟ್ ಮಧ್ಯದಲ್ಲಿ, 'ನೋಡಿ ದಿವಾಕರ್. ನಾವಿಲ್ಲಿ ಗೈನೊಕಾಲಜಿ ಪಾಠ ಮಾಡೋದಕ್ಕೆ ಕುಳಿತಿಲ್ಲ. ನಿಮ್ಮನ್ನ ಕರೆಸಿದ್ದು ಯಾಕೆಂದರೆ-ಶಾಶ್ವತಿ ನಿಮ್ಮ ವಿರುದ್ಧ ಸೆಕ್ಶುಯಲ್

ಹರಾಸ್‌ಮೆಂಟ್ ದೂರಿತ್ತಿದ್ದಾಳೆ. ಅದರ ವಿಚಾರಣೆಗೆ ಅಂತ ನಮ್ಮನ್ನ ನೇಮಿಸಲಾಗಿದೆ' ಎಂದು ಖಡಕ್ಕಾದ. ಆಗಲೇ ದಿವಾಕರನ ಕಣ್ಣಾಲಿಗಳು ವಿಚಲಿತಗೊಂಡಿದ್ದು. ಈಗ ಮತ್ತೇನಾದರು ಚಾಣಾಕ್ಷತೆ ತೋರಬಹುದು ಎಂದುಕೊಂಡ ಸೊನಾಲಿಗೆ ದಿವಾ ಏನೂ ಮಾತಾಡದೆ ಕುಳಿತಿರುವುದು ಕಂಡು ಆಶ್ಚರ್ಯವಾಯಿತು.

ದಿವಾ ಇದ್ದಕ್ಕಿದ್ದಂತೆ ಅಳುವುದಕ್ಕೆ ಆರಂಭಿಸಿದ. ಇಂಥದ್ದೊಂದು ನಡೆಯನ್ನು ಯಾರೂ ಊಹಿಸಿರಲಿಲ್ಲ. ಏನು ಮಾಡಬೇಕೆಂದು ತಿಳಿಯದೆ ಆಶಾ ಮೊರ್ಘಾರ್ಟ್‌ನ ಮುಖ ನೋಡಿದಳು. ಸೊನಾಲಿಗೆ ಅವನ ಅಳುವನ್ನು ನಂಬದೆ ಇರಲಾಗಲಿಲ್ಲ. ಮೂವತ್ತು ಮೀರಿದ ಸಜ್ಜನ ಚಹರೆಯಲ್ಲಿ, ಸೊಫಿಸ್ಟಿಕೇಟಡ್ ಉಡುಗೆ ನಡಿಗೆಯಲ್ಲಿ, ಕುಂಕುಮ ಬೀರುವ ಸಂಪ್ರದಾಯಸ್ಥ ವರ್ತುಲದ ಆಚೆ ಈಚಿನ ಅವನ ಕಣ್ಣುಗಳು ಮೆತ್ತಗಾದಂತೆ ಅನ್ನಿಸಿತು. ಕಣ್ಣುಗಳನ್ನು ಉಜ್ಜಿಕೊಂಡು ತಲೆ ತಗ್ಗಿಸಿಯೇ ಕುಳಿತಿದ್ದ. ಸೊನಾಲಿ, ಮೊರ್ಘಾರ್ಟ್ ಮತ್ತು ಆಶಾ ಕಡೆಗೊಮ್ಮೆ ನೋಡಿ, ದಿವಾಕರನತ್ತ ನೀರಿನ ಬಾಟಲಿ ಚಾಚುವುದಕ್ಕೂ ಮೊರ್ಘಾರ್ಟ್ ಎಚ್ಚರಿಸುವಂತೆ ಗಂಟಲು ಕೆರೆದು ಸದ್ದಾಡುವುದಕ್ಕೂ ದಿವಾ ತಲೆ ಎತ್ತಿ ಇವರತ್ತ ನೋಡಿದ. ಸೊನಾಲಿಗೆ ಕೈ ಸನ್ನೆಯಲ್ಲೇ ನೀರು ಬೇಡವೆಂದ.

'ನೋಡಿ, ನೀವು ತಪ್ಪಿಸ್ಥರೆಂದು ಸಾಬೀತು ಮಾಡೋಕೆ ನಾವು ಪ್ರಶ್ನೆಗಳನ್ನ ಕೇಳುತ್ತಿಲ್ಲ. ವಿಷಯ ಏನು ಅಂತ ತಿಳಿದುಕೊಳ್ಳೋದಷ್ಟೇ ನಮ್ಮ ಕೆಲಸ. ನಿಮ್ಮ ವರ್ಶನ್ ಆಫ್ ಸ್ಟೋರಿ ನೀವು ಹೇಳಿ' ಅಂತ ಮೊರ್ಘಾರ್ಟ್ ಸಡಿಲಾದವ ನಂತೆ ಹೇಳಿದ. ಅಂಡಾಕಾರದ ಮಿರುಗುವ ಮೇಜಿನೆದುರು ಕುಳಿತವನಲ್ಲಿ ಯಾವ ಚೈತನ್ಯವೂ ಉಳಿದಂತೆ ತೋರಲಿಲ್ಲ.

'ಗೊತ್ತಿಲ್ಲ. ಏನು ಹೇಳೋದು. ಇದು ಹೀಗೆಲ್ಲಾ...ನಂಗೆ ನಿಜಕ್ಕೂ ಏನೂ ಗೊತ್ತಾಗ್ತಾ ಇಲ್ಲ...' ಎಂದು ದಿವಾ ಮತ್ತೆ ಮುಖ ಮುಚ್ಚಿಕೊಂಡ.

ಮೊರ್ಘಾರ್ಟ್ ಒಮ್ಮೆ ಪೆಚ್ಚು ದವಡೆ ಮೂಡಿಸಿ, 'ಸರಿ ನಾಳೆ ಮಾತಾಡೋಣ. ಟೇಕ್ ಯುವರ್ ಟೈಮ್. ಅಂದಹಾಗೆ ಈ ವಿಷಯವನ್ನ ಸದ್ಯಕ್ಕೆ ಯಾರೊಂದಿಗೂ ಚರ್ಚಿಸಬೇಡಿ. ನಿಮ್ಮ ಹೆಂಡತಿಯ ಒಟ್ಟಿಗೂ..' ಅಂತ ಕರಾರುವಾಕ್ಕಾಗಿ ಹೇಳಿದ. ಎಲ್ಲರೂ ಆ ಕಾನ್‌ಫರೆನ್ಸ್ ರೂಮಿನಿಂದ ಹೊರಡುವಾಗ ಸೊನಾಲಿಗೆ ಅನಾಥ ಅಳುವೊಂದು ಮೇಜಿನ ಮೇಲೆ ಉಳಿದುಹೋದಂತೆ ಭಾಸವಾಯಿತು.

* * *

'ನಮ್ಮ ಉದ್ದೇಶ ದಿವಾ ಮತ್ತು ಶಾಶ್ವತಿ ನಡುವೆ ಎಂಥ ಸಂಬಂಧ ಇತ್ತು ಅನ್ನೋದನ್ನ ತಿಳಿಯೋದಲ್ಲ. ಈ ಇಬ್ರಲ್ಲಿ ಯಾರು ಸುಳ್ಳು ಹೇಳ್ತಾ ಇದ್ದಾರೆ ಅನ್ನೋದನ್ನ ಪತ್ತೆ ಹಚ್ಚಬೇಕು. ದಿವಾ ಕಡೆಯಿಂದ ಸಣ್ಣದೊಂದು ಸೂಚನೆ ರವಾನೆಯಾಗಿದ್ದು ಸಾಬೀತಾದರೂ ಸಾಕು. ಅದರ ಹಿಂದೆ ಎಂಥ ಭಾವುಕ, ರೋಮಾಂಚಕ, ಆಧ್ಯಾತ್ಮಿಕ ಸಂಬಂಧವಿತ್ತು ಅನ್ನೋದು ನಗಣ್ಯ. ಅವನು ಕೇಳಿ ಅವಳು ಒಪ್ಪದೇ ಅದರಿಂದ ಅವಳಿಗೆ ಕೆಲಸದಲ್ಲಾಗಲೀ ಮಾನಸಿಕವಾಗಲೀ ತೊಂದರೆ ಆಗಿದ್ದರೆ ಅದು ಸೆಕ್ಶುಯಲ್ ಹರಾಸ್‌ಮೆಂಟ್ ಆಗುತ್ತೆ. ದಟ್ಸ್ ಆಲ್. ಸೋ ಟೇಕ್ ಇಟ್ ಟು ದಿ ಎಕ್ಸ್‌ಟ್ರೀಮ್. ಬಟ್ ಬೀ ಕೇರ್‌ಫುಲ್' ಅಂತ ಮೊಝಾರ್ಟ್ ಹಿಂದಿನ ರಾತ್ರಿ ಪರ್ಪಲ್ ಹೇಝ್‌ನಲ್ಲಿ ಡ್ರಿಂಕ್ ಮುಗಿದ ನಂತರ ತಿಳಿಯಾಗಿ ಹೇಳಿದ್ದ. ಅದೇ ಆಧಾರದಲ್ಲಿ ಸೊನಾಲಿ ಶಾಶ್ವತಿಯನ್ನು ಕೆಣಕುವವಳಂತೆ ಪ್ರಶ್ನಿಸುತ್ತಿದ್ದಳು:

'ದಿವಾ ನಿಮಗೆ ಎಷ್ಟು ವರ್ಷದಿಂದ ಪರಿಚಯ?'

'ಎರಡೂವರೆ ಮೂರು ವರ್ಷ'

'ಎರಡೂವರೆ ಅಥವ ಮೂರು?'

'ಮೂರು ಅಂತಾನೆ ಇಟ್ಕೊಳ್ಳಿ. ನಾನು ಆ ಪ್ರಾಜೆಕ್ಟು ಸೇರಿದ್ದು 2011ರಲ್ಲಿ'

'ಆಗ ನಿಮ್ಮ ಸಂಬಂಧ ಹೇಗಿತ್ತು?'

'ನಿಮ್ಮ ಸಂಬಂಧ ಅಂದರೆ?'

'ಓಕೆ. ಆಗಿನಿಂದಲೇ ಅವರು ನಿಮಗೆ ತೊಂದರೆ ಕೊಡುತ್ತಿದ್ದರ?'

'ಇಲ್ಲ. ನಾಟ್ ರಿಯಲಿ. ಆದ್ರೆ ಆಗಿನಿಂದಲೇ ಅವರಿಗೆ ನನ್ನ ಮೇಲೆ ಕಣ್ಣಿತ್ತು ಅನ್ಸುತ್ತೆ'

'ಅದು ಹೇಗೆ?'

'ಆರ್.ಟಿ ನಗರದಲ್ಲಿರೋ ನಮ್ಮ ಮನೆಯ ದಾರಿಯನ್ನ ದಾಟಿಯೇ ರಾಜಾಜಿನಗರದಲ್ಲಿರೋ ಅವರ ಮನೆಗೆ ಹೋಗಬೇಕಿತ್ತು. ಆದ್ದರಿಂದ ಯಾವಾಗಾಲೂ ಮನೆಗೆ ಡ್ರಾಪ್ ಕೊಡುವ ನೆಪದಲ್ಲಿ ಕರೆಯುತ್ತಿದ್ದರು. ಕಾರಿನಲ್ಲಿ ಕರೆದುಕೊಂಡು ಹೋಗುತ್ತಿದ್ದರು'

'ಆ ಸಮಯದಲ್ಲಿ ಏನಾದರು ಅನುಚಿತವಾಗಿ ವರ್ತಿಸಿದ್ದರ?'

'ಅಂಥ ಯಾವ ನೆನಪುಗಳೂ ಇಲ್ಲ. ಅಲ್ಲದೆ ಆಗ ನಾನಿನ್ನೂ ಫ್ರೆಶರ್ ಆಗಿದ್ದೆ. ಸೋ ಅಂಥ ಸೂಚನೆಗಳೆಲ್ಲ ತಿಳೀತಾನೂ ಇರ್ಲಿಲ್ಲ'

'ನೀವು ಕೆಲಸಕ್ಕೆ ಸೇರಿದ ಒಂದೇ ವರ್ಷದಲ್ಲಿ ನಿಮ್ಮನ್ನ ಲಂಡನ್‌ಗೆ ಕಳುಹಿಸಿ ಕೊಡಲಾಯಿತು. ಅದೂ ದಿವಾ ಮ್ಯಾನೇಜರ್ ಆಗಿದ್ದ ಪ್ರಾಜೆಕ್ಟಿನಿಂದಲೇ'

'ಹೌದು. ಆಗ ಆ ಪ್ರಾಜೆಕ್ಟಿನ ಕೆಲಸ ಗೊತ್ತಿದ್ದವಳು ನಾನೊಬ್ಬಳೇ. ಅದೇ ಕೆಲಸದಲ್ಲಿದ್ದ ಮನೋಹರ್ ರಿಸೈನ್ ಮಾಡಿದ್ದ. ಸೋ ಬೇರೆ ವಿಧಿಯಿಲ್ಲದೆ ನಾನೇ ಹೋಗಬೇಕಾಗಿತ್ತು'

'ಅದಾದ ಮೇಲೂ ನಿಮ್ಮನ್ನ ಮತ್ತೆ ಕಳಿಸಿದ್ದಾರೆ'

'ಹೌದು ಪ್ರಾಜೆಕ್ಟಿನ ಅವಶ್ಯಕತೆಯ ಮೇಲೆ ಕಳಿಸಿದ್ರು... ಸೋ?' ಶಾಶ್ವತಿ ಕೊಂಚ ತಾಳ್ಮೆ ಕಳೆದುಕೊಳ್ಳತೊಡಗಿದಳು. ಸೊನಾಲಿ ಮುಂದುವರೆಯುತ್ತ, 'ಸೋ ಅಲ್ಲಿಗೆ ನಿಮ್ಮಿಂದ ಅವರಿಗೆ ಯಾವುದೇ ಅಪೇಕ್ಷೆ ನಿರೀಕ್ಷೆಗಳಿದ್ದವು ಅಂತೇನೂ ಇಲ್ಲವಲ್ಲ' ಅಂದಳು.

ಶಾಶ್ವತಿಯಲ್ಲಿ ಮತ್ತೆ ಅಸಹನೆ ಮೂಡಿತು. ಎದುರಿಗೆ ಸುಮ್ಮನೆ ಇವಳನ್ನೇ ಗಮನಿಸುತ್ತ ಕುಳಿತ ಮೊಝಾರ್ಟ್ ಮತ್ತು ಆಶಾರನ್ನು ನೋಡಿ ಮತ್ತಷ್ಟು ಅಸಹನೆಯಿಂದ 'ಲುಕ್..' ಎನ್ನುವಾಗಲೇ, ಮೊಜಾರ್ಟ್, 'ಲುಕ್ ಶಾಶ್ವತಿ. ನಿಮ್ಮಿಂದ ಯಾವುದೇ ಫೇವರ್ ದೊರಕದೇ ಇರುವಾಗಲೂ ದಿವಾ ನಿಮ್ಮನ್ನು ಎರಡೆರಡು ಬಾರಿ ಹೊರ ದೇಶಕ್ಕೆ ಕಳಿಸಿದ್ದಾನೆ... ಸೋ...'

'ಸೋ... ಅವನಿಗೆ ನನ್ನಿಂದ ಯಾವುದೇ ಫೇವರ್ ಬೇಕಿರಲಿಲ್ಲ ಅಂತ ನಿಮಗೆ ಹೇಗೆ ಗೊತ್ತು?' ಅಂತ ಶಾಶ್ವತಿ ಕೇಳುವುದನ್ನೇ ಕಾಯುತ್ತಿದ್ದವಳಂತೆ ಸೊನಾಲಿ, 'ಸೋ...ಆಗ ನೀವು ಆತನ ನಿರೀಕ್ಷೆಗೆ ಸ್ಪಂದಿಸಿದ್ರಾ?' ಅಂತ ಕೇಳಿದಳು.

'ವಾಟ್...'

'ಡಿಡ್ ಯು ಹ್ಯಾವ್ ಅಫೇರ್ ವಿತ್ ಹಿಮ್ ದೇನ್?'

'ರಬ್ಬಿಶ್... ವಾಟ್ ಡು ಯು ಮೀನ್... ವಾಟ್ ಡು ಯು ಮೀನ್ ಬೈ ಅಫೇರ್?'

'ಐ ಮೀನ್....ಡಿಡ್ ಯು ಹ್ಯಾವ್ ಸೆಕ್ಸ್ ವಿತ್ ಹಿಮ್?'

'ಹೌ ಡಸ್ ಇಟ್ ಮ್ಯಾಟರ್. ಏನು ವ್ಯತ್ಯಾಸ ಆಗುತ್ತೆ?' ಅಂತ ಶಾಶ್ವತಿ ಕೇಳುವಾಗಲೇ ತನ್ನ ಪ್ರಶ್ನೆ ಸೋತಿದೆ ಅನ್ನುವುದು ಸೊನಾಲಿಗೆ ಗೊತ್ತಾಗಿ ಹೋಯಿತು.

'ಅವನು ನನ್ನ ಸೆಕ್ಸ್ ಕೇಳಿದ ಅನ್ನೋದು ಮುಖ್ಯಾನೋ ಅಥವ ನಾನು ಅವನೊಂದಿಗೆ ಸೆಕ್ಸಿನಲ್ಲಿ ತೊಡಗಿದೆ ಅನ್ನೋದು ಮುಖ್ಯನೋ?' ಎಂದು ಶಾಶ್ವತಿ ಕೇಳುವ ಹೊತ್ತಿಗೆ ಸಂಚಾರದ ಸ್ಪಂದನವಿಲ್ಲದೆ ಆ ಕಾನ್‌ಫರೆನ್ಸ್ ರೂಮಿನ ದೀಪಗಳು ಆಟೋಮೇಟಿಕ್‌ಆಗಿ ಆರಿಹೋದವು. ಆಶಾ ಸುತ್ತಲೂ

ಕೈ ಆಡಿಸಿದಾಗ ಕ್ಷಣಾರ್ಧದಲ್ಲಿ ಎಲ್ಲ ದೀಪಗಳೂ ಫಳಫಳಿಸಿದವು. ಮೊರ್ಘೂರ್ಟ್ ಉಶ್ಯ್... ಎಂದು ಹಿಂದಕ್ಕೊರಗಿ, ಸೆಟೆದು ನಿಂತಿದ್ದ ಚೇರಿನ ಬೆನ್ನಿಗೂ ಒಂದಿಷ್ಟು ಸಂಚಾರ ಕಲ್ಪಿಸಿದ. ಮೇಲೆ ನೇತಾಡುವ ಪ್ರಜೆಕ್ಟರು ಕುರುಡಾಗಿ, ಗೋಡೆಯ ಮೇಲಿನ ಬಿಳಿಯ ಪರದೆ ದಿಗಂಬರವಾಗಿ, ಮೇಜಿನ ಮೇಲೆ ತನ್ನ ಗುರುತಿನ ನಂಬರು ತೋರುವ ಫೋನು ಮೂಕವಾಗಿ ಶಾಶ್ವತಿಯ ಪ್ರಶ್ನೆಯಲ್ಲಿ ದಿಕ್ಕು ತೋಚದೆ ಪೆಚ್ಚಾಗಿರುವಂತೆ ಕಾಣುತ್ತಿತ್ತು. ಗಂಡು ಹೆಣ್ಣಿನ ಸಂಬಂಧವನ್ನು ಇಂಥ ಶೀತಲ ರೂಮಿನ ನಾಲ್ಕು ಗೋಡೆಗಳ ಖಾಲಿ ಚೇರುಗಳ ಮಧ್ಯೆ ತನಿಖೆ ಮಾಡಿ ನಿರ್ಣಯಿಸುವುದೇ ಸೊನಾಲಿಗೆ ನಿರರ್ಥಕ ವೆನಿಸುತ್ತಿತ್ತು.

'ನೋಡಿ. ನನ್ನ ಕಂಪ್ಲೈಂಟ್ ಇಷ್ಟೇ. ಈಗ ಬಂದಿರುವ ಆಸ್ಟ್ರೇಲಿಯಾದ ಪ್ರಾಜೆಕ್ಟಿಗೆ ಕಳುಹಿಸಿಕೊಡೋ ವಿಚಾರ ಬಂದಾಗ ದಿವಾ ನನ್ನ ಹತ್ರ ಫಿಸಿಕಲ್ ಫೇವರ್ ಕೇಳಿದ್ರು. ಅದು ನನ್ನನ್ನ ಬಹಳ ಡಿಸ್ಟರ್ಬ್ ಮಾಡ್ತು. ಅದಕ್ಕಾಗಿ ಅವರು ನನ್ನನ್ನ ಪದೇ ಪದೇ ರೆಸಾರ್ಟಿಗೆ ಬರುವಂತೆ ಕೇಳಿಕೊಂಡ ಮೆಸೇಜ್‌ಗಳು ನನ್ನ ಹತ್ರ ಇವೆ. ಇಟ್ ಈಸ್ ದಟ್ ಸಿಂಪಲ್' ಎಂದು ಶಾಶ್ವತಿಯೇ ಮಾತು ಮುಂದುವರೆಸಿದಳು.

'ಸರಿ. ನಿಮ್ಮ ಎಲ್ಲಾ ಹೇಳಿಕೆಗಳನ್ನ ಲಿಖಿತ ರೂಪದಲ್ಲಿ ಕೊಡಿ. ಮತ್ತು ನಿಮ್ಮ ಹತ್ತಿರ ಇರುವ ಎಲ್ಲಾ ಸಾಕ್ಷಿಗಳನ್ನೂ ಕೊಡಿ. ನಾವು ಈ ಎಲ್ಲದರ ಬಗ್ಗೆ ವಿಚಾರಣೆ ನಡೆಸ್ತೀವಿ. ಅಲ್ಲಿವರೆಗೆ ಈ ವಿಚಾರ ಎಲ್ಲೂ ಬಹಿರಂಗ ಆಗಬಾರದು. ನೋ ಮೀಡಿಯಾ. ನೋ ಫ್ರೆಂಡ್ಸ್. ನೋ ಟೀಮ್ ಮೇಟ್ಸ್. ನೋ ಬಡಿ. ಇನ್ನೆರೆಡು ದಿನದಲ್ಲಿ ಮತ್ತೆ ಮಾತಾಡ್ತೀನಿ. ಥ್ಯಾಂಕ್ಯೂ' ಎಂದು ಮೊರ್ಘೂರ್ಟ್ ಎದ್ದು ನಿಂತ. ಶಾಶ್ವತಿ ಈ ಮಾತುಕತೆ ಇಷ್ಟು ಅಚಾನಕ್ಕಾಗಿ ಕೊನೆಯಾಗಬಹುದು ಅನ್ನುವುದನ್ನು ನಿರೀಕ್ಷಿಸಿರಲಿಲ್ಲ. ಥ್ಯಾಂಕ್ಸ್ ಎಂದು ಮೊರ್ಘೂರ್ತ್, ಆಶಾ ಮತ್ತು ಸೊನಾಲಿಯ ಕೈ ಕುಲುಕಿದಳು.

* * *

ಕಳೆದೆರಡು ದಿನಗಳಲ್ಲಿ ಕೇಳಿದ ಮಾತುಗಳು– ಎಷ್ಟೊಂದು ಮಾತುಗಳು – ಕೇಳಿದ್ದರಲ್ಲಿ ಯಾವುದು ಸತ್ಯ ಯಾವುದು ಸುಳ್ಳು ಅನ್ನುವುದೇ ತಿಳಿಯದೆ ಎಲ್ಲವೂ ಗೋಜಲು ಗೋಜಲಾಗಿತ್ತು. ಇನ್ನೊಮ್ಮೆ ದಿವಾ ಮತ್ತು ಶಾಶ್ವತಿಯ ಹತ್ತಿರ ಅವರವರ ಕತೆ ಕೇಳಿ, ಪ್ರಾಜೆಕ್ಟಿನ ಒಂದಿಬ್ಬರು ಸೀನಿಯರ್ ವ್ಯಕ್ತಿಗಳೊಂದಿಗೆ ಅವರಿಬ್ಬರ ನಡವಳಿಕೆಗಳ ಬಗ್ಗೆ ವಿಚಾರಿಸಲಾಯಿತು. ಪ್ರಾಜೆಕ್ಟಿನವರ ಪ್ರಕಾರ ಹಿಂದೆರಡು ಸಲ ಹೊರದೇಶದ ಅವಕಾಶ ಬಂದಾಗ ಅದಕ್ಕೆ ಬೇರೆ

ಹುಡುಗರು ಮೊದಲಿನಿಂದಲೇ ಕಾದು ಕುಳಿತಿದ್ದರೂ ದಿವಾ ಶಾಶ್ವತಿಯನ್ನೇ ಕಳಿಸಿಕೊಟ್ಟಿದ್ದ. ಒಬ್ಬಾತ ರಿಸೈನ್ ಮಾಡಿದರೂ ಕ್ಯಾರೇ ಅನ್ನದೆ ಅವಳನ್ನು ಕಳುಹಿಸಿದ್ದ. ಎಲ್ಲರಲ್ಲೂ ಇದರ ಬಗ್ಗೆ ಅಸಮಾಧಾನವಿತ್ತು. ಆದರೆ ಅವರಿಬ್ಬರ ನಡುವೆ ಸಂಬಂಧ ಇರಬಹುದು ಅನ್ನುವ ಗುಮಾನಿಯೂ ಸಹ ಯಾರಿಗೂ ಇದ್ದ ಹಾಗಿರಲಿಲ್ಲ. ಅಲ್ಲದೆ ಇದನ್ನು ದಿವಾ ಬಗೆಗಿನ ಫೀಡ್‌ಬ್ಯಾಕ್ ಅಂತ ಹೇಳಿ ವಿಚಾರಿಸಿದ್ದರೇ ಹೊರತು, ಅಪ್ಪಿತಪ್ಪಿಯೂ ಸೆಕ್ಯುಯಲ್ ಹರಾಸ್‌ಮೆಂಟ್ ಕೇಸ್ ಅಂತ ಅವರ್ಯಾರಿಗೂ ಹೇಳಿರಲಿಲ್ಲ. ಶಾಶ್ವತಿಯಂತು ತನಗೆ ಬಂದ ಮೆಸೇಜುಗಳನ್ನು ತೋರಿಸಿ ಮತ್ತೆ ಅದೇ ಮಾತುಗಳನ್ನು ಹೇಳಿದ್ದಳು.

ದಿವಾಕರ್ ಮಾತ್ರ ಒಳಗಿಂದೊಳಗೇ ಕುಸಿದುಹೋದಂತಿದ್ದ. ಆದರೂ ಯಾವುದನ್ನೂ ತೋರಗೊಡದೆ ತಾನು ನಿರಪರಾಧಿ ಅನ್ನುವ ನಿಲುವಿನಲ್ಲೇ ಇದ್ದ. ಇದ್ಯಾವುದೂ ತನಗೆ ಅರ್ಥವೇ ಆಗುತ್ತಿಲ್ಲ. ಅವಳು ಯಾಕೆ ಹೀಗೆ ಮಾಡಿದಳು. ನಾವಿಬ್ಬರು ಒಳ್ಳೆಯ ಸ್ನೇಹಿತರು ಅಷ್ಟೇ. ಸ್ನೇಹಿತರು ಅಂದರೆ ಆಫೀಸಿನಿಂದ ಹೊರಡುವುದು ಒಮ್ಮೊಮ್ಮೆ ತಡವಾದಾಗ ಅವಳನ್ನು ನನ್ನ ಕಾರಿನಲ್ಲೇ ಮನೆಗೆ ಡ್ರಾಪ್ ಮಾಡಿ ಹೋಗುತ್ತಿದ್ದೆ. ಪ್ರಾಜೆಕ್ಟಿನ ಬೇರೆ ಹುಡುಗರಿಗೂ ನಾನು ಡ್ರಾಪ್ ಕೊಟ್ಟಿದ್ದೇನೆ. ಆಗ ನಮ್ಮ ನಡುವೆ ಪರಿಚಯ ಹೆಚ್ಚಾಯಿತು ಅಷ್ಟೇ. ನಮ್ಮ ನಡುವೆ ಅಂಥದ್ದು ಏನೂ ಇಲ್ಲ. ಅವಳು ಫನ್ ಕಮಿಟಿಯಲ್ಲಿದ್ದಾಳೆ. ರೆಸಾರ್ಟಿಗೆ ಕರೆದಿದ್ದು ಕೂಡ ಪ್ರಾಜೆಕ್ಟಿನ ಫ್ಯಾಮಿಲಿ ಟ್ರಿಪ್ ಆರ್ಗನೈಜ್ ಮಾಡುವುದಕ್ಕೆ ಕಾರಣಕ್ಕೆ ಮುಂಚಿತವಾಗಿ ಒಮ್ಮೆ ನೋಡಿಕೊಂಡು ಬರುವುದಕ್ಕೆ ಅಂತೆಲ್ಲ ಸಬೂಬು ನೀಡಿದ.

ಇನ್ನು ದಿವಾಕರನ ಸ್ನೇಹಿತ ಮತ್ತೊಂದು ಪ್ರಾಜೆಕ್ಟಿನ ಮ್ಯಾನೇಜರ್ ಆಗಿದ್ದ ಶಂಕರ್‌ನ ಮೂಲಕ ಉಪಾಯವಾಗಿ ಪಡೆದ ದಿವಾಕರನ ಹೆಂಡತಿಯ ಹೇಳಿಕೆಗಳ ಪ್ರಕಾರ ಅವನೇ ಸಾಕ್ಷಾತ್ ಶ್ರೀರಾಮಚಂದ್ರ ಅನ್ನುವುದರಲ್ಲಿ ಸ್ವತಃ ವಾಲ್ಮೀಕಿಗೂ ಅನುಮಾನ ಬರಲಿಕ್ಕಿಲ್ಲ. ಹೀಗಿರುವಾಗ ಇದನ್ನು ಹೇಗೆ ಪರಿಹರಿಸಬೇಕು ಉನ್ನತ ಅಧಿಕಾರಿಗಳಿಗೆ ಏನು ವರದಿ ನೀಡಬೇಕು ಏನಂತ ಶಿಫಾರಸ್ಸು ಮಾಡಬೇಕು ಅನ್ನುವುದೂ ತಿಳಿಯಲಿಲ್ಲ. ಯಾವುದೇ ನಿರ್ಣಯಕ್ಕೆ ಬರಲು ಸಾಧ್ಯವಾಗಿರಲಿಲ್ಲ. ಯಾವುದೂ ಸ್ಪಷ್ಟವಾಗಿರಲಿಲ್ಲ.

'ಹಾಗೆ ಯಾವುದೂ ಸ್ಪಷ್ಟವಾಗಿರೋದಿಲ್ಲ ಮತ್ತು ಸ್ಪಷ್ಟವಾಗಿ ನಡೆಯೋದಿಲ್ಲ ಅಲ್ಲವ ಮೊರ್ಘೂರ್ಟ್. ಶಾಶ್ವತಿ ಮತ್ತು ದಿವಾ ನಡುವೆ ನಿಖರವಾಗಿ ಏನು ನಡೆದಿತ್ತು ಅನ್ನೋದನ್ನ ಹೇಗೆ ಹೇಳೋದು?' ಸೊನಾಲಿಯ ಬೆನ್ನಿಗೆ ಹೊಗೆಯುಗುಳುತ್ತ ನಿಂತ ಮೊರ್ಘೂರ್ಟನನ್ನು ಕೇಳಿದಳು. ಆಫೀಸಿನೆದುರಿನ

ಎಳನೀರು ಮಂಡಿಯಂಥ ಗುಡಿಸಲು, ಅದರ ಪಕ್ಕದಲ್ಲೇ ಟೀ, ಬಿಸ್ಕತ್ತು, ಸಿಗರೇಟು, ಚುಯಿಂಗ್ ಗಮ್ ಮಾರುವ ಸಣ್ಣ ಗೂಡು. ಅದರ ಹಿಂದೆ ಮರೆಯಲ್ಲಿ ಮರದ ಕೆಳಗೆ ನಿಂತು ಮಧ್ಯಾಹ್ನ ಊಟದ ನಂತರ ಸಿಗರೇಟು ಸೇದಲು ಬಂದ ಮೊರ್ಘುರ್ಟ್ ಜೊತೆ ಅವಳನ್ನು ಗಮನಿಸಿದವರಿಗೆ ಮಾತ್ರ ಅವಳೇಕೋ ಮಂಕು ಬಡಿದವಳ ಹಾಗೆ ಕಾಣುವ ಸಾಧ್ಯತೆ ಇತ್ತು. ಆದರೆ ಅದು ಈ ಕೇಸಿನ ಸಲುವಾಗಿಯೋ ಅಥವ ತನ್ನ ಪ್ರಿಯಕರ ಪ್ರೀತಮ್‌ಗೆ ಇನ್ನೂ ಕೆಲಸ ದೊರಕದೆ ಖಾಲಿ ಕುಳಿತಿರುವ ಸಲುವಾಗಿಯೋ ಅನ್ನುವ ಅನುಮಾನದಲ್ಲಿ ಅವಳನ್ನು ಕಳೆದೆರಡು ದಿನಗಳಿಂದ ಸೂಕ್ಷ್ಮವಾಗಿ ಗಮನಿಸುತ್ತಿದ್ದ ಮೊರ್ಘುರ್ಟ್, 'ಓಹ್ ಕಮಾನ್ ಸೋನಾ. ನಿನಗೊಂದು ಹೊಸ ಅನುಭವ ಇರಲಿ ಮತ್ತು ಇಂಥ ಕೇಸುಗಳನ್ನು ಹ್ಯಾಂಡಲ್ ಮಾಡೋದು ಗೊತ್ತಾಗಲಿ ಅಂತ ಶಿಫಾರಸ್ಸು ಮಾಡಿ ನಿನ್ನನ್ನೂ ಇದರಲ್ಲಿ ಸೇರಿಸಿಕೊಂಡೆ ಅಷ್ಟೇ. ಅಷ್ಟೆಲ್ಲ ತಲೆಕೆಡಿಸಿಕೊಳ್ಳಬೇಡ. ಅಮೇರಿಕಕ್ಕೆ ಹೋಗೋದರ ಬಗ್ಗೆ ಯೋಚ್ನೆ ಮಾಡು. ಮನೆ ಫೈನಲೈಜ್ ಮಾಡಿದ್ಯ?' ಅಂತ ಮತ್ತೊಂದು ದಮ್ಮೆಳೆದು ಬಿಟ್ಟ.

ಅಮೇರಿಕಕ್ಕೆ ಹೋಗುವ ವಿಚಾರ ಬರುತ್ತಲೇ ಸೊನಾಲಿಗೆ ಪ್ರೀತಮ್‌ನ ಕೆಲಸದ ನೆನಪಾಯಿತು. ಕರ್ನಾಟಕದಲ್ಲಿರುವ ಹಲವಾರು ಭೂಪ್ರದೇಶದಲ್ಲಿ ಮಲೆನಾಡಿಗೆ ತನ್ನದೇ ವೈಶಿಷ್ಟ್ಯವಿದೆ. ಅಂಥ ಮಲೆನಾಡಿನ ಸ್ನಿಗ್ಧತೆಯನ್ನೆಲ್ಲ ಮೈಗೂಡಿಸಿಕೊಂಡ ಊರು ತನ್ನದು–ಸಿದ್ದಾಪುರ ಅಂತ. ಅದರಲ್ಲೂ ಪೇಟೆಯ ಗದ್ದಲಗಳಿಂದ ದೂರದಲ್ಲಿ ತನ್ನ ಮನೆ ಅದರ ಎದುರಿನ ಮಣ್ಣಿನ ರಸ್ತೆಯಿಂದಾಗಿಯೇ ಇನ್ನಷ್ಟು ಮುದ್ದಾಗಿರುವಂತಿದೆ. ಆ ಹೆಂಚಿನ ಮನೆಯ ಹಿಂದೆಯೇ ತೋರಣದಂತೆ ತೂಗುವ ಅಡಿಕೆ ತೆಂಗು ಬಾಳೆ ತೋಟವಿದೆ ಅನ್ನುವುದನ್ನೆಲ್ಲ ಪ್ರೀತಮ್ ಎಷ್ಟು ಭಾವುಕನಾಗಿ ವರ್ಣಿಸಿದರೂ, 'ಸೌತ್ ಇಂಡಿಯನ್ ತೋಹ್ ನಹೀ ಚಲೇಗಾ...' ಅಂತ ಒಂದೇ ಮಾತಿನಲ್ಲಿ ಹೊಡೆದು ಹಾಕಿದ ಅಮ್ಮನಿಗೆ ಇದನ್ನೆಲ್ಲ ಹೇಗೆ ಮನವರಿಕೆ ಮಾಡಿಕೊಡಬೇಕೆನ್ನುವುದೇ ಸೊನಾಲಿಗೆ ಸಮಸ್ಯೆಯಾಗಿತ್ತು. ಆ ಕುರಿತು ಅಮ್ಮನೊಂದಿಗೆ ಆಗಾಗ ವಾಗ್ವಾದವೂ ನಡೆಯುತ್ತಿತ್ತು. ಈಗ ಒಂದು ತಿಂಗಳ ಹಿಂದೆ ಪ್ರೀತಮ್ ಕೆಲಸವನ್ನೂ ಕಳೆದುಕೊಂಡ ಮೇಲೆ ಮನೆಯವರನ್ನು ಒಪ್ಪಿಸುವುದು ಇನ್ನೂ ಕಷ್ಟವೆನಿಸಿತು. ತನ್ನ ಕಂಪನಿಯಲ್ಲೇ ಒಂದು ಕೆಲಸ ಕೊಡಿಸುವ ಅಂತ ಮೊರ್ಘುರ್ಟ್ ನನ್ನು ಕೇಳಿಕೊಂಡರೆ, 'ನಂಗೇನೂ ತೊಂದರೆ ಇಲ್ಲ. ಕೊಡಿಸಬಹುದು. ಆದರೆ ಇಬ್ಬರೂ ಒಂದೇ ಆಫೀಸು ಅದೂ ಒಂದೇ ಡಿವಿಶನ್

ಅಂದರೆ ನಿನಗೇ ಅನ್ನಿಸುವುದಿಲ್ಲವಾ –ಪ್ರೈವಸಿ ಫ್ರೀಡಮ್ ಇರೋದಿಲ್ಲ ಅಂತ. ಬೇರೆ ಕಂಪನಿಗಳಲ್ಲಿ ನನ್ನ ಸ್ನೇಹಿತರಿದ್ದಾರೆ. 'ಟ್ರೈ ಮಾಡ್ತಿನಿ' ಅಂತಂದು ಕೈತೊಳೆದುಕೊಂಡಿದ್ದ. ಈ ಅಫೇರು ಕಾಲೇಜಿನಲ್ಲೇ ಮುಗಿದು ಹೋಗಿದ್ದರೆ ಇಷ್ಟೆಲ್ಲ ಸಮಸ್ಯೆಗಳು ಎದುರಾಗುತ್ತಲೇ ಇರಲಿಲ್ಲವೇನೋ. ಸಂಬಂಧಗಳು ಸರಿಯಾದ ಕಾಲಕ್ಕೆ ಕೊನೆಗಾಣಬೇಕು. ಒಂದರಿಂದ ಮತ್ತೊಂದಕ್ಕೆ ಹೊರಳಿಕೊಳ್ಳಬೇಕು. ಅಫೇರಿನಿಂದ ಪ್ರೀತಿಯಲ್ಲೊ ಮದುವೆಯಲ್ಲೋ ಅಥವ ವಿದಾಯದಲ್ಲೋ ನೆಲೆಗಾಣಬೇಕು. ಎಲ್ಲವೂ ಸರಿಯಿದ್ದರೆ ಸರಿ. ಇಲ್ಲದಿದ್ದರೆ ಸಲ್ಲದ ಹೊರೆ. ಸಂಬಂಧವೆಂದರೆ ಹೊರೆಯೇ ತಾನೇ? ತಾಯಿ ತಂದೆ ಅಣ್ಣ ಸ್ನೇಹಿತ ಪ್ರಿಯಕರ ಎಲ್ಲರ ಹೊರೆಯನ್ನೂ ನಿಭಾಯಿಸುತ್ತ ಸಾಗುವುದು. ಅಂಥದ್ದೊಂದು ಹೊರೆಯಿಲ್ಲದಿದ್ದರೆ ಸಂಬಂಧಕ್ಕೆ ಬೆಲೆ ಎಲ್ಲಿಂದ ಬರಬೇಕು. ಆಗಾಗ ಹೊರೆಯಿಳಿದ ಘಳಿಗೆಗಳಲ್ಲಿ ಸಿಗುವ ಕ್ಷಣಕಾಲದ ಸುಖವೇ ಈ ಸಂಬಂಧಗಳ ಸೆಳೆಯೇನೋ. ಅದಕ್ಕಾಗಿಯೇ ಮನುಷ್ಯ ಇಷ್ಟೊಂದು ಸಂಬಂಧಗಳ ಹೊರೆಯಲ್ಲಿ ಬಳಲುವುದು. ಆದರೆ ಇದು ಬಳಕೆಯ ತಿರುವು ಪಡೆದುಕೊಳ್ಳುವುದಾದರು ಹೇಗೆ? ಆಕರ್ಷಣೆಯಿಂದ ಹೊರೆ. ಹೊರೆಯಿಂದ ಬಳಲಿಕೆ. ಬಳಲಿಕೆಯಿಂದ ಬಳಕೆ. ತಾನೊಂದು ಬಳಕೆಯ ವಸ್ತು ಎನ್ನಿಸುವುದು. ಬಳಕೆಗೆ ಒಳಗಾಗುವ ತಿರುವು ಅಷ್ಟು ಸುಲಭವಿರಲಾದರು. ದಿವಾ ಶಾಶ್ವತಿಯನ್ನು ಪ್ರೀತಿಸುತ್ತಿರಬಹುದು. ಅಥವ ಶಾಶ್ವತಿಯೇ ಎಲ್ಲವನ್ನೂ ತಪ್ಪಾಗಿ ಅರ್ಥೈಸುತ್ತಿರಬಹುದು.

ಇದ್ಯಾವುದರಲ್ಲೂ ಆಸಕ್ತಿಯೇ ಇರದವನಂತೆ ತೋರುವ ಮೊರ್ಘಾರ್ಟ್ ಎಲ್ಲವನ್ನೂ ಹೊಗೆ ಬಿಡುವಷ್ಟು ಸಲೀಸಾಗಿ ಮಾಡಿಮುಗಿಸುವವನಂತೆ ತೋರಿತು. ಹಾಗೊಂದು ವೇಳೆ ಎಲ್ಲವೂ ಸುಲಭದಲ್ಲಿ ಮುಗಿದುಹೋದರೆ ಅನಾಹುತವೇ ಆಗಬಹುದು ಎಂದುಕೊಂಡು, 'ಬಹುಶಃ ಇದರಲ್ಲಿ ಯಾರದ್ದೂ ತಪ್ಪಿಲ್ಲವೇನೋ. ಬಹುಶಃ ಇದೆಲ್ಲ ತಪ್ಪುತಿಳುವಳಿಕೆಗಳಿಂದ ಆಗಿರುವ ಊಹಾಪೋಹವೇ ಇರಬೇಕು' ಎಂದಳು.

'ಊಹೆ? ಶಾಶ್ವತಿ ಅಷ್ಟು ಸ್ಪಷ್ಟವಾಗಿ ಹೇಳುತ್ತಿದ್ದಾಳೆ. ಅವಳು ಸುಳ್ಳು ಹೇಳುತ್ತಿರಬಹುದು. ಆದರೆ ಊಹೆ ಮಾತ್ರ ಖಂಡಿತ ಸಾಧ್ಯವಿಲ್ಲ'

'ಹಾಗಲ್ಲ....ಈಗ ಸುಮ್ಮನೆ ಹೊರಗಿನವರಾಗಿ ನೋಡುವಾಗ ನಮ್ಮ ನಡುವೆಯೇ ಎಷ್ಟೊಂದು ವಿಷಯಗಳು ಸ್ಪಷ್ಟವಿಲ್ಲ'

'ಹಾಂ?! ನಮ್ಮಿಬ್ಬರ ನಡುವೆ ಅಂಥದ್ದೇನು ಇದೆಯಪ್ಪಾ?!'

'ನೀನು ನನ್ನ ಪ್ರಮೋಶನ್ ಬಗ್ಗೆ ಯಾಕೆ ಅಷ್ಟು ಕಾಳಜಿ ವಹಿಸಿದೆ.

ನನ್ನನ್ನೇ ಯಾಕೆ ಅಮೇರಿಕಕ್ಕೆ ಕಳಿಸುತ್ತಿದ್ದೀಯಾ? ಈಗ ಈ ಕೇಸಿನಲ್ಲೂ ನನ್ನನ್ನೇಕೆ ಎಳೆದುಕೊಂಡೆ?', ಸುತ್ತ ಯಾರೂ ತಮ್ಮ ಮಾತನ್ನು ಗಮನಿಸುತ್ತಿಲ್ಲ ಎನ್ನುವುದನ್ನು ಕಣ್ಣಾಡಿಸಿ, 'ನಿನಗೆ ನನ್ನ ಮೇಲೆ ಕ್ರಶ್ ಇದೆ ಅಂತ ನೀನೇ ಹೇಳಿದ್ಯಾ...ಅಲ್ಲದೆ ಲಾಸ್ಟ್ ಮಂತ್...' ಅಂದಳು.

'ಓಹ್ ಓಹ್... ಡಿಯರ್... ಕ್ರಶ್, ಲವ್, ಸೆಕ್ಸ್, ಮ್ಯಾರೇಜ್...' ಎಂದು ಮೊರ್ಘೂರ್ಟ್ ಗಹಗಹಿಸಲು ಶುರುಮಾಡುವ ಮೊದಲೇ, 'ಗೊತ್ತು ಅದೆಲ್ಲ ಬೇರೆ ಬೇರೆ ಅಂತ...ಐ ನೊ...' ಎಂದು ತಡೆದು, 'ನಾನು ಹೇಳ್ತಾ ಇರೋದು ಅದಲ್ಲ. ಆದರೆ ನಮ್ಮ ಸಂಬಂಧವೇ ನಿಖರವಾಗಿ ಇಂಥದ್ದೇ ಅಂತ ಹೇಳೋಕೆ ಸಾಧ್ಯನಾ? ಎಲ್ಲವೂ ಸ್ಪಷ್ಟವಿದೆಯಾ? ಅವರಿಬ್ಬರ ನಡುವೆ ಎಲ್ಲೋ ಏನೋ ತಪ್ಪಿರಬಹುದು' ಎಂದು ಸುಮ್ಮನಾದಳು.

ಅಷ್ಟರಲ್ಲಿ ಮೊರ್ಘೂರ್ಟ್‌ನ ಬ್ಲ್ಯಾಕ್‌ಬೆರ್‍ರಿ ಫೋನು ಕಿರ್‍ರೆಂದಿತು. ತೆರೆದು ಈಮೇಲ್ ಕಂಡವನೇ ಹಿಗ್ಗಿಹೋದ. 'ಗ್ರೇಟ್...ಈಗ ಯಾವ ಅನುಮಾನಗಳೂ ಉಳಿಯೊದಿಲ್ಲ. ಎಲ್ಲ ಗೊತ್ತಾಗುತ್ತೆ...ನಡಿ...' ಎಂದು ಸಿಗರೇಟನ್ನು ಮರಕ್ಕೆ ಮೊಟಕಿಸಿ ಸೊನಾಲಿಯೊಂದಿಗೆ ಆಫೀಸಿನೊಳಕ್ಕೆ ಹೋದ.

*

ಸೊನಾಲಿಗೆ ನಂಬಲಾಗಲಿಲ್ಲ. ಮೊರ್ಘೂರ್ಟ್‌ನ ಕ್ಯಾಬಿನ್ನಿನಲ್ಲಿ ಕುಳಿತು ಅವನಿಗೆ ಬಂದ ಈಮೇಲಿನಲ್ಲಿದ್ದ ಶಾಶ್ವತಿ ಮತ್ತು ದಿವಾಕರ್ ನಡುವಿನ ಚ್ಯಾಟಿಂಗಿನ ಸಾಲುಗಳನ್ನು ಒಂದೊಂದಾಗಿ ಓದುತ್ತಿದ್ದರು.

'ನಾನು ಹೇಳಿರಲಿಲ್ವಾ.... ಈ ರಿಲೀಜಿಯಸ್ ಬಡ್ಡೀಮಕ್ಕಳನ್ನ ನಂಬಲೇ ಬಾರದು ಅಂತ. ಆಹಾ ರಸಿಕ ಶಿರೋಮಣಿ. ಐ ವಿಲ್ ಬಿ ಯುವರ್ ಬಾಸ್ ಔಟ್‌ಸೈಡ್ ಥಿಯೇಟರ್ ಅಂಡ್ ಬಾಯ್ ಫ್ರೆಂಡ್ ಇನ್‌ಸೈಡ್ ಥಿಯೇಟರ್ ಅಂತೆ... ಆಹಾ...' ಎಂದು ಮೊರ್ಘೂರ್ಟ್ ಅವರಿಬ್ಬರ ಪೋಲಿ ಪೋಲಿ ಸಂಭಾಷಣೆಗಳನ್ನು ಚಪ್ಪರಿಸುತ್ತಿದ್ದ. ಸಾಕಷ್ಟು ದಿನಗಳಿಂದ ಅವರಿಬ್ಬರ ನಡುವೆ ಅಫೇರ್ ಇತ್ತು. ಮತ್ತು ಪರಸ್ಪರ ಒಪ್ಪಿಗೆಯಿಂದಲೇ ಜರುಗುತ್ತಿತ್ತು ಅನ್ನುವುದು ಕಂಪನಿಯ ನೆಟ್‌ವರ್ಕ್ ಅಧಿಕಾರಿಗಳು ಕಳಿಸಿದ ಆ ಚ್ಯಾಟಿಂಗ್ ಹಿಸ್ಟರಿಯಿಂದ ಸಾಬೀತಾಗಿತ್ತು.

'ಆದರೂ ನನಗೇಕೋ ಅನುಮಾನ' ಎಂದು ಸೊನಾಲಿ ಅವನ ಕೈಯಿಂದ ಮೌಸ್ ಕಸಿದುಕೊಂಡು ಮೇಲ್ಮುಖ ಸ್ಕ್ರೋಲಾಡುತ್ತ ಹಿಂದಿನಿಂದ ಮತ್ತೆ ಕೆಲವು ಸಂಭಾಷಣೆಗಳನ್ನು ಓದತೊಡಗಿದಳು. ಈ ಅಫೀಸು, ಮೇಜು, ಕಂಪ್ಯೂಟರು, ಏಸಿ, ಕಾರಿಡಾರು, ಕಾನ್‌ಫರೆನ್ಸ್ ರೂಮುಗಳ ನಿರ್ಜೀವತೆಯಲ್ಲಿ ಗಂಡು–

ಹೆಣ್ಣಿನ ನಡುವಿನ ರಸ ಸಂಚಾರವನ್ನು ಹಿಡಿಯುವ ಕಸುಬೇ ಪೊಳ್ಳೆನಿಸುತ್ತಿತ್ತು. ದಟ್ಟವಾದದ್ದು ಯಾವುದೂ ಇಲ್ಲದ ಈ ಪರಿಸರದಲ್ಲಿ ಗಾಢವಾದದ್ದೂ ಎಷ್ಟು ತೆಳುವಾಗುತ್ತಿದೆ ಎನ್ನಿಸಿತು.

'ಇನ್ನೇನು ಅನುಮಾನ. ಶಾಶ್ವತಿ ಹೇಳುವಂತೆ ಇದು ಒನ್ ಸೈಡೈಡ್ ಅಂತೂ ಅಲ್ಲ. ಅವಳೂ ಪ್ರಚೋದಿಸಿದ್ದಾಳೆ. ಇವನೂ ಉಪಯೋಗಿಸಿಕೊಂಡಿದ್ದಾನೆ. ಶಾಶ್ವತಿ ಹೇಳುವ ಹಾಗೆ ದಿವಾಕರನೇ ಇವಳನ್ನು ಬಳಸಿಕೊಂಡಿದ್ದಾನೋ ಅಥವ ಇವಳೇ ಅವನನ್ನು ಬಳಸಿಕೊಂಡಿದ್ದಾಳೋ. ಯೆಸ್. ನೋಡು. ಆ ಅನುಮಾನ ಅಂತೂ ಇದೆ' ಎಂದು ಕಣ್ಣು ಮಿಟುಕಿಸಿ ನಕ್ಕ.

'ಹಾಗಲ್ಲ ಮೊರ್ಘಾರ್ಟ್. ಅವರು ನಿಜಕ್ಕೂ ಒಬ್ಬರನ್ನೊಬ್ಬರು ಇಷ್ಟಪಟ್ಟಿರಬಹುದು. ಈ ಚ್ಯಾಟಿಂಗ್ ಓದುತ್ತಿದ್ದರೆ....'

'ನೀನು ಸುಮ್ಮನೆ ಇಲ್ಲದ ಬಿಕ್ಕಟ್ಟನ್ನ ಸೃಷ್ಟಿ ಮಾಡ್ತಾ ಇದ್ಯಾ ಸೋನಾ. ದಿ ಕೇಸ್ ಈಸ್ ಸಾಲ್ವಡ್. ಇಬ್ಬರೂ ಪರಸ್ಪರ ಒಪ್ಪಿಗೆಯಿಂದ ಒಂದು ಸಂಬಂಧದಲ್ಲಿ ತೊಡಗಿದ್ದಾರೆ. ಯಾವುದೋ ಹಂತದಲ್ಲಿ ಜಗಳವಾಡಿದ್ದಾರೆ. ಅವನಿಂದಾಗಿಯೇ ತನಗೆ ಈ ಸಲದ ಆಸ್ಟ್ರೇಲಿಯಾ ಟ್ರಿಪ್ ತಪ್ಪಿ ಹೋಗಿದೆ ಅನ್ನುವ ಅನುಮಾನ ಬಂದಿದೆ. ಆ ಹಠಕ್ಕೆ ಈ ರೀತಿಯ ಕಂಪ್ಲೇಂಟ್ ಕೊಟ್ಟಿದ್ದಾಳೆ. ಅವರಿಬ್ಬರಲ್ಲಿ ಯಾರು ಯಾರನ್ನಾದರೂ ಉಪಯೋಗಿಸಿಕೊಂಡಿರಲಿ. ಅದರಿಂದ ಇಬ್ಬರಲ್ಲಿ ಯಾರಿಗೂ ಫೇವರ್ ದೊರಕಿರಬಹುದು. ದೊರಕದೇ ಇದ್ದಿರಬಹುದು. ಅದ್ಯಾವುದೂ ಅಲ್ಲ. ಹಾಗೊಂದು ಸಂಬಂಧದಲ್ಲಿ ತೊಡಗಿದ ಮೇಲೆ ಅವರು ಅದನ್ನ ಕಂಪನಿಗೆ ಡಿಕ್ಲೇರ್ ಮಾಡಬೇಕಿತ್ತು. ಅವರ ಸಂಬಂಧದ ಕುರಿತು ಕಂಪನಿಯ ಮ್ಯಾನೇಜ್‌ಮೆಂಟಿಗೆ ತಿಳಿಸಬೇಕಿತ್ತು. ಈ ಹಂತದಲ್ಲಿ ಇದೇ ದೊಡ್ಡ ಇಶ್ಯು. ಅದಕ್ಕಾಗಿ ಇಬ್ಬರೂ ಹೊಣೆಗಾರರು. ಇಬ್ಬರಿಗೂ ಈ ಸಂಭಾಷಣೆಯ ವಿವರಣೆ ತೋರಿಸಿ. ಇಬ್ಬರ ಬಾಯಿಯನ್ನೂ ಮುಚ್ಚಿಸಿ ಕಂಪನಿಯಿಂದ ಅವರಾಗಿಯೇ ರಿಸೈನ್ ಮಾಡಿ ಹೋಗುವಂತೆ ಮಾಡಬೇಕು. ಉನ್ನತ ಅಧಿಕಾರಿಗಳು ಸಹ ಅದನ್ನೇ ಫೋನ್ ಮಾಡಿ ತಿಳಿಸಿದ್ದರು. ಇಡೀ ಪ್ರಾಜೆಕ್ಟೇ ಕೈತಪ್ಪಿ ಹೋಗುವ ಸ್ಥಿತಿ ಇದ್ದರೂ ಚಿಂತೆಯಿಲ್ಲ. ರೆವೆನ್ಯೂ ಮಣ್ಣು ಮಸಿ ಯಾವುದನ್ನೂ ಕೇರ್ ಮಾಡಬೇಡಿ. ಇದು ಕಂಪನಿಯ ಎಥಿಕ್ಸ್ ಮತ್ತು ಪಾಲಿಸಿಗಳ ವಿಚಾರ. ಇಬ್ಬರನ್ನೂ ಯಾವುದೇ ಮುಲಾಜಿಲ್ಲದೆ ಹೊರಗೆ ಕಳಿಸಿ ಅಂದಿದ್ದಾರೆ. ನೀನು ಹೇಳಿದ್ದು ನಿಜವಿರಬಹುದು. ಅವರಿಬ್ಬರು ಒಬ್ಬರನ್ನೊಬ್ಬರು ನಿಜಕ್ಕೂ ಇಷ್ಟಪಟ್ಟಿರಬಹುದು. ಆದರೆ ಹಾಗೆ ಇಷ್ಟಪಟ್ಟಿದ್ದನ್ನ ಡಿಕ್ಲೇರ್ ಮಾಡಬೇಕಿತ್ತು'

'ಏನಂತ ಡಿಕ್ಲೇರ್ ಮಾಡೋದು? ತನಗೆ ಇವರ್ಯಾರೋ ಬಹಳ ಇಷ್ಟ ಆಗ್ತಾರೆ ಅಂತಲೋ, ಇವರು ಬಹಳ ಆಕರ್ಷಕರಾಗಿ ಕಾಣ್ತಾರೆ ಅಂತಲೋ, ಯಾರಲ್ಲೋ ಪ್ರೀತಿಯಿದೆ ಅಂತಲೋ, ಇನ್ಯಾರಲ್ಲೋ ಅನೈತಿಕ ಸಂಬಂಧ ಹೊಂದಬೇಕು ಅನ್ನೋ ಆಸೆ ಆಗಿದೆ ಅಂತಲೋ....ಏನಂತ ಡಿಕ್ಲೇರ್ ಮಾಡೋದು ಮೊರ್ಘೂರ್ಟ್? ಅಲ್ಲದೆ ಯಾವಾಗ ಯಾವ ಹಂತದಲ್ಲಿ ಡಿಕ್ಲೇರ್ ಮಾಡಬೇಕು? ಆಫೀಸಿನ ಕ್ಯಾಂಟೀನಿನಲ್ಲೋ, ತನ್ನ ಸೀಟಿನ ಪಕ್ಕದ ಸಾಲಿನಲ್ಲೋ, ಯಾವುದೋ ಸೆಮಿನಾರು ಟ್ರೈನಿಂಗಿನಲ್ಲೋ, ಅಥವ ಸುಮ್ಮನೆ ಕಾರಿಡರಿನಲ್ಲಿ ಹಾದುಹೋಗುವಾಗ ಅಚಾನಕ್ಕಾಗಿ ಎದುರಾಗಿ ಕಣ್ಸೆಳೆದ ಕೂಡಲೇ ಕಂಪನಿಯವರಲ್ಲಿ ದಾಖಲು ಮಾಡಬೇಕಾ? ಅಥವ, ಅದು ಪರಿಚಯಕ್ಕೆ ತಿರುಗಿದ ನಂತರದ ಹಂತದಲ್ಲ? ಅಥವ ಪ್ರಾಜೆಕ್ಟಿನಲ್ಲಿ ಒಟ್ಟಿಗೆ ಕೆಲಸ ಮಾಡಮಾಡುತ್ತ ಸ್ನೇಹಿತರಾಗಿ ಹತ್ತಿರಾಗುತ್ತಿದ್ದೇವೆ ಅನ್ನುವುದು ಅರಿವಿಗೆ ಬರುತ್ತಿದ್ದಂತೆ? ಅಥವ ಪ್ರಾಜೆಕ್ಟು ಪಾರ್ಟಿ, ಡಿನ್ನರ್ ಟ್ರೀಟುಗಳ ಬೌಲಿಂಗ್ ಬಿಲಿಯರ್ಡ್ಸ್‌ಗಳಲ್ಲಿ ಕೈಗೆ ಕೈ ಸೋಕುವಾಗ ಎದ್ದ ನವಿರು ಭಾವನೆಗಳನ್ನು ಹಾಗೇ ಹಸಿಹಸಿಯಾಗಿ ಕಂಪನಿಯವರ ಮುಂದೆ ಬಿಚ್ಚಿಡಬೇಕಾ? ಪ್ರೀತಿ ಮೂಡಿದೆ ಅನ್ನುವ ಅನುಮಾನ ಬಂದಾಗ ಮೊದಲು ಅದನ್ನು ಕಂಪನಿಯವರಲ್ಲಿ ನಿವೇದಿಸಿಕೊಳ್ಳಬೇಕಾ? ಇಲ್ಲ, ಡಿಸ್ಕೋ ಥೆಕ್ಕಿನಲ್ಲಿ ಮೈಮರೆತು ಭಾವುಕವಾಗಿ ಆತುಕೊಂಡ ಮನಸ್ಸು ಅರಿಯದೇ ಮುತ್ತಿಟ್ಟಾಗ....'

ಡಿಸ್ಕೋ ತೆಕ್ಕಿನಲ್ಲಿ ಮುತ್ತಿಡುವ ಮಾತು ಬರುತ್ತಿದ್ದಂತೆ ಮೊರ್ಘೂರ್ಟ್ ಅಧೀರನಾದ. ಇದು ಎಲ್ಲಿಂದ ಎಲ್ಲಿಗೆ ಹೊರಳಿಕೊಳ್ಳುತ್ತಿದೆ ಅನ್ನುವ ಸಂಶಯದಲ್ಲಿ, 'ನೀನು ಏನು ಹೇಳಬೇಕು ಅಂದ್ಕೊಂಡಿದ್ದೀಯಾ?' ಅಂತ ಸ್ವಲ್ಪ ಬಿಗಿಯಾಗಿ ಕೇಳಿದ.

ಸೊನಾಲಿಗೆ ತಾನು ಮಾತಿನ ಜಾಡಿನಲ್ಲಿ ಏನು ಆಡಿದೆ ಅನ್ನುವುದು ಅರಿವಾಗಿ, 'ಅಲ್ಲ. ನಾನು ಹೇಳಿದ್ದು ಹಾಗಲ್ಲ. ಅಥವ ಹಾಗೆ ಅಂತಲೇ ಸದ್ಯಕ್ಕೆ ನಂಬಿಕೋ. ನಮ್ಮಿಬ್ಬರ ನಡುವೆ ಡಿಸ್ಕೋ ತೆಕ್ಕಿನಲ್ಲಿ ಆದದ್ದನ್ನ ಈಗಲೇ ಜಾಹಿರು ಗೊಳಿಸಬೇಕಾ? ಅಥವ ಅಮೇರಿಕಕ್ಕೆ ಹೋದ ಮೇಲೆ ಕಾಲದ ಹೊಂಚಿನಲ್ಲಿ ಅವಕಾಶ ಒದಗಿ ಇಬ್ಬರ ನಡುವೆ ಸೆಕ್ಸು ಜರುಗುವ ತನಕ ಕಾಯಬೇಕಾ?' ಎಂದು ಕೇಳಿಯೇಬಿಟ್ಟಳು.

ಮೊರ್ಘೂರ್ಟಗೆ ಇದನ್ನು ಸಹಿಸುವುದಕ್ಕೇ ಆಗಲಿಲ್ಲ. 'ವಾಟ್ ರಬ್ಬಿಶ್....ಏನು ಮಾತಾಡ್ತಾ ಇದ್ಯಾ ಅನ್ನೋ ಪ್ರಜ್ಞೆ ಇದ್ಯಾ? ಅಪ್ಪ-ಅಮ್ಮ ಇಷ್ಟು

ವರ್ಷ ಡೆಲ್ಲಿಯಲ್ಲಿ ದುಡಿದು ದುಡಿದು ಈಗೊಂದು ಫ್ಲ್ಯಾಟ್ ಖರೀದಿಸಿದ್ದಾರೆ ನಾನು ಅಮೇರಿಕಕ್ಕೆ ಹೋದರೆ ಅದರ ಸಾಲದ ಹೊರೆಯನ್ನ ಸ್ವಲ್ಪವಾದರು ಕಡಿಮೆ ಮಾಡಬಹುದು ಅಂತ ನೀನು ಆವತ್ತು ಹೇಳಿಕೊಂಡಿದ್ದಕ್ಕೆ ನಾನು ಇಷ್ಟೆಲ್ಲ ನಿನಗೋಸ್ಕರ ಮಾಡಿದ್ದು. ನೀನು ನೋಡಿದರೆ...' ಎಂದು ವ್ಯಗ್ರನಾದ.

'ಹಾಗಲ್ಲ ಮೊರ್ಘಾರ್ಟ್. ನಿನಗೆ ಅರ್ಥ ಆಗ್ತಿಲ್ಲ. ಗಂಡು-ಹೆಣ್ಣಿನ ಸಂಬಂಧವೊಂದು ಕುಡಿಯೊಡೆಯುವುದನ್ನೂ ಪ್ರಾಜೆಕ್ಟು ರಿಪೋರ್ಟಿನ ಹಾಗೆ ಕಂಪನಿಯವರ ಕೈಗಿಡಬೇಕು ಅಂದರೆ ಹೇಗೆ?'

'ಹಾಗೂ ಅಲ್ಲ. ಹೀಗೂ ಅಲ್ಲ. ಗಂಡು-ಹೆಣ್ಣಿನ ಸಂಬಂಧಕ್ಕಿಂತ ಕಂಪನಿಯ ಎಥಿಕ್ಸ್ ದೊಡ್ಡದು. ಅವರಿಬ್ಬರನ್ನೂ ಒಪ್ಪಿಸಿ ಹೊರಕಳಿಸಬೇಕು. ನಡಿ. ಚಿಯರ್ ಅಪ್' ಎಂದು

ಅವಳ ಭುಜವನ್ನು ಸವರುತ್ತ ಎಬ್ಬಿಸಿದ. ಹಿಂದಿನ ಶನಿವಾರ ಡಿಸ್ಕೋ ತೆಕ್ಕಿನಲ್ಲಿ ಅವನ ಮುತ್ತನ್ನು ಒಪ್ಪಿಕೊಂಡ ಕ್ಷಣವೇ ತನ್ನಲ್ಲೂ ಏನೋ ಬದಲಾವಣೆ ಆಗಿರುವ ಅನುಮಾನ ಮೂಡಿ ಸೊನಾಲಿ ಅವನೊಂದಿಗೆ ಎದ್ದು ಹೊರನಡೆದಳು. ತಾನು ಅಮೇರಿಕಕ್ಕೆ ಹೋಗುತ್ತಿರುವುದು ಪ್ರೀತಮ್‌ನಿಂದ ಬಿಡುಗಡೆ ಪಡೆಯುವ ಸಲುವಾಗಿಯೂ ಇರಬಹುದೇ ಅನ್ನುವ ಅನುಮಾನ ದಲ್ಲಿ ಅಧೀರಳಾಗಿ ಅಲ್ಲಿಂದ ಹೊರಳಿಕೊಂಡಳು. ಎಲ್ಲವೂ ಸುರಳೀತ ಸಾಗುತ್ತಿದೆ ಎನ್ನುವಂತೆ ಇಬ್ಬರೂ ಕಾರಿಡಾರಿನಲ್ಲಿ ಕ್ಯಾಶ್ಯಲ್ಲಾಗಿ ನಡೆದುಹೋಗು ತ್ತಿದ್ದರು. ಮೊರ್ಘಾರ್ಟ್ ಅಷ್ಟೇ ಕ್ಯಾಶ್ಯಲ್ಲಾಗಿ, 'ಏನೇ ಅನುಮಾನ ಇರಲಿ ನಿನಗೆ ಬೇಡ ಅಂತಿದ್ದರೆ ಹೇಳು ಈಗಲೂ ನಿನ್ನ ಅಮೇರಿಕ ಪ್ರವಾಸವನ್ನ ರದ್ದು ಮಾಡಬಹುದು. ಆದರೆ ಅಲ್ಲಿಗೆ ಹೋದ ಮೇಲೆ ನಮ್ಮ ನಡುವೆ ಅನುಮಾನಗಳು ಉಳಿದುಬಿಟ್ಟರೆ ಕಷ್ಟ' ಎಂದ. ಸಂಶಯದ ಸುಳಿಯೊಂದು ಏಳುತ್ತಿರುವ ಗಳಿಗೆಯನ್ನು ತನ್ನೊಳಗೇ ತಿಳಿಗೊಳಿಸುವ ಹಾಗೆ ಸೊನಾಲಿ, 'ಕಮಾನ್ ಮೊರ್ಘಾರ್ಟ್...' ಎಂದು ಅವನ ಭುಜಕ್ಕೆ ಮೆದುವಾಗಿ ಗುದ್ದಿದಳು.

ಬರಿಗೈಯಲ್ಲಿ ಬಂದ ಚಂದ್ರ

-ಮಮತಾ ಆರ್.

....ಮತ್ತೆ ನಿನ್ನಲ್ಲಿ ಪರಿಪೂರ್ಣಗೊಳ್ಳಲು
ಇಲ್ಲಿಯವರೆಗೆ ಅಸ್ತವ್ಯಸ್ತವಾಗಿದ್ದವರಾ ನಾವು?

ಚಳಿಯ ತೀಕ್ಷ್ಣ ಚೂಪು ಕಣಗಳು ಹವೆಯಲ್ಲಿ ಹರಡಿ ಸಂಚಲಕ ಜೀವರಾಶಿಗಳನ್ನೆಲ್ಲ ಮುದುಡಿ ನಮ್ರತೆಯಿಂದ ಕುಳಿತಿರುವಂತೆ ಮಾಡಿತ್ತು. ದಟ್ಟವಾಗಿ ಇಬ್ಬನಿ ಬೀಳುತ್ತಿದ್ದಂತೆ ಕತ್ತಲು ತನ್ನ ಸಾಂದ್ರತೆಯನ್ನು ಹೆಚ್ಚಿಸಿಕೊಳ್ಳುತ್ತಲ್ಲಿತ್ತು. ತೆರವಾಗಿದ್ದ ತನ್ನ ತಲೆಯನ್ನು ಭುಜಗಳ ಮಧ್ಯೆ ಕೊರಳಿನಲ್ಲಿ ಹುದುಗಿಸುತ್ತ ತನ್ನೆರಡು ಕಡೆ ಆಳೆತ್ತರದ ಗೋಡೆ ಕಟ್ಟಿರಬಹುದೆಂಬ ಭ್ರಮೆಯಿಂದ ತನ್ನ ದೃಷ್ಟಿ ಸರಳರೇಖೆಯಿಂದ ಅಲುಗಿಸದೆ ನಡೆಯುತ್ತಿದ್ದಾನೆ. ಮುಖದಿಂದ ಆ ಬದುಕು ಬಹುಪಾಲು ಅನುಭವಿಸಿದ್ದು ಸುಖವೆ, ದುಃಖವೆ ಎಂದು ತಿಳಿಯುವುದು ಕಷ್ಟಕರವಾಗಿತ್ತು. ಮಂದ ಬಣ್ಣಗಳ ಚಿತ್ರಗಳಲ್ಲಿ ಹೆಚ್ಚಿನ ಸ್ಪಷ್ಟತೆಯಿರುವಂತೆ ನಿಶ್ಯಕ್ತ ಬೀದಿ ದೀಪಗಳ ಬೆಳಕಿನಲ್ಲಿ ವ್ಯಾಕುಲ ವಾತಾವರಣ ಸೃಷ್ಟಿಗೊಂಡಿರುತ್ತದೆ. ಅಲ್ಲೊಬ್ಬನ ಕೊಳಕು ಚಾದರ ಹೊದ್ದುಕೊಳ್ಳುವ ಅತ್ಯಂತ ಪರಿಪೂರ್ಣ ಪ್ರಯತ್ನದಲ್ಲೂ ಕಾಣುವ ಕಾಲಬೆರಳುಗಳು ಜೀವನವನ್ನು ಅಖಂಡವಾಗಿ ಅಭಿವ್ಯಕ್ತಿಗೊಳಿಸುವ ಕಲಾವಿದನ ಹವಣಿಕೆಯಂತೆ ತೋರುತ್ತಿತ್ತು. ಬಡತನದ ದೌರ್ಭಾಗ್ಯದ ಭಾಗಗಳು ತಾವಾಗಿಯೇ ರೂಪುಗೊಂಡು ಪ್ರಕಟ ಗೊಳ್ಳುತ್ತವೆ. ಸಿರಿವಂತಿಕೆಯಂತೆ ಪ್ರದರ್ಶನಕ್ಕೆ ಪ್ರಚಾರಪಡಿಸಬೇಕಿಲ್ಲ. ಆದರೆ ಅವೆರಡಕ್ಕೂ ಅಂಟಿಕೊಂಡಿರುವ ಕಳವಳ ಮತ್ತು ಆಕರ್ಷಣೆ ಎರಡೂ ಭಾವಗಳನ್ನು ತೊರೆದವನೊಬ್ಬ ನಿರುದ್ವಿಗ್ನವಾಗಿ ನಡೆಯಬಲ್ಲ. ಆದರೆ ಇಂತಹ ವೈರಾಗ್ಯದಿಂದ ಯಾವತ್ತೆರಕ್ಕೂ ಏರದಂತೆ ಅವನಿಗೆಂದೂ ಭಾಸವಾಗಿದ್ದಿಲ್ಲ. ತನಗಿಂತ ದೌರ್ಭಾಗ್ಯದವರನ್ನು ನೋಡಿದಾಗ ತನಗಿರುವ ಕ್ಷಮತೆ ಮತ್ತು ಜವಾಬ್ದಾರಿ ಒಟ್ಟಿಗೆ ನೆನಪಾಗುವುದು ನಿಜವಾದರೂ ಇಂತಹ ವಿಷಾದಕರ ರಾತ್ರಿಯಲ್ಲಿ ಅದೊಂದು ಅವನಿಗೆ ಬೇಕಿರಲಿಲ್ಲ.

ನಿರ್ಲಿಪ್ತತೆಯನ್ನು ಬದುಕುವ ರೀತಿಯಾಗಿ ನಿರ್ಧರಿಸಿದ್ದರೂ ಅದು

ಸಾಮಾಜಿಕಸಿಕ್ಕುಗಳನ್ನು ಬಿಡಿಸಿದಂತೆ ತಡೆಯುವ ವ್ಯಕ್ತಿಯೊಳಗಿನ ಸಂಕೀರ್ಣತೆ ಯಾವುದು ಎಂದು ಪತ್ತೆ ಹಚ್ಚಿದ ನಂತರ ತೆಗೆದುಕೊಂಡ ತೀರ್ಮಾನವಲ್ಲ. ಆದ್ದರಿಂದಲೆ ಕಳವಳವು ಕಲೆಯಾಗಿ ಬಣ್ಣಗಳಲ್ಲಿ ಹೊರಹೊಮ್ಮುವ ದೃಷ್ಟಿಯಲ್ಲಿ ಜಗತ್ತು ದೃಶ್ಯವಾಗಿ ಬದುಕು ಕಲೆಗೆ ಸೀಮಿತ. ಕೆಸುವಿನ ಎಲೆಯ ಸುಖ. ಸ್ವಂತ ನೆನಪುಗಳಾದರೂ ಕಲೆಯಲ್ಲಿ ಹೆಚ್ಚಿನ ಪರಿಶ್ರಮವಿಲ್ಲದೆ ನೋವಾಗಬಲ್ಲವು. ನಿಶ್ಶಬ್ದವಾಗಿರುವ ದಾರಿಯಲ್ಲಿ ನಿಧಾನ ಹೆಜ್ಜೆಗಳನ್ನು ನಿದ್ರೆಯಲ್ಲಿ ನಡೆದಂತೆ ನಡೆಯುತ್ತಿದ್ದವನ ಗಮನವೆಲ್ಲ ಆಲೋಚನೆಯ ಮೇಲೆಯೆ ನಿರಾಶ ಪೂರ್ಣವಾದ ಇವುಗಳಿಂದೆಲ್ಲ ಸುರಕ್ಷಿತ ಅಂತರವನ್ನು ಅಳೆದು ಕುಳಿತು ಮಾನವ ದುಃಖಗಳ ಬಗ್ಗೆ ಮಾತನಾಡುತ್ತಾರೆ. ಹಾಳೆ ಹರಿಯುವಷ್ಟು ತೀವ್ರವಾಗಿ ಒತ್ತಿಒತ್ತಿ ಬರೆಯುವ ಶಬ್ದಗಳು ಅದೆಷ್ಟು ಶಾಯಿಯನ್ನು ಹೀರಿರುತ್ತವೆಯೋ ಹೃದಯ ಭಿತ್ತಿಯನ್ನು ಶುಷ್ಕವಾಗಿರಿಸಿಕೊಂಡು ಅದೇಗೊ ಮಾನವ ಯಾತನೆಗಳ ಬಗ್ಗೆ ಕೆಲವರು ಬರೆಯುತ್ತಾರೆ. ತಾನಂತೂ ನೋವುಗಳ ಸಂವಹನಕ್ಕೆ ಮಾಧ್ಯಮವಾಗಬಲ್ಲ ಮನುಷ್ಯನಲ್ಲ. ತಾನಿರುವಂತೆ ತೋರ್ಪಡಿಸಿ ಕೊಳ್ಳುತ್ತೇನೆ ಎಂಬ ಒಂದೇ ಒಂದು ಕಾರಣಕ್ಕೆ ತನ್ನನ್ನು ಉಳಿದವರಿಗಿಂತ ಒಳ್ಳೆಯವನು ಎಂದುಕೊಳ್ಳುವುದಕ್ಕೆ ಹಕ್ಕಿದೆ ಎಂದು ಆ ರಾತ್ರಿ ಮತ್ತಷ್ಟು ಉತ್ಕಟವಾಗಿ ನಂಬಬೇಕೆನಿಸಿತು. ಮುಚ್ಚಲ್ಪಟ್ಟ ಅಂಗಡಿಯ ಮುಂದೆ ಮುಸು ಕೆಳೆದುಕೊಂಡು ನಿದ್ರಿಸದೆ ಕುಳಿತಿದ್ದಾನೊಬ್ಬ. ಆಲೋಚನೆಯಿಲ್ಲ, ಮುಖದ ಮೇಲಿನ ಖಿನ್ನಭಾವ ಮಾತ್ರ. ಆಲೋಚನೆಗಳಿರದಿದ್ದಾಗ್ಯೂ ಭಾವವಂತೂ ಇದ್ದೇ ಇರುತ್ತದೆ. ಅದ್ಯಾವುದು ನನಗೆ ಸಂಬಂಧಿಸಿದ್ದಲ್ಲ. ಆದರೂ ಅವುಗಳ ಬಗೆಗೆಲ್ಲ ಕಳೆಗಳಂತೆ ರೋಗಗ್ರಸ್ತ ಅನಿಸಿಕೆಗಳು ಹುಟ್ಟಿಬಿಡುತ್ತವೆ. ತನ್ನ ಕೈಗಳನ್ನೊಮ್ಮೆ ಅವಸರವಸರವಾಗಿ ಉಜ್ಜಿ ನಡೆಯತೊಡಗಿದ. ಹೋಗಲು ಒಂದು ನಿಶ್ಚಿತ ಸ್ಥಳವಿಲ್ಲ. ಅಪರಿಚಿತ ಊರಿನ ನಡುಬೀದಿಯಲ್ಲಿ ರಾತ್ರಿ ಕಳೆಯಬೇಕಾಗಿಬಂದರೂ ನಾಳೆ ಅವಳನ್ನು ಕಾಣುವುದು ಖಂಡಿತ. ಅವಳ ಪ್ರತಿಕ್ರಿಯೆಯ ಬಗ್ಗೆ ಗಮನ ಕೊಡುವುದು ಬೇಡ. ಅವಳೇನೂ ಕರೆದಿರಲಿಲ್ಲ. ಅದೊಂದು ಅಸಂಗತ ಅಪೂರ್ಣ ಭೇಟಿ. ಅದು ಉಳಿಸಿಹೋದ ಅಪರಾಧಿ ಪ್ರಜ್ಞೆ ವಿಶದಪಡಿಸಲು ಸಾಧ್ಯವಾಗದಂತಹದು. ನನ್ನ ವರ್ತನೆಯಿಂದ ಅವಳನ್ನು ಅಚ್ಚರಿ ಮತ್ತು ಆಘಾತಕ್ಕೊಳಪಡಿಸಿದ್ದೆ. ಕ್ಷಮೆಯನ್ನಂತು ಕೇಳಲೇಬೇಕು. ನಮಗೆ ಅರ್ಥವಾಗದಂತಿರುವ ಸಂಗತಿಗಳ ಹೊರೆಯನ್ನು ಒಬ್ಬನೇ ಎಷ್ಟೆಂದು ಸಹಿಸುವುದು. ಸಂಬಂಧಗಳು, ಧೋರಣೆಗಳು ಸಾಧ್ಯತೆಗಳಲ್ಲಿರುವ ಸಾಧನೆಗಳು

ಎಲ್ಲವೂ ಒಜ್ಜೆಗಳೆ! ನನ್ನ ಭೇಟಿ ಅವಳಿಗೆ ಅನಿರೀಕ್ಷಿತ. ಅಪರಿಚಿತರಂತೆ ನಡೆಸಿಕೊಳ್ಳಬಹುದು ಅದೇ ವಾಸಿ.

ಎರಡು ವ್ಯಕ್ತಿಗಳ ನಡುವಿನ ಗಾಜಿನ ಪರದೆಯನ್ನು ಯಾವ ಸಂದರ್ಭವೂ ಯಾವ ಸಂಬಂಧವೂ ಒಡೆಯಬಾರದು. ತನ್ಮೂಲಕ ಒಬ್ಬರನ್ನೊಬ್ಬರು ಸ್ಪರ್ಶಿಸಲು ಸಾಧ್ಯ ಎಂಬ ಆಸೆ ಕೇವಲ ಭ್ರಮೆ ಎಂದಿದ್ದಳಲ್ಲ. ಆ ಮಾತು ನಕ್ಷತ್ರದಷ್ಟೇ ನಿಜ. ನಿಂತು ಆಕಾಶವನ್ನು ದಿಟ್ಟಿಸಿದ. ಮಲಗಿದ್ದ ಜಗತ್ತೆಲ್ಲ ನಾಶವಾಗಿ ತಾನೊಬ್ಬನೆ ಬದುಕುಳಿದಿರುವುದು ಎಂಬ ವಿಲಕ್ಷಣ ಭಾವ ಉಂಟಾಯಿತು. ಅಂತಹ ಯಾವ ಭಾವನೆಯಾದರೂ ತಂಪೆರದು ಮಂಜಿನಂತೆ ಶೀಘ್ರ ಕರಗಿಬಿಡುವಂತಹದು. ಈಗ ಎಲ್ಲಿಗಾದರೂ ಹೋಗಲೇಬೇಕಿತ್ತು. ತನ್ನ ಹೆಜ್ಜೆಗಳನ್ನು ನಿಧಾನಗತಿಯಲ್ಲಿ ಇಡುತ್ತಾ ಅವುಗಳನ್ನು ನೋಡುತ್ತ ನಡೆದನು. ಹೇಳದೆ ಹೋದವರ ಅಹಂಕಾರದ ಹೆಜ್ಜೆಗಳು ಮೆದುಗೊಂಡ ಮನಸ್ಸನ್ನು ಜಿಗಿಜಿಗಿದು ತುಳಿಯುತ್ತಲೇ ಇರುತ್ತವೆ. ತುಳಿತದ ಕಂಪನಕ್ಕೊಮ್ಮೆ ನೋವು ಚಳಕ್ ಎನ್ನುತ್ತದೆ. ಮೊದಲಬಾರಿಗೆ ನೋಡಿದಾಗ ಸ್ವಲ್ಪ ಹೊತ್ತಿಗೇನೆ ಆಕಾಶವನ್ನು ವ್ಯಾಪಿಸಲಿರುವ ರಾತ್ರಿಯಷ್ಟೆ ಕಪ್ಪುಡುಗೆಯಲ್ಲಿದ್ದಳು.

ನಾನು ಅಲ್ಲಿ ಸಾಯಲು ಹೋಗಿದ್ದೆ. ಅದರ ಆ ಸಮಯ ಅವಳು ಅಲ್ಲಿಂದ ಇದ್ದರೆ ಸಾಯುತ್ತಿದ್ದ ಎನ್ನುವುದು ಸುಳ್ಳಾಗಿತ್ತು.

"ನಿಮ್ಮ ಪೇಂಟಿಂಗ್ ನನ್ನ ಬಳಿ ಇದೆ" ಅವಳಾಗಿಯೆ ಗುರುತು ಹಿಡಿದು ಮಾತನಾಡಿದ್ದಳು. ನಾನು ಸುಮ್ಮನೆ ಗೊತ್ತಿತ್ತು ಅಪರಿಚಿತ ಹೆಂಗಸರ ವಿಷಯ ತಿಳಿದುಕೊಳ್ಳುವಲ್ಲಿ ಅನಗತ್ಯ ಕುತೂಹಲ ತಾಳದಿದ್ದರೆ ಅಗತ್ಯಕ್ಕಿಂತ ಹೆಚ್ಚಿನ ವಿಷಯವೇ ತಿಳಿದುಬಿಡುತ್ತದೆ. ಅಲ್ಲದೇ ಮನಸ್ಸನ್ನು ಆತ್ಮಹತ್ಯೆಯ ಯೋಚನೆ ಗಾಢವಾಗಿ ಮೆತ್ತಿಕೊಂಡಿತ್ತು. ಆತ್ಮಹತ್ಯೆ ಮಾಡಿಕೊಳ್ಳಬೇಕೆಂಬುದು ನನಗೆ ಅತ್ಯಂತ ಸಂತಸ ಕೊಟ್ಟ ನನ್ನ ನಿರ್ಧಾರವಾಗಿತ್ತು. ಆ ಸುಖವನ್ನು ದೀರ್ಘವಾಗಿ ಅನುಭವಿಸಲು ಅದನ್ನು ಮುಂದೂಡುತ್ತಲೂ ಇದ್ದೆ. ಸಾಯುವ ದಿನವನ್ನು ಮುಂದೂಡುತ್ತಾ ವಿಚಿತ್ರ ಜೀವಂತಿಕೆಯಿಂದ ಬದುಕುವುದು. ನಡುವಿನ ದಿನಗಳನ್ನು ಹೆಚ್ಚಿನ ಸ್ವಾಸ್ಥ್ಯದಿಂದ ಕಳೆಯಬೇಕೆನಿಸಿತು. ಒಂದು ಒಳ್ಳೆಯ ಕ್ಷಣಕ್ಕಾಗಿ ಕಾಯುತ್ತ ಕುಳಿತಿದ್ದೆ. ಒಂದು ನಿಜವಾದ ಒಳ್ಳೆಯ ಕ್ಷಣ ಎಲ್ಲ ಭ್ರಮೆಗಳನ್ನು ಕಬಳಿಸಬಲ್ಲ ಕಪ್ಪುಕ್ಷಣ. ಆಲೋಚನೆ ಅಥವಾ ಪಶ್ಚಾತ್ತಾಪಕ್ಕೂ ಅನುವು ಮಾಡಿಕೊಡದಂತಹ ತುಚ್ಛ ವಾಸ್ತವಿಕತೆಯಿಂದ ಕೂಡಿದ ದರಿದ್ರ ಕ್ಷಣದಲ್ಲಿ ನಾನು ಸಾಯುವಲ್ಲಿ ಖಂಡಿತ ಯಶಸ್ವಿಯಾಗಬಹುದಿತ್ತು. ನನ್ನ ಬಗ್ಗೆ ಏನಾದರೂ ಹೇಳಿಕೊಳ್ಳಲು ಈ ಕೆಲ ತಾಸುಗಳಷ್ಟೆ ಕೊಡಲ್ಪಟ್ಟಿದೆ ಮತ್ತು ಅದಕ್ಕೆ

ಸೂಕ್ತವಾಗಿರುವ ವ್ಯಕ್ತಿಯನ್ನು ನನ್ನೆದುರು ಕಳುಹಿಸಲಾಗಿದೆ ಎಂದು ಭಾವಿಸಿದೆ. ನನ್ನ ಬದುಕಿನ ಕಥೆಯನ್ನು ಕಾವ್ಯಕ್ಕೆ ಸೂಕ್ತವಾಗಿರುವ ಭಾಷೆಯಲ್ಲಿ ಸ್ವತಹ ಉದ್ರೇಕಗೊಳ್ಳದೆ ಅವಳ ಬಳಿ ಹೇಳತೊಡಗಿದೆ. ಯುವಕರಿರುವಾಗ ಎಲ್ಲರೂ ಏನನ್ನಾದರೂ ಮಾಡಲೇಬೇಕಿರುತ್ತದೆ; ಏನು ಮಾಡಲು ಶಕ್ಯರಿದ್ದವರು ಎಂದು ಗೊತ್ತಿರದಿದ್ದರೂ. ಆಗ ಪ್ರಕೃತಿಯ ಅನುಗ್ರಹವಾದ ಪ್ರೀತಿ ಪ್ರವೇಶಿಸುತ್ತದೆ. ಬುದ್ಧಿವಂತಿಕೆ, ಹೃದಯ ಔದಾರ್ಯ ಅದ್ಯಾವ ಕಾರಣಗಳಿರದಿದ್ದಾಗ್ಯೂ ಪ್ರಕೃತಿ ನಿಯಮದಂತೆ ಪ್ರೀತಿಸುವುದು ಯುವಕರಿರುವಾಗ ಮಾತ್ರ ಸಾಧ್ಯ.

ಹೂಜಿಯಂತ ಹದಿನಾರರ ಹುಡುಗಿಯರಿಂದ ತಮ್ಮ ಕಾಲಕ್ಕೆ ಸುಂದರಿಯರೆಂಬ ಕುರುಹನ್ನು ಉಳಿಸಿಕೊಂಡು ಆಕಾರದಲ್ಲಿ ಪಚಾಂಡಿಗಳಾಗಿರುವ ನಲವತ್ತರ ಹೆಂಗಸರ ಸೆಳೆತಕ್ಕೂ ಒಳಗಾಗುತ್ತ ದಿನ ಕಳೆಯುತ್ತಿದ್ದೆ. ಅಲ್ಲದೆ ಇಂದು ನಾವು ಬಹಳ ಸುಲಭವಾಗಿ ಪ್ರೀತಿಸಬಲ್ಲವರಾಗಿದ್ದೇವೆ. ಮೊದಲ ಬಾರಿಗೂ ಅಪರಿಚಿತರೆನಿಸಿದ ಹುಡುಗಿಯರು ಮತ್ತು ಊರುಗಳಲ್ಲಿ ಅಲೆದಾಡಿದ. ಆದರೆ ತನ್ನ ಸುತ್ತ ಪ್ರದಕ್ಷಿಣೆ ಹಾಕಿಕೊಳ್ಳುವ ವ್ಯಕ್ತಿ ತನ್ನನ್ನು ತಾನು ಮುಟ್ಟಲಾರ. ಲಂಪಟ ಮನುಷ್ಯ ತಾನು ಪಡುವ ಸುಖಕ್ಕೆ ಎರಡರಷ್ಟು ವೇಗದಲ್ಲಿ ಪ್ರೀತಿಸುವ ಕ್ಷಮತೆಯನ್ನು ಕಳೆದುಕೊಳ್ಳುತ್ತಾನೆ. ಇದು ಬಹಳ ಬೇಗ ವ್ಯಕ್ತಗೊಳ್ಳುವಂತಹದು. ರಾತ್ರಿಗಳಲ್ಲಿ ಮಲಗುತ್ತಿರಲಿಲ್ಲ. ಮಿದುಳನ್ನು ಯಾರೋ ಮುಷ್ಟಿಯರಲ್ಲಿರಿಸಿ ಹಿಂಡಿದಂತೆ. ನಡವಳಿಕೆಗಳಲ್ಲಿ ವಿಪರೀತ ವ್ಯತ್ಯಾಸಗಳಾಗುತ್ತಿದ್ದವು. ನನಗೂ ಹುಚ್ಚನಿಗೂ ಇರುವ ಅಂತರವೆಂದರೆ ಪ್ರಜ್ಞೆಯೆಂದೆ ಭಾವಿಸಿದ್ದೆ. ಆದರದು ತಪ್ಪು ಆಲೋಚನೆ. ನಾನು ಆಲೋಚನೆ ಮಾಡದಿದ್ದರೆ ಅವನಂತೆ ದೈನಿಕ ವ್ಯವಹಾರಗಳಿಗಷ್ಟೆ ಸೀಮಿತಗೊಳ್ಳುತ್ತೇನೆ. ಆಲೋಚನೆಯೇ ನನ್ನನ್ನು ನಾನು ಪ್ರಮುಖನೆಂದು ಪರಿಗಣಿಸುವಂತೆ ಮಾಡುತ್ತದೆ. ಇಲ್ಲದಿದ್ದರೆ ನಾನೊಬ್ಬ ನಿಷ್ಪ್ರಯೋಜಕ. ಆದರೆ ಆಲೋಚನೆಗಳು ಆಘಾತಕಾರಿಗಳಾಗಿರುತ್ತವೆ. ಈ ರೀತಿ ಯೋಚಿಸಿದ ಜೀವನ ನನ್ನದಾಗಿರಲಿಲ್ಲ. ಈ ರೀತಿ ಬದುಕುತ್ತಿರುವವನು ನಾನಲ್ಲ ಎಂಬ ವಿಭ್ರಾಂತ ಸ್ಥಿತಿ ತಲುಪುತ್ತಿದ್ದೆ. ನನ್ನ ಅಪರಾಧಿ ನಾನೇನಾಗಿದ್ದೆ. ಆದ್ದರಿಂದ ಆತ್ಮಹತ್ಯೆ ಮಾಡಿಕೊಳ್ಳಬೇಕೆಂಬ ತರ್ಕ ಬೇರೆಯವರನ್ನು ಕೊಂದರೆ ನಮಗೇ ಗಲ್ಲಾಗುವ ರೀತಿಯಲ್ಲೇ ಇದೆ.

"ಒಂದು ಚಿತ್ರದಲ್ಲಿ ಏನೆಲ್ಲ ಶೇಡ್ಸ್‌ಗಳು ಇರಬಹುದು ತಾನೆ, ಬದುಕು ಮತ್ತು ಅದರ ಅಭಿವ್ಯಕ್ತಿಗಳು ಅಷ್ಟೆ" ಆತ್ಮಹತ್ಯೆಯ ನಿಷ್ಫಲತೆಯನ್ನು ಸೂರ್ಯಾಸ್ತ ನೋಡುತ್ತ ವಿವರಿಸಿದ್ದಳು. ಅವಳಿಗದು ಅಪೂರ್ವ ಘಟನೆಯಾಗಿ ಕಾಣಿಸುತ್ತಿರಲಿಲ್ಲ ಎಂದೆನಿಸಿತು. ಸೂರ್ಯ ಮುಳುಗಿದ ನಂತರವೂ ಪ್ರಕೃತಿ ಚೇತನ

ಗೊಳ್ಳುತ್ತದೆ. ಅದರೆದುರು ಮನುಷ್ಯನ ನೆನೆದು ಮರುಗುತ್ತಿರಬೇಕು. ಮನುಷ್ಯನಿಗೋಸ್ಕರವೂ ಮರುಗಬೇಕು. ಮನುಷ್ಯನ ಬುದ್ಧಿವಂತಿಕೆಯ ಅನುಪಾತಕ್ಕೆ ತನ್ನ ನಿಗೂಢತೆಯನ್ನು ಹೆಚ್ಚಿಸಿಕೊಳ್ಳುವ ಪ್ರಕೃತಿ ಅವನನ್ನು ತನ್ನಿಂದ ದೂರವೇ ಇಡುತ್ತದೆ. ಮುಂದೆ ನಮ್ಮಲ್ಲಿ ನಡೆದ ಮಾತುಗಳು ನಮ್ಮಿಬ್ಬರ ಬಗ್ಗೆಯೂ ಆಗಿರಲಿಲ್ಲ. ವ್ಯಕ್ತಿಯ ವಿಚಾರ ಮತ್ತು ಅವನ ನಡವಳಿಕೆಯ ನಡುವೆ ಇರುವ ಅಂತರದ ಬಗ್ಗೆ ಮಾತನಾಡುತ್ತಿದ್ದೆವು.

ಲಘುವಾದ ಸಂಜೆಯೊಂದರಲ್ಲಿ ಹಾರುತ್ತಿರುವ ಹಕ್ಕಿಗಳು; ಒಂದಕ್ಕೊಂದು ಒತ್ತಿಕೊಂಡು ಬರುತ್ತಿರುವ ತೆರೆಗಳನ್ನು ಏಕಾಗ್ರತೆಯಿಂದ ನೋಡುತ್ತಿದ್ದೆವು. ನೋವು ಮತ್ತು ಖಿನ್ನತೆಯ ಮಹಾಪೂರವೊಂದು ಬಂದು ಶಾಂತವಾದ ನಂತರವೇ ಅಂತಹ ತನ್ಮಯತೆ ಸಾಧ್ಯ.

"ಯಾವ ನಿರೀಕ್ಷೆಗಳಿರದಿದ್ದರೂ ಕಾಯುತ್ತ ಬದುಕುವುದು ಅಸಹಜವಾದುದಲ್ಲ ತಾನೆ?"

"ನಮಗೂ ಬದುಕನ್ನು ಪ್ರೀತಿಸಲು ಶಕ್ಯವಿದೆ ಎಂದು ಅರಿವು ಮೂಡಲು ಬೇರೊಬ್ಬರನ್ನು ಕಾಯುವುದು ಅನಿವಾರ್ಯ. ಬೇರೆಯವರ ಆಶ್ವಾಸನೆ ಸಿಗದಿದ್ದರೆ ನಮ್ಮ ನಂಬಿಕೆ ಕೇವಲ ಭ್ರಮೆ ಎನಿಸುವ ಭೀತಿ ಇರುತ್ತದೆ."

ತೆರೆಗಳ ಸೂರೆಯಂತೆ ಬಿಳುಪಾದ ಹಗುರ ನಗೆ. ನಾನು ಕಂಡ ಹೆಣ್ಣುಗಳಲ್ಲಿ ಅತ್ಯಂತ ಕಲ್ಪನೆಯುಳ್ಳವಳಾಗಿದ್ದಳು. ನಗು ತುಟಿಯ ಮೇಲೆ ಸ್ಪಷ್ಟವಾಗಿ ಮೂಡುವುದಕ್ಕಿಂತ ಮುಂಚೆಯ ಮಾಯವಾಗುತ್ತಿತ್ತು. ದುಃಖವು ತನ್ನನ್ನು ವ್ಯಕ್ತಪಡಿಸಲು ಕಣ್ಣುಗಳನ್ನು ಅವಲಂಬಿಸುತ್ತಿರಲಿಲ್ಲ. ಹೆಂಗಸರು ಎಂತೆಂತಹ ಕಾರಣಗಳಿಗೂ ನಗುತ್ತಾರೆ ಹಾಗೆಯೇ ಅಳುವುದು ಕೂಡ. ಇವೆರಡೂ ಭಾವಗಳನ್ನು ತೀವ್ರವಾಗಿ ಬೆಳೆಸಿಕೊಳ್ಳದ ಹೆಂಗಸರು ಬದುಕಬಲ್ಲರು ಎಂಬ ನಂಬಿಕೆ ಅವಳನ್ನು ನೋಡುವ ಮುಂಚೆ ನನ್ನಲ್ಲಿರಲಿಲ್ಲ.

ರಾತ್ರಿ ಪೂರಾ ಚಿತ್ರಗಳನ್ನು ಬಿಡಿಸುತ್ತಿದ್ದ. ಆ ಚಿತ್ರಗಳಲ್ಲಿ ನನ್ನ ಪ್ರಯತ್ನ ಅರ್ಧ ತಿಂದು ಬಿಸುಟಿದ ತಟ್ಟೆಯಂತಿರುತ್ತಿದ್ದವು. ನನ್ನೊಳಗಿನ ಮಾನಸಿಕ ಹೊಯ್ದಾಟ, ಚಿತ್ತಕ್ಷೋಭೆ ಮತ್ತು ಅಂತಃಕರಣದ ವೇದನೆಗಳಿಂದಾಗಿ ಚಂದ್ರನಲ್ಲಿರುವ ಕಲೆಗಳನ್ನು ಬೆಳದಿಂಗಳ ಬೆಳಕಿನಲ್ಲಿ ಕಾಣುವಂತವನಾಗಿದ್ದೆ. ಕಲೆಯ ಅಭಿವ್ಯಕ್ತಿಗೆ ಆಂತರಿಕ ಪ್ರಜ್ಞೆ ಅನಿವಾರ್ಯ. ಆದರೆ ಆತ್ಮದ ಒಳವಲಯದಲ್ಲಿ ಪ್ರವೇಶಿಸಿದ್ದೆ. ಆದರೆ ಅಲ್ಲಿನ ಶೂನ್ಯದಲ್ಲಿ ಅಪರಿಚಿತನನ್ನು ಎದುರುಗೊಳ್ಳಬೇಕೆಂಬ ಭಯ ಕಾಡುತ್ತಿತ್ತು. ಅದು ಕನಿಕರ ಹುಟ್ಟಿಸುತ್ತದೆ. ಅದಕ್ಕಿಂತ ಸಾಯುವುದೇ ಲೇಸು. ತನ್ನ ಬಗ್ಗೆ ಮರುಕಪಡುವ ಮನುಷ್ಯ ಮರುಭೂಮಿ

ಯಾಗಿಬಿಡುತ್ತಾನೆ. ಆತ್ಮಹತ್ಯೆಯ ಯೋಚನೆ ಕದಲುವಂತಿರಲಿಲ್ಲ. ಎಷ್ಟೆಂದರೂ ತನ್ನ ಹಿಂದಿನದೆಲ್ಲವನ್ನೂ ನಿರ್ಲಕ್ಷಿಸಬಲ್ಲ ವ್ಯಕ್ತಿ ಮಾತ್ರ ತನ್ನನ್ನು ಸುಖಪಡಿಸಲು ಪ್ರಯತ್ನಿಸುವುದರಲ್ಲಿ ಅರ್ಥವಿದೆ.

ನಿರ್ಮಲ ಸ್ನೇಹದಲ್ಲಿ ಚಿತ್ತ ಸುಧಾರಿಸುತ್ತದೆ. "ವ್ಯಕ್ತಿಗಳ ಗುಣದೋಷ ಗಳೇನೇ ಆಗಿದ್ದರೂ ಅವು ಮಾನವ ಜನಾಂಗದ ಸಮಗ್ರ ಗುಣದೋಷಗಳ ಅಂಶಗಳು ಎಂದು ಒಪ್ಪಿಕೊಳ್ಳುವುದರಿಂದ ಅವು ಕ್ಷಮಾರ್ಹವಾಗಬಲ್ಲವು. ಆದರೆ ಕೃತಿಗಿಟ್ಟ ಮೇಲೆ ವೈಯಕ್ತಿಕವಾಗಿಬಿಡುವ ಅವನ್ನು ಸಹಿಸುವುದು ಅಥವಾ ತಿರಸ್ಕರಿಸುವುದು ನಮ್ಮ ಆಯ್ಕೆ" ಎಂದಳು. ನಿಜ ತಾನೆ. ಹಿಟ್ಲರನಿಗೆ ಆಟದ ಸ್ಕೂಲಿನಲ್ಲಿ ಪ್ರವೇಶ ಸಿಕ್ಕಿದ್ದರೆ ಅವನು ನಿರಂಕುಶನಾಗುತ್ತಿರಲಿಲ್ಲ. ಆಗ ಎರಡನೇ ಮಹಾಯುದ್ಧದ ಚಿತ್ರಗಳು ಅವನ ಕಲ್ಪನೆಯಷ್ಟೆ ಆಗಿರುತ್ತಿತ್ತು.

ಅದೊಂದು ಸಂಜೆ ಅವಳಿಗೆ ಮದುವೆಯಾಗಿರುವ ವಿಷಯವನ್ನು ಅವಳಲ್ಲಿ ವಿಚಾರಿಸುತ್ತ ಗೊಂದಲಗೊಂಡಂತೆ ವರ್ತಿಸದೆ, ನನ್ನ ಕಸಿವಿಸಿ ಚಡಪಡಿಕೆ ಅಸಭ್ಯವಾಗಿ ಪ್ರಕಟಗೊಳ್ಳತೊಡಗಿತು. ಅತಿಯಾಗಿ ಆಶ್ಚರ್ಯಚಕಿತನಾದಂತೆಯು, ನಂಬಲು ಸಿದ್ಧನಾಗಿರದಂತೆಯೂ ಇರುವ ಕೆಟ್ಟ ನಟನೆಯನ್ನು ಅವಳೆದುರು ಪ್ರದರ್ಶಿಸಿದ್ದು ನಾಚಿಕೆಗೇಡಿತನ. ನಮ್ಮ ವಿವೇಕ ವೈಚಾರಿಕತೆಗಳೆಲ್ಲ ನಿರ್ಜೀವ ಚಿಪ್ಪಿನಂತೆ ಅದರೊಳಗೆ ವಾಸಿಸುವ ನಿಜ ವ್ಯಕ್ತಿತ್ವದ ಲೋಳೆಹುಳೆ ಇಂತಹ ಸಂದಿಗ್ಧ ಪರಿಸ್ಥಿತಿಯಲ್ಲೇ ತೆವಳುತ್ತ ಹೊರಬೀಳುತ್ತದೆ. ನನ್ನ ತಪ್ಪನ್ನು ಆ ಕ್ಷಣವೇ ಗ್ರಹಿಸದಾದೆ. ಅವಳ ಮೂಗಿನ ತುದಿಯ ಕೆಂಪು ಕೆನ್ನೆಗಳ ಮೂಲಕ ಹಾದು ಕಿವಿಯನ್ನು ಉರಿಸುತ್ತಿತ್ತು.

"ನನ್ನಿಂದ ನಿನಗೆ ಬೇಕಾಗಿರುವುದನೆಂದು ನನಗೆ ಖಂಡಿತ ತಿಳಿದಿರಲಿಲ್ಲ. ನಿಷ್ಕಲ್ಮಶ ಸ್ನೇಹವೂ ಇವುಗಳಿಂದೆಲ್ಲ ಅಭಾದಿತವು."

ಮೆಟ್ಟಿಲೇರುತ್ತ ತಲೆ ಭಾರವೆನಿಸತೊಡಗಿತು. ಕುಡಿಯುವುದು ಬೇಕಾಗಿರಲಿಲ್ಲ. ಆದರೆ ಆ ಸ್ಥಳದಲ್ಲಿರಲು ನಾನು ಯಾವಾಗಲೂ ಅಪೇಕ್ಷಿಸುತ್ತೇನೆ. ಆತ್ಮ ವಂಚಕರ ನಡುವೆ ಸಿಗುವಷ್ಟು ಸಮಾಧಾನ ಮತ್ತೆಲ್ಲೂ ಸಿಗದು. ಅಲ್ಲಿನ ಮಾತುಕತೆಗಳು ಅನಾಯಾಸವಾಗಿ ಆಕರ್ಷಿಸುತ್ತದೆ. ಉತ್ತರದ ಬದಲು ನೆವಗಳಿರುತ್ತವೆ. ವರ್ತನೆ, ನಗು ಚೇಷ್ಟೆ, ಗಲಾಟೆ ಇವೆಲ್ಲವುಗಳಿಂದ ನಿರ್ಮಾಣಗೊಳ್ಳುವ ಗ್ಲಾನಿಯ ವಾತಾವರಣ ದುಃಖಕ್ಕೂ ನಾಟಕೀಯ ಅಭಿವ್ಯಕ್ತಿ ಯನ್ನು ಪ್ರಸ್ತುತಪಡಿಸುತ್ತದೆ.

ಮಂದ ಬೆಳಕಿನ ಮೂಲೆಯಲ್ಲಿ ತನಗೆ ಇಂತಿಷ್ಟೆ ಸ್ಥಳವೆಂದು ನಿರ್ಧರಿಸ ಲ್ಪಟ್ಟಂತೆ ಮುದುಡಿ ಕುಳಿತಿದ್ದಾನೊಬ್ಬ. ಅಲ್ಲಿ ಹೋಗಿ ಕುಳಿತುಕೊಳ್ಳಬೇಕೆನಿಸಿತು.

ಆ ಕಣ್ಣುಗಳಲ್ಲಿನ ಅಮಲೇರಿರುವಂತೆ ಹಗುರಾಗಿರಲಿಲ್ಲ. ಅತ್ಯಾತುರವಾಗಿ ಏನನ್ನೂ ಹುಡುಕುತ್ತಿರುವಂತೆ ಜ್ವಲಂತ ನೋಟ. ಯಾರೋ ಗ್ಲಾಸನ್ನು ಬಲವಾಗಿ ಕುಕ್ಕಿದ ಶಬ್ದ. ಒಬ್ಬನು ಈ ಜಗತ್ತನ್ನು ದ್ವೇಷಿಸಲು ತನಗೆ ಪ್ರಬಲವಾದ ಕಾರಣಗಳಿವೆ ಎಂಬಂತೆ ದಡದಡನೆ ಮೆಟ್ಟಿಲಿಳಿದು ಹೋಗುತ್ತಿದ್ದಾನೆ. ನನ್ನೆದುರು ಕುಳಿತಿದ್ದವನಿಗೆ ನಾನು ಹೊಸಬನೆಂದು ತಿಳಿಯಿತು. ಅದಕ್ಕಾಗಿ ಅವನಿಗೆ ಖುಷಿಯಾಯಿತೆಂದು ಅವಸರದಲ್ಲಿ ವ್ಯಕ್ತಪಡಿಸಿದ ಮುಖಭಾವದಿಂದ ಸ್ಪಷ್ಟವಾಯಿತು. ಅವನೇ ಮಾತನಾಡಲು ಪ್ರಾರಂಭಿಸಿದನು. ನಾನದನ್ನು ನಿರೀಕ್ಷಿಸುತ್ತಿದ್ದೇನೆ ಎಂದು ತಪ್ಪಾಗಿ ಭಾವಿಸಿ ಬಹುಶಃ.

"ನೀವು ಯಾರನ್ನಾದರೂ ಪ್ರೀತಿಸಿದ್ದೀರಾ?"

"ಗೊತ್ತಿಲ್ಲ."

"ಏನೂ? ಒಳ್ಳೆಯದು, ಪ್ರೀತಿಸುತ್ತೇನೆ ಎಂದು ಹೇಳಲು ಹಾತೊರೆಯುವವರು ಮತ್ತು ಅದಕ್ಕಾಗಿ ಪುರಾವೆ ಒದಗಿಸುವವರನ್ನು ಕಂಡರೇನೆ ಅಸಹ್ಯ. ಹರಿಯುವ ನೀರಿಗೆ ಕಟ್ಟೆಯನ್ನು ಕಟ್ಟಿದಂತೆ ಮಾತು ಮುಂದುವರಿಸಲು ಆಗದು. ಅನುಭವಗಳಿರದಿದ್ದಾಗ್ಯೂ ಅದರ ಬಗ್ಗೆ ಜಗತ್ತಿನಲ್ಲಿ ಹುಟ್ಟಿದ ಪ್ರತಿಯೊಬ್ಬನು ಕಲ್ಪನೆ ಭ್ರಮೆಗಳಿಂದಾದರೂ ಮಾತನಾಡುತ್ತಾನೆ. ಇದರಿಂದಲೇ ಜಗತ್ತಿನಲ್ಲಿ ಪ್ರೀತಿಯಷ್ಟು ಪೂರ್ವಾಗ್ರಹ ಪೀಡಿತ ಮತ್ತೊಂದಿರಲಾರದು."

ಆ ಮಾತುಗಳನ್ನು ಕೇಳಲು ನನಗೆ ಯಾವ ಬೇಸರವು ಇರಲಿಲ್ಲ. ಆದರೆ ಎಂತಹ ಗಟ್ಟಿಮುಟ್ಟಾದ ವಿಷಯವಾದರೂ ಒಣಗತ್ತಿನಿಂದ ಹೇಳುವ ಅಗತ್ಯವಿರುವುದಿಲ್ಲ. ನಿನಗೆ ಇಷ್ಟವಿಲ್ಲದಿದ್ದರೂ ಈ ಕೂಡಲೇ ತನ್ನೆಲ್ಲ ರಹಸ್ಯಗಳಿಗೆ ನಿನ್ನನ್ನು ಪಾಲುದಾರರನ್ನಾಗಿಸುತ್ತೇನೆ ಎಂಬ ಆಶಾಭಾವದಿಂದ ನನ್ನೆಡೆಗೆ ನೋಡಿದ. ನನಗದರಲ್ಲಿ ಆಸಕ್ತಿ ಇಲ್ಲ ಎಂದು ವಿವರಿಸಲಾಗದೆ ಸುಮ್ಮನೆ ಕುಳಿತಿದ್ದೆ.

"ನಾನು ನನ್ನ ಹೆಂಡತಿಯ ಬಗ್ಗೆ ಹೇಳುತ್ತೇನೆ. ಹೆಣ್ಣು ಹೆಚ್ಚು ಕರುಣಾಪೂರಿತವಾಗಿಯೂ ಮತ್ತು ಆಕರ್ಷಕವಾಗಿಯೂ ಪ್ರೀತಿಯನ್ನು ಅಭಿವ್ಯಕ್ತಿಗೊಳಿಸಬಲ್ಲಳು. ಆದರೆ ದುಃಖಪಡುವುದನ್ನು ಅವಳು ತಪ್ಪಿಸಬಹುದಿತ್ತು. ಆದರವಳು ಹಾಗೆ ನಡೆದುಕೊಳ್ಳಲಿಲ್ಲ. ಹೆಣ್ಣನ್ನು ನದಿಗೆ ಹೋಲಿಸುವುದು ಸೂಕ್ತವಾಗಿಯೆ ಇದೆ."

ಮಂಜಿನ ಪದರುಗಳಂತೆ ನಿರ್ಮಾಣಗೊಂಡು ಹೊರಬರುತ್ತಿದ್ದ ಮಾತುಗಳಿಗೆ ಕಾವು ನೀಡಲು ಗಂಟಲನ್ನು ಆಗಾಗ ಬೆಚ್ಚಗಾಗಿಸಿಕೊಳ್ಳುತ್ತಿದ್ದೆ.

"ಕುಡಿದಿರುವುದಕ್ಕೆ ಹೀಗೆಲ್ಲ ಮಾತನಾಡುತ್ತಿಲ್ಲ. ನಿಜವೆಂದರೆ ನಾನು ನಶೆಗಾಗಿ ಕುಡಿಯುವುದೆ ಇಲ್ಲ. ನನ್ನ ರಕ್ತಕ್ಕದೀಗ ನೀರಿಗಿಂತ ಪರಿಶುದ್ಧವಾದ ಪದಾರ್ಥ. ಅವಳಲ್ಲಿ ಬಹಳಷ್ಟು ಒಳ್ಳೆಯ ಗುಣಗಳಿದ್ದವು ಎಂದು ಹೇಳಿದೆನಲ್ಲವೆ. ನನ್ನಲ್ಲಿರುವ ಒಳ್ಳೆಯ ಗುಣವೆಂದರೆ ಹಣವಷ್ಟೆ. ಅದರಿಂದ ಹೆಂಡತಿಯ ಬೇಡಿಕೆಗಳನ್ನು ಪೂರೈಸಬಲ್ಲೆನೇ ಹೊರತು ಅವಳ ಅವಶ್ಯಕತೆಗಳನ್ನಲ್ಲ ಎಂದು ಮನವರಿಕೆ ಮಾಡಿಕೊಡುತ್ತಿದ್ದಳು. ನಮ್ಮ ದಾಂಪತ್ಯದ ಘಟನೆಗಳನ್ನು ಹೇಳುವುದಕ್ಕೇನೂ ಅವು ವಿಶೇಷವಾಗಿರಲಿಲ್ಲ. ಸಾಮಾನ್ಯವಾಗಿದ್ದವು. ಆಗಿನ ನಮ್ಮ ಮನಸ್ಥಿತಿಯನ್ನು ಹೇಳುವುದೇ ಸೂಕ್ತ. ಮನೋಸ್ಥಿತಿ ಒಂದೇ ವಿಶ್ಲೇಷಣೆಯಿಂದ ನಿಖಾಲಿಯಾಗುವಂತಹದ್ದಲ್ಲ ಇರಲಿ. ನಾನು ಬಹಳ ರೇಗುತ್ತಿದ್ದೆ. ಅವಳು ನನ್ನ ಬಗ್ಗೆ ಜಿಗುಪ್ಸೆ ಪಡುವ ಸಮಯದಲ್ಲಿ ಬಹುಶಃ ಕನಿಕರಪಡುತ್ತಿದ್ದಳು. ಅವಳಲ್ಲಿ ಬಹಳಷ್ಟು ಒಳ್ಳೆಯ ಗುಣಗಳಿದ್ದವು. ಎಷ್ಟೆಂದರೆ ನಾನು ನನ್ನ ಸ್ವಂತ ಸಣ್ಣತನವನ್ನು ನೆನೆದು ಕುದ್ದುಹೋಗುವಷ್ಟು."

ಅಲ್ಲಿಂದ ಎದ್ದು ಹೋಗಬೇಕೆನಿಸಿತು. ಹಾಗೆ ಮಾಡಲಿಲ್ಲ. ಅವನನ್ನು ಯಾವ ರೂಪದಲ್ಲೂ ಸ್ಪರ್ಶಿಸಲಾಗದ ಸಹಾನುಭೂತಿಯನ್ನು ಹೊಂದಿದ್ದೆ. ನಾನು ಮೇಲೇಳಲು ಆಲಸ್ಯವೇನೊ ಎಂಬಂತೆ ಕುಳಿತ್ತಿದ್ದೆ. ನಾನು ಬಂದಾಗಿನಿಂದ ಅವನು ಹೆಚ್ಚೇನೂ ಕುಡಿದಿರಲಿಲ್ಲ. ಹೊಸ ವಿಚಾರವೊಂದು ಮೆದುಳಿನ ನರಗಳನ್ನು ಕಡಿದಂತೆ ತಕ್ಷಣ ನನ್ನ ಕಡೆ ತಿರುಗಿ ಹೇಳಿದನು.

"ಈ ಹೆಂಗಸರು ನಮ್ಮನ್ನು ಹಸಿವೆಯೊಂದಿಗೆ ಹೋರಾಡಲು ಹಚ್ಚಿದರು."

ಅವನು ತನ್ನ ಮೇಲೆ ಹತೋಟಿ ಕಳೆದುಕೊಂಡುಬಿಡಬಹುದು ಎಂದೆನಿಸಿತು. ಅವನ ಮಾತಿಗೆ ಪ್ರತಿಯಾಗಿ, ಅದಕ್ಕಾಗಿ ನೀನು ನಿನ್ನ ಹೆಂಡತಿಯನ್ನು ಶಿಕ್ಷಿಸುವ ಅಗತ್ಯವಿರಲಿಲ್ಲ ಎಂದು ನನಗೆ ಹೇಳಬೇಕೆನಿಸಿತು. ಮಾರ್ಕ್ಸ್, ಓಶೋನಂತವರು ನಮ್ಮನ್ನು ಒಂದು ಅವಧಿಯವರೆಗಷ್ಟೆ ಸತಾಯಿಸಿರಬಹುದು. ಆದರೆ ಸ್ತ್ರೀ, ಪುರುಷನಿಗಂಟಿದ ಶಾಶ್ವತ ಸಮಸ್ಯೆ ಎಂದು ತಾನೇ ಒಂದು ವಾದದಲ್ಲಿ ಹೇಳಿದ್ದು ನೆನಪಾಯ್ತು ಸುಮ್ಮನಾದೆ. ಅಲ್ಲದೆ ಅವನು ಹೇಳುತ್ತಿದ್ದುದು ಅವನ ತಿಳುವಳಿಕೆಯೊಂದಿಗೆ ಹೊಂದುತ್ತಿತ್ತು.

"ಹಾಡೇನಾದರೂ ಬರುತ್ತಾ, ಹೀಗೆ ಸುಮ್ಮನೆ ಕೇಳಿದೆ."

"ಇಲ್ಲ ಕವಿತೆಯ ಎರಡು ಸಾಲುಗಳನ್ನು ಬೇಕಾದರೆ ಹೇಳಬಲ್ಲೆ."

ಪ್ರೀತಿಯೆಂದರೆ ಸಜ್ಜನಿಕೆ ಮತ್ತು ಉದಾತ್ತ ತ್ಯಾಗ ಎಂಬ ಅರ್ಥ ಬರುವ ಸಾಲುಗಳನ್ನು ಹೇಳಿದೆ.

"ಚೆನ್ನಾಗಿದೆ. ನನಗಾಗ ಹೇಳದಿದ್ದರೆ ಇನ್ನೂ ಚೆನ್ನಾಗಿದೆ".

"ಪ್ರೀತಿ ಪಡೆಯಲಿಕ್ಕೆ ಆಗದೆ ಇದ್ದಾಗ ಪ್ರೀತಿ ಹುಟ್ಟಿದ ಸ್ಥಳದಲ್ಲಿ ದ್ವೇಷವನ್ನು ನುಗ್ಗಿಸಿಕೊಳ್ಳದೆ ಇರುವ ಪ್ರತಿಯೊಬ್ಬ ಪ್ರೇಮಿಗೂ ಸಲ್ಲುತ್ತದೆ" ಅವನು ಮುಖ ಸಿಂಡರಿಸಬಹುದು. ಗ್ಲಾಸನ್ನು ಎತ್ತಿಕೊಂಡು ನಾನು ಬೇರೆ ಕಡೆ ನೋಡ ತೊಡಗಿದೆ.

"ಏನು ಯೋಚಿಸುತ್ತಿದ್ದೀರಿ?"

"ಏನೂ ಇಲ್ಲ."

"ಅರ್ಥ ಮಾಡಿಕೊಳ್ಳುವುದಕ್ಕಿಂತ ಅಧೀನಗೊಳಿಸುವುದು ಸುಲಭ. ನಾನದನ್ನು ಯಾಕೆ ಅನುಸರಿಸಿದೇನೋ. ಬಹುಶಃ ಅದು ಹಾಗೆಯೇ ಇದೆ. ಪ್ರೀತಿಗೆ ಒಂದೇ ಮೀನಿನ ಗುಣವಿರಬೇಕು ಅಥವಾ ಬಲೆಯ ಸಾಮರ್ಥ್ಯ ವಿರಬೇಕು ಬೇರೆ ಮಾರ್ಗಗಳೇ ಇಲ್ಲ. ಆದರೂ ನನ್ನಲ್ಲಿ ಅಸೂಯೆ ಹೆಚ್ಚುತ್ತಾ ಹೋಯಿತು. ಅವಳೇ ಕಾರಣ. ನಾನು ತಪ್ಪು ಮಾಡಬೇಕೆಂದು ಯೋಚಿಸಿ ಮಾಡದಿದ್ದಾಗ್ಯೂ ಸಹ ಕ್ಷಮಿಸೇ. ಸಿದ್ಧಳಿದ್ದೇನೆ ಎಂದು ತೋರ್ಪಡಿಸುವ ಅವಳ ಮುಖಭಾವ ನನ್ನಲ್ಲಿ ರೌರವ ನರಕದ ಹಿಂಸೆಯನ್ನುಂಟು ಮಾಡುತ್ತಿತ್ತು."

ನನ್ನ ಸ್ಥಿಮಿತವಿರದ ಚಿತ್ತ ಇಂತಹದೊಂದು ಬೀಭತ್ಸತೆಯನ್ನು ಕಲ್ಪಿಸಿಕೊಳ್ಳಬಲ್ಲುದೆ ಅಥವಾ ಮರುಕದಿಂದ ಗ್ರಹಿಸಬಲ್ಲದೆ ನಿರ್ಧರಿಸಲಾಗದೆ ಕುಳಿತಿದ್ದೆ.

"ಇಲ್ಲಿಂದ ಆತ್ಮದಿಂದ ಪ್ರೀತಿಸಿದ್ದೆ" ಎಂದು ತನ್ನ ತೋರ್ಬೆರಳನ್ನು ಎದೆಗೆ ಬಲವಾಗಿ ಕುಕ್ಕಿದ.

"ಆತ್ಮದಿಂದ ಪ್ರೀತಿಸುವುದೆಂದರೇನರ್ಥ. ಮನಸ್ಸಿನಿಂದ ಪ್ರೀತಿಸಲು ಪ್ರಯತ್ನಿಸಿ ಸಾಧ್ಯವಾಗದ ಮರುಕವನ್ನಾದರೂ ಪಟ್ಟಿರುತ್ತೇವೆ. ಆತ್ಮದಿಂದಲೇ ನಮ್ಮ ಕಲ್ಪನೆಯನ್ನು ದೈವಿಕ ಮಟ್ಟಕ್ಕೇರಿಸಿ ಮೊದಲೇ ಕೈಗೆಟುಕದಂತೆ ಮಾಡಿ ಕೊಳ್ಳುವುದು. ನಂತರ ದೂಷಿಸುವುದು. ಮಾನವೀಯ ಸಣ್ಣಸಣ್ಣ ಸುಖಗಳು ಮತ್ತು ದೌರ್ಬಲ್ಯಗಳು ಈ ದೈವೀಕತೆಯಿಂದ ಅದೆಷ್ಟು ದೂರದಲ್ಲಿರಲು ಪ್ರಯತ್ನಿಸುತ್ತವೆ ಗೊತ್ತಾ."

ಕವಲೊಡೆದ ನದಿಯಂತೆ ಮೊದಲಬಾರಿಗೆ ನಮ್ಮ ಮಾತಿನ ಓಘಗಳು ಬದಲಾಗಹತ್ತಿದವು.

"ಪಲಾಯನಗೈಯಲು ತರ್ಕಗಳಿರುವವರೆಲ್ಲ ಹೀಗೆಯೆ ಮಾತನಾಡುತ್ತಾರೆ. ಬಯಸಿದ್ದನ್ನು ಪಡೆಯಬೇಕೆಂಬ ಹಂಬಲ ಸ್ವಾರ್ಥವಿರಬಹುದು. ಸ್ವಾರ್ಥವಿರದೆ

ಬದುಕುವುದು ಸಂತರಿಂದ ಮಾತ್ರ ಸಾಧ್ಯವೇನೋ. ತಮಗಾಗಿ ಬದುಕುವವರು ಸ್ವಾರ್ಥಿಗಳು ನಿಜ. ಆದರೆ ತಮ್ಮ ತರ್ಕಗಳಿಗಾಗಿ ಬದುಕುವವರು ಅನಾಹುತಕಾರಿಗಳು. ಅವಳಿಗೂ ಈ ತರ್ಕ, ಕಲೆ, ಕವಿತೆಗಳ ಹುಚ್ಚಿತ್ತು. ವಿಲಕ್ಷಣ ಶೇಡ್ಸ್‌ಗಳ ಪೇಂಟಿಂಗಿನಿಂದ ನಮ್ಮ ಮನೆ ತುಂಬಿಹೋಗಿದೆ."

ಈ ಸಂಭಾಷಣೆಯಲ್ಲಿ ತಾನಾಡಿದ ಮಾತುಗಳಲ್ಲಿ ಇದೇ ಅತ್ಯಂತ ಸಹಜವಾದುದೆಂಬಂತೆ ಮಾತನಾಡಿದ್ದ. ನನ್ನ ಸ್ಥಿತಿ ಮಾತ್ರ ನೀರಿನಲ್ಲಿ ಅದ್ದಲ್ಪಟ್ಟ ಬೆಕ್ಕಿನ ಮೈಯಂತಾಗಿತ್ತು.

"ಮುದಗೊಳಿಸುವ ಬಣ್ಣಗಳಿಲ್ಲ. ದರಿದ್ರ ಶೇಡ್ಸ್‌ಗಳು ಎಲ್ಲ ನೆರಳಿನಂತೆ. ಅದರಲ್ಲಿ ಮುಳುಗಿರುತ್ತಿದ್ದಳು. ಬಹಳ ದಿನಗಳವರೆಗೆ ನನ್ನನ್ನು ಬಿಟ್ಟು ಹೋಗಿದ್ದಳು. ಅವಳು ಹಾಗೆ ಮಾಡಿದ್ದೇನೊ ಮೊದಲಬಾರಿಗೆ ಅಲ್ಲ. ತಿರುಗಿ ಬಂದಾಗ ಮಾತ್ರ ದೀರ್ಘಕಾಯಿಲೆಯಿಂದ ಮಲಗಿ ಚೇತರಿಸಿಕೊಳ್ಳುವಂತೆ ನಿಶ್ಶಕ್ತಳಾಗಿದ್ದಳು. ಅವಳ ಕಣ್ಣುಗಳು ಆಳವಾಗಿ ಒಳಸೇರಿಕೊಂಡಿದ್ದವು. ಅವಳು ನನಗೆ ದ್ರೋಹ ಬಗೆದಿರಬಹುದೆಂದುಕೊಂಡೆ. ಅವಳನ್ನು ವಿಚಾರಿಸಬೇಕೆನಿಸಿತು. ಆದರೆ ನನಗೆ ಅವಳ ಆ ಸ್ಥಿತಿಯೇ ಹೆಚ್ಚು ಖುಷಿಕೊಡತೊಡಗಿತು.

ಮೊದಲಬಾರಿಗೆ ನನಗೆ ಸ್ವಲ್ಪವೂ ಹೊಂದದ ಗೌರವಯುತವಾದ ಮೌನವನ್ನು ಹೊಂದಿದ. ಆ ಸಮಯ ಅವಳ ಪಾಲಿಗೆ ದೀರ್ಘವಾಗಿತ್ತು. ನಾನಂತೂ ಅವಳನ್ನು ಪೂರ್ಣವಾಗಿ ಪಡೆದುಕೊಳ್ಳಬೇಕೆಂಬ ಹಂಬಲವನ್ನು ಅಸಾಧ್ಯವಾಗಿಸಿಹೋದಳು."

ನಾನು ಸಾಯುವ ತೀರ್ಮಾನ ಹೇಳಿದಾಗ ಅವಳು ಹೇಳಿದ್ದ ಮಾತು ಆಗ ಅರ್ಥವಾಗಿರಲಿಲ್ಲ. "ದುಃಖ ಅಥವಾ ಭ್ರಮೆ ನಿರಸನಗಳಿಗಾಗಿ ಸಾವನ್ನು ಹಂಬಲಿಸಬಾರದು. ಸಾಯಲೇಬೇಕಿದ್ದರೆ ಅದು ಸ್ವಾತಂತ್ರ್ಯಕ್ಕಾಗಿ ಮಾತ್ರ."

"ಅವಳ ಹೆಸರು..."

"ಗೊತ್ತಿದೆ."

ಅವನ ಸಂಕಟ ಮುಖದ ಸುಕ್ಕುಗಳಲ್ಲಿ ಗೋಚರಿಸುವಷ್ಟು ಶೀಘ್ರವಾಗಿ ಉಸಿರಾಡಲಾರಂಭಿಸಿದ.

"ನೀವೆಲ್ಲ ಒಂದೇ ತರಹ ಎಂತಹ ಹೃದಯಗಳನ್ನಾದರೂ ವಶಪಡಿಸಿಕೊಂಡು ವಿರೂಪಗೊಳಿಸಬಲ್ಲಿರಿ. ಆದರೆ ಎಲ್ಲ ಕಳೆದುಕೊಂಡಿರುವ ನಿಮ್ಮ ಪೊಳ್ಳು ಹೃದಯಗಳನ್ನು ಯಾವುದರಿಂದಲೂ ತುಂಬಿಕೊಳ್ಳಲಾರಿರಿ. ಹಾಳು ತರ್ಕಗಳಿಲ್ಲದ ಮತ್ಯಾವುದು ನಿಮ್ಮ ಸಹಾಯಕ್ಕೆ ಬರಲಾರದು."

ತಾನು ಹೇಳಿದ ಮಾತಿನ ಬಗ್ಗೆ ಹೆಮ್ಮೆಪಡುತ್ತ ಕುರ್ಚಿಗೆ ಒರಗಿ ಕಾಲುಗಳನ್ನು ಆರಾಮವಾಗಿ ಮೇಲಿಟ್ಟು ಕುಳಿತು ನನ್ನ ಬಗ್ಗೆ ತೀವ್ರ ಉದಾಸೀನ ಮತ್ತು ತಿರಸ್ಕಾರ ಪ್ರಕಟಿಸಿದ ಭಂಗಿಯಲ್ಲೇ ಅವನು ನನಗೆ ಕೊನೆಯವರೆಗೆ ನೆನಪಿರುವುದು.

"ಅದಕ್ಕಾಗಿ ವ್ಯಥೆಯಿಲ್ಲ ನಾವು ಪ್ರೀತಿಸುವವರು ನಮ್ಮನ್ನು ಪ್ರೀತಿಸ ಬೇಕೆಂಬುದು, ಈ ಭೂಮಿ ಇದ್ದಾಗಿನಿಂದ ಮನುಷ್ಯ ಇದ್ದಾನೆ ಎಂದು ವಾದಿಸುವ ಮೂರ್ಖರು ಮಾತ್ರ ನಂಬಬಹುದು. ಅದಕ್ಕಾಗಿ ನಿನ್ನ ಹೆಂಡತಿ ಯನ್ನು ಹಿಂಸಿಸಿರುವೆ. ಕಲಾವಿದನು "ತನ್ನ ಕಲ್ಪನೆಯಲ್ಲಿ ಬದುಕಲಷ್ಟೆಯಲ್ಲ, ಪ್ರೀತಿಸಲು ಸಾಧ್ಯವಿದೆ. ಶತಮಾನಗಳು ಕಳೆದರೂ ನಿಮ್ಮಂತವರ ಕ್ಷುಲ್ಲಕ ವಿಚಾರಗಳು ಯಾವ ಆಕಾಶಗಂಗೆಯಲ್ಲೂ ಪ್ರತಿಧ್ವನಿಗೊಳ್ಳಲಾರವು. ಸೋತ ಪ್ರೀತಿ ಸತ್ತವರ ಗೋರಿಯ ಮೇಲೆ ನಾವೇ ಹರಡಿರುವ ಹೂವಿನಂತಿರಬೇಕು. ಸತ್ತದ್ದನ್ನ ಕುಕ್ಕಿ ತಿನ್ನುವ ಅಘೋರಿಗೂ ಹೀನವೆನಿಸುವ ರೀತಿಯಲ್ಲಿ ಅಮಾನುಷನಾಗಿರುವೆ" ಎಂದು ಹೇಳಿ ಹೋಗುವಾಗ ತನ್ನ ಮಾತಿನ ಪ್ರಭಾವವನ್ನು ಅವನ ಮುಖದ ಚರ್ಯೆಯ ಮೇಲೆ ನೋಡುವ ಇಚ್ಛೆಯು ಅವನಿಗಾಗಲಿಲ್ಲ.

"ನಾನು ಮನುಷ್ಯನಾಗಿ ಉಳಿದಿಲ್ಲ ಎಂದು ಹೇಳಿಹೋದವನಿಗೆ ದೇವರಾಗುವ ಹುಚ್ಚು" ಎಂಬ ಮಾತು ತಿರಸ್ಕಾರದ ನಗೆಯೊಂದಿಗೆ ಆ ವಾತವರಣದಲ್ಲಿ ವಿಲೀನವಾಯಿತು.

ಇದೆಲ್ಲ ಎಷ್ಟೊಂದು ಆಕಸ್ಮಿಕವಾಗಿ ನಡೆದುಹೋಯ್ತು. ದೇವರಿಗೆ ಜಗತ್ತನ್ನು ಸೃಷ್ಟಿಸಬೇಕೆಂದು ಅನಿಸಿದ್ದು ಕೂಡ ಆಕಸ್ಮಿಕವೆ ಆಗಿರಬೇಕು. ಜಿಗುಪ್ಸೆ ಅಥವಾ ಕನಿಕರಕ್ಕೆ ಹೊರತಾಗಿ ಮತ್ಯಾವುದೇ ಭಾವವನ್ನು ಸ್ವೀಕರಿಸಲು ಅವರನ್ನು ಅರ್ಹರಾಗಿಸುವ ಯಾವ ಪವಾಡಕ್ಕಾದರೂ ಕಾಯುವುದು ವ್ಯರ್ಥ ಎಂದು ಗೊತ್ತಿರದಿದ್ದವನು ಆ ಕಪ್ಪು ಕೋಣೆಯಲ್ಲಿ ಶಾಶ್ವತವಾಗಿ ಉಳಿದುಬಿಡುತ್ತಾನೊ ಎಂದು ನೆನೆಯುತ್ತ ದಟ್ಟವಾಗಿ ಮಂಜು ಹರಡಿದ ಆ ಊರಿನಲ್ಲಿ ಕೆಲ ಘಂಟೆಗಳ ಮುಂಚಿನಂತೆ ನಡೆಯತೊಡಗಿದ.

ದೀನ ದಲಿತನ ಹೋಟ್ಲು

–ಸಂತೋಷ ಗುಡ್ಡಿಯಂಗಡಿ

: ನಮುಸ್ಕಾರ ಸಾ, ನನ್ ಬಗ್ಗ ಅದೇನೋ ಕತಗಿತ ಬರ್ದ್ರಂತಲ್ಲಾ?

ನಾನು : ಯಾರಪ್ಪ ನೀನು?

: ಅಯ್! ಅದೆ ಕನಿ ಸಾ ನಾನು ರಾ....ಜ....

ನಾನು : ರಾ....ಜ....?

: ಹುಂ ಕನಿ ಸಾ ರಾಜ. ಗೊತ್ತಾಗ್ನಿಲ್ವಾ? ಬಿಲಾಂಗು ಸಾ ಬಿಲಾಂಗು

ನಾನು : ನಿನ್ನಜ್ಜಿ. ನೀನೇನ್ಲಾ? ಹೆಂಗ್ಲಾ ಗೊತ್ತಾಗ್ಬುಡ್ತು ನಿಂಗ?

: ಯಾರು ಸಾ ನಾನು? ರಾ...ಜ. ನಿಮ್ ಕತಾ ಒಳಗ ಇರೋನ್ಗ ಗೊತ್ತಾಗ್ನಿಲ್ಲ ಅಂದ್ರ ಅದೇನ್ ಮಾತ! ನಾನೂವಿ ನಿಮ್ಮಂಗ ಮೀನ್‌ಮಂಡಿ ತಿಂದೋನು. ಗಂಗೊಳ್ಳಿ ಇತ್ತಲ್ಲ ಅಲ್ಲೀಗಂಟ ಹೋಗ್ಬಂದಿರೋನು. ತೆಳ್ಳಾನ್ ದ್ವಾಸಿ; ಕೋಳಿ ಗಸಿ ನಂಗೂ ಗೊತ್ತುಬುಡಿ. ಒಣ್ಕಟಿ ಜಗ್ಗ್, ಚಟ್ಲಿಹೊಡಿ, ಹುಳಿಕಳ್ಳು, ಕಳ್ಳುನಡು, ಮೋಳಿಚಿಪ್ಪಿ ಎಲ್ಲಾವಿ ಗೊತ್ತು ಸಾ ನಂಗ. ಐ ಮೀನ್, ಫಿಶ್ ತಿಂದವ್ರಿಗ ಮಂಡೆ ಚುರ್ಕು ಅಂತಾರಲ್ಲ ಅದ್ಕೆ ಇದನ್ನೆಲ್ಲ ಹೇಳ್ತವ್ನಿ ಗೆಪ್ತಿಗ ಮಡಿಕಳ್ಳಿ.

ನಾನು : ನಮ್ಮೂರನ್ನೂ ಬುಟ್ಟಿಲ್ವೇನ್ಲಾ ನೀನು?

: ಆ ಮಾತು ಅಂಗಿರ್ಲಿ. ನಾ ಯಾಕ್ ಫೋನ್ಮಾಡಿದ್ದಿ ಅಂದ್ರ, ಕತ ಗಿತ ಅಂದ್ಕಂಡು ಗೇಯ್ಕಂಡು ತಿನ್ನೋನ್ನ ಸಾಯಿಸ್ಬುಟ್ರಿರಿ ಮತ್ತ. ಮದ್ವ ಸಾ ಆಗ್ನಿಲ್ಲ ನಂಗ.

ನಾನು : ಏನೋ ಮಾರಾಯ ನೀನು?

: ಎಂತದ್ದು ಇಲ್ಲ ಮಾರಾಯ್ರೆ. ನಿಮ್ ಕತ ಚಂದಾಗಿರ್ಲಿ ಅಂದ್ಕಂಡು ಆ ಪಾಪದ ರಂಗಯ್ಯನ ಹೊಡದು ಸಾಯಿಸ್ದೋರು ನೀವು. ಅಂಗೆ ನನ್ನ ಕೊಂದು ಕತ ಮುಗಿಸಿದ್ರ ನಾ ಸುಮ್ಕಿರಲ್ಲ ಅಷ್ಟಿಯಾ...

ನಾನು : ಹಲೋ... ಹಲೋ... ಹಲೋ...

* * *

ಗುಲ್ಲು

ಊರೊಳಗೆ ದಲಿತರವನೊಬ್ಬ ಹೋಟ್ಲು ಮಡಗುವ ವಿಚಾರ ಈಗ ಯಾರ ಮನದೊಳಗಿನ ಸುದ್ಧಿಯೂ ಆಗುಳಿಯದೆ ಬೀದಿಗೆ ಬಿದ್ದಿತ್ತು. ಅದರಲ್ಲೂ ಅದನ್ನು ಹೆಚ್ಚೆಚ್ಚು ಬೀಳಿಸಿ ಗೋಳಾಡಿಸುತ್ತಿದ್ದುದು ಮಾತ್ರ ಊರ ಸಾಂಪ್ರದಾಯಿಕ ಹೋಟ್ಲುಗಳ ಟೀಯಲ್ಲಿ, ಇಡ್ಲಿ ದೋಸೆಗಳಲ್ಲಿ. ಇಂತಾದ್ದು ಒಂದು ಯಾವ ಊರೊಳಗೂ ನಡೆಯದೆ ಅದು ತಮ್ಮ ಊರಲ್ಲಿಯೇ ಇತಿಹಾಸವಾಗಿ ದಾಖಲೆಯಾಗುವ ಚಿಂತೆಗಿಂತಲೂ ಊರ ದಲಿತ ಗಿರಾಕಿಗಳು ಕಯ್ತಪ್ಪಿ ಹೋಗುವ ಅಪಾಯವೆ ಹೆಚ್ಚಾಗಿದ್ದರಿಂದ ಈ ಸಾಂಪ್ರದಾಯಿಕ ಹೋಟ್ಲುಗಳು ಬುಡಕ್ಕೆ ಬೆಂಕಿ ಹತ್ತಿಸಿಕೊಂಡು ಹೊಗೆಬಿಟ್ಟುಕೊಳ್ಳುವುದು ಊರೊಳಗ ನಡೆದಿತ್ತು. ಹೇಗಾದರೂ ಮಾಡಿ ದಲಿತರವನು ಮಡಗುವ ಹೋಟ್ಲಿಗೆ ಅದು ಹುಟ್ಟುವ ಮೊದಲೆ ಗರ್ಭಪಾತ ಮಾಡಿಸಬೇಕೆಂದು ಹುನ್ನಾರಗಳನ್ನು ಹೆಣೆಯುವುದರಲ್ಲಿ ತೊಡಗಿಕೊಂಡ ಈ ಸಾಂಪ್ರದಾಯಿಕ ಹೋಟ್ಲುಗಳು ನಂಜನಗೂಡ ತಾಲೂಕಾಫೀಸಿನ ದಿಕ್ಕ ನಡೆದವು.

ಬಿಲಾಂಗು ಹೋಟ್ಲ ಮಡಗುವ ಜಾಗ ಎಂದು ಪುಕಾರು ಹುಟ್ಟಿದ ಜಾಗವು ಸರ್ಕಾರಿ ಜಾಗವಾಗಿರದೆ ಅಥವಾ ಮೇಲ್ಜಾತಿಯ ಯಾರಿಗೂ ಸೇರಿದ ಜಾಗವಾಗಿರದೆ ಅದು ಊರ ದಲಿತ ಮುಖಂಡ ಜಡ್ಜು ರಮೇಶಣ್ಣನಿಗ ಸೇರಿದ್ದು ಎಂದು ತಾಲೂಕಾಫೀಸು ಹೇಳಿದ್ದೆ, ಇತ್ಲಾಗೊಂದಿನದ ವ್ಯಾಪಾರವೂ ತಪ್ಪಿ, ಅತ್ಲಾಗೆ ಬಂದ ಕೆಲಸವೆಂಬುದು ಆಗಲೆ ಸುಟ್ಟುರಿಯುತ್ತಿದ್ದ ಜಾಗಕ್ಕ ಉಪ್ಪು ಬಿದ್ದಂಗೆ ಇನ್ನಷ್ಟು ಚಿಟಿಚಿಟಿ ಉರಿದು ನಂಜನಗೂಡಿಂದ ಬರೋ ಕೊನೆ ಬಸ್ಸು ಅವರುಗಳ ಊರಿಗೆ ತಂದಾಕಿ ಹುಲ್ಲಹಳ್ಳಿಗೆ ಹೊರಟು ಹೋಯಿತು.

ದಲಿತ ಸಂಘದ ಬೋರ್ಡು

ಇನ್ನೇನು ದಲಿತರವನ ಹೋಟ್ಲು ಎದ್ದೇಬಿಡುತ್ತದೆ ಅಂದುಕೊಂಡಿದ್ದ ಜಾಗದಲ್ಲಿ ದಲಿತ ಸಂಘದ ಬೋರ್ಡೊಂದು ಮಿಂಚುವುದು ಕಂಡು 'ಹೋ, ಹಂಗಾರ ಅಲ್ಲಿ ಹೋಟ್ಲ ಮಡಗಾಕ ಜಡ್ಜು ಬುಡಂಗಿಲ್ಲ ಅಂತಾಯ್ತು' ಅಂದುಕೊಂಡ ಸಾಂಪ್ರದಾಯಿಕ ಹೋಟ್ಲುಗಳು ತುಸು ಉಸಿರಾಡಿಕೊಂಡರೆ ಅಲ್ಲ, ಎಂದೂ ಇಲ್ಲದ ಈ ದಲಿತ ಸಂಘ ಊರೊಳಕ್ಕ ಕಾಲಿಟ್ಟದ್ದು ಹೆಂಗೆ? ಎಂಬ ಅನುಮಾನ ಸೆಡೆಯಾಡಿತು. ಬೋರ್ಡು ಊರೊಳಗೆ ಕೆಲಸ ಮಾಡುವ

ಪರಿಯನ್ನು ಅರಿತವರಾದ ಜಡ್ಡು ಮತ್ತು ಬಿಲಾಂಗು ಆಹಾ! ತಮ್ಮ ಹುನ್ನಾರಗಳು ಫಲಕೊಡುತ್ತಿದೆಯಲ್ಲ ಎಂದು ಮುಂದಿನ ಕಾಯಕದಲ್ಲಿ ತೊಡಗಿಕೊಂಡರು. ಈಗಾಗಲೇ ತಾಲೂಕಾಫೀಸಿನ ದಾಖಲೆಯಲ್ಲಿ ಸಿಕ್ಕಿದ್ದ, ರಸ್ತೆ ಬದಿಯ ಜಾಗೆಗಳ ಆಯ ಅಳತೆ ಮುಂದೆ ಸಂಭವಿಸಬಹುದಾದ ಆಪತ್ತು ಆನಂದದ ಲೆಕ್ಕಚಾರದಲ್ಲಿ ಈ ದಲಿತರ ಹೋಟ್ಲು ಅಂಬೋ ಗುಲ್ಲು ಮರೆಯಾಗುವವರೆಗೂ ಕಾಲ ಹಾಕಿದರು. ಅದಕ್ಕಾಗಿಯೇ ಅವರಿಬ್ಬರು ದಲಿತ ಸಂಘದ ಬೋರ್ಡಿದ್ದ ಜಾಗದಲ್ಲಿ ನಾಲ್ಕಾರು ಮೀಟಿಂಗುಗಳನ್ನು ಮಾಡಿದಂತೆ ಮಾಡಿ ಊರ ಹೋಟ್ಲುಗಳಿಂದಲೇ ಟೀಯ ತರಿಸಿಕೊಂಡು ಅಲ್ಲಿಯ ವಾತಾವರಣ ತಿಳಿಯಲು ಪ್ರಯತ್ನಿಸಿದ್ದೂ ನಡೆಯಿತು.

ಟೀಗಂತ ಬಂದವರ ಮುಂದೆ 'ಬಿಲಾಂಗು ಹೋಟ್ಲು ಮಡುಗೋದು ಎಲ್ಲೀಗಂಟ ಬಂತ್ಲಾ?' ಅಂತ ಪ್ರಶ್ನೆಗಳ ತೂದು ಎಸೆದರೆ 'ಅಯ್ ಆ ಮೂದೇವಿ ಒಂದ್ಕಡ ನಿಂತಲ್ಲಿ ನಿಂತ್ಗಳಲ್ಲ. ಅದು ಹೋಟ್ಲ ಮಡ್ಗೋದೆ? ಅಲ್ಲ ಇವತ್ತು ಗಾರ ಕೆಲ್ಸ ಮಾಡಿದ್ರ, ನಾಳಕ ಟೆಂಪೋ ಓಡುಸ್ತಾನ, ಇಲ್ಲಂದ್ರ ಲಾರಿಗಂತ ಎಲ್ಲಿಗೋ ಹೋದ್ರ ನಾಕ್ಜಿನ ಊರದಿಕ್ಕ ತಲ ಹಾಕಲ್ಲ ಅದೂ ಸಾಯ್ಲಿ ಈ ಮೂದೇವಿ ಅದೇನ್ ಮೀನ್ ಹಿಡ್ಕಳೊ ಕೆಲಸಕ್ಕ ಅಂದ್ಕಂಡು ಮಂಗ್ಳೂರಗಂಟ ಹೋಗಿದ್ನಂತಲ್ಲ! ಇಂತವ್ನು ಹೋಟ್ಲ ಮಡ್ಗಿದ್ರ ನಾಳಕ ಅದ್ನೂವಿ ಬುಟ್ಟು ವಾಗಲ್ಲ ಅಂತ ಏನ್ ಗ್ಯಾರಂಟಿ?' ಇಂತಹ ಉತ್ತರಗಳು ಊರ ಹೋಟ್ಲುಗಳಿಗೆ ಸಮಾಧಾನ ತುಂಬುತ್ತಿದ್ದವು. ಈ ಸಮಾಧಾನವೇ ದಲಿತರ ಹೋಟ್ಲ ಭೂತವನ್ನ ನಿಧಾನಕ್ಕೆ ಮರೆಯಾಗಿಸಿ ಒಂದಿನ ಮರ್ತೆಬಿಟ್ಟಿದ್ದವು.

* * *

ಊರಿಗೆ ಬಸ್ಸುಗಳು ಬಂದು ನಿಲ್ಲುವಲ್ಲಿ ತನ್ನ ಹೋಟ್ಲಿರಬೇಕು ಎಂದು ಆಸೆಪಟ್ಟಿದ್ದ ಬಿಲಾಂಗು ರಾಜನಿಗೆ ತಾಲೂಕಾಫೀನ ದಾಖಲೆಗಳು ಅವನ ಜಾತಿಯವರಿಗೆ ಸೇರಿದ ಯಾವ ಜಮೀನನ್ನು ಆ ಆಸುಪಾಸಿನಲ್ಲಿ ತೋರಿಸದೆ ಬೇಜಾರುಪಡಿಸಿದ್ದವು. ಊರ ತುದಿಯಾದರೂ ಸರಿಯೆ ಹೋಟ್ಲು ಮಾತ್ರ ಮಡಗಬೇಕು ಎಂದು ಮಾಡಿದ್ದ ತೀರ್ಮಾನವ ಹಿಂತೆಗೆಯದೆ ಊರ ತುದಿಯ ತಿಪ್ಪೆಗೆ ಸೇರಿಕೊಂಡಂತೆ ಇದ್ದ ಜಾಗವನ್ನು ಜಡ್ಡು ರಮೇಶಣ್ಣನ ನೇತೃತ್ವದಲ್ಲಿ ಹುಡುಕಿ ಅದು ಸಿಕ್ಕ ಪರಿಗೆ ಹಿಗ್ಗಿದನು.

ಮಾಯವಾದ ತಿಪ್ಪೆ

ತೊಪ್ಪ ಸುರಿಯುವುದಕ್ಕಂತ ತಿಪ್ಪೆ ದಿಕ್ಕ ಬಂದವರಿಗೆ ಅಲ್ಲೊಂದು ಅಚ್ಚರಿ ಕಂಡಿತ್ತು. 'ಇಲ್ಲಿ ಯಾರೂ ಕಸವನ್ನು ಸುರಿಯಬಾರದು, ಇದು ಜಡ್ಜು ರಮೇಶಣ್ಣನಿಗೆ ಸೇರಿದ ಆಸ್ತಿ' ಎಂಬುದಾಗಿ ಬರೆದುಕೊಂಡ ಪ್ಲೆಕ್ಸ್ ಬೋರ್ಡೊಂದು ಹಿಂದಿನ ದಿನ ಇಲ್ಲೊಂದು ತಿಪ್ಪೆಗುಂಡಿ ಇತ್ತು ಎಂಬುದನ್ನ ನಂಬಿಸುವುದಕ್ಕೆ ಏನನ್ನೂ ಉಳಿಸದೆ ಬಂದವರನ್ನೆಲ್ಲಾ ತೊಪ್ಪ ಹಿಡಿಸಿಕೊಂಡು ಯೋಚನೆಗೆ ಹಚ್ಚಿಸಿತ್ತು.

ತಿಪ್ಪೆಗುಂಡಿ ಮಾಯವಾದ ಸುದ್ಧಿಯು ಊರನ್ನು ಅಲುಗಾಡಿಸಿ ಬಿಲಾಂಗಿನ ಕೇರಿಯವರಿಗ ಇದೇನು ಎತ್ತ ಅನ್ನುವುದು ಮಾತ್ರ ತಿಳಿಯದೆ ಬರಬರುತ್ತಾ ಸಹಜವಾದರು. ಊರೊಳಗೂ ಇದೊಂದು ಮಹಾಪ್ರಮಾದ ಎನ್ನುವಂತಾಗದೆ, ಈ ಕಿರಿಕ್ಕು ಜಡ್ಜು ಹೀಗೆಯೆ ಅಂದುಕೊಂಡು ಊರು ಸುಮ್ಮನಾಯಿತು.

ಬಿಲಾಂಗಿನ ಫೋನು

ಬಿಲಾಂಗು : ನಮುಸ್ಕಾರ ಸಾ

ನಾನು : ಯಾರು?

ಬಿಲಾಂಗು : ಅದೇ ನಾನು ಸಾ ಬಿಲಾಂಗು

ನಾನು : ಓ ನೀನಾ?

ಬಿಲಾಂಗು : ನಾನೀಯ ಸಾ. ನನ್ ಹೋಟ್ಲಿಗ ಎಲ್ಲಾವಿ ರೆಡಿಯಾಯ್ತು ಸಾ. ಅದನ್ನ ಹೇಳಾಕ ಫೋನ್ ಮಾಡ್ದಿ

ನಾನು : ಒಳ್ಳೆಯದು ಕಣಪ್ಪ. ನಿಂಗೆ ಟೈಮಿದ್ರೆ ನಾನೊಂದ್ ಪ್ರಶ್ನೆ ಕೇಳಲಾ?

ಬಿಲಾಂಗು : ಕೇಳಿ ಸಾ. ರಮೇಶಣ್ಣನ ಹಿಡ್ಕಂಡಿದ್ದಕ್ಕೆ ಎಲ್ಲ ಕೆಲ್ಸ ಆಗ್ಬುಡ್ತು ಸಾ. ಒಂದ್ ಜೋಕ್ ಗೊತ್ತಾ? ನಾನು ಹೋಟ್ಲ ಮಡಗ್ತೀನಿ ಅನ್ನೋದು ಊರೊಳಕ್ಕ ಗೊತ್ತಾಗಿ ಅದನ್ನ ತಡಿಯಾಕ ರೆಡಿಯಾಗಿದ್ರು. ಅದಕ್ಕ ನಾವ್ ಐಡಿಯಾ ಮಾಡಿ ಊರೊಳಕ್ಕ ದಲಿತ ಸಂಘದ ಬೋರ್ಡು ಹಾಕಿದ್ವಿ. ಅದು ಸುಮಾರ್ ಕೆಲ್ಸ ಮಾಡ್ಬುಡ್ತು ಸಾ.

ನಾನು : ನಿಮ್ ಹಟ್ಟೀಲಿ ಏನ್ ಅಂದ್ರು?

ಬಿಲಾಂಗು : ಸಾ..., ನಂಗ ಯಾರು ಇಲ್ಲ. ನಂ ಅಪ್ಪ ಕಾಪ್ಲಿಗೆ ಬಿದ್ದು ಸತ್ತೋದ್ನಂತ. ಅವ್ವ ಅಲ್ಲಿ ಇಲ್ಲಿ ಕೂಲಿ ಮಾಡ್ಬುಟ್ಟು ಸಾಕುದ್ಲು.

ಇಸ್ಕೂಲಿಗೂ ಸೇರ್ಸಿದ್ಲು. ಐದ್ನೇ ಕ್ಲಾಸ್ಗಂಟಾನೂ ವಾಗಿದ್ದೆ. ಆ ಟೇಮಿಗ ಅವ್ವಗ ಅದೆಂತದ್ದೋ ಜ್ವರ ಬಂತು. ನಂಜನಗೂಡ್ನ ಗೌರ್ಮೆಂಟಾಸ್ಪತ್ರೇಲಿ ಅವ್ವ ಒಂಜಿನ ತೀರ್ಕಂಡ್ಲು. ಆಮ್ಯಾಕೆ ನಾನು ಊರ್ಗ ವಾಗ್ನೇ ಇಲ್ಲ ಸಾ. ನಂಜನಗೂಡ್ನ ದಂಡಕಿರೋ ಈ ಊರ್ಗ ಬಂದಿ. ಇಲ್ಲೇ ಬೇಡ್ಕಂಡು ಉಂಡ್ಕಂಡು ಉಳಿದೆ. ಇದೇ ನನ್ನೂರಾಯ್ತು. ಯಾರ್ ಏನೇ ಕೆಲ್ಸಕ್ಕ ಕರದ್ರೂವಿ ಹ್ವಾದಿ. ಅದಕ್ಕ ಒಂಜಿನ ಗಾರ ಕೆಲ್ಸಕ್ಕೋದ್ರ, ಇನ್ನೊಂಜಿನ ಗದ್ದ ಕೆಲ್ಸಕ್ಕೋಯ್ತಿನಿ, ಮತ್ತೊಂಜಿನ ಆಟೋ ಓಡಿಸ್ದೆ. ಟೆಂಪೋಗ ಕ್ಲೀನರಾದೆ, ಬಸ್ಸಿಗಾದೆ, ಲಾರಿಗಾದೆ. ಒಂಜಿನ ಲಾರಿ ಹತ್ಕಂಡು ಮಂಗ್ಳೂರಿಗಂಟ ಹ್ವಾದಿ. ಅಲ್ಲಿಂದ ಮಲ್ಪೆ, ಆಮ್ಯಾಕ ಕುಂದಾಪುರ, ಗಂಗೊಳ್ಳಿಗೂ ಹ್ವಾದಿ. ಅಲ್ಲೇ ಉಳ್ಕಂಡಿ. ಆಮ್ಯಾಕೆ ಬೇಜಾರ್ಬಂದು ಮತ್ತ ನಂಜನಗೂಡ್ಗ ಬಂದಿ. ನಾ ಚಿಕ್ಕವ ಇದ್ದಾಗಿಂದ್ಲೂ ನಂಗ ಬಿಲೆಡು ಅನ್ನಾಕ ಬರ್ತಿರ್ನಿಲ್ಲ. ಬಿಲೆಡು ಅನ್ನಾಕ ಬಿಲಾಂಗು ಅಂತಿದ್ದೆ. ನನ್ ಹೆಸ್ರು ರಾಜ. ಆದ್ರ ಯಾರೂವಿ ನನ್ನ ಹಾಗ ಕರಿಯಲ್ಲ. ಬಿಲಾಂಗು ಬಿಲಾಂಗು ಅಂತಾರ. ಸಾ ನೀವೇನೋ ಕೇಳ್ಬೇಕು ಅಂದ್ರಿ?

ನಾನು : ನಾ ಕೇಳಾಕಿಂತ ಮುಂಚೆ ಹೇಳ್ಬಿಟ್ಯಲ್ಲ ನೀನೆ.

ಬಿಲಾಂಗು : ಹಂಗಾರ ಮಡುಗ್ತೀನಿ ಸಾ. ಹೋಟ್ಲು ಕೆಲ್ಸ ಸುರುವಾಗದ.

ತೆಂಗಿನಗರಿಯ ಅರಮನೆ

ತಿಪ್ಪೆಯ ಜಾಗಕ್ಕೆ ಬೋರ್ಡು ಹಾಕಿಕೊಂಡ ಹುನ್ನಾರವ ಅರಿಯದಾದ ಊರ ಹೋಟ್ಲುಗಳಿಗೆ ಈ ವರ್ಷದ ಏಪ್ರಿಲ್ ೧೪ನೇ ತಾರೀಖು ಸುನಾಮಿಯನ್ನೇ ತಂದಿಕ್ಕಿತ್ತು. ತೆಂಗಿನ ಗರಿಯ ಗೋಡೆ ಮಾಡುಗಳ ಮಾಡಿಕೊಂಡು ನೀಲಿಯ ಬಣ್ಣದ ಮೇಲೆ ರಕ್ತ ಚೆಲ್ಲಿಕೊಂಡಂತೆ ಕೆಂಪಿನ ಅಕ್ಷರದಲ್ಲಿ 'ದೀನ ದಲಿತನ ಹೋಟ್ಲು' ಎಂದು ಬರೆದುಕೊಂಡು ಬಿಲಾಂಗಿನ ಹೋಟ್ಲು ಜೀವ ಪಡೀತು. ಅದಕ್ಕ ಜಡ್ಜು ಮತ್ತು ಬಿಲಾಂಗು ಅಂಬೇಡ್ಕರ್ ಜಯಂತಿಯ ತನಕ ಕಾದರು.

'ಎಲಾ ಬಡ್ಡೈದ್ನೆ.. ಹೀಂಗೂ ಆದ್ದೆಯಾ?' ಅಂದುಕೊಂಡು ಊರ ಹೋಟ್ಲುಗಳು ಬಿಲಾಂಗು ಆಡಿದ ಆಟವ ಕಂಡು ಬೆರಗಾಗುವದಷ್ಟೆ ಉಳಿದದ್ದು. ಇತ್ತ, ತಮ್ಮ ಕೇರಿಯ ಗಂಡೊಂದು ಹೋಟ್ಲ ಮಡಗಿದ್ದ ವಿಚಾರಕ್ಕ ಮೂಗರಳಿಸಿಕೊಂಡು ಕೇರಿಯವರು ಬಿಲಾಂಗಿನ ಹೋಟ್ಲ ಅಂದ ಚಂದವ

ಕಾಣಲು ತಮ್ಮೆರಡೂ ಕಣ್ಣುಗಳ ತೆರೆದುಕೊಂಡು ಬಂದರು. 'ಆಹಾ! ತೆಂಗಿನ ಗರಿಗೂ ಇಂತಾ ವೈಭೋಗವ ತಂದು ಮಡಗವನಲ್ಲ ಈ ಮುಂಡೆಮಗ ಬಿಲಾಂಗು, ಇವರವ್ವ ಇದ್ದಿದ್ರ ಅದೆಷ್ಟು ಸಂತೋಸ ಪಡ್ತಿದ್ದಳೊ ಕಾಣೆ. ಆದರ ಈ ಹೈದ ಹೋಟ್ಲ ಯಾವಾಗ ಬಾಕಲ ಹಾಕ್ಬುಟ್ಟಾನೋ...?' ಬಂದವರು ಆನಂದವನ್ನೂ ಪಟ್ಟು ಆತಂಕವನ್ನೂ ಹೊರಹಾಕಿದರು.

'ಈ ಬಡ್ಡೈದ ಇದ್ನೆಲ್ಲ ಎಲ್ ಕಲಿತ್ನೊ' ಎಂದು ಸ್ವತ ಜಡ್ಜು ರಮೇಶಣ್ಣನೇ ಬಿಲಾಂಗು ತೆಂಗಿನಗರಿಗಳ ನೆಯ್ದು ಕಟ್ಟಿದ ಆ ಹೋಟ್ಲ ಕಂಡು ಅಚ್ಚರಿ ಗೊಂಡನು. ಹಾಗಿತ್ತು ಅದು. ಮೊದಲೆ ನೂರಾರು ಊರ ಕಂಡವನು. ಮಂಗಳೂರಗಂಟ ಹೋದವನು ತೆಂಗಿನಗರಿಗಳ ಕಲೆಯನ್ನೇ ಹೊತ್ತು ತಂದನೋ? ಅವುಗಳ ನೆಯ್ದು ಮಯ್ಸೂರ ಅರಮನೆಯ ಮಿನಿಮಾದರಿ ಯೆಂಬಂತೆ ಮುಂದೆರಡು ಕಮಾನು ಮಾಡಿ ಅದರೊಳಗ ಗಾಳಿ ಬೆಳಕು ಆಡೋ ದೊಡ್ಡ ಕಿಟಕಿಗಳು, ದೊಡ್ಡ ಹಜಾರ. ಅದಕ್ಕೊಂದು ಗೋಡೆ ಅದರೊಳಗೆ ಅಲ್ಲಿಂದ ಊಟ ತಿಂಡಿಗಳ ಕೊಡುವುದಕ್ಕ ಮತ್ತೊಂದು ಕಮಾನು. ಕಮಾನುಗಳಿಗೆ ಬಿದಿರನ ಕಡ್ಡಿಗೆ ಬಣ್ಣದ ಚಿತ್ತಾರವ ನೆಯ್ದ ಪರದೆಗಳ ಇಳಿಬಿಟ್ಟು, ಒಳಗೆ ಮೂರು ರೌಂಡಿನ ಟೇಬಲಿಟ್ಟು ಅದಕ್ಕೆ ಮೂರ್ಮೂರು ಚೇರುಗಳು ಮೇಲೆ ಉಪ್ಪಿನ ಗೊಂಬಡಬ್ಬಿ, ಸ್ಪೂನ್ ಸ್ಟ್ಯಾಂಡು, ಕಯ್ ವರೆಸುವುದಕ್ಕ ಪೇಪರು. ದೊಡ್ಡ ಕಿಟಕಿಯ ಪಕ್ಕಕ್ಕೆ ಬೆಳ್ಳನೆ ಬೇಸನ್ನು ಮ್ಯಾಲೆ ಕನ್ನಡಿ. ಹೊರಗೆ ನಾಲ್ಕು ಕಂಬ ನೆಟ್ಟು ಅದರ ಮೇಲೊಂದು ಡ್ರಮ್ಮು. ಅದರಿಂದ ನೀರು ಸೀದಾ ಒಳಕ್ಕ ಬರುವಂಗೆ ವ್ಯವಸ್ಥೆ ಮಾಡಿದ ಬಿಲಾಂಗು ತಮ್ಮ ಕೇರಿಯವರು ಊಟ ಮಾಡುವುದಿರಲಿ ಇವುಗಳ ನೋಡಿಯೇ ಹೊಟ್ಟೆತುಂಬಿಸಿಕೊಳ್ಳಬೇಕು ಹಾಗೆ ಮಾಡಿದನು. ಒಳಗೆ ಬಂದವರಿಗೆ ಎದ್ದು ಕಾಣುವಂತೆ ಅಂಬೇಡ್ಕರದ್ದೂ, ಬುದ್ಧನದ್ದೂ ಫೋಟೋ ಹಾಕುವುದನ್ನು ಮಾತ್ರ ಬಿಲಾಂಗು ಮರೆಯಲಿಲ್ಲ.

ಇನ್ನು ಅವನೋ.... ತಲೆಗೊಂದು ಬೆಳ್ಳನೆಯ ಟೋಪಿ, ಎದೆ ಮುಂದ ಕ್ಕೊಂದು ಏಪ್ರಾನು ಕಟ್ಟಿಕೊಂಡು, ಅವನ ಹೋಟ್ಲು ರಂಗಮಂದಿರ. ಅಲ್ಲಿ ಅವನೇ ಪಾತ್ರಧಾರಿ, ನಾವೆಲ್ಲ ನಾಟಕ ನೋಡುವುದಕ್ಕ ಹೋಗುವುದು ಎಂಬಂತೆ ಬರುತ್ತಿದ್ದ ಕೇರಿಯ ಜನ ಅದನ್ನೆಲ್ಲಾ ನೋಡಿ ಊರೊಳಗೆ ಕತೆಯಾಗಿಸಿದರು. ಬಿಲಾಂಗಿಗೂ ಇದೇ ಬೇಕಾಗಿತ್ತು. ಇದೂ ಸಾಲದೆಂಬಂತೆ ನಂಜನಗೂಡಿಂದ ಬರುವ ಲೋಕಲ್ಲು ಪೇಪರಿನಲ್ಲಿ ತನ್ನ ಹೋಟ್ಲು

ಅದರೊಳಗಿನ ನಾನ್‌ವೆಜ್ ಖಾದ್ಯಗಳ ಬಗ್ಗೊಂದು ಜಾಹೀರಾತು ಹಾಕಿಸಿ ತಾನೇ ಕಾಸಾಕಿ ಅದನ್ನು ಊರೊಳಗೆ ಫ್ರೀಯಾಗಿ ಹಂಚಿದನು.

'ಇದ್ನೆ ಇದ್ನಿಯಾ ನೋಡು ಬ್ಯಾಡ ಅನ್ನೋದು. ನಮ್ಗೆಲ್ಲ ಹೊಟ್ಟೆ ಊರಿಲಿ ಅಂತ್ಲಿಯಾ ಆ ಮುಂಡೆಮಗ ಪೇಪರ್ನಲ್ಲಿ ಹಾಕ್ಸಿದ್ದು' ಅಂದುಕೊಂಡು ಊರ ಹೋಟ್ಲುಗಳು ಮೈಪರಚಿಕೊಂಡವು. ದಲಿತ ಕೇರಿಯ ಗಿರಾಕಿಗಳು ನಿಧಾನಕ್ಕೆ ಕಡಿಮೆಯಾಗುವುದು ನಡೆದು ಹೋಟ್ಲುಗಳು ಸೊರಗಿದವು. 'ಅಂವ ಬೇಕಾರ ಹೋಟ್ಲ ಮಾಡ್ಲಿ, ಆದ್ರ ಒಂದ್ರೂಪಾಯ್ಗ ಟೀ, ಹತ್ರೂಪಾಯ್ಗ ಊಟವ ಕೊಟ್ಟವ್ನಂತಲ್ಲ! ಅದೆಂಗ್ ಬಿಜಿನೆಸ್ಸು ಮಾಡ್ತಾನು ಬಡ್ಡೈದ?' 'ಇಂತಾ ಹಳ್ಳಿನಾಗೆ ಅಷ್ಟು ವೈನಾಗಿ ಹೋಟ್ಲ ಮಡಗಿದ್ರೆ ಅದೂ ತಮ್ದೆ ಜಾತಿಯವ ಮಡಗಿದ್ರೆ ಈ ದಲಿತರವ್ವು ನಮ್ತಕ್ಯಾಕೆ ಬಂದಾವು?' 'ನಾವು ಪೇಪರಲ್ಲಿ ತಿಂಡಿ ಕೊಡೋದು ಅಂವ ಹೊಳೆಯೊ ಪ್ಲೇಟಿನಾಗೆ ಒಳಕ್ಕೆ ಕೂರಿಸ್ಗಂಡು ಕೊಟ್ರ ಇಲ್ಲಿಗ್ಯಾರ್ ಬಂದಾರೇಳು?' 'ಹಂಗಲ್ಲ ಕಣ್ಲಾ. ಗಾರ ಕೆಲ್ಸ, ಮೀನ್ ಹಿಡಿಯೋ ಕೆಲ್ಸ, ಆಟೋ ಓಡ್ಸಾದು ಇಂತವುನ್ನ ಮಾಡ್ಕಂಡಿದ್ದವ್ನು ಹೆಂಗ್ಲಾ ಅಡುಗ ಮಾಡೂದ್ನ ಕಲ್ತ? ಕಲಾವಿದ ಕಣ್ಲಾ ಬೋಳಿಮಗ' 'ನಾನೂವಿ ಒಂದ್ಸಲ ಆ ಹೋಟ್ಲ ನೋಡ್ಬೇಕು'

'ತನ್ನ ಹೋಟ್ಲಿನಾಗೆ ಸಾಲ ಕೊಡಲ್ಲ ಆದ್ರ ಹಸ್ಗಂಡು ಬಂದವ್ರಿಗ ಊಟ ಇರ್ತದ' ಅನ್ನುವುದು ಬಿಲಾಂಗಿನ ತತ್ವ. ತನ್ನ ಕೇರಿಯವರನ್ನ ಚನ್ನಾಗಿ ಸ್ಟಡಿ ಮಾಡಿದ ಬಿಲಾಂಗು ಹೋಟ್ಲ ಮೆನುವೊಂದನ್ನು ಸಿದ್ಧಪಡಿಸಿಕೊಂಡ. ಸೋಮವಾರ ಮಾತ್ರ ಮುದ್ದೆ ಉಪ್ಸಾರೂಟ. ಉಳಿದೆಲ್ಲ ದಿನವೂ ನಾನ್‌ವೆಜ್ ಇದ್ರೂ ಶುಕ್ರವಾರ ನಾಟಿಕೋಳಿ ಭಾನುವಾರ ಮೀನೂಟ ಅವುಗಳಿಗೆ ತಕ್ಕಂತೆ ಮತ್ತು ತನ್ನ ಕೇರಿಯವರ ಆರ್ಥಿಕತೆಗೆ ಹೊರೆಯಾಗದಂತೆ ತನ್ನ ಬಂಡವಾಳಕ್ಕೆ ಪೆಟ್ಟೂ ಬೀಳದಂತೆ ದರನಿಗದಿ ಮಾಡಿಕೊಂಡನು. ಹೀಗೆ ಬಿಲಾಂಗಿನ ಹೋಟ್ಲು ಜನರ ನಡುವಿಗ ಬಂತು.

ಹೆಂಗಸರು ಕಾಲ್ವೆಗೆ ಬಟ್ಟೆ ತೊಳೆಯಲು ಹೋಗುವವರು ಬಂದು ಬಿಲಾಂಗಿನ ಹೋಟ್ಲಿನ ವೈಭೋಗವ ಕಂಡು 'ತನ್ಗೂ ಇಂತವನೊಬ್ಬ ಮಗ ಹುಟ್ಟಬಾರದಿತ್ತೆ' ಎಂದುಕೊಂಡು ಆಮೇಲೆ ಹರಸಿ ಹೋಗುತ್ತಿದ್ದರು. ಗಂಡಸರು ಊಟಕ್ಕಂತ ಬಂದರೆ, ಹೆಂಗಸರಿಗೆ ಇಲ್ಲಿಂದಲೆ ಸಾಂಬಾರು ಸರಬರಾಜು ಆಗುವ ವ್ಯವಸ್ಥೆಯೊಂದು ನಿಧಾನಕ್ಕೆ ತೆರೆದುಕೊಂಡಿತು. ಬಿಲಾಂಗಿನ ಹೋಟ್ಲ ರುಚಿ ಕತೆಗಳಾಗಿ ಊರೊಳಗೆ ಹರಿದು ಅದು ಮೇಲ್ಜಾತಿಯ ಕೆಲವರ

ಬಾಯಲ್ಲೂ ನೀರೂರಿಸಿ ಆಮ್ಯಾಲೆ ದಲಿತಕೇರಿಯ ಹಿಡಿದು ಹೊರಟ ಕೆಲವು ಊಟದ ಪಾರ್ಸೆಲ್ಲಗಳು ದಾರಿತಪ್ಪಿ ಅತ್ತಿತ್ತ ಹರಿಯುವುದು ಜಡ್ಡು ರಮೇಶಣ್ಣನಿಗೆ ತಲುಪಿ ಅವನು ಬಿಲಾಂಗಿಗೆ ತಿವಿದು ನಕ್ಕಿದ್ದನು.

ಫೇಸ್ಬುಕ್ಕು ಪ್ರಚಾರ

ಒಂದು ಶುಕ್ರವಾರ ಮದ್ಯಾಹ್ನ ಆ ದೀನ ದಲಿತನ ಹೋಟ್ಲ ಮುಂದೆ ಎರಡು ದೊಡ್ಡ ಟ್ರಕ್ಕುಗಳು ಬಂದು ನಿಂತು ಅದನ್ನು ನೋಡಲು ಊರೇ ನೆರೆಯಿತು. ಯಾಕೆಂದರೆ ಇದುವರೆಗೆ ಬಿಲಾಂಗಿನ ಕೇರಿಯವರನ್ನು ಬಿಟ್ಟರೆ ಇನ್ಯಾರು ಅಲ್ಲಿ ಉಂಡದ್ದನ್ನು ಯಾರು ಕಂಡಿಲ್ಲ. ಕದ್ದುಮುಚ್ಚಿ ತಿಂದರೂ ಮೇಲ್ಜಾತಿಯವರು ನೇರವಾಗಿ ಉಂಡ ಉದಾಹರಣೆಯೂ ಇಲ್ಲ. ನಿತ್ಯವೂ ಆ ಹೋಟ್ಲ ಮುಂದೆಯೇ ಹುಲ್ಲಹಳ್ಳಿಯಿಂದ ನಂಜನಗೂಡಿಗೆ, ನಂಜನಗೂಡಿಂದ ಹುಲ್ಲಹಳ್ಳಿಗೆ ನೂರಾರು ವೆಯ್ಕಲ್ಲುಗಳು ಓಡಾಡಿದ್ರೂ, ಅವು ಯಾವುದೂ ಅಲ್ಲಿ ನಿಂತು ಉಂಡುಹೋದ ಉದಾಹರಣೆಯೂ ಇಲ್ಲದಿರುವಾಗ, ಇಂದು ಒಂದಲ್ಲ ಎರಡು ಟ್ರಕ್ಕುಗಳು ನಿಂತು ಇಡೀ ಊರನ್ನೇ ಅಲ್ಲಿಗೆ ಸೆಳೆದು ತಂದವು.

ಮುಂದೆ ಟ್ರಕ್ಕು ಬಂದ ಕತೆ ಹೀಗೆ ಊರನ್ನು ತುಂಬಿಕೊಂಡಿತು. ಶೋಕಿ ಮಾಡುವುದರಲ್ಲಿ ಕಾಲೇಜು ಹುಡುಗರಿಗಿಂತ ಒಂದು ಕೈ ಮೇಲಿದ್ದ ಬಿಲಾಂಗು ಟ್ಯಾಬ್‌ವೊಂದನ್ನ ಕೊಂಡುಕೊಂಡು ಫೇಸ್ಬುಕ್ಕಿನೊಳಗೆ ಇಳಿದ. ಅಲ್ಲೊ ತನ್ನ ಹೋಟ್ಲಿದೊಂದು ಪೇಜ್ ಕ್ರಿಯೇಟ್ ಮಾಡಿ ತನ್ನ ಲಾರಿ, ಬಸ್ಸು ಗೆಳೆಯರನ್ನೆಲ್ಲ ತಡಕಾಡಿ ಅಲ್ಲೊಬ್ಬರು ಇಲ್ಲೊಬ್ಬರು ಸಿಕ್ಕು ಅವರ ಗೆಳೆತನವ ಮತ್ತೆ ಸಂಪಾದಿಸಿದ. ಹಾಗೆ ಒಂದು ಕಾಲದಲ್ಲಿ ಲಾರಿಯಲ್ಲಿ ಜೊತೆಯಾಗಿದ್ದ ಅವನ ಗೆಳೆಯರು ಇಂದು ಡ್ರೈವರುಗಳಾಗಿ ಬೆಳೆದುಬಿಟ್ಟು, ಮಯ್ಸೂರಿಂದ, ಕೇರಳ ತಮಿಳುನಾಡು ಎಂದೆಲ್ಲ ತಿರುಗುತ್ತಾ ಫೇಸ್ಬುಕ್ಕಿನೊಳಗೆ ಒಂದಾಗಿ ಕೇರಳಕ್ಕೆ ಹೊರಟ ಒಂದು ಶುಕ್ರವಾರ ಹಳೆಯ ಗೆಳೆಯನ ಕಂಡುಹೋಗುವ ತವಕವಾಗಿ ಅಲ್ಲಿ ಟ್ರಕ್ಕು ನಿಂತದ್ದಾಗಿತ್ತು. ಬಿಲಾಂಗಿನ ಈ ಏಳಿಗೆಗೆ ತಂತಮ್ಮ ಹೋಟ್ಲ ಮುಚ್ಚಿ ಫ್ಯಾಕ್ಟರಿಯ ಕೆಲಸ ಹಿಡಿದ ಕೆಲವರು 'ಬಡ್ಡೈದ್ನೆ... ಬಿಲಾಂಗು ನಿಂಗದೆ' ಎಂದು ಹಲ್ಲನ್ನ ಸವೆಸಿದರು.

ಅಷ್ಟೆ. ನಿಧಾನಕ್ಕೆ ಹುಲ್ಲಹಳ್ಳಿಗೆ ಹೋಗುವ ಗೌರ್ಮೆಂಟು ಬಸ್ಸುಗಳು ಅಲ್ಲಿ ನಿಲ್ಲುತ್ತಾ ಅಲ್ಲೊಂದು ಬಸ್ ಸ್ಟ್ಯಾಂಡೇ ನಿರ್ಮಾಣವಾಗಿಬಿಟ್ಟಿತು. ವ್ಯಾಪಾರ ಹೆಚ್ಚಿಕೊಂಡಿದ್ದೆ ಏಕಪಾತ್ರಾಭಿನಯ ನಿಲ್ಲಿಸಿದ ಬಿಲಾಂಗು ಸಹನಟರನ್ನು ನೇಮಿಸಿಕೊಂಡ. ಅಡುಗೆಯ ಕೆಲಸವ ಆಳುಗಳಿಗೆ ವಹಿಸಿ ತಾನು ಫೇಸ್ಬುಕ್ಕಿನ

ಲೀಲೆಯೊಳಗೆ ಮುಳುಗಿಬಿಟ್ಟ. ಮೊದ ಮೊದಲು ಹೋಟ್ಲ ಚಿತ್ರಗಳ ಹಾಕಿ ಅಲ್ಲಿನ ಕಾಮೆಂಟುಗಳಿಗೆ ಕಾಯುತ್ತಾ ಉಳಿದ. ಅವನ ಪ್ರತೀ ಚಿತ್ರಕ್ಕೂ ಹುಡುಗಿಯೊಬ್ಬಳು ಕಾಮೆಂಟುದಾರಳಾಗಿದ್ದೆ ಬಿಲಾಂಗು ಉತ್ಸಾಹಗೊಂಡು, ಪ್ರೋಫೈಲ್ ಅಲ್ಲಿದ್ದ ಹೋಟ್ಲ ಚಿತ್ರವ ತೆಗೆದು ತನ್ನದೊಂದು ಚಿತ್ರವ ಅಪ್ಲೋಡ್ ಮಾಡಿದ. ಮಾರನೆಗೆ ಅವನ ಇನ್‌ಬಾಕ್ಸಿಗೆ 'ನೀವು ಚನ್ನಾಗಿದ್ದೀರ' ಎಂದೊಂದು ಮೆಸೇಜು ಬಂದು ಬಿಲಾಂಗು ಪುಳಕಗೊಂಡ. ದಿನಕ್ಕೊಂದು ರೀತಿಯ ಚಿತ್ರವ ಬದಲಾಯಿಸತೊಡಗಿದಂತೆ ಅವನ ಇನ್‌ಬಾಕ್ಸ್ ತುಂಬ ತೊಡಗಿತು.

ನಂಜನಗೂಡಿಗೆ ಕಾಲೇಜಿಗಂತ ಹೋಗೋ ಹುಡುಗಿಯವಳು. ತನ್ನ ಹೋಟ್ಲ ಮುಂದೆಯೆ ದಿನವೂ ಹಾದು ಹೋಗುತ್ತಾಳೆಂಬುದನ್ನು ಅವಳ ಸಂದೇಶಗಳಲ್ಲಿ ತಿಳಿದುಕೊಂಡ ಬಿಲಾಂಗು ಗೌರ್ಮೆಂಟು ಬಸ್ಸುಗಳ ಕಿಟಕಿಗಳನ್ನೇ ಕಾಯುತ್ತಾ ಕುಳಿತು ಹೋಟ್ಲನ್ನು ಮರೆತ. ಆಳುಗಳು ಮಾಡಿದ್ದೇ ಅಡುಗೆಯಾಗಿ ಹೋಟ್ಲ ರುಚಿ ಕೆಟ್ಟಿತು. ಜಡ್ಡು ರಮೇಶಣ್ಣನಿಗ ಇದು ತಲುಪಿ 'ಅಲ್ಲ ಕಣ್ಲಾ, ಒಂದೇ ವರ್ಸಕ್ಕ ಹೋಟ್ಲ ಮುಚ್ಚಿಬುಡ್ತಿಯಾ ಹೆಂಗೆ?' ಅಂದರೆ 'ಇಲ್ಲ ಕಣಣ್ಣೋ... ನೋಡ್ಕ ಹೋಟ್ಲು ನಡೀತಾನೆ ಇರ್ತದ' ಅಂದು ಒಂದೆರಡು ದಿನ ಮೊದಲಿನಂತೆ ಚುರುಕಾಗಿ ನಡೆಸಿದರು ಮತ್ತೆ ಫೇಸ್ಬುಕ್ಕಿನೊಳಗೆ ಇಳಿದು ಹಳಿ ತಪ್ಪುತ್ತಿದ್ದನು.

ಕಡೆಗೂ ಅವಳ ಗುರುತು ಹಿಡಿದ. ಇಬ್ಬರ ಮನದೊಳಗೆ ಆಡುತ್ತಿದ್ದ ಅದೆಂತದ್ದೊ ಹೊರಗೆ ಬಂತು. ಇನ್ನೇನಕ್ಕೂ ಅಲ್ಲಿ ಜಾಗವಿರಲ್ಲಿಲ್ಲ. ಪ್ರೀತಿ ಮಾತ್ರ. ರಾತ್ರಿ ಬಹಳ ಹೊತ್ತು ಪಿಸು ಪಿಸು ನುಡಿದವು. ಆ ಪಿಸು ಪಿಸುಗಳು ಗುಸು ಗುಸು ಸುದ್ಧಿಯಾಗಿ ಊರ ಗಾಳಿಯಲ್ಲಿ ಬೆರೆತವು. ಅವುಗಳನ್ನು ಉಸಿರಾಡಿದ ಬಿಲಾಂಗಿನ ಕೇರಿಯು 'ಮಾಡೋ ವಯಸ್ಸು ಮಾಡ್ಕಳ್ಲಿ' ಅಂದು ನಕ್ಕಿತು. ಆದರೆ ಇಂತಾದ್ದು ಒಂದು ಏನಾದರು ಸಿಕ್ಕಲಿ ಅಂತ ಕಾಯುತ್ತಿದ್ದ ಊರ ಹೋಟ್ಲುಗಳಿಗೆ ಚೈತನ್ಯ ತುಂಬಿ ಬಂದವು.

ಹುಡುಗಿಯ ಜಾತಕ ಜಾಲಾಡಿದ ಹೋಟ್ಲುಗಳಿಗೆ ಬಿಲಾಂಗಿನ ಜುಟ್ಟೇ ಕಯ್ಗೆ ಸಿಕ್ಕಿದಂತಾಗಿ ಆನಂದದಲ್ಲಿ ತೇಲಾಡಿದರು. ದಲಿತನಾಗಿದ್ದುಕೊಂಡು ಊರ ಹೋಟ್ಲುಗಳ ಎದುರೇ ತೊಡತಟ್ಟಿ ಹೋಟ್ಲ ನಡೆಸುವುದು, ಮೇಲ್ಜಾತಿಯ ಹುಡುಗಿಯನ್ನು ಪ್ರೀತಿಸುವುದು ಇದಕ್ಕಿಂತ ಇನ್ನೊಂದು ಮಹಾಪರಾಧ ಈ ಜಗತ್ತಿನಲ್ಲಿ ಇನ್ನೊಂದು ಉಂಟೆ? ಹೇಗ್ಹೇಗೆ ಎಲ್ಲೆಲ್ಲಿ ಹೊಡೆಯಬೇಕೆಂದು ಪರಿಣಿತರು ಪ್ಲ್ಯಾನು ಮಾಡಿದರೂ ಆವೊಂದು ಬೋರ್ಡು

ಅಡ್ಡಿ ಮಾಡುತ್ತಿತ್ತು. ಹೇಗಾದರೂ ಅದನ್ನೊಂದು ಎತ್ತಾಕಬೇಕೆಂದು ನಿರ್ಧಾರವಾಯಿತು. ಒಂದಿನ ಬೋರ್ಡು ಮಾಯವಾಗೇಬಿಟ್ಟಿತು. ಆದರೆ ಜಡ್ಜು ರಮೇಶಣ್ಣ ಅದಕ್ಕೆ ಅಷ್ಟೇನು ತಲೆಕೆಡಿಸಿಕೊಳ್ಳಲಿಲ್ಲ.

ರಾಜನ ಮದುವೆ

ಪ್ರೀತಿಯ ಬಲೆಗೆ ಬಿದ್ದಿದ್ದ ಬಿಲಾಂಗು ಹೋಟ್ಲ ಮುಚ್ಚೇಬಿಡುತ್ತಾನೆ, ಮತ್ತು ಬೇರೆ ಜಾತಿಯ ಹುಡುಗಿಯನ್ನು ಲವ್ ಮಾಡಿದ ಕಾರಣಕ್ಕಾಗಿ ಅವಳೊಡನೆ ಊರು ಬಿಟ್ಟು ಓಡಿಹೋಗುತ್ತಾನೆಂದೇ ಭಾವಿಸಿದ ಜನಗಳಿಗೆ ಬಿಲಾಂಗು ಆ ಹುಡುಗಿಯೊಂದಿಗೆ ಮದುವೆಯಾಗಿ ಬಂದು ಶಾಕ್ ನೀಡಿದ್ದ.

ಹುಡುಗಿಯ ಕಡೆಯವರು ಪೋಲೀಸು ಎಂದು ಓಡಾಡಿ 'ತಮ್ಮ ಹುಡುಗಿ ಏನೂ ಅರಿಯದವಳು, ಈತ ಹಾರಿಸಿಕೊಂಡು ಬಂದಿದ್ದಾನೆ ಎಂದೂ' ಕಿಡ್ನಾಪ್ ಕೇಸು ದಾಖಲು ಮಾಡಿಸಿ ಹೋಟ್ಲ ಮುಂದಕ್ಕೆ ಬಂದು ನಿಂತರು. ಬಂದವರೆಲ್ಲ ಹೊಡೆದಾಟಕ್ಕಂತ ಬಂದಿದ್ದರೂ ಜೊತೆಯಲ್ಲಿ ಪೋಲೀಸರು ಇರುವುದರಿಂದ ಬಯ್ಯುಳದಲ್ಲಿಯೆ ಸಮಾಧಾನ ಕಾಣುತ್ತಿದ್ದರು. ಇದೆಲ್ಲವ ಅರಿತ ಜಡ್ಜು ರಮೇಶಣ್ಣ ಹೀಗೆಯೆ ಬಿಟ್ಟರೆ ತಮ್ಮೂರವರು ಕೂಡಿಕೊಂಡು ಬಿಲಾಂಗಿಗೊಂದು ಗತಿ ಕಾಣಿಸುವರು ಎಂದವನೆ ದಲಿತ ಸಂಘದ ಬೋರ್ಡ ಮತ್ತೆ ಬರೆಸಿಕೊಂಡು ಬಂದು ನೆಡುವುದರೊಳಗಾಗಿ ಬಿಲಾಂಗು ಮತ್ತವನ ಹೊಸ ಹೆಂಡತಿಯನ್ನು ಸ್ಟೇಷನ್ನಿಗೆ ಸಾಗಿಸಿಯಾಗಿತ್ತು ಮತ್ತು ಹೋಟ್ಲ ಕಾವಲಿಗೆ ಕಾನ್‌ಸ್ಟೇಬಲ್ಲುಗಳು ಉಳಿದರು.

ಎಲ್ಲರ ಗಮನವ ಹಿಡಿದುಕೊಂಡಿದ್ದ ಹೊಸದಾದ ಮದುವೆ ಹೆಣ್ಣು 'ನನ್ನನ್ನು ಇವರು ಹಾರಿಸಿಕೊಂಡು ಬಂದಿಲ್ಲವೆಂದೂ ತಾನು ವಿದ್ಯಾವಂತೆಯೂ ಮತ್ತು ತಾನು ವಯಸ್ಕಳೂ ತನ್ನ ಜೀವನದ ನಿರ್ಧಾರ ತಾನು ತೆಗೆದು ಕೊಳ್ಳುವಷ್ಟು ತಿಳಿದವಳೆಂದೂ ಮತ್ತು ತನ್ನ ಸ್ವ-ಇಚ್ಛೆಯಿಂದ ಇವರೊಡನೆ ಬಂದಿರುವುದಾಗಿಯೂ' ಎಂದು ಉರಿಯುತ್ತಿದ್ದ ಪ್ರತಿಯೊಬ್ಬರ ಮುಂದೆಯೂ ಧೈರ್ಯವಾಗಿಯೆ ಹೇಳಿಕೆಯನ್ನು ನೀಡಿದರೆ ಅಲ್ಲಿ ಅವಳ ಮದುವೆಯಾಗ ಬೇಕೆಂದಿದ್ದ ಅತ್ತೆಯ ಮಗನೆಂಬೋ ಗಂಡಸೊಬ್ಬ ಎಲ್ಲರೆದುರೆ ಆ ಹುಡುಗಿಯ ಮೇಲೆ ಕಯ್ಮಾಡಿನು. ಹೆಣ್ಣುಮಗಳ ಮೇಲೆ ಕಯ್ಮಾಡಿದನೆಂಬ ಕಾರಣವೆ ಸಾಕಾಗಿ ಹಿಡಿದು ಒಳಗೆ ಹಾಕಿದರು. ಏನೋ ಆಗಿಯೆ ಬಿಡುತ್ತದೆ ಎಂದು ಕೆಲಸ ಕಾರ್ಯವ ಬಿಟ್ಟುಬಂದಿದ್ದ ಬಹಳ ಮಂದಿಗೆ ಅಲ್ಲಿ ಏನೂ ಆಗದ್ದಕ್ಕೆ ನಿರಾಸೆಯಾಗಿ ತಮ್ಮ ಹಾದಿಗೆ ಮರಳಿದರು. 'ಇಲ್ಲೂ ಬಿಲಾಂಗು ಗೆದ್ದು

ಬಿಟ್ಟನಲ್ಲಾ..' ಎಂದು ಊರ ಹೋಟ್ಲುಗಳು ತಮ್ಮೊಳಗಿನ ಹಗೆಯ ಹೊಗೆಯಾಗಿಸಿಕೊಂಡು ಮತ್ತೆ ಕಾದರು.

ಜಡ್ಜು ರಮೇಶಣ್ಣ 'ದಲಿತ ಸಂಘ'ದವರ ಕರೆದುಕೊಂಡು ಹೊಸ ಮದು ಮಕ್ಕಳೊಂದಿಗೆ ಪೊಲೀಸು ಪಹರೆಯಲ್ಲಿ ಊರಿಗೆ ಬಂದನು. ಅಲ್ಲಿ ಕೇರಿಯೇ ಕಾದಿತ್ತು. ಹೆಂಗಸರು ಆರತಿ ಬೆಳಗಿ ಹಾಡಿದರೆ ಮಕ್ಕಳು ಹೂವ ಚಲ್ಲಿದರು. ಗಂಡಸರು ಬಂದವರಿಗ ಸಿಹಿಯ ನೀಡಿದರೆ ಬಿಲಾಂಗು ಕಣ್ಣೀರು ಹಾಕುತ್ತಿದ್ದ. 'ನಂಗ ಯಾರು ಇಲ್ಲ ಅಂದ್ಕತಿದ್ದೆ. ಇಲ್ಲ ನಂಗ ಇಡೀ ಊರೇ ಅದ. ನಾ ಮಾಡಿದ ಕೆಲಸಕ್ಕ ಇಡೀ ಊರೇ ಉರಿಯಬೇಕಿತ್ತು ಆದ್ರ ಹಾಗಾಗಲಿಲ್ಲ. ಹಬ್ಬ ಮಾಡ್ತದ. ನನ್ ಅಪ್ಪ ಅವ್ವ ಇದ್ದಿದ್ರ ಈ ಕುಷಿಯಾಗ ಮುಳುಗುತಿದ್ರು' ಅಂದುಕೊಂಡು ಹೆಂಡತಿಯ ಜೋಡಿಯಾಗಿ ಮೊದಲು ಬುದ್ಧ ಅಂಬೇಡ್ಕರರಿಗೆ ನಮಿಸಿ ಕಡೆಗಾ ಊರಿನ ಹಿರಿಯರ ಕಾಲ್ಮುಗಿದನು.

ಕೇರಿಯು ಆ ಹೊಸ ಗಂಡ ಹೆಡ್ತಿಯ ದಿನಕ್ಕೊಂದು ಹಟ್ಟಿಗೆ ಕರೆದು ಸಿಹಿ ಊಟ ನೀಡಿತು. ದಿನವು ಕಳೆಯುತ್ತಾ ಹೆಡ್ತಿಯಾಗಿ ಬಂದ ಪಲ್ಲವಿಯು ರಾಜನ ಬಾಳಾಟಕ್ಕ ಕೂಡಿಕೊಂಡು ಹೋಟ್ಲು ಹೊಸ ಕಳೆಗಟ್ಟಿತು. ಈಗ ಊರ ಗಂಡಸರು ಹೋಟ್ಲ ಮುಂದೆ ಬೀಡಿ ಸಿಕರೋಟು ಸೇದುವುದಿಲ್ಲ. ರಾತ್ರಿ ಬಹಳ ಹೊತ್ತು ಪಟ್ಟಾಂಗದಲ್ಲಿ ತೊಡಗುವುದಿಲ್ಲ. ಈಗ ಹೋಟ್ಲ ಮುಂದೆ ಹೂವಿನ ಗಿಡಗಳು ಚಿಗುರಿದವು. ಕೇರಿಯ ಹೆಣ್ಣು ಮಕ್ಕಳು ಅಲ್ಲಿ ನಗುವ ಚಲ್ಲಿದರು. ಬಿಲಾಂಗಿನ ಹೋಟ್ಲು ಅದೇ ಈಗವರ ಹಟ್ಟಿಯೂ ಆಗಿ ರೂಪಾಂತರ ಹೊಂದಿ ಬಾಳಾಟ ನಡೆದಿತ್ತು.

ಒಂದು ದಿನ ರಾತ್ರಿ ಬಹಳವಾಗಿ ಕತ್ತಲೆಯು 'ಕೂಸೇ... ಕೂಸೇ... ಪಲ್ಲೀ...' ಎಂದು ಪಿಸುಗುಟ್ಟಿತು. ಗಾಬರಿಯಾದ ಬಿಲಾಂಗು ಪಲ್ಲಿಯ ಮನೆಯವರು ಈ ರಾತ್ರಿಯಲ್ಲಿ ತಮ್ಮ ಮೇಲೆ ದಾಳಿ ಮಾಡ ಬಂದಿರಬಹುದೆಂದು ಜಡ್ಜು ರಮೇಶಣ್ಣನಿಗ ಪೋನು ಮಾಡುವುದಕ್ಕೆ ಮುಂದಾದರೆ ಹೆಡ್ತಿ ತಡೆದಳು. ಅದು ತನ್ನ ಅಪ್ಪನೆಂದೂ ಅವನು ಹಾಗೆಲ್ಲ ಮಾಡುವುದಿಲ್ಲವೆಂದೂ ಮೆಲ್ಲಗೆ ಬಾಗಿಲು ತೆರೆದು ಒಳಗೆ ಕರೆದಳು. ಅಪ್ಪ ಮಗಳು ತಬ್ಬಿಕೊಂಡು ಅತ್ತರು. ಅವ್ವ ತಂಗಿಯರ ವಿಚಾರಿಸಿ, ಅವರ ನೋವು ನಲಿವುಗಳಿಗೆ ಹೆಡ್ತಿಯ ಕಣ್ಣುಗಳು ಹೊಳೆಯುವ ಸುಖವ ಬಿಲಾಂಗು ಹೀರುತ್ತಿದ್ದ. ಅದೆಷ್ಟೊ ಹೊತ್ತು ಅಪ್ಪ ಮಗಳು ಮಾತಾಡಿದರು. ಮಗಳು ಹೀಗೆ ಮಾಡಿ ಒಳ್ಳೆಯದೆ ಮಾಡಿದಳೆಂದೂ ಮತ್ತು ಒಳ್ಳೆಯ ಹುಡುಗನ ಕೈ ಹಿಡಿದಿರುವುದಕ್ಕ ಸಂತೋಸಪಟ್ಟುಕೊಂಡು,

ಹೋಗುವ ಕಡೆಯಲ್ಲಿ ನಿನ್ನ ಅತ್ತಮಗ ಜೇಲಿಂದ ಬಂದಿರುವುದಾಗಿಯೂ ಎಚ್ಚರಿಸಿ ಕತ್ತಲೆಯಲ್ಲಿ ಕರಗಿಹೋದರು. ಈಗೀಗ ಪಲ್ಲಿಯ ಅಪ್ಪ ಅವ್ವ ತಂಗಿಯರು ಆಗಾಗ ಕದ್ದುಮುಚ್ಚಿ ಬಂದು ಹೋಗುವುದು ನಡೆಯುತ್ತಿತ್ತು. ಹೆಡ್ತಿಯ ಆರೈಕೆಯಲ್ಲಿ ಬಿಲಾಂಗು ಮತ್ತು ಹೋಟ್ಲು ಬಲು ವೈಭೋಗದಲ್ಲಿ ನಡೆದಿತ್ತು.

* * *

ಮಧ್ಯರಾತ್ರಿ ಹೊಡೆದುಕೊಂಡ ನನ್ನ ಫೋನಿಗೆ ಬೈದು 'ಹಲೋ..' ಎಂದರೆ ಬಿಲಾಂಗು ಅಳುತ್ತಿದ್ದ. 'ಏನಾಯ್ತೋ...?' ಅಂದರೆ ಅಳುತ್ತಲೇ 'ಹೋಟ್ಲಿಗ ಬೆಂಕಿ ಇಕ್ಕವರೆ ಸಾ... ಫೇಸ್ಬುಕ್ಕಿನ್ಯಾಗೆ ಹಾಕಿದೀನಿ ನೋಡಿ ಸಾ'. ಫೇಸ್ಬುಕ್ಕಿನಲ್ಲಿ ಬೇಯುತ್ತಿದ್ದ ದೀನ ದಲಿತನ ಹೋಟ್ಲಿಗೆ ಆ ರಾತ್ರಿಯಲ್ಲೂ ಸಾವಿರಕ್ಕೂ ಮಿಕ್ಕಿ ಕಾಮೆಂಟು ಲೈಕುಗಳು ಬಂದು, ನಾಳೆ ಬೆಳಗಾಗುತ್ತಲೆ ಹೋರಾಟಕ್ಕೆ ಸಿದ್ಧವಾಗ ಬೇಕೆಂದು ಆಕ್ರೋಶಗಳು ನದಿಯಾಗತೊಡಗಿದವು.

ದೇವರಾಟ

–ಟಿ. ಎಸ್. ಗೊರವರ

ಇಳಿಸಂಜೆ ಹೊತ್ತು. ಸೂರ್ಯನ ಬಿಸಿಲ ಕಿರಣಗಳು ನೆರಳೊಳಗೆ ಒಂದೊಂದಾಗಿ ಲೀನವಾದ ಹಾಗೆ ಕಾಣತೊಡಗಿದ್ದವು. ಹೊಲಗಳಿಂದ ಮನೆಯ ಕಡೆ ಮುಖ ಮಾಡಿದ್ದ ದನಗಳ ಗೊರಸು ಹೆಜ್ಜೆಗಳು ಎಬ್ಬಿಸುತ್ತಿದ್ದ ಗೋಧೂಳಿ ಬಿಸಿಲಿನೊಂದಿಗೆ ಬೆರೆತು ಮನೋಹರ ದೃಶ್ಯಕಾವ್ಯ ಬರೆಯತೊಡಗಿತ್ತು. ಮೊಹರಂ ದಿನಗಳಾದ್ದರಿಂದ ದೊಡ್ಡ ಮಸೂತಿ ಹತ್ತಿರ ಹುಡುಗರ ಹೆಜ್ಜೆಗೆ ಬಾರಿಸುತ್ತಿದ್ದ ಜಡ್ಡಿನಕ ನಕಕ ನಡ್ಡೀನ್... ಎಂಬ ಹಲಗೆಯ ಸದ್ದು ಒಂದು ಲಯದೊಳಗೆ ಊರ ಕಿವಿ ತುಂಬತೊಡಗಿತ್ತು.

ಶಂಕ್ರಜ್ಜ ಅನ್ಯ ಮನಸ್ಕನಾಗಿ ಚಿಂತೆಯ ಹಳ್ಳದೊಳಗೆ ಮನಸು ಹರಿಬಿಟ್ಟು ಮನೆಯ ಮುಂದೆ ತಾನೇ ಅರಲು ಕಲಿಸಿ ಒಂದಿಷ್ಟು ಕಲ್ಲು ಜೋಡಿಸಿ ಕಟ್ಟಿದ್ದ ಕಟ್ಟೆಯ ಮ್ಯಾಲೆ ಕುಂತಿದ್ದ. 'ಯಜ್ಜಾ ಒಂದಿಷ್ಟು ನೀರು ಹಣಿಸು...' ಎಂದು ಸಂಡಾಸು ಕುಂತು ಬಂದಿದ್ದ ಮೊಮ್ಮಗನ ಮಾತಿಗೆ ಧ್ಯಾನ ಕದಡಿದವನಂತಾಗಿ ವಾಸ್ತವ ಲೋಕಕ್ಕೆ ಮರಳಿದ. ಮೊಮ್ಮಗನ ಮುಕುಳಿ ತೊಳೆಯುವ ಹೊತ್ತಿಗೆ ಯಾರದೋ ಹೊಲಕ್ಕೆ ಕೂಲಿ ಹೋಗಿದ್ದ ಸೊಸೆ ಹುಲಗವ್ವ ತಲೆಯ ಮ್ಯಾಲಿನ ಕಟ್ಟಿಗೆಯ ಹೊರೆ ನೆಲಕ್ಕೆ ಒಗೆದು ಉಸ್ಸೆಂದು ಕಟ್ಟೆಯ ಮ್ಯಾಲೆ ಕುಳಿತಳು.

ಆಸರಕಿ ಬ್ಯಾಸರಕಿ ವಿಚಾರಿಸುತ್ತಿದ್ದ ಶಂಕ್ರಜ್ಜ ಹುಲಗವ್ವನನ್ನು ನೋಡಿಯೂ ಅನ್ಯಮನಸ್ಕನಾಗಿದ್ದ. ಹುಲಗವ್ವನಿಗೂ ದಿಕ್ಕು ತಿಳಿಯದಾಯಿತು. ತನ್ನ ಗಂಡನೇನಾದ್ರೂ ಜಗಳ ಮಾಡಿರಬಹುದೇ ಎಂದು ಎಣಿಕೆ ಹಾಕಿದಳು. ಅವಳಿಗೂ ಸಾಕೂ ಬೇಕೂ ಕೂಡೇ ಆಗಿತ್ತು. ಒಂದು ಹಬ್ಬಿಲ್ಲ. ಒಂದು ಹುಣಿವಿ ಇಲ್ಲ. ಯಾವುದಕ್ಕೂ ಫುರುಕೇ ಬೀಳದಂತೆ ಸೂರ್ಯನಿಗಿಂತ ಮೊದಲೇ ಎದ್ದು ಮನೆಗೆಲಸ ಮಾಡಿ ಕೂಲಿ ದುಡಿದು ಸೂರ್ಯ ಮುಳುಗಿದ ನಂತರ ಮನೆ ಸೇರಿ ಮತ್ತೆ ಮನೆಗೆಲಸ ಮಾಡುವುದು ಅವಳ ಉಸಿರಿನೊಂದಿಗೆ ಬೆರತಿರುವಂತಿದೆ. ಇಷ್ಟೆಲ್ಲಾ ದುಡಿದರೂ ಅಡುಗೆ ಮನೆಯಲ್ಲಿ ಉಪ್ಪಿಲ್ಲ. ಹಿಟ್ಟಿಲ್ಲ. ಒಳ್ಳೆ

ಎಣ್ಣೆ ಇಲ್ಲ. ಕೇಳಿದರೆ ಕಪಾಳದ ಮ್ಯಾಲೆ ಬೆರಳ ಗುರುತು ಮೂಡುತ್ತಿದ್ದವು. ಅವಳು ಮಾತು ಬಾರದ ಗೊಂಬೆಯಾಗಿದ್ದಳು.

ನೀರು ಕುಡಿದಳು. ತುಸು ದಣಿವು ಆರಿದಂತಾಯಿತು. ಶಂಕ್ರಜ್ಜನ ಕಡೆ ದಿಟ್ಟಿಸಿದಳು. ಅಜ್ಜನ ಮುಖದ ತುಂಬಾ ಗಂಭೀರತೆಯ ಮುಪ್ಪಡರಿತ್ತು. ಮುಖ ಓದಿ ನೋಡಿದಳು. ಅಜ್ಜನ ಹಣೆಯ ಮ್ಯಾಲಿನ ಮುದುಡಿದ ಒಂದೊಂದು ನಿರಿಗೆಯೂ ಒಂದೊಂದು ಕಥೆ ಹೇಳಿದಂತೆನಿಸಿ ಬೆಚ್ಚಿದಳು. ಮಾತಾಡಿಸಲು ಧೈರ್ಯ ಬರಲಿಲ್ಲ. ಮನೆಯೊಳಗೆ ಹೋಗಿ ಒಲೆಯೊಳಗೆ ಬೆಂಕಿ ಮಾಡಿ ಡಿಕಾಸಿ ಚಾ ಕಾಸಿ ಅಜ್ಜನಿಗೊಂದು ಕಪ್ಪು ಕೊಟ್ಟು ತಾನೊಂದು ಕಪ್ಪಿನಲ್ಲಿ ಕುಡಿಯತೊಡಗಿದಳು. ನೆಲ ದಿಟ್ಟಿಸುತ್ತಾ ಚಾ ಕುಡಿಯತೊಡಗಿದ್ದ ಅಜ್ಜ ನೊಳಗಿನ ಮರ್ಮ ಅವಳಿಗೆ ಅರ್ಥವಾಗಲಿಲ್ಲ. ಅಜ್ಜ ನಿಗೂಢತೆಯೇ ಮೂರ್ತಿ ವೆತ್ತಂತೆ ಕಾಣತೊಡಗಿದ. ಅಜ್ಜ ಮಾತ್ರ ಅದೇನನ್ನೋ ಗುಣಿಸಿ ಭಾಗಿಸಿ ಲೆಕ್ಕ ಹಾಕತೊಡಗಿದ್ದ. ಮಸೂತಿ ಕಡೆಯಿಂದ ಕೇಳತೊಡಗಿದ್ದ ಹೆಜ್ಜೆ ಹಲಗೆಯ ಸದ್ದು ಅವನನ್ನು ಇನ್ನಿಲ್ಲದಂತೆ ಉನ್ಮಾದಗೊಳಿಸತೊಡಗಿತ್ತು. ಅವನೊಳಗೆ ಎಂತದೋ ಒಂದು ಎಚ್ಚರಿಕೆ ನಿಗಿ ನಿಗಿಯಾಗಿ ಉರಿಯತೊಡಗಿತ್ತು.

* * *

ಹನುಮಪ್ಪ ಇಷ್ಟು ದಿನ ಹುಲಗವ್ವ ದುಡಿದ ಕೂಲಿ ಹಣ ತನ್ನ ತಲುಬುಗಳಿಗೆ ಖರ್ಚು ಮಾಡಿದಂತೆ ಮಾಡಿಕೊಂಡಿದ್ದರೆ ಶಂಕ್ರಜ್ಜನಿಗೇನೂ ಬಾಧಿಸುತ್ತಿರಲಿಲ್ಲ. ಆದರೆ, ಈಗ ಹನುಮಪ್ಪ ಇದ್ದ ಯಾಡು ಎಕರೆ ಹೊಲ ಮಾರಲು ಮುಂದಾಗಿರುವುದು ಶಂಕ್ರಪ್ಪಜ್ಜನ ದುಃಖಕ್ಕೆ ಕಾರಣವಾಗಿತ್ತು. ಗಂಟಲೊಳಗೆ ನೂರಾರು ಬಿಕ್ಕುಗಳು ಸಾಲುಗಟ್ಟಿದ್ದವು. ತಿಂದ ರೊಟ್ಟಿ ಕರಗದಂಗಾಗಿತ್ತು. ಆ ಯಾಡು ಎಕರೆ ಹೊಲ ಹಿಡಿಯಲು ಪಟ್ಟ ತ್ರಾಸು ಶಂಕ್ರಪ್ಪಜ್ಜನಿಗೇ ಗೊತ್ತು. ರಟ್ಟೆಯ ಕಸುವನ್ನೇ ನಂಬಿದ ಶಂಕ್ರಜ್ಜ ಹಗಲಿರುಳು ಹೊಟ್ಟೆ ಬಟ್ಟೆ ಕಟ್ಟಿ ದುಡಿದು ಹೊಲ ಹಿಡಿದಿದ್ದ. ಇಂವ ಈಗ ಏಕಾಏಕಿ ಅದೂ ತನ್ನ ತಲಬು ತೀರಿಸಿಕೊಳ್ಳಲು ಹೊಲ ಮಾರಲು ಮುಂದಾಗಿರುವುದು ಶಂಕ್ರಜ್ಜನಿಗೆ ದಿಗಿಲಾಗಿತ್ತು.

'ಮೈ ತುಂಬಾ ಸಾಲ ಆಗೇತಿ. ಸಾಲಗಾರರು ದಿನಾ ಮುಂಗೈ ಹಿಡಿದು ಕೇಳಾಕತ್ಯಾರ. ಸಾವಿರ ರೂಪಾಯಿ ಓಸಿ ಕಟ್ಟಿದ್ದೆ. ನಂಬರ್ ಹತ್ತೇ ಬಿಡುತ್ತಂತ ಮಾಡಿದ್ದೆ. ಅವನೌನ್ ಶನೀದು. ಹತ್ತಲಿಲ್ಲ. ಹೊಲ ಮಾರಿ ಬಿಡ್ತೇನಿ. ಆ ರೊಕ್ಕದಾಗ ಒಂದು ತಿಂಗಳ ಓಸಿ ಆಡ್ತೇನಿ. ಈ ಸಲ ನಂಬರ್ ಹತ್ತೇ ಹತ್ತುತ್ತ. ನೋಡು ಅವಾಗ ಲಕ್ಷ್ಮೀ ಮನಿತನಕ ಹಂಗ ಕುಣಕೋಂತ ಬರ್ತಾಳ.

ಹೊಲಗಿಲ ಮಾರಾಕ ನೀ ಬ್ಯಾಡಂದ್ರ ನಾನೇನು ಕೇಳಲ್ಲ. ಆ ಹೊಲ ಇವತ್ತಲ್ಲ ನಾಳೆ ನನ್ನ ಹೇಸರಿಗೇ ಆಗಬೇಕು. ಅದ್ನ ಈಗ ಮಾಡು. ಊರಾಗ ನಾಕೈದು ಮಂದಿಗೆ ಹೊಲ ಮಾರಾದ್ಯೆಂತ ನಾನೂ ಈಗಾಗ್ಲೇ ಹೇಳಿನಿ. ಒಂದಿಬ್ರೂ ಕೇಳ್ಯಾರ. ಚೊಲೋ ರೇಟ್ ಆಕ್ಕೈತಿ. ಆ ಮಸಾರಿ ಹೊಲ್ದಾಗ ಯಾರು ದುಡಿಯೋರು. ನಾನೂ ದುಡಿಯಲ್ಲ. ನಿನ್ಗೂ ವಯಸ್ಸಾಗೇತಿ ದುಡಿಯಕ್ಕಾಗಲ್ಲ. ಹಂಗ ಬೀಳು ಬಿಟ್ರ ಹೊಲ ಜಾಲಿ ಬೆಳೆದು ಹೊಕ್ಕೈತಿ. ಅದ್ಕ ಮಾರಿ ಬಿಡೋಣು. ನೀನೇನೂ ಅಡ್ಡಡ್ಡ ಬರಾಕ ಹೋಗಬ್ಯಾಡ...' ಎಂದು ಕಡ್ಡಿಮುರಿದಂತೆ ಹನುಮಪ್ಪ ಹೇಳಿದ ಮಾತುಗಳು ಶಂಕ್ರಜ್ಜನ ಕಿವಿಯೊಳಗೆ ಕಾದ ಸೀಸ ಸುರುವಿದಂಗಾಗಿ ವಿಲಿಗುಟ್ಟತೊಡಗಿದ್ದಾನೆ.

ಹನುಮಪ್ಪ ಮಾತ್ರ ಶಂಕ್ರಜ್ಜನ ಅವಸ್ಥೆ ಗೊತ್ತಿದ್ದರೂ ಗೊತ್ತಿರದವನಂತೆ ನಿತ್ಯ ಅದೆಲ್ಲೋ ಬಡ್ಡಿ ಸಾಲ ಮಾಡಿಕೊಂಡು ಓಸಿ ಆಡುತ್ತಿದ್ದ. ಚಪ್ಪಡಿ ಚುಟ್ಟವನ್ನಂತೂ ಗಳಿಗೆಗೊಮ್ಮೆ ಸೇದಿ ಬೀಸಾಕುತ್ತಿದ್ದ. ಮನೆಗೆ ಬಂದರೆ ಅದೆಂತೆದೋ ಒಂದು ಬರೀ ಅಂಕಿ ಸಂಖ್ಯೆ ತುಂಬಿದ, ಹಾವು ಏಣಿ ಆಟದ ಚಿತ್ರವಿರುವ ಹಾಳಿ ಹಿಡ್ಕೊಂಡು ಯಾವ ಯಾವುದೋ ಅಂಕಿ ಚೀಟಿಯಲ್ಲಿ ಬರೆದುಕೊಂಡು ಆ ನಂಬರಿಗೆ ಓಸಿ ಹಚ್ಚುತ್ತಿದ್ದ. ಈ ವರೆಗೂ ಅವನಿಗೆ ಒಮ್ಮೆಯೂ ಓಸಿ ಹತ್ತಿಲ್ಲ. ಆದರೆ ಓಸಿ ಹತ್ತಿದವರ ನೂರಾರು ದಂತಕತೆ ಹೇಳಿಕೊಂಡು ಅಡ್ಡಾಡುತ್ತಿದ್ದ. ಬರೀ ಗಾಳಿಗೆ ಕರಗುವ ಕನಸುಗಳು.

ಈ ಹನುಮಪ್ಪ ಅದೆಲ್ಲಿ ಕಲಿತಿದ್ದನೋ. ಹೊಲಗಳಲ್ಲಿ ಬೋರು ಹಾಕಿಸಲು ನೀರಿನ ಸೆಲೆ ಯಾವ ಜಾಗದಲ್ಲಿದೆ ಎಂದು ಹೇಳುತ್ತಿದ್ದ. ಊರೊಳಗೆ ಇಂವ ಹೇಳಿದ ಜಾಗದಲ್ಲೇ ನೀರು ಬಿದ್ದು ಸುತ್ತಮುತ್ತಲ ಊರೊಳಗೆ ಖ್ಯಾತನಾಗಿದ್ದ. ಹಂಗಾಗಿ ಆಜುಬಾಜು ಊರಿಗೂ ನೀರಿನ ಜಾಗ ತೋರಿಸಲು ಹೋಗುತ್ತಿದ್ದ. ಹೀಗೆ ನೀರಿನ ಸೆಲೆಯ ಜಾಗ ತೋರಿಸಿ ಒಂದಿಷ್ಟು ಪುಡಿಗಾಸು ಸಂಪಾದಿಸು ತ್ತಿದ್ದ. ಆ ಪುಡಿಗಾಸನ್ನೇ ಅವತ್ತಿನ ಓಸಿ ನಂಬರಿಗೆ ಕಟ್ಟುತ್ತಿದ್ದ. ಇಂತಹ ಮಗನನ್ನು ಹಡೆದ ಶಂಕ್ರಜ್ಜ ತನ್ನನ್ನು ತಾನೇ ಹಳಿದುಕೊಳ್ಳುತ್ತಿದ್ದ. ತಳಮಳಿಸು ತ್ತಿದ್ದ.

* * *

ಅಲ್ಲೇ ಕಟ್ಟೆಯ ಮ್ಯಾಲೆ ಚಾ ಕಪ್ಪು ಇಟ್ಟ ಶಂಕ್ರಜ್ಜ ಹುಲಗವ್ವನಿಗೆ 'ರಾತ್ರಿ ಮಸೂತಿಗೆ ಸಕ್ಕರಿ ಹೋಸಾಕ ಹೋಗ್ಬೇಕಲ. ಸಕ್ಕರಿ ತಗೊಂಡು ಬರ್ತೀನಿ. ಹನುಮೂಗ ಮನ್ಯಾಗ ಇರು ಅನ್ನು. ಎಲ್ಲಾರು ಸೇರಿ ಹೋಗುಣು..' ಎಂದು ಹೇಳಿ ಅಂಗಳ ದಾಟಿ ಹೆಜ್ಜೆ ಹಾಕಿದ.

ಸೀದಾ ಹೀರೆ ದೇವ್ರು ಹೊರುತ್ತಿದ್ದ ರಾಮಪ್ಪನ ಮನೆಗೆ ಹೋದ. ಇಬ್ಬರೂ ಏನೇನೋ ಬಾಳೊತ್ತು ಮಾತಾಡಿದರು. 'ತಲಿ ಕೆಡಿಸ್ಕೋಬೇಡ ಶಂಕ್ರಜ್ಜ. ನಾನು ಹೇಳಿದಂಗ ಮಾಡು. ರಾತ್ರಿ ಎಂಟಕ್ಕ ಸಕ್ರೀ ಹೋಸಾಕ ಮಸೂತಿ ಕಡೆ ಬರ್ರೀ. ಹನುಮಪ್ಪನ್ನು ಜೊತಿಗೆ ಕರ್ಕೊಂಡು ಬಾ. ನಾನೇನು ಹೇಳಿದ್ನಲ. ಹಂಗ ನಾಟಕ ಮಾಡು. ಆಮ್ಯಾಲೆ ಎಲ್ಲಾ ಸರಿ ಹೋಗುತ್ತ..' ಎಂದು ರಾಮಪ್ಪ ಹೇಳಿದ ಮಾತುಗಳು ಶಂಕ್ರಜ್ಜನೊಳಗೆ ಒಂದು ರೀತಿಯ ಉಮೇದು ಬೆಳೆಸಿದವು. ಗೆಲುವುಗೊಂಡವನಂತೆ ಕಿರಾಣಿ ಅಂಗಡಿಯಲ್ಲಿ ಸಕ್ಕರಿ ಖರೀದಿ ಮಾಡ್ಕೊಂಡು ಮನೆಗೆ ಬಂದ.

ಬಂದವನು ಸೊಸೆ ಕೈಯ್ಯಾಗ ಸಕ್ಕರೆ ಕೊಟ್ಟು ಬೇಕಂತಲೇ ಮಂಕಾಗಿ ಕುಳಿತ. ಸೊಸೆಗೆ ಅಜ್ಜನನ್ನು ನೋಡಿ ಕೆಟ್ಟೆನಿಸಿತು. ಅವಳ ಕಣ್ಣೊಳಗೆ ತೆಳ್ಳಗೆ ನೀರಾಡಿತು. ಹೊಲ ಮಾರುತ್ತಿರುವುದಕ್ಕೆ ಹೀಂಗ ಹೊಟ್ಟಿಬ್ಯಾನಿ ಹಿಡ್ಕೊಂಡಿರ ಬೇಕು ಎಂದುಕೊಂಡ ಹನುಮಪ್ಪ ಏನೂ ಆಗೇ ಇಲ್ಲವೆನ್ನುವಂತೆ ಸಕ್ಕರಿ ಹೋಸಲು ಹೋಗಲು ಅವಸರ ಮಾಡಿದ.

ಹುಲಗವ್ವ ಸಕ್ಕರೆ ಹೋಸಲು ಬೇಕಾದ ಎಲ್ಲ ತಯಾರಿ ಮಾಡಿಕೊಂಡಳು. ಶಂಕ್ರಜ್ಜ, ಅವನ ಮೊಮ್ಮಗ, ಹುಲಗವ್ವ, ಹನುಮಪ್ಪ ಎಲ್ಲ ಸೇರಿ ದೂಲ್ಲಾ.. ದೂಲ್ಲಾ.. ಯಾಂಬೋಲ್ ದೀನ್ ಅನ್ಕೊತಾ ಮಸೂತಿ ಕಡೆಯ ದಾರಿ ತುಳಿದರು. ಶಂಕ್ರಜ್ಜ ದೂಲ್ಲಾ ಅನ್ನುವ ಬದಲು ಏನೇನೋ ತಡಬಡಿಸ ತೊಡಗಿದ್ದ. ಹನುಮಪ್ಪ 'ದೂಲ್ಲಾ ಅನ್ನು. ಇಲ್ಲಂದ್ರ ಸುಮ್ಕ ಬಾ. ಹಂಗ್ಯಾಕ ಮಾಡ್ತೀ ದೆವ್ವ ಮೈಯಾಗ ಹೊಕ್ಕವರಾಂಗ...' ಎಂದು ಜಬರಿಸಿದ.

ಇವರು ಮಸೂತಿ ಹತ್ತಿರ ಮಾಡಿದರು. ಅಲ್ಲಿ ಆಗಲೇ ಊರ ಮಂದಿಯಲ್ಲಾ ಸಕ್ಕರಿ ಹೋಸಲು ಜನ ಜಾತ್ರೆ ಸೇರಿತ್ತು. ಯಾವ ಯಾವುದೋ ಓಣಿಯ ಹೆಜ್ಜೆ ಮ್ಯಾಳದ ಹುಡುಗರು ಹಲಗೆ ಲಯಕ್ಕೆ ತಕ್ಕಂತ ಹೆಜ್ಜೆ ಆಡತೊಡಗಿದ್ದರು. ಹುಲಿಸೋಗುಗಳು ಕಣಿತ ಹಾಕತೊಡಗಿದ್ದವು. ಅಲ್ಲೈ ಕುಣಿಯಲ್ಲಿ ಬೆಂಕಿ ದಿಂಗು ದಿಂಗು ಉರಿಯತೊಡಗಿತ್ತು. ಮಸೂತಿಯಲ್ಲಿ ಉಡುಗೊರೆ ಹಾಕಿದ ಅಲ್ಲೈ ದೇವರುಗಳು ಮಿನ ಮಿನ ಮಿಂಚತೊಡಗಿದ್ದವು. ಹಿರೇ ದೇವರ ಕುದರಿ ಬರುವ ಹೊತ್ತಾಗಿತ್ತು. ಎಲ್ಲರೂ ಕಾತುರದಿಂದ ಕಾಯುತ್ತಿರುವಾಗಲೇ ಹಿರೇ ದೇವರು ಕುದರಿ ಮೈಯಲ್ಲಿ ಬರುವ ರಾಮಪ್ಪ ಆ ಕಡೆಯಿಂದ ಓಡುತ್ತಾ ಬಂದ. ಜನ ಅಲ್ಲೈ ಕುಣಿಯ ಸುತ್ತಾ ಜಮಾಯಿಸಿ ಮಸೂತಿಯ ದೇವರು ಕಾಣುವ ಹಾಗೆ ಸಾಲುಗಟ್ಟಿದರು. ಹಿರೇ ದೇವರು ದಿಂಗು ದಿಂಗು ಉರಿಯುವ ಬೆಂಕಿಯಲ್ಲಿ ಆ ಕಡೆ ಈ ಕಡೆ ಓಡಾಡ

ತೊಡಗಿತು. ಜನ ದೂಲ್ಲಾ.. ದೂಲ್ಲಾ.. ಯಾಂಬಲ ಯಾಂಬೋಲ್ ದೀನ್ ಎಂದು ಒಕ್ಕೊರಲಿನಿಂದ ಉದ್ಘೋಷ ಹಾಕತೊಡಗಿದರು.

ಶಂಕ್ರಜ್ಜ ವಿಚಿತ್ರವಾಗಿ ವರ್ತಿಸುತ್ತಾ, ಚೀರಾಡುತ್ತಾ ಬಿದ್ದು ಹೊರಳಾಡ ತೊಡಗಿದ. ಕೂಡಿದ ಜನ ಹೋ ಹೋ ಎನ್ನುತ್ತಾ ಅಚ್ಚರಿಯಾದರು. ಅಲ್ಲೇ ಇದ್ದ ಹನುಮಪ್ಪ, ಹುಲಗವ್ವ ಭಯಭೀತರಾಗಿ ಗಟ್ಟಿಯಾಗಿ ಶಂಕ್ರಜ್ಜನ ರಟ್ಟೆ ಹಿಡಿದುಕೊಂಡರೂ ಶಂಕ್ರಜ್ಜ ಚೀರಾಡುತ್ತಾ ಕೊಸರಾಡತೊಡಗಿದ. ಯಾರೋ ಒಬ್ಬರು ಶಂಕ್ರಜ್ಜನಿಗೆ ದೆವ್ವ ಹಿಡಿದಿದೆ. ದೇವರ ಹತ್ರ ಕರ್‍ಕೊಂಡು ಬರ್‍ರೀ ಎಂದಿದ್ದೇ ತಡ. ನಾಕೈದು ಮಂದಿ ಅಜ್ಜನ ರಟ್ಟೆ ಹಿಡಿದು ದರ ದರ ಎಳೆದುಕೊಂಡು ಹಿರೇ ದೇವರ ಹತ್ತಿರ ಕರೆ ತಂದರು. ಹಿರೇ ದೇವರು ಶಂಕ್ರಜ್ಜನ ಕೂದಲು ಹಿಡಿದುಕೊಂಡು 'ಯಾರು ನೀನು. ಸರಳ ಇಲ್ಲಿಂದ ಹೊಕ್ಕಿಯಾ ಇಲ್ಲ..' ಎಂದು ಗದರಿತು. ಹಿರೇ ದೇವರು ಎಷ್ಟು ಗದರಿದರೂ ಶಂಕ್ರಜ್ಜ ಕೊಸರಾಟ ನಡೆಸಿದ್ದ.

'ಇವ್ನ ಮಗ ಹನಮಪ್ಪ ಎಲ್ಲೆದಾನ ಕರೀರಿ ಅವ್ನ..' ಎಂದಿತು ಹಿರೇ ದೇವರು. ಜನ ಸೋಜಿಗಗೊಂಡರು. ಹನುಮಪ್ಪ ನಡುಗುತ್ತ ಹಿರೇ ದೇವರ ಹತ್ತಿರ ಬಂದ. ಹಿರೇ ದೇವರು ಹನುಮಪ್ಪನ ಕಪಾಳಿಗೆ ಬಿಗಿಯಿತು. ಹೊಡೆತಕ್ಕೆ ಅವನ ಧೋತರದಲ್ಲಿ ಸೆಲೆಯೊಡೆಯಿತು.

'ನೀನು ಹೊಲ ಮಾರಲ್ಲ ಅಂತ ಭಾಷೆ ಕೊಡು ನನ್ಗ. ನಿಮ್ಮಪ್ಪನ ಮೈಯ್ಯನಾ ದೆವ್ವ ತಾನ ಓಡಿ ಹೋಗುತ್ತಾ..' ಗದಗುಟ್ಟ ನಡುಗತೊಡಗಿದ್ದ ಹನುಮಪ್ಪ ಹೊಲ ಮಾರುವುದಿಲ್ಲವೆಂದು ಹಿರೇ ದೇವರಿಗೆ ಭಾಷೆ ಕೊಟ್ಟ. ಶಂಕ್ರಜ್ಜ ನಿದ್ದೆಯಿಂದ ತಿಳಿದೆದ್ದವನಂತೆ ನಟಿಸಿದ. ಹಿರೇ ದೇವರು ಮಸೂತಿಯೊಳಗೆ ಓಡಿ ತನ್ನ ಪಂಜಾದ ಕೋಲು ಹಿಡಿಯಿತು. ಜನ ಬಿಗಿ ಹಿಡಿದ ಉಸಿರು ಬಿಟ್ಟು ನಿರಾಳಗೊಂಡರು.

ಅಪ್ಪನ ತಪ್ಪಡಿ

–ಜಡೇಕುಂಟೆ ಮಂಜುನಾಥ್

ಊರ ಜನರೆಲ್ಲಾ ಹನುಮಂತ ದೇವರ ಗುಡಿಯ ಹತ್ತಿರ ಸೇರಿ ಒಂದು ಖಚಿತ ನಿರ್ಧಾರಕ್ಕೆ ಬಂದಿದ್ದರು. ಅಲ್ಲಿ ಕೈಗೊಂಡ ನಿರ್ಧಾರವನ್ನು ಯಾರೂ ಪ್ರಶ್ನಿಸುವಂತಿರಲಿಲ್ಲ. ಗಂಡಸರೇ ತುಂಬಿದ್ದ ಸಭೆಯಲ್ಲಿ ದಢೂತಿ ತಾಯವ್ವ ಊರ ಹೆಂಗಸರ ಪ್ರತಿನಿಧಿಯಂತೆ ಚರ್ಚೆಯಲ್ಲಿದ್ದಳು. ಊರಿಗೆ ಒಳಿತಾಗುವ ಎಲ್ಲಾ ವಿಷಯಗಳಲ್ಲೂ ಈ ತಾಯವ್ವ ಯಾವಾಗಲೂ ಮುಂದೇ ಇರುತ್ತಿದ್ದಳು. ಸದಾ ದೇವರ ಕುರಿತ ವಿಶಿಷ್ಟ ನಂಬಿಕೆಗಳು ಈಕೆಯ ತಲೆಯಲ್ಲಿ ತುಂಬಿರುತ್ತಿದ್ದವು.

ತಾನು ಸಾಕುತ್ತಿರುವ ಇನ್ನೂರು, ಮುನ್ನೂರು ಕುರಿಗಳನ್ನು ರಕ್ಷಿಸುವುದೇ ದೇವರು ಎಂಬ ನಂಬಿಕೆ ಈಕೆಯದಾಗಿತ್ತು. ಊರು ಬಿಟ್ಟು ಒಂದು ಫರ್ಲಾಂಗು ದೂರದಲ್ಲಿ ಇರೋ ಈಕೆಯ ಹೊಲದಲ್ಲೇ ಕುರಿಹಟ್ಟಿ ಮಾಡಿಕೊಂಡು, ದೊಡ್ಡದಾದ ಕೊಟ್ಟಿಗೆ ಹಾಕಿಕೊಂಡು ಅಲ್ಲಿಯೇ ಇತ್ತು ತಾಯವ್ವನ ಕುಟುಂಬ.

ಪ್ರತೀ ವರ್ಷ ಮಾರಮ್ಮನ ಹಬ್ಬಕ್ಕೆ ತಾಯವ್ವನ ಕುರಿಹಿಂಡಿನಲ್ಲಿ ಎರಡು ದಢೂತಿ ಟಗರುಗಳನ್ನು ಹಿಡಿದು ದೇವರಿಗೆ ಅರ್ಪಿಸುವುದು ಹಲವು ವರ್ಷಗಳಿಂದಲೇ ತಾಯವ್ವ ನಡೆಸಿಕೊಂಡು ಬಂದಿದ್ದಳು. ತಾಯವ್ವನ ಗಂಡ ಮರಿಯಪ್ಪ ಮಾತ್ರ ಕುರಿಕಾಯುತ್ತಾ, ಹೊಲದ ಕೆಲಸ ಮಾಡುತ್ತಾ ಹೊಲದಲ್ಲೇ ಇರೋ ಸ್ವಭಾವದವನಾಗಿದ್ದ. ಕುರಿಹಟ್ಟಿ ಬಿಟ್ಟು ಬೇರೊಂದು ಕಡೆ ಹೋಗುತ್ತಲೇ ಇರಲಿಲ್ಲ. ಹಬ್ಬ ಹರಿದಿನಗಳಲ್ಲಿ ಮಾತ್ರ ಮೊಳಕಾಲುದ್ದ ಖಾಕಿ ನಿಕ್ಕರ್ರು ಹಾಕಿಕೊಂಡು ಊರ ಕಡೀಕೆ ಒಮ್ಮೆ ಬಂದು ಹೋಗುತ್ತಿದ್ದ. ಹೆಂಡತಿ ತಾಯವ್ವ ಬಲು ಜೋರು ಮಾತಿನ, ದಢೂತಿ ದೇಹ ಹೊಂದಿದ ಹೆಂಗಸಾಗಿದ್ದಳು. ಈಕೆಯನ್ನು ಊರಲ್ಲಿ ದಢೂತಿ ತಾಯವ್ವಕ್ಕ ಅಂತಲೇ ಎಲ್ಲರೂ ಕರೆಯುತ್ತಿದ್ದರು.

ತಾನು ಸಾಕುತ್ತಿರುವ ಕುರಿಗಳಿಗೆ ಒಂದೀಟು ಕಾಯಿಲೆ ಬಂದರೂ ಮಾರಮ್ಮನಿಗೆ ಹರಕೆ ಹೊರುತ್ತಿದ್ದಳು. ತಾಯವ್ವನ ಮಾತಿಗೆ ಊರಲ್ಲಿ ಯಾರೆಂದರೆ ಯಾರೂ ಎದುರು ಮಾತನಾಡುತ್ತಿರಲಿಲ್ಲ. ಗಡುಸು ಮಾತಿನಿಂದ ಎಂತವರನ್ನೂ ತನ್ನೆಡೆಗೆ ಸೆಳೆಯುವ ಛಾತಿ ಹೊಂದಿದ್ದಳು. ಮಳೆಗಾಲದಲ್ಲಿ ಊರ ಹೊರಗಿನ ಸಾಹುಕಾರ ಬಸಯ್ಯನ ಬಾವಿಗೆ ನೀರು ಬಂದರೆ ಸಾಕು. ತಾಯವ್ವನೇ ಮೊದಲು ಬಾವಿಯಲ್ಲಿ ಈಜು ಆಡುತ್ತಿದ್ದಳು. ತಾಯವ್ವ ಈಜು ಆಡೋದನ್ನು ನೋಡಿದ ಈಜು ಬಾರದ ಗಂಡಸರು 'ಥೂ, ನಾವು ಯಾಕನ್ನಾ ಗಂಡಸಾರಗಿದ್ದೇವ್ರೋ? ಈಯವ್ವ ತಾಯಕ್ಕ ಅದೆಂಗೆ ಈಜು ಆಡ್ತಾಳೆ ನೋಡು' ಎಂಬಂತೆ ಆಶ್ಚರ್ಯದಿಂದ ಗಂಡಸರೇ ಮಾತನಾಡುವ ಮಟ್ಟಿಗೆ ತಾಯವ್ವ ಚರ್ಚೆಯಲ್ಲಿರುತ್ತಿದ್ದಳು.

ಅವತ್ತೂ ಅಷ್ಟೇ. 'ಮಳೆ ಹೋಗಿ ಮುಗಿಲು ಸೇರೈತೆ, ಕಳೆದ ಮೂರ್ನಾಲ್ಕು ವರ್ಸಗಳಿಂದ ನೆಲಕ್ಕೆ ಒಂದನಿ ಮಳೆ ಬಿದ್ದಿಲ್ಲ. ಊರಾಗಿನ ಬಾವಿಗಳೆಲ್ಲಾ ಹಾಳು ಬಿದ್ದು ಹೋಗ್ಯಾವೆ. ಕುರಿ, ಮೇಕೆ ನೀರು ಕುಡಿಯಾಕೂ ಪರದಾಡು ವಂತಾಗಿದೆ. ಗೋಕಟ್ಟೆಗಳೆಲ್ಲಾ ಬತ್ತಿ ಹೋಗಿ ನೆಲವೆಲ್ಲಾ ಬಿರುಕು ಬಿಟ್ಟೈತೆ. ಕುಡಿಯೋ ನೀರಿನ ಜಗ್ಗಾ ನಲ್ಲಿಗೇ ಗಂಟೆಗಟ್ಟಲೆ ಜಗ್ಗಿದ್ರೂ ನೀರೇ ಬರಾಂಗಿಲ್ಲ. ಬಟ್ಟೆ ಹೋಗಿಯ್ಯಾಕೆ ಹೆಂಗುಸ್ರು ಕೆರೆ, ಕಟ್ಟೆ ಕಡೀಕೆ ಹೋಗಂಗೆ ಇಲ್ಲಾ. ನಮ್ಮೂರ ಉದಿ ದಾಟಿ ಮುಂದಿನೂರಿನಾಗಾದ್ರೂ ಒಂದೀಟು ಮಳೆ ಬಂದೈತೆ. ಹಿಂಗೇ ಆದ್ರೆ ನಮ್ಮೂರ ಗತಿ ಏನು? ಈಗ್ಲೇ ಅರ್ಧ ಊರು ಕೂಲಿ ನಾಲಿ ಮಾಡ್ಕೊಂಡು ಬದುಕು ಸಾಗಿಸೋಕೆ ಬೆಂಗ್ಳೂರು ಕಡೀಕೆ ಹೊಗ್ಯೈರೆ. ಇದುನ್ನೆಲ್ಲಾ ಊರಾಗೆ ಇರೋ ಗಂಡಸ್ರು ಯೋಚ್ನೆ ಮಾಡಿದೀರಾ? ನೀವೆಲ್ಲಾ ಯಾಕಾದ್ರೂ ಭೂಮಿ ಭಾರವಾಗಿ ಇದೀರಾ?' ಎಂದು ಗಂಡಸರನ್ನು ಛೇಡಿಸುತ್ತಾ ಹುರಿದುಂಬಿಸಿ ಹನುಮಂತರಾಯನ ಗುಡಿಯ ಹತ್ತಿರ ಸಭೆ ಸೇರುವಂತೆ ಮಾಡಿದ್ದಳು.

ಮೊದಲೆಲ್ಲಾ 'ಕಾಲಕ್ಕೆ ಸರಿಯಾಗಿ ಮಳೆ ಬಾರದೇ ಇದ್ದಾಗ ಊರಿನ ಹಿರೀಕರೆಲ್ಲಾ ಸೇರಿ ಊರ ದೇವರಿಗೆ ಹೊಳೆಗೆ ಕರ್ಕೊಂಡೋಗೋದು, ಹೂ ಕೇಳೋದು, ಕತ್ತೆ ಮೆರೆವಣಿಗೆ ಮಾಡೋದು, ಮಾರಮ್ಮನಿಗೆ ಆರತಿ ಬೆಳಗೋದು ಎಲ್ಲವನ್ನೂ ಮಾಡೋರು. ಈಗ? ಊರಿನ ಉಸಾಬರಿ ನಮಗ್ಯಾಕೆ ಬೇಕು ಎಂದು ಎಲ್ಲರೂ ಹಿಂದೆ ಸರೀತಾರೆ. ಹಿಂಗಾದ್ರೆ, ಊರಿನ ಕೆಲಸ ಮಾಡೋರು ಯಾರು? ಗೌಡ್ರು, ಗೊಂಚಿಗಾರ್ರು ಅನ್ನಿಸಿಕೊಂಡೋರು ಒಂದೀಟು ಊರಾಗಿನ ಕೆಲಸ ಕಾರ್ಯಗಳ ಕಡೆಗೆ ನಿಗಾ ಇಡಬೇಕು. ಈ

ಊರಾಗೆ ಅಂತೋರು ಯಾರು?. ಎಲ್ಲಾರೂ ಬಾಯಾಗೆ ಮಾತಾಡೋರೇ ಹೆಚ್ಚು. ಈಗಂತೂ ಈಟುದ್ದಾ ಮೀಸೆ ಬಂದೋರೆಲ್ಲಾ ಬ್ಯಾಟೆಗಾರ್ರು ಎಂಬಂಗೆ ಎದೆ ನಿಗ್ರಿಸಿಕೊಂಡು ನಡೆದಾಡ್ತಾರೆ. ಇಂತಾ ಕೆಲಸ ಮಾಡಾಣಾ ಬರ್ರಲೇ ಹುಡುಗ್ರಾ ಅಂದ್ರೆ ಮುಖ ಆ ಕಡೀಕೆ ತಿರಿಗಿಸಿಕೊಂಡು ಹೋಗ್ತಾರೆ. ನೀವಾದ್ರೂ ಹಿರೇ ಮನುಸ್ರು ರವೋಟು ಊರ ಕೆಲಸ ಅಂತಾ ಮಾಡ್ತಿರಾ? ನೀವೂ ಹುಡುಗ್ರುಗಿನ್ನಾ ಕಡೆ' ಎಂದು ಮಾತನಾಡುತ್ತಲೇ ಇದ್ದಳು ತಾಯವ್ವ.

ಈ ಮೂರು ವರ್ಷ ಊರಾಗೆ ಮಳೆ ಇಲ್ಲದೇ ಹೊಲಗಳೆಲ್ಲಾ ಬೀಳು ಬಿದ್ದೈದಾವೆ. ಬ್ಯಾರೆ ಕಡೀಕೆಲ್ಲಾ ಮಳೆ ಆಟೂ ಈಟಾದ್ರೂ ಬಂದೈತೆ. ನಮ್ಮೂರಿಗ್ಯಾಕೆ ಮಳೆ ಬಂದಿಲ್ಲಾ? ಇದುಕೇನಾದರೂ ದೇವ್ರುರೋ ದಿಂಡಿರೋ ಮಾಡ್ಬೇಕು. ಹೋಗ್ಲಿ ಕತ್ತೆ ಮೆರವಣಿಗೆನಾದ್ರೂ ಮಾಡಿದ್ರೆ ನಮ್ಮ ಕೂಗು ಆ ಮಳೆರಾಯನಿಗೆ ಕೇಳುತ್ತೇನೋ? ಎಂದು ಯಾರಾದ್ರೂ ಯೋಚನ್ನೆ ಮಾಡಿದ್ರಾ'? ಎಂದು ಅಂದಿನ ಸಭೆಯಲ್ಲಿ ಊರ ಗಂಡಸರಿಗೆಲ್ಲಾ ನೇರವಾಗಿ ಪ್ರಶ್ನೆ ಮಾಡಿದ್ದಳು.

ತಾಯವ್ವನ ಗಡಸು ದನಿಗೆ ಪ್ರತಿಕ್ರಿಯಿಸಿದ ಕುಂಟು ನಾಗಪ್ಪ 'ಈಗಾ ಬರೀ ಮಾತಾಡೋದು ಬ್ಯಾಡ. ಈವೊತ್ತು ಮಂಗಳವಾರ ಆಗೈತೆ. ಮೊದಲು ಊರಾಗಿನ ಮಾರಮ್ಮನಿಗೆ ಆರತಿ ಬೆಳಗೋಣಾ' ಎಂದು ಬಿಟ್ಟ. ಇದಕ್ಕೆ ತಾಯವ್ವ 'ಹೌದು ಕಣಪ್ಪಾ ನಾಗಣ್ಣಾ' ಮೊದ್ಲು ಅದುನ್ನಾ ಮಾಡಬೇಕು. ಎಂದು ಸಮ್ಮತಿಸಿದವಳಂತೆ ಕುಂಟ ನಾಗಣ್ಣನ ಮಾತಿಗೆ ದನಿಗೂಡಿಸಿದ್ದಳು.

ಸಭೆಯಲ್ಲಿದ್ದ ಕುಲ್ಡು ತಿಪ್ಪೇಶಪ್ಪಾ 'ಅಲ್ಲವ್ವಾ! ಈಗಲೇ ಮಾಡಬೇಕು ಅಂದ್ರೆ ಅದುಕೆ ಖರ್ಚು ವೆಚ್ಚಾನೆಲ್ಲಾ ಹೆಂಗೆ ಮಾಡ್ಬೇಕು? ಸುಮುಕೆ ಮುಂದಿನ ವಾರಕ್ಕೆ ಮುಂದೂಡ್ರಿ. ಆಗ ಎಲ್ಲಾ ಜನರಿಗೂ ಗೊತ್ತಾಗುತ್ತೆ. ಮನಿಗೀಟು ಅಂತಾ ದುಡ್ಡು ಎತ್ತಿ ಮಾಡಿದ್ರಾಗುತ್ತೆ. ಇವತ್ತೇ ಆರ್ತಿ ಬೆಳಗುಬೇಕಂದ್ರೂ ಮನೆಯಲ್ಲಿ ಹೆಂಗಸ್ರೆಲ್ಲಾ ನೆಲಕರಣೆ ಮಾಡ್ಕಾಬೇಕು. ಆರ್ತಿ ತಯಾರಿಸಬೇಕು ಹೆಂಗಾಗುತ್ತೇ'? ಎಂಬಂತೆ ಪ್ರಶ್ನಿಸಿದ್ದ.

'ನೋಡ್ರಪ್ಪಾ! ಇವತ್ತು ಇಲ್ಲಿ ಆಗಿರೋ ತೀರ್ಮಾನವನ್ನು ಯಾರೂ ಪ್ರಶ್ನಿಸುವಂತಿಲ್ಲಾ. ಯಾಕೆಂದ್ರೆ ಇದು ಊರ ಕೆಲಸ. ಸ್ವಂತ ಕೆಲಸ ಆಗಿದ್ರೆ ಹೋಗ್ಲಿ ಬಿಡ್ರಪ್ಪಾ ಅನುಬೋದಿತ್ತು. ನನಿಗೆ ಸ್ವಂತಕ್ಕೆ ಒಳ್ಳೇದಾಗೋಕೆ ಮಾಡೋದಾದ್ರೆ ಬಿಡಪ್ಪಾ ಈಯವ್ವ ಸ್ವಂತಕ್ಕೆ ಮಾಡ್ತಾಳೆ ಅನುಬೋದಿತ್ತು. ಊರಿಗೇ ಒಳ್ಳೇದಾಗಲಿ ಅಂತಾನೇ ತಾನೇ ನಾವೆಲ್ಲಾ ಇಲ್ಲಿ ಸೇರಿರೋದು.

ಆಗೋ ಕೆಲಸಕ್ಕೆ ಕಲ್ಲಾಕೋ ಕೆಲಸ ಮಾಡಬ್ಯಾಡ್ರಿ. ನಿಮ್ಮ ಕೈಲಿ ಆಗಲಿಲ್ಲ ಅಂದ್ರೆ ಸುಮ್ಕಿರ್‍ರಿ ಎಂದು ಕೊಂಚ ಗಡುಸು ಮಾತಿನಿಂದ ಪ್ರತಿಕ್ರಿಯಿಸುತ್ತಲೇ, ಲೇ! ಕರೀರಲೇ ಆ ಮಣೆಗಾರ ನಿಂಗ ಎಲ್ಲೀದಾನೆ? ಎಂದು ಅಲ್ಲೆ ಇದ್ದ ಮಣೆಗಾರ ಹಟ್ಟಿಯ ದುರುಗಪ್ಪನನ್ನು ನೋಡಿ ಹೇಳಿದಳು' ತಾಯವ್ವ.

ಸಭೆ ನಡೆಯುತ್ತಿದ್ದ ಹನುಮಂತದೇವರ ಕಟ್ಟೆ ಕೆಳಭಾಗದ ಎಡ ಮೂಲೆಯಲ್ಲಿ ಮಣೆಗಾರ ಹಟ್ಟಿಯ ನಿಂಗಪ್ಪನ ಮಗ ಏಕಾಂತ ಅಲ್ಲೆ ಕೂತಿದ್ದ. ಅಲ್ಲಿದ್ದವರಲ್ಲೊಬ್ಬ 'ಈಗೋ! ಇಲ್ಲೇ ಇದ್ದಾನೆ. ನಿಂಗಪ್ಪನ ಮಗ ಏಕಾಂತ.' ಎಂದು ದಘೂತಿ ತಾಯವ್ವನಿಗೆ ಹೇಳಿಬಿಟ್ಟರು.

'ಲೇ, ಏಕಾಂತ. ಹೋಗಲೇ ನಿಮ್ಮಪ್ಪಾ ಎಲ್ಲಿದಾನೆ ಕರ್‍ಕೊಂಡು ಬಾ. ಇವತ್ತು ಊರ ಮಾರಮ್ಮನಿಗೆ ಆರ್ತಿ ಬೆಳಗಬೇಕು. ಅದುಕೆ ಊರಾಗಿನ ಹೆಂಗುಸ್ರು ಅಡಿವಿಗೆ ಹೋಗೋ ಹೊತ್ತಿಗೆ ಊರೆಲ್ಲಾ ಕೂಗಿಕೊಂಡು ಬರೋಕೆ ತಪ್ಪಡಿ ತಗೊಂಡು ಬರೋಕೆ ಹೇಳಲೇ' ಎಂದ ತಾಯವ್ವನ ಮಾತಿಗೆ ಏಕಾಂತ 'ಹೂಂ' ಎನ್ನುತ್ತಲೇ ಮಣೆಗಾರ ಹಟ್ಟಿಯ ಕಡೆಗೆ ದೊಡ್ಡ ಹೆಜ್ಜೆ ಮೇಲೆ ನಡೆಯತೊಡಗಿದ.

'ಹೇ, ಯಪ್ಪಾ, ಯಪ್ಪಾ ಯಪ್ಪಲೇ ಎನ್ನುತ್ತಲ್ಲೇ ಹಳೇ ಜಂತಿ ಮನೆ ಒಳಕ್ಕೆ ದೊಡ್ಡ ಹೆಜ್ಜೆ ಮೇಲೆ ನುಗ್ಗಿದ್ದ ಏಕಾಂತ. ಮನೆಯ ಹೊರಗೂ ಒಳಗೂ ಅವರಪ್ಪ ಇಲ್ಲದ್ದನ್ನು ಗಮನಿಸಿ ಜಂತಿ ಮನೆಯ ಗೋಡೆಗೆ ನೇತು ಹಾಕಿದ್ದ ತಪ್ಪಡಿ ತೆಗೆದುಕೊಂಡು ಹೊರಗಡೆಗೆ ಬಂದ. ತಪ್ಪಡಿ ಹಿಡಿದು ಹೊರಬಂದ ಮಗ ಏಕಾಂತನನ್ನು ಎಲ್ಲಿಗೋ ಹೋಗಿದ್ದ ಅವರಪ್ಪ ಮೂಲಿಮನೆ ನಿಂಗಪ್ಪನಿಗೆ ಎಲ್ಲಿಲ್ಲದ ಸಿಟ್ಟು ಬಂದಿತ್ತು. 'ಎಲ್ಲಿಗಲೇ ಆ ತಪ್ಪಡಿ ತಕಂಡು ಹೋಗ್ತೀಯಾ'? ಎಂದು ಖಾರವಾಗಿಯೇ ಪ್ರಶ್ನಿಸಿದ.

'ಅಲ್ಲಿ ಗುಡಿತಾವ ಊರಾಗಿನ ಎಲ್ಲಾ ಗೌಡ್ರು ಗೊಂಚಿಗಾರ್‍ರು ಸಭೆ ಸೇರಿದಾರೆ. ಇವುತ್ತೇನೋ ಊರಾಗಿನ ಮಾರಮ್ಮನಿಗೆ ಆರ್ತಿ ಬೆಳಗಬೇಕಂತೆ ಅದುಕೆ ನಿಮ್ಮಪ್ಪುನ್ನಾ ಕರಕೊಂಡು ತಪ್ಪಡಿ ತಕ್ಕಂಡು ಬಾ ಹೋಗಲೇ ಎಂದು ಆ ತಾಯಜ್ಜಿ ಹೇಳಿದ್ಲು. ಅದುಕೆ ಈ ತಪ್ಪಡಿ ತಕ್ಕಂಡಿನೀ.' ಎಂದು ಮುಗ್ಧವಾಗಿ ಉತ್ತರಿಸಿದ್ದ ಏಕಾಂತ.

'ಲೇ ಆ ತಪ್ಪಡಿನಾ ಅಲ್ಲಿಕ್ಕಲೇ, ನಿನ್ಯಾಕಲೇ ಹೋಗ್ತೀಯಾ. ನಾನು ಒಂದೀಟು ಕತ್ತಾಳಿ ಕೊಯ್ಕೊಂಡು ಬರೋಣಾ ಅಂತ ಗೋಮಾಳದ ಕಡೀಕೆ ಹೋಗಿದ್ದೆ. ಆಗಲೇ ಅವುರು ಹೇಳಿದ್ರು ಅಂತ ತಪ್ಪಡಿ ತಕ್ಕಂಡು ಹೊಂಟ

ಈವುನು. ಈಸ್ ವರ್ಸಾ ನಾನು ತಪ್ಪಡಿ ಬಡುಕೊಂಡು ಬಂದಿದ್ದೇ ಸಾಕು. ನಿನ್ಯಾಕಲೇ ಅದುನ್ನು ಬಡಿಯಾಕೆ ತಕ್ಕಂಡೆ. ಎದ್ದೇಟಿಗೆ ಊರಾಕೆ ಏನೋ ಗಂಟು ಇಕ್ಕಿದಾನೆ ಅಂತ ಹೊಗ್ತಾನೇ ಈವುನು ಎಂದು ಮಗನನ್ನು ಬೈಯ್ಯುತ್ತಲೇ ಈಗಿನ್ನಾ ಬಂದೀದಿನಿ. ಉಂಡು ಆಮ್ಯಾಕೆ ನಾನೇ ಹೊಗ್ತಿನೀ. ನೀನು... ಮೊದ್ಲು ಉಂಡು ಇಸ್ಕೂಲಿಗೆ ಹೋಗಲೇ.' ಎಂದು ಕೊಂಚ ಬಿರುಸಾಗಿಯೇ ಹೇಳಿದ್ದ.

'ಇದ್ದ ಇಬ್ಬರು ಮಕ್ಕಳು ಓದಿ ಬುದ್ದಿವಂತರಾಗ್ರಲೇ ಅಂದ್ರೆ ಅವುನು ಈರಣ್ಣ ಮಿಡ್ಲುಸ್ಕೂಲು ಓದೋ ಹೊತ್ತಿಗೆ ಸಾಕಾಗಿದ್ದ. ಅಕ್ಸರಾನೇ ತಲೀಗೆ ಹತ್ತಲಿಲ್ಲಂತಾ ಆ ಶಾನುಭೋಗರ ಕಪ್ಲೆಗೆ ದನಾ ಕಯೋಕೆ ಸಂಬಳ ಇಟ್ಟೆ. ಇರೋ ಸಣ್ಣ ಮಗಾ ನೀನಾದ್ರೂ ಓದಲೇ ಅಂದ್ರೆ, ಆ ತಪ್ಪಡಿ ಬಡಿಯೋದು, ಊರಾಗಿನ ಪಂಚಾಯ್ತಿ ಮಾಡೋ ಕಡೀಕೆ ಹೋಗೋದು ಬರೇ ಇದುನ್ನೇ ಮಾಡಿ ಕೊಂಡಿರು ನೀನು. ಓದಬ್ಯಾಡ ಬರೀಬ್ಯಾಡ.'

ಲೇ! 'ನಮ್ಮ ಮುತ್ತಾತನ ಕಾಲದಿಂದಲೂ ಬ್ಯಾರೆಯವರ್ರ ಮನೀಯಾಗೆ ಜೀತ ಮಾಡಿ ಬದುಕಿದಿವೀ. ನಾವು ಕಷ್ಟ ಪಟ್ಟಿರೋದೇ ಸಾಕು. ನೀನಾದ್ರೂ ಓದಪ್ಪಾ ಅಂದ್ರೆ ನಿಮ್ಮಣ್ಣನಂಗೇ ನೀನೂ ದನಾ ಕಾಯೋಕೆ ಸರಿ ಯಾಗಿದಿಯಲೇ. ಲೇ! ಏನೆಲೇ ಇವುನು. ಆಗಲೇ ಉಂಡುನೇನಲೇ? ಅಡುಗೆ ಆದೇಟಿಗೆ ಉಂಬಾಕೆ ಇಕ್ಕಿ ಇವುನನ್ನಾ ಇಸ್ಕೂಲಿಗೆ ಕಳಸಾಕಾಗಲ್ಲೇನಲೇ ನೀನು' ಎಂದು ಹೆಂಡ್ತಿ ಕುರಿತು ಹೇಳಿದ್ದ ನಿಂಗಪ್ಪ.

'ಅಯ್ಯೋ! ಮಾರಾಯ ಹೋಗ್ತಾನೆ ಬಿಡು. ಈಗಿನ್ನಾ ಹೊತ್ತುಟ್ಟಿ ಮನೆ ಬಾಗಿಲಿಗೆ ಬಂದೈತೆ ಬಿಸಿಲು. ಆಗಲೇ ಇಸ್ಕೂಲಿಗೆ ಹೋಗು ಇಸ್ಕೂಲಿಗೆ ಹೋಗು ಅಂತಾ ಅದೇನ್ ಪ್ರಾಣ ತಿಂತಿಯಾ ಅವುನ್ನಾ? ನೀನು ಓದಿದ್ರೆ ತಾನೇ ನಿನ್ನ ಮಕ್ಕಳು ಓದೋದು. ತಂದೆಯಂತೆ ಮಗಾ..ಅದುಕ್ಯಾಕೆ ಹಟ್ಟೆಲ್ಲಾ ಕೇಳಿಸಂಗೆ ನನಮ್ಯಾಲೆ ರೇಗಾಡ್ತೀಯಾ. ನಾನೇನು ಮನಿಯಾಗೆ ಕುಂತು ಕೊಂಡು ನೀನು ದುಡಿದಾಕಿದ್ದನ್ನೇ ತಿಂತಿಲ್ಲ. ನಾನೂ ದುಡೀತೀನಿ. ನಂಗೂ ನನಮಕ್ಕಳು ಓದಿ ರವೋಟು ಬುದ್ದಿವಂತ್ರು ಆಗಬೇಕು ಅನ್ನೋ ಆಸೆ ಇದೆ' ಎನ್ನುತ್ತಲೇ ಚೆಂಬಿನ ತುಂಬಾ ನೀರು ತಂದು ಗಂಡನ ಕೈಗಿಟ್ಟಳು.

ಮನೆಯ ಎಡಬಾಗಿಲ ಪಂಚೆಗೆ ನಿಂತಿದ್ದ ಮಗ ಏಕಾಂತನನ್ನು ಕುರಿತು 'ಲೇ ಬಾರೋ ಉಣ್ಣು. ಇವುನೂ ಅಂಗೇ ಮಾಡ್ತಾನೆ. ಎದ್ದೇಟಿಗೆ ಊರಾಕೆ ಯಾಕೆ ಹೋಗ್ತೀಯಾ? ನೋಡಲೇ ಆ ಕಡೆ, ಈ ಕಡೆ ಮನೆ ಹುಡುಗ್ರು

ಪುಸ್ತಕ ತಕಂಡು ಹೆಂಗೆ ಓದಿಕಾಳೋದು, ಬರುಕಾಳೋದು ಮಾಡ್ತಾರೆ. ನೀನು ನೋಡಿದ್ರೆ ಒಂದಿನಾನೂ ಪುಸ್ತಕ ಹಿಡಿದಿದ್ದು ನೋಡಿಲ್ಲ. ಬಾ.. ಮುಖಾ ತೊಳ್ಕೊಂಡು ಉಂಡು ಇಸ್ಕೂಲಿಗೆ ಹೋಗು. ನಿನ್ನ ಹಣೇಲಿ ಆ ವಿಧಿಮುಂಡೆ ಏನು ಬರಿದಿದಾಳೋ ಏನೋ? ಸುತರಾಂ ಅಂದ್ರೂ ಪುಸ್ತಕ ಹಿಡಿದು ಓದಿಕಾಳಲ್ಲಾ ಇವುನು' ಎಂದು ಒಂದಿಷ್ಟು ಬಿರುಸಿನಿಂದ ಮಗನನ್ನು ಬೈಯ್ಯುತ್ತಿದ್ದಳು.

'ನಮ್ಮಪ್ಪನ ಕಾಲದಿಂದಲೂ ನಮ್ಮನಿಯಾಗೆ ಯಾರೂ ಓದಿದೊರು ಇಲ್ಲಪ್ಪಾ ಎಂದು ಏಟು ಸಾರಿ ಹೇಳಿದ್ರೂ ಕೇಳಲ್ಲಾ ಇವುನು. ನನ್ನಾಗೆ ಸಂಬಳ ಇದ್ದು ಜೀವನಾ ಮಾಡ್ಬೇಕು ಅಂದುಕೊಂಡಿದಿಯೇನಲೇ? ಏನೇ ಕಷ್ಟ ಆದ್ರೂ ಓದಪ್ಪಾ ಓದಪ್ಪಾ ಅಂದ್ರೂ ಯಾಕಲೇ ಹಿಂಗ್ ಮಾಡ್ತೀಯಾ. ಈ ವರ್ಸ ಏಳನೇ ಕ್ಲಾಸ್ ಸೆನಾಗೆ ಓದಿ ಪಾಸಾಗಿ ಮುಂದುಕೊಗಪ್ಪ ಎಂದ್ರೆ ಬರೀ ಅಲ್ಲೀ ಇಲ್ಲೀ ಸುತ್ತಾಡ್ತಾನೆ. ನಿಮಿಗೆಲ್ಲಾ ಈಗ ಗೊತ್ತಾಗಲ್ಲ. ಹೆಂಡ್ತಿ ಮಕ್ಕಳು ಆದ್ರೆ ಗೊತ್ತಾಗುತ್ತೆ. ಈಗ ಕಾಣಲ್ಲಾ ನಾನು ದಿಮ್ಮುಗಿರೋವರಿಗೂ ದುಡಿದಾಕ್ತೀನಿ. ನಾನು ಸತ್ತ ಮ್ಯಾಲೆ ಗೊತ್ತಾಗುತ್ತೆ. ಬಾ. ಬಾ. ಉಂಡು ಇಸ್ಕೂಲಿಗೆ ಹೋಗು' ಎಂದಿದ್ದ ನಿಂಗಪ್ಪ.

ನಿಧಾನಕ್ಕೆ ತಪ್ಪಡಿಯನ್ನು ತೆಗೆದುಕೊಂಡು ಒಳಮನೆಗೆ ಹೋಗಿ ಮೊದಲಿದ್ದ ಜಾಗದಲ್ಲೇ ನೇತು ಹಾಕಿ ಹೊರಬಂದ ಏಕಾಂತ, ಮುಖ ತೊಳೆದುಕೊಂಡು ಉಣ್ಣಲು ಕುಂತ. ತಂದೆ ಮಗ ಇಬ್ಬರಿಗೂ ಊಟಕ್ಕೆ ಇಟ್ಟ ಕಮಲಮ್ಮ, ಅವಸರವಸರವಾಗಿ ತಾನು ಮುಖ ತೊಳೆಯಲು ಅನುವಾದಳು.

* * *

'ಇವುನು ಮಣೆಗಾರ ನಿಂಗನ ಮಗ ತಪ್ಪಡಿ ತರಲು ಹೋದೋನು ತಿರುಗಿ ಬರ್ರಲೇ ಇಲ್ಲವಲ್ಲೋ' ಎಂದು ಸಭೆಯಲ್ಲಿದ್ದ ಕರಿಬಸಪ್ಪ ಬರೋ ದಾರಿಯನ್ನೇ ನೋಡುತ್ತಾ ಮಾತು ತೇಲಿ ಬಿಟ್ಟಿದ್ದನು. 'ಲೇ ಗುಂಡಾ ಹೋಗಲೇ ಆ... ನಿಂಗ ಅದೇನು ಮಾಡ್ತಾ ಇದಾನೋ ನೋಡಿಕೊಂಡು, ಇದ್ರೆ ಕರ್ಕೊಂಡು ಬಾ' ಎಂದು ಗೌಡರ ಸಿದ್ದಪ್ಪ ಹೇಳಿದ್ದ.

'ಅವುನು ಮನಿಯಾಗೆ ಇದ್ದಿದ್ರೆ ಈಟೋತ್ತಿಗೆ ಇಲ್ಲಿಗೆ ಬಂದಿರೋನು. ಹೋಗಲೇ ಎಲ್ಡೆಜ್ಜೆ.' ಎಂದು ದನಿಗೂಡಿಸಿದ್ದಳು ತಾಯವ್ವ.

ತಪ್ಪಡಿ ಹಿಡಿದು ಊರ ಹನುಮಂತರಾಯನ ಗುಡಿಯ ಕಡೆಗೆ ಹೆಜ್ಜೆ ಹಾಕುತ್ತಿದ್ದ ಮಣೆಗಾರ ನಿಂಗಪ್ಪನನ್ನು ಕಂಡು 'ಲೇ ನಿಂಗಾ ಏಟೋತ್ತಲೇ ನಿನ್ನಾ

ಕಾಯೋದು? ಊರ ಜನರೆಲ್ಲಾ ಗುಡಿತಾಗೇ ನಿನಗಾಗಿ ಕಾಯ್ತಾ ಐತೆ. ಇವುನಿಗಾಗಿ ಊರ ಜನರೆಲ್ಲಾ ಈಟೊತ್ತು ಕಾಯಬೇಕೇನೋ? ಬಾರಾ ನಿನ್ನಾ ಇನ್ನಾ ಮೆಲ್ಲುಕೆ ಇಡಬಾರದಂತೆ ಹೆಜ್ಜೆ ಇಟ್ಕೊಂಡು ಬತ್ತಾನೆ. ಜಲ್ದಿ ಬಾರಾ ನಿನ್ನಾ' ಎಂದು ಸಿಟ್ಟಾದವನಂತೆ ಗುಂಡ ಹೇಳುತ್ತಲೇ ವಾಪಾಸ್ ಗುಡೀಕಡೀಕೆ ಮುಂದೆ ಮುಂದೆ ಹೋಗುತ್ತಿದ್ದ.

ತನ್ನಪ್ಪನನ್ನು ನನ್ನ ವಯಸ್ಸಿಗಿಂತ ಚಿಕ್ಕವನಾದ ಗುಂಡಾ 'ಲೇ! ನಿಂಗಾ' ಅಂದಿದ್ದನ್ನು ಹಿಂದೆಯೇ ಸ್ಕೂಲಿಗೆ ಹೋಗಲು ಬರುತ್ತಿದ್ದ ಏಕಾಂತ ಕೇಳಿಸಿ ಕೊಂಡಿದ್ದ. ಮನಸ್ಸಿನಲ್ಲೇ ಕುದಿಯತೊಡಗಿದ್ದ. ನನ್ನಪ್ಪನಿಗೆ ಆಗಿರೋ ವಯಸ್ಸಿನಾಗೆ ಕಾಲು ಭಾಗನೂ ಆಗಿಲ್ಲದ ಗುಂಡಾ ಹೋಗಲೇ, ಬಾರಲೇ ಅಂತಾನಲ್ಲಾ ಎಂದು ಏಕಾಂತ ಮನಸ್ಸಿನಲ್ಲೇ ಕುದಿಯತ್ತಾ ಇಸ್ಕೂಲಿನ ಕಡೆಗೆ ಹೊರಟಿದ್ದ.

'ಕೇಳ್ರಪ್ಪೋ ಕೇಳ್ರೀ... ಊರಾಗೆ ಇವೊತ್ತು ಎಲ್ಲಾರೂ ಮಾರಮ್ಮನಿಗೆ ಆರ್ತಿ ಬೆಳಗಬೇಕಂತೆ. ಕೇಳ್ರಪ್ಪೋ... ಕೇಳ್ರೀ....' ಜಗ್ಗಣಕ್ಕಾ, ಣಕ್ಕಣಕ್ಕಾ... ಜಗ್ಗಣಕ್ಕಾ... ಣಕ್ಕಣಾಕಾ... ಜಗ್ಗಜಗ್ಗಣಕ್ಕಾ... ಣಕ್ಕಣಕ್ಕಾ ಎಂದು ತಪ್ಪಡಿ ಬಡಿಯುತ್ತಾ ಊರ ಸವಡಿ ಮುಂದಿನಿಂದ ಒಂದು ಸುತ್ತು ಊರೆಲ್ಲಾ ಸುತ್ತಿ ಬಂದ ಮಣೆಗಾರ ನಿಂಗ.

* * *

ಆಗಲೇ ಸೂರ್ಯ ನೆತ್ತಿಯ ಮೇಲಿದ್ದ. ಊರ ಮಾರಮ್ಮನಿಗೆ ಆರ್ತಿ ಬೆಳಗಲು ಎಲ್ಲಾ ತಯಾರಿ ನಡೆಸಿದ್ದ ಊರ ಮುಖಂಡರು ಒಬ್ಬೊಬ್ಬರಾಗಿ ಗುಡೀ ಕಡೀಕೆ ಬಂದು ಮಾರಮ್ಮನ ಪೂಜಾರಿಗೆ 'ಎಲ್ಲಾ ರೆಡಿ ಐತಾ ಪೂಜಾರಪ್ಪಾ. ಇನ್ನೇನು ಸ್ವಲ್ಪ ಹೊತ್ತಿಗೇ ಹೆಂಗಸ್ರು ಆರ್ತಿ ತತ್ತಾರೆ' ಎಂದು ಊರು ಬಿಟ್ಟು ಸ್ವಲ್ಪ ದೂರನೇ ಇರೋ ಮಾರಮ್ಮನ ಗುಡಿಯ ಹತ್ತಿರ ಬಂದು ಕೆಲ ಮುಖಂಡರು ವಿಚಾರಿಸುತ್ತಿದ್ದರು.

ತಾಯವ್ವ ಉರಿಮೆ ಸದ್ದಿಗೆ ಮುಂದೆ ಮುಂದೆ ಬಂದು ಊರ ಪ್ರತೀ ಮನೆ ಹೆಣ್ಣು ಮಕ್ಕಳಿಗೂ 'ಆರ್ತಿ ತಕ್ಕಂಡು ಬರ್‍ರಲೇ' ಎಂದು ಕರೆಯುತ್ತಿದ್ದಳು. ಒಬ್ಬೊಬ್ಬರಾಗಿ ಆರತಿ ಹಿಡಿದು ಹೊರಬಂದ ಹೆಂಗಳೆಯರು ಉರಿಮೆ ಬಡಿಯುವವರ ಹಿಂದೆ ಹಿಂದು ಹಿಂಡಾಗಿ ಹೋಗುತ್ತಿದ್ದರು.

ಉರಿಮೆ ಸದ್ದಿಗೆ ಕೆಲ ಯುವಕರು ಕುಡಿದು ಟವೆಲ್ಲುಗಳನ್ನು ಮೇಲಕ್ಕೆ ಎಸೆಯುತ್ತಾ ಕುಣಿಯುತ್ತಿದ್ದರು. ಅಲ್ಲಲ್ಲಿ ನಿಲ್ಲಿಸಿಕೊಂಡು ಐದತ್ತು ನಿಮಿಷ ಕುಣಿಯುತ್ತಾ, ಕೇಕೆ ಹೊಡೆಯುತ್ತಾ ಊರ ಹೊರಗಿನ ಮಾರಮ್ಮನ ಗುಡಿಯ

ಕಡೀಕೆ ಹೋಗುತ್ತಿದ್ದರು.

ಇಸ್ಕೂಲಿಗೆ ಹೋಗಿದ್ದ ಏಕಾಂತ ಆರತಿ ಇನ್ನೇನು ಮಣೆಗಾರ ಹಟ್ಟಿ ಉದಿದಾಟಿ ಹೋಗೋವಷ್ಟರಲ್ಲಿ ಮನೆ ಸೇರಿದ್ದ. ಬಂದವನೇ ಗುಢಾಣದಲ್ಲಿನ ನೀರು ತುಂಬಿಕೊಂಡು ಗಟ್ಟಲುಮಟ್ಟ ಕುಡಿದು, ಅವ್ವ ಎಲ್ಲಿದ್ದಾಳೆ ಎಂದು ಮನೆ ಸುತ್ತ ಮುತ್ತ ನೋಡತೊಡಗಿದ. ಎಲ್ಲಿಯೂ ಕಾಣದಾದ ಅವ್ವನನ್ನು ಒಮ್ಮೇಲೇ 'ಯವ್ವಾ, ಯವ್ವಾ' ಎಂದು ಗಟ್ಟಿಯಾಗಿ ಒಂದೆರೆಡು ಭಾರಿ ಕೂಗುಹಾಕಿದ. ಆ ಕಡೆ ಕೇರಿಯ ಸರೋಜಜ್ಜಮ್ಮನ ಮನೆ ಕಡೆಗೆ ಹೋಗಿದ್ದ ಏಕಾಂತನ ಅವ್ವ ಕಮ್ಮಲಕ್ಕ 'ಲೇ ಯಾಕಂಗೆ ಅರಿಸ್ಯಾಡ್ತಿಯಲೇ ಇಲ್ಲೇ ಸರೋಜಕ್ಕರ ಮನೆ ಹತ್ತಿರ ಬಂದಿದ್ದೆ' ಎನ್ನುತ್ತಲೇ ಅಲ್ಲಿಂದ ಮನೆ ಹತ್ತಿರ ಬಂದಿದ್ದಳು.

'ಯವ್ವೋ! ಯಾಕವ್ವಾ ಬರೀ ಊರಾಗಿನ ಹೆಣ್ಣು ಮಕ್ಕಳೇ ಆರ್ತಿ ಬೆಳಗ್ತಾರೆ. ನಮ್ಮ ಹಟ್ಟ್ಯಾಗೆ ಯಾರೂ ದೇವರ್‍ರಿಗೆ ಆರ್ತಿ ಬೆಳಗಲ್ಲೇನು? ಎಂದು ಮುಗ್ಧವಾಗಿ ಕೇಳಿದ್ದ.

'ಯಾವೊತ್ತಿಗೂ ಊರಾಗ್ಳರು ಹಟ್ಟ್ಯಾಗಳ್ರೂ ಜತೀಗೆ ಆರ್ತಿ ಬೆಳಗಿಲ್ಲಾ, ಹಿಂದಿನಿಂದಲೂ ಹಾಗೇ ನಡೆದುಕೊಂಡು ಬಂದ್ಯೆತೆ ಅದುಕೆ ಬೆಳಗಲ್ಲಾ ಕಣಪ್ಪಾ' ಎಂದಳು ಕಮಲವ್ವ.

'ಹೇ! ಬಿಡವ್ವಾ ಹೋದ ವರ್ಸ ಮಾರಮ್ಮನ ಹಬ್ಬದಾಗೆ ಹಟ್ಟ್ಯಾಗೆ ಆರ್ತಿ ಬೆಳಗಿರ್‍ರಲಿಲ್ಲೇ? ನನೀಗೇನೂ ಸುಳ್ಳು ಹೇಳಬ್ಯಾಡ. ಇವೋತ್ತು ಯಾಕೆ ಬೆಳಗಿಲ್ಲಾ ಹೇಳು' ಎಂದು ಮರುಪ್ರಶ್ನಿಸಿದ.

'ಹಬ್ಬದಾಗೆ ಬೆಳಗ್ತಾರೆ. ಆದ್ರೆ, ಉರಾಗಳ್ರೂ ಮುಂಚೆ ಬೆಳಗಿದ ಮ್ಯಾಲೆ ಹಟ್ಟ್ಯಾಗಳ್ರೂ ಬ್ಯಾರೆ ಬೆಳಗಬೇಕು. ಆದ್ರೆ, ಈಗ ಇದು ಮಾರಮ್ಮನ ಹಬ್ಬ ಅಲ್ಲಪ್ಪಾ. ಅದೇನೋ ಊರಿಗೆ ಮಳೆ ಬರ್‍ಲೀ ಅಂತ ಬೆಳಗ್ತಾರೆ ಆಟೆ' ಎಂದು ಉತ್ತರಿಸಿದ್ದಳು.

'ಹೌದೇನು? ನಾನು ಇಸ್ಕೂಲಿಂದ ಆರ್ತಿ ಬೆಳಗ್ತಾರೆ ಅಂತ ಓಡೋಡಿ ಬುಸುಗರಿಯಂಗೆ ಬಂದ್ನೆವ್ವೋ. ಈಗ ನೀನು ನೋಡಿದ್ರೆ ಹಿಂಗಂತಿಯಾ. ಅಂಗಾದ್ರೆ ನಾನು ಗುಡಿತಾಕೆ ಹೋಗಲೇನವ್ವೋ?' ಎಂದ ಮೆಲ್ಲಗೆ.

'ಬ್ಯಾಡಪ್ಪಾ ನಿಮ್ಮಪ್ಪಾ ಬೈಯ್ತಾರೆ. ಇಸ್ಕೂಲು ಬಿಟ್ಟೇಟಿಗೇ ಆಗಲೇ ಇಲ್ಲಿಗೆ ಓಡಿ ಬಂದ್ವನೆ ಅಂತ'

'ಅಪ್ಪಯ್ಯಾ ಗುಡಿತಾಕೆ ಹೋಗಿಲ್ಲ ಬಿಡವ್ವೋ. ಇಗಾ! ಇಲ್ಲೇ ಐತೆ. ಅಪ್ಪನ

ತಪ್ಪಡಿ' ಎಂದು ಮೂಲೆಯಲ್ಲಿ ನೇತುಹಾಕಿದ್ದ ತಪ್ಪಡಿ ತೋರಿಸುತ್ತಾ ಕೇಳಿದ್ದ.

'ಇಲ್ಲಪ್ಪಾ! ಆರ್ತಿ ಬೆಳಗೋವಾಗ ತಪ್ಪಡಿ ಬಡಿಯೋಂಗಿಲ್ಲಾ.' ಎಂದಳು ಏನೋ ಕೆಲಸ ಮಾಡುತ್ತ.

'ವ್ವೋ! ನೀನು ಎಲ್ಲಾ ಸುಳ್ಳು ಹೇಳ್ತೀಯಾ ಬಿಡವ್ವಾ! ಬೆಳಿಗ್ಗೆಯಿನ್ನಾ ನಾನೇ ತಪ್ಪಡಿ ತಕ್ಕೊಂಡು ಅಪ್ಪನಿಗೆ ಕೊಡಾಕೆ ಬಂದಿದ್ದೆ. ಆಮ್ಯಾಕೆ, ಉಂಡ ಮ್ಯಾಲೆ ಅಪ್ಪಯ್ಯ ತಪ್ಪಡಿ ತಕೋಂಡು ಗುಡಿಕಡ್ಯಾಕೆ ಹೋಗಿದ್ದು ನಾನೇ ನೋಡಿನೀ.'

'ಲೇ! ಏಕಾಂತ ನಿನಿಗೇ ಇದೆಲ್ಲಾ ಗೊತ್ತಾಗಂಗಿಲ್ಲಾ ಸುಮ್ಕಿರು. ಏನಾದ್ರೂ ಊರಾಗೆ ಎಲ್ಲರ್ರೀಗೂ ಹೇಳಾದಿದ್ರೆ ತಪ್ಪಡ್ಯಾಗೆ ಸಾರಬಹೋದು. ಆದ್ರೆ ದ್ಯಾವ್ರಿಗೆ ಆರ್ತಿ ಬೆಳಗೋಕೆ ಹೋಗೋವಾಗ ಊರಾಗಳರೆಲ್ಲಾ ಹೊಲೇರ ಊರಿಮೆ ತರಿಸ್ತಾರೆ. ಮಣೆಗಾರ್ರ ತಪ್ಪಡಿ ಬಡಿಸ್ಕೊಂಡು ಆರ್ತಿ ತಕ್ಕಂಡು ಹೋಗಂಗಿಲ್ಲ. ನೀನು ಸುಮ್ಕೆ ಮೊಖ ತಳ್ಕೊಂಡು ಓದಿಕ್ಯಾಂಡ್ ಕುಕ್ಕಾ. ನಿಮ್ಮಪ್ಪಾ ಆರ್ತಿ ಬೆಳಗೋತಾಕೆ ಹೋಗ್ಯಾರೆ. ಅವುರು ಆರ್ತಿ ಹಿಟ್ಟು ತಕಂಡು ಬತ್ತಾರೆ. ಆಮ್ಯಾಕೆ ತಿನ್ನುವಂತೆ' ಎಂದು ಮಾತನಾಡುತ್ತಲೇ ಮನೆ ಮುಂದಿರೋ ಕಸ ಹೊಡಿಯಲು ಅನುವಾದಳು.

ಏಕಾಂತನಿಗೆ ಊರಾಗಿನ ಮೇಲು ಜಾತಿಯವರ ಜತೆಗೆ ನಮ್ಮ ಹಟ್ಟ್ಯಾಗಿನ ಜನರು ಯಾಕೆ ಆರತಿ ಬೆಳಗಬಾರದು? ಎಂಬ ಯೋಚನೆಗೆ ಬಿದ್ದ. ಮನಸ್ಸು ಒಂತಾರ ಆರ್ತಿ ಬೆಳಗೋ ಸುತ್ತಾನೇ ಹೊರಳುತ್ತಿತ್ತು. ತಾತ, ಮುತ್ತಾತರ ಕಾಲದಿಂದಲೂ ಊರಾಗಿನ ಜನರ ಜತೆಗೆ ನಮ್ಮ ಹಟ್ಟ್ಯಾಗಿನ ಜನರು ಅರತಿ ಬೆಳಗಿಲ್ಲದ್ದನ್ನು ತನ್ನವ್ವನ ಮಾತುಗಳಿಂದ ಕೇಳಿದ ಏಕಾಂತ ಮನೆಯ ಮೂಲೆಯಲ್ಲಿ ನೇತು ಹಾಕಿದ್ದ ಅಪ್ಪನ ತಪ್ಪಡಿಯನ್ನು ಒಮ್ಮೆ ತದೇಕ ಚಿತ್ತದಿಂದ ಗಮನಿಸಿದ.

ತಾತಯ್ಯ ಅಪ್ಪಯ್ಯ ಏಸು ವರ್ಸದಿಂದ ಈ ತಪ್ಪಡಿನಾ ಹೆಗಲಿಗೆ ಹಾಕಿಕೊಂಡು ಬಡಿತಾ ಬಂದಿದಾರೆ. ಆದರೂ ಈ ಆರ್ತಿ ಬೆಳಗೋವಾಗ ಮಾತ್ರ ತಪ್ಪಡಿ ಹೊರಾಕೆ ತಗಿಯಂಗಿಲ್ಲ. ಬಡಿದು ಬಡಿದು ಈ ತಪ್ಪಡಿಯ ಮೇಲೆಲ್ಲಾ ಏಸೊಂದು ಗಾಯದ ತರಾ ಗುರುತುಗಳಾಗಿವೆ. ಬಡಿದಾದ ಮೇಲೆ ತೆಂಗಿನ ಗರಿ ಹಾಕಿ ಕಾವು ಕೋಡೋದು. ಆಮೇಲೆ ರಬಸಾಗಿ ಬಡಿಯೋಡು ಎಲ್ಲವನ್ನೂ ತನ್ನ ಮನಸ್ಸಿನಲ್ಲೇ ನೆನೆಯುತ್ತಾ ಒಮ್ಮೆ ಗುಢಾಣದಲ್ಲಿನ ನೀರನ್ನು ಮೈಮೇಲಿನ ಅಂಗಿಯೆಲ್ಲಾ ನೆನೆಯುವಂತೆ ಗಟ ಗಟ ಕುಡಿದು ಬಿಟ್ಟ. ಅವ್ವ ಹೇಳಿದ ಒಂದೊಂದು ಮಾತುಗಳು ಏಕಾಂತನ ಎದೆಯಲ್ಲಿ ಸುಳಿದು ಹೋಗುತ್ತಿದ್ದವು.

ಊರಿಗೇ ಮಳೆಯಿಲ್ಲಾ ಅಂತಾ ಮಾರಮ್ಮನಿಗೆ ಆರ್ತಿ ಬೆಳಗೋರು ನಮ್ಮನ್ನಾ ಯಾಕೆ ಜತೀಗೇ ಕರಕೊಳ್ಳಲ್ಲಾ. ಅವರಿಗಿರುವ ಸಂಭ್ರಮ ನಮಗೆ ಬೇಡವೇ? ಎಂಬ ಸಿಟ್ಟಿನಿಂದ ಅಪ್ಪನ ತಪ್ಪಡಿ ಹೆಗಲಿಗೇರಿಸಿಕೊಂಡು ಊರ ಮಾರಮ್ಮನ ಗುಡಿಯ ಹಿಂದಿನ ಕೆರೆಯ ಹತ್ತಿರ ಬಂದು ಬೇಸರದಿಂದ 'ಜಗ್ಗಣಕ್ಕಾ ಣಕ್ಕಣಕ್ಕಾ'... ಎಂದು ಒಂದೇ ಸಮನೆ ತಪ್ಪಡಿ ಬಡಿಯುತ್ತ ನಿಂತು ಬಿಟ್ಟ. ಅಷ್ಟರಲ್ಲಿ ಸಂಜೆಗತ್ತಲು ಆವರಿಸುತ್ತಿತ್ತು. ಆಕಾಶದಲ್ಲಿ ಮೋಡಗಳು ಕಪ್ಪಿಟ್ಟು ಮಳೆಯ ಹನಿ ಸುರಿಯಲಾರಂಭಿಸಿತ್ತು.

(ತಪ್ಪಡಿ–ಚರ್ಮದಿಂದ ತಯಾರಿಸಿದ ತಮಟೆ ವಾದ್ಯ.)

ಬಾರ್ಬರ್ ಬಬ್ಲೂ ಮತ್ತು ಆರೆಂಜ್ ಹುಡುಗಿಯರು

–ಮಂಜುನಾಥ ವಿ. ಎಂ.

ಮಿಲಿಟರಿ ಕ್ಯಾಂಪ್‌ನ ಬೋಗನ್‌ವಿಲ್ಲಾ ಕಾಡಿನ ಹಾದಿಯೊಳಗೆ ನದಿಯಂತೆ ಎದುರಾಗುವ, ತಮ್ಮೊಳಗೆ ನುಂಗಿಕೊಳ್ಳುವ ತುಂಟಹುಡುಗಿಯರು ಯಾವ ಬಣ್ಣದ ಉಡುಪುಗಳನ್ನು ತೊಡುತ್ತಾರೋ ಪ್ರಯತ್ನಪೂರ್ವಕವಾಗಿ ಆ ಬಣ್ಣಗಳ ರಿಬ್ಬನ್‌ಗಳನ್ನು ತನ್ನ ಸೈಕಲ್‌ಗೆ ಸಿಕ್ಕಿಸಿ ಉನ್ಮತ್ತನಾಗಿ, ಕಂಪೆನಿ ಜೀಪುಗಳ ಹೊಗೆಯಿಂದ ಬಂಜರಾದ ಮರಗಳನ್ನು ತಬ್ಬಿಕೊಂಡು ಉಜ್ಜಿ, ನಿರಾಳ ಇಳಿದುಬಿಡುವನು ಬಬ್ಲೂ. ಇವನು ಮಿಲಿಟರಿ ಕಂಪೆನಿಯೊಳಕ್ಕೆ ತೂರಿ ಹೋಗುವ ಹಾದಿಯಲ್ಲೇ ಈಶಾನ್ಯ ಭಾರತದ ಹುಡುಗಿಯರ ಗುಂಪು ದಿನಕ್ಕೆ ಎರಡು ಬಾರಿ ಎದುರಾಗುತ್ತದೆ. ಬೆಳಿಗ್ಗೆ ಸ್ಕೂಲು ಯೂನಿಫಾರಂನಲ್ಲಿ ಕಂಡರೆ ಮಬ್ಬು ಕವಿಯುವ ಸಂಜೆ ಟ್ಯೂಷನ್ನಿನಿಂದ ಹಿಂದಿರುಗುವಾಗ ಕೊನೆಯದಾಗಿ ಬಣ್ಣಬಣ್ಣದ ಉಡುಪುಗಳಲ್ಲಿ ಕಾಣಿಸಿಕೊಂಡು ಪ್ರಕೃತಿಗೆ ವಿಶೇಷ ಮೆರಗು ತರುತ್ತಾರೆ. ಒಂದೇ ಕ್ವಾಟ್ರಸ್‌ನಲ್ಲಿ ಇವರೆಲ್ಲರೂ ವಾಸಿಸುವುದರಿಂದ ಎಲ್ಲರಲ್ಲೂ ಹೊಂದಾಣಿಕೆ ಇದೆ. ಬಿಎಸ್‌ಎ ಕಂಪೆನಿಯ ಬೈಸಿಕಲ್‌ಗಳಲ್ಲಿ ಕಾಡುಮೇಡೆಲ್ಲ ಅಲೆದು ಮುಳ್ಳುಹಣ್ಣುಗಳನ್ನು ಕಿತ್ತು ತಿನ್ನುವುದು, ಒಂದೇ ಥರನಾದ ಜಾಮಿಟ್ರಿ ಬಾಕ್ಸ್, ಬ್ಯಾಗು, ನೋಟ್‌ಬುಕ್ಸ್, ಪೆನ್ನು, ಬಣ್ಣದ ಪೆನ್ಸಿಲ್‌ಗಳನ್ನು ಕೊಳ್ಳುವುದು ಹೀಗೆ... ಬೋಗನ್‌ವಿಲ್ಲಾದ ಥರಹೇವಾರಿ ಬಣ್ಣಗಳನ್ನು ಮೀರಿಸುವ, ನಾಚಿಸುವ ಅವರ ಮೈಉಡುಪುಗಳು, ಚಂಚಲತೆ ಬಬ್ಲೂನನ್ನು ತರುಣನನ್ನಾಗಿಸದೆ ಬಿಡದು. ಅಲ್ಲೇ ಆ ಮಣ್ಣಿನ ದಡದಲ್ಲಿ ಸೈಕಲ್ ನಿಲ್ಲಿಸಿಕೊಂಡು ನಿಂತುಬಿಡು ತ್ತಾನೆ. ಆ ಹುಡುಗಿಯರ ನಗು ಎಂದರೆ ಬಬ್ಲೂ ಅಳುವುದೇ ಆಗಿರುತ್ತದೆ.

ಆವೊತ್ತು ಟ್ಯೂಷನ್ನಿನಲ್ಲೋ, ಹಾದಿಬದಿಯಲ್ಲೋ ಅಂಥಾ ತಮಾಷೆಯ ಪ್ರಸಂಗ ಏನು ನಡೆದಿತ್ತೋ ಗೊತ್ತಿಲ್ಲ. ಬೋಗನ್‌ವಿಲ್ಲಾ ಹೂಗಳು ಸರೋವರ ದಂತೆ ಮಡುಗಟ್ಟಿದ ಕಡೆ ನಿಂತು ಆ ಹುಡುಗಿಯರು ಮಾತನಾಡುತ್ತಾ, ಮೈಕೈ ಮುಟ್ಟುತ್ತಾ ಕೇಕೆಯಾಕುತ್ತಿದ್ದರು. ಅವರಲ್ಲೊಬ್ಬಳು ಅಲ್ಲಿ ನಡೆದಿದ್ದನ್ನೆಲ್ಲ ಅಭಿನಯಿಸಿ ತೋರಿಸುತ್ತಿದ್ದಳು. ಹೌದು, ನೀನೇಳಿದ್ದು ಸರಿಯೆಂಬಂತೆ

ಮತ್ತೊಬ್ಬಳು ಕುಪ್ಪಳಿಸುವುದು, ಖುಷಿಯಿಂದ ಗಿಜಿಗುಡುವುದು... ಎಲ್ಲರೂ ಕಿತ್ತಳೆಹಣ್ಣಿನ ಬಣ್ಣದ ಉಡುಪುಗಳಲ್ಲಿದ್ದರು. ಆ ಸಂಭ್ರಮ, ಖುಷಿ ತನ್ನದೇ ಎಂಬಂತೆ ಒಳಗೊಳಗೆ ಬೀಗತೊಡಗಿದ. ಆ ಹುಡುಗಿಯರನ್ನೇ ನೋಡಿನೋಡಿ ತನ್ನ ಮಕ್ಕಳನ್ನು ಮರೆತೇಬಿಟ್ಟ. ಆ ದಿನ ಅವನ ಮೂವರು ಮಕ್ಕಳು ಸೈಕಲ್‌ನ ಹಿಂದುಮುಂದೆ ಕುಳಿತಿದ್ದರು, ಮುಳ್ಳುಬಳ್ಳಿಗೆ ಚಂದದ ಹೂಗಳು ಅಂಟಿ ಕೊಂಡಂತೆ. ಬೇಡವೆಂದರೂ ಕೇಳದೆ ಹಿಂದೆ ಬಿದ್ದಿದ್ದವು. ಕಂಟಕಗಳು ಯಾಕಾದರೂ ತನ್ನನ್ನು ಅಂಟಿಕೊಂಡವೋ ಎಂದು ದುಃಖಿಸಿ ಕಣ್ಣೀರು ಸುರಿಸಿದನೋ ಇಲ್ಲವೋ ಮುಂದೆ ಕಡ್ಡಿಯ ಮೇಲೆ ಕುಳಿತಿದ್ದ ಮಗನ ಆನೆಕಿವಿಯನ್ನು ಹಿಂಡುತ್ತಾ, ಏನೂ ಗೊತ್ತಿಲ್ಲದವನಂತೆ, 'ಮುಂದೆ ನೋಡ, ಅತ್ತಿತ್ತ ಯಾಕ ನೋಡ್ತೀಯ?' ಅಂದ.

ರಸ್ತೆ ಬದಿ ಸೈಕಲ್ ನಿಲ್ಲಿಸಿ, 'ಆ ವ್ಯಾನ್ ಹತ್ರ ಆಡ್ಕ ಹೋಗ್ರಲೇ' ಎಂದು ಮೂವರನ್ನೂ ಒಟ್ಟಾಗಿ ಗಿಡಗಂಟೆಗಳ ಸಂದಿನೊಳಕ್ಕೆ ದೂಡಿದ.

ಈ ಹಾದಿಯಲ್ಲಿ ಮಾತ್ರ ಬಬ್ಲೂನ ಕಣ್ಣುಗಳು ಹೆಚ್ಚು ಪ್ರಖರಗೊಳುತ್ತವೆ. ಒಮ್ಮೊಮ್ಮೆ ಯಾಕೆ ಇಷ್ಟೊಂದು ಸ್ಪಷ್ಟವಾಗಿ ಕಾಣುತ್ತವೆ ಎಂದು ಗೊಣಗಾಡಿ ಕೊಳ್ಳುವುದೂ ಇದೆ. ಸರಪಳಿಯಂತೆ ಸಾಲಾಗಿ ಬೋಗನ್‌ವಿಲ್ಲಾ ಪೊದೆ ಯೊಳಗೆ ನುಸುಳಿದ ಹುಡುಗಿಯರು ಕ್ಷಣಗಳ ಬಳಿಕ ಆಚೆ ಬಂದವರು ಫ್ರಾಕ್‌ಗಳನ್ನು ಮೇಲೆತ್ತಿಕೊಂಡು ನಿಂತಲ್ಲೇ ತಮ್ಮ ಕಾಚಾಗಳನ್ನು ಸರಿಪಡಿಸಿ ಕೊಂಡರು. ಅವೆಲ್ಲವೂ ಆರೆಂಜ್ ಬಣ್ಣದಾಗಿದ್ದವು. ಆ ಕೂಡಲೇ ತನ್ನ ಬದುಕಿನ ಬಣ್ಣ ಇದಾಗಬಹುದೆಂದು ತೀರ್ಮಾನಿಸಿದ. ಸೈಕಲ್‌ಗಳನ್ನು ಹತ್ತಿಕೊಂಡು ಬಾರ್ಬರ್‌ನ ಕಣ್ಣುಗಳಿಗೀಡಾದರು. ಧೂಳೆಬ್ಬಿಸಿ ಮರೆಯಾದ ಆ ಹುಡುಗಿಯರ ಬಿಲ್ಲಿನಂತೆ ಬಾಗಿದ ಬೆನ್ನುಗಳು ಯಾಕೋ ಬಬ್ಲೂನಲ್ಲಿ ನಗೆಯುಕ್ಕಿಸಿದವು. ಆ ಗುಂಗಿನಲ್ಲೇ ಸೈಕಲ್ ಸ್ಟ್ಯಾಂಡ್ ಒದ್ದು ತಳ್ಳಿದ, ಆರೆಂಜ್ ಬಣ್ಣ ಸುಳಿಸುಳಿಯಾಗಿ ಬಿಚ್ಚಿಕೊಳ್ಳುತ್ತಾ ಬೃಹತ್ತಾಗಿ ಹಬ್ಬತೊಡಗಿತು.

ತಂದೆ ವೆಂಕಟಸ್ವಾಮಿ ಮಿಲಿಟರಿಯಲ್ಲಿ ಬಾರ್ಬರ್ ಆಗಿ ಕೆಲಸ ಮಾಡುತ್ತಿದ್ದು ಅವನು ಅಕಾಲಿಕ ಮರಣಕ್ಕೀಡಾದ ನಂತರ ರಕ್ತಸಂಬಂಧೀಯ ಆಧಾರದ ಮೇಲೆ ಬಬ್ಲೂಗೆ ಆ ಹುದ್ದೆ ಸಿಕ್ಕಿತು. ಹದಿಹರಯಕ್ಕೆ ಕಾಲಿರಿಸಿದ್ದ ರಿಂದಲೋ ಏನೋ ಇವನ ಕೈಬೆರಳುಗಳು ಕತ್ತರಿಗಿಂತ ವೇಗವಾಗಿ ಓಡಲಾರಂಭಿಸಿದ್ದವು. ಕತ್ತರಿ ಓಡಿಸುವುದರಲ್ಲಿ ಇವನು ಎಂಥಾ ಪರಿಣಿತ ಎಂದರೆ ಸಣ್ಣಪುಟ್ಟ ಗೂಂಡಾಗಳು ಇವನ ಬಳಿ ಬಂದು ರೇಜರ್ ಆಡಿಸುವುದು ಹೇಗೆ ಎಂದು ಕೇಳಿ ತಿಳಿದುಕೊಳ್ಳುತ್ತಿದ್ದರು. ಅತೀವ ಹುರುಪು,

ಹುಮ್ಮಸ್ಸನ್ನು ಮೈಗೂಡಿಸಿಕೊಂಡೇ ಮಿಲಿಟರಿಗೆ ಸೇರಿಕೊಂಡ. ಅಗತ್ಯಕ್ಕೆ ಮೀರಿದ ಅಲ್ಲಿನ ಶಿಸ್ತು ಬಬ್ಲೂನನ್ನು ಎದೆಗುಂದಿಸಿತಾದರೂ ಧೃತಿಗೆಡಲಿಲ್ಲ. ತರಬೇತಿಯ ಅವಧಿಯಲ್ಲೇ ಉನ್ನತಾಧಿಕಾರಿಗಳ, ಸೈನಿಕರಿಂದ ಪ್ರಶಂಸೆ ಗಿಟ್ಟಿಸಿದ. ಬಾಬು ವೆಂಕಟಸ್ವಾಮಿ ಇವನ ಮೂಲಹೆಸರು. ಸೈನಿಕರು ಪ್ರೀತಿಯಿಂದ ಇವನನ್ನು 'ಬಬ್ಲೂ' ಎಂದು ಕರೆಯತೊಡಗಿದರು. ಮೂವತ್ತೈದು ವರ್ಷಗಳ ಸರ್ವೀಸಿನಲ್ಲಿ ಕಾಶ್ಮೀರ, ಅಸ್ಸಾಂ, ಸಿಕ್ಕಿಂ ಹೀಗೆ ಹತ್ತಾರು ಕಡೆ ವರ್ಗಾವಣೆಗೊಂಡು ಕತ್ತರಿಯಾಡಿಸುವುದರಲ್ಲಿ, ಬೋಳಿಸುವುದರಲ್ಲಿ ನಿಪುಣತೆಯನ್ನು ಹೊಂದಿದ. ಪೋಲಿಯೋ ಪೀಡಿತ ಹೆಣ್ಣನ್ನು ಮದುವೆಯಾಗಿ ಜೀವನ ಕೊಡುತ್ತಿದ್ದೇನೆಂದು ಸುಳ್ಳು ಹೇಳಿ ತನ್ನೂರಿನ ಮಿಲಿಟರಿ ಕಂಪೆನಿಯಲ್ಲೇ ನೆಲೆಯೂರಿದ. ಸ್ಟಾರ್‌ಡಸ್ಟ್, ಫಿಲಂಫೇರ್ ಮತ್ತು ಸ್ಕ್ರೀನ್‌ನಂಥ ಪ್ರಸಿದ್ಧ ಸಿನಿಪತ್ರಿಕೆಗಳು ಬಬ್ಲೂನ ಕ್ಷೌರವೃತ್ತಿಯ ಕ್ರಿಯಾಶೀಲತೆಗೆ ಕಾರಣ. ಅದರಲ್ಲಿ ಬರುವ ಸಿನಿಮಾ ನಟನಟಿಯರ ಬಗೆಬಗೆಯ ವಿನ್ಯಾಸದ ಹೇರ್‌ಸ್ಟೈಲ್‌ಗಳನ್ನು ಸೈನಿಕರು ಬಬ್ಲೂಗೆ ತೋರಿಸಿ, ವಿವರಿಸಿ ತಮ್ಮ ಮಕ್ಕಳಿಗೆ ಮಾಡಿಸಿಕೊಳ್ಳುತ್ತಾರೆ.

ಗೋಡೆಗೆ ಸೈಕಲ್ ವಾಲಿಸುತ್ತಿದ್ದಂತೆ, 'ಮಕ್ಕಳ್ನ ಎಲ್ಲಿ ಬಿಟ್ಟುಬಂದೆ?' ನೆಲ ಒರೆಸಿದ ಬಟ್ಟೆಯನ್ನು ಹಿಂಡಿ ಕಂಬಿ ಮೇಲೆ ಹಾಕುತ್ತಾ, ದವಡೆಯಲ್ಲಿ ಹೊಗೆಸೊಪ್ಪು ಜಗಿಯುತ್ತಾ ಹೆಂಡತಿ ಗುರ‍್ರಮ್ಮ ಕೇಳಿದಳು.

ಗೋಡೆ ಮೇಲೆ ಬಿಟ್ಟಿದ್ದ ಸೈಕಲ್‌ಅನ್ನು ಹಾಗೇ ಹಿಂದಕ್ಕೆ ಎಳೆದುಕೊಂಡ. ದ್ವಾರಕಾನಗರಕ್ಕೆ ನಡಿಗೆಯಲ್ಲೇ ಕ್ರಮಿಸಬಹುದಾದ ದೂರ ಕ್ಯಾಂಪ್‌ಗೆ. ಈ ಮೂರು ಮಕ್ಕಳಿಗೆ ಹೋಗಿಬಂದು ರೂಢಿ ಇದೆಯಾದ್ದರಿಂದ ಬಬ್ಲೂ ಅವರನ್ನು ಅಲ್ಲೇ ಬಿಟ್ಟುಬಂದಿದ್ದ. ಮಕ್ಕಳೆಲ್ಲವೂ ಓಡಿಬಂದು ಅವರಲ್ಲೊಬ್ಬ, 'ಅಪ್ಪಾ, ಹಿಂದೇನೆ ಕೂಗ್ಕೊಂಡು ಬಂದೆ, ನೀನು ಹೋಗೆಬಿಟ್ಟೆ' ಅಂದಿತು.

ಸೈಕಲ್‌ಅನ್ನು ಗೋಡೆ ಮೇಲೆ ಬಿಟ್ಟುಬಿಟ್ಟ, ಕುಕ್ಕರುಗಾಲಿನಲ್ಲಿ ಕುಳಿತು, 'ಯಾಕೋ ಇತ್ತೀಚಿಗೆ ನನ್ಗೆ ಕಣ್ಣೆ ಕಾಣ್ಸಲ್ಲ, ಏನ್ಮಾಡ್ಲಿ?' ಅಳತೊಡಗಿದ. ಕಣ್ತುಂಬ ಆರೆಂಜ್ ಹುಡುಗಿಯರನ್ನೇ ತುಂಬಿಕೊಂಡು ಸುಖಿಸಹತ್ತಿದ.

'ಮಕ್ಳು ಕೂಗಿದ್ದೂ ಕೇಳಿಸಿಲ್ವ, ನಿನ್ಗೆ?' ಬಗ್ಗಿ ನೋಡಿ ಕೇಳಿದಳು.

'ಕ್ಯಾಂಪ್ ಟ್ರಕ್‌ಗಳು ಒಳ್ಳೇ ಪ್ಲೇನ್ ಓಡಾಡ್ದಂಗೆ ಓಡಾಡ್ತವೆ, ಕಿವಿ ತಮಟೆಗಳು ರಸ್ಟಿಡಿದುಹೋಗಿವೆ' ಸುಮ್ಮನಾದ. ರಾತ್ರಿ ಹೊತ್ತು ಏನು ಪಿಸುಗುಟ್ಟಿದರೂ ಕೇಳಿಸಿಕೊಳ್ತಾನಲ್ಲ! ಗುರ‍್ರಮ್ಮ ತಲೆ ಕೆರೆದುಕೊಂಡಳು.

ಕ್ಯಾಂಪ್‌ನಿಂದ ಮನೆಗೆ ಬಂದ ಕೂಡಲೇ ಗೋಡೆ ಮಗ್ಗುಲಿಗೆ ಮಲಗುವುದು ಬಬ್ಲೂಗೆ ಅಭ್ಯಾಸ. ಗೋಡೆ ಕಡೆ ತಿರುಗಿಕೊಂಡು ಮಲಗಿ ಕಪ್ಪಗಿನ

ಉದ್ದಗೋಡೆಯನ್ನೇ ದಿಟ್ಟಿಸುತ್ತಿದ್ದ. 'ಹುಂಜ ಕುಯ್ದಾಕಿಬಿಡ್ಲ?' ಆಸೆಯಿಂದ ಕೇಳಿ ಮೂಲೆ ಕಡೆ ನೋಡುತ್ತಿದ್ದಂತೆ ಆ ಹುಂಜ ಹಾಸಿಗೆ ಮೇಲೆ ಎಗರಿ ಕುಳಿತುಕೊಂಡಿತು. ಹೊಗೆಸೊಪ್ಪು ಅಂಗೈಯಲ್ಲಿ ಹಾಕಿಕೊಂಡು ಹೊಸಕುತ್ತಿದ್ದದ್ದರಿಂದ ಬಬ್ಲೂಗೆ ಘಾಟು ತಲೆ ಸುತ್ತಿಸಲಾರಂಭಿಸಿತು. 'ಭಾನುವಾರ ಕುಯ್ದರಾಯ್ತು, ಹೋಗೆಲೇ' ಪ್ರೀತಿಯಿಂದ ಗದರಿದ. ಆರೆಂಜ್ ಹುಡುಗಿಯರು ಸೈಕಲ್ಲುಗಳಲ್ಲಿ ಅಡ್ಡಾದಿಡ್ಡಿ ಓಡಾಡುತ್ತಾ ನಲಿಯುವುದು ಗೋಡೆಯಲ್ಲೆಲ್ಲ ಕಾಣತೊಡಗಿತು. ತನ್ನ ಕೈಯಾರೆ ಮನಬಂದ ಕಡೆ ಅಂದರೆ ತನ್ನ ಕಡೆಗೆ ದಾರಿ ಎರೆಯತೊಡಗಿದ, ಆರೆಂಜ್ ಹುಡುಗಿಯರು ಆ ದಾರಿಗಳಲ್ಲಿ ಸಾಗಿಬರತೊಡಗಿದರು. ಗುರ್‍ರಮ್ಮ ಎಂಡ್ ಸನ್ಸ್ ಬಬ್ಲೂನನ್ನು ಸುತ್ತುವರಿದು ನುಂಗಿಕೊಂಡವು. ಗೊಣಗಾಡಿಕೊಂಡು ಎಲ್ಲರನ್ನೂ ತನ್ನ ಒಡಲಿಗೆ ತುರುಕಿಟ್ಟುಕೊಂಡ. ಯಾಕೋ ಈ ಸಲದ ಆ ಹುಡುಗಿಯರ ಒಳಉಡುಪುಗಳ ಬಣ್ಣ ಬಬ್ಲೂನನ್ನು ಜೀವಂತ ಕೊಲ್ಲಲು ಸಜ್ಜಾದಂತಿದ್ದವು.

ಬಾಗಲೂರು ಕ್ರಾಸ್‌ನಲ್ಲಿ ಸೈಕಲ್ ಶಾಪ್ ಇಟ್ಟಿರುವ ಬಾಬಾಜಾನ್ ಹತ್ತಿರ ಸೈಕಲ್‌ಗೆ ಆರೆಂಜ್ ಬಣ್ಣ ಬಳಿಸಲು ಬಿಡಲು ನಿರ್ಧರಿಸಿದ. ಇವನು ಬೆಳ್ಳಹಳ್ಳಿಯವನು, ದವಡೆಯಲ್ಲಿ ಸದಾಕಾಲ ಪಾನ್‌ಪರಾಗ್ ಇಟ್ಟುಕೊಂಡಿರುತ್ತಾನೆ. ನೊಬೆಲ್ ಮತ್ತು ಆಸ್ಕರ್ ಪ್ರಶಸ್ತಿಗಳ ಕುರಿತು ಗಂಟೆಗಟ್ಟಲೆ ಮಾತನಾಡುತ್ತಾ ಸುಸ್ತು ಹೊಡೆಯುತ್ತಾನೆ. ಇವನ ಬಳಿ ವಿದೇಶಿ ಸೈಕಲ್ಲೊಂದಿದೆ, 'ನಮ್ಮ ರಸ್ತೆಗಳು ಹಳ್ಳಗುಂಡಿಗಳು, ಇಲ್ಲಿ ಓಡಿಸಿದ್ರೆ ಆ ಸೈಕಲ್ ಗತಿ ಅಷ್ಟೇ' ಎಂದು ಯಾರಿಗಾದರೂ ಹೀಗೆ ತನ್ನ ಕೊರಗು ವ್ಯಕ್ತಪಡಿಸಿಬಿಡುತ್ತಾನೆ.

ಸೈಕಲ್‌ಅನ್ನು ರಾಶಿರಾಶಿ ಟೈರುಗಳ ಮುಂದೆ ನಿಲ್ಲಿಸಿ, 'ಬಾಬಾ, ದಿನಾ ಊಟ ಹೋಟ್ಲಲ್ಲೇನೊ?' ಬಬ್ಲೂ ಕೇಳಿದ.

ಸೈನಿಕನೊಬ್ಬನ ಸೈಕಲ್‌ಗೆ ಪೆಡಲ್ ಬದಲಿಸುತ್ತಿದ್ದವನು, 'ಹೋಟ್ಲಲ್ಲಿ ಊಟ ತಿಂದುತಿಂದು ಆಸ್ಪತ್ರೆಗೆ ತಿಗಾ ಕೊಟ್ಟಿದ್ದಾಯ್ತು' ಅಂದ. ಅಲ್ಲಿದ್ದವರೆಲ್ಲರೂ ನಕ್ಕರು, ಇದಕ್ಕಾಗಿ ಕಾಯುತ್ತಿದ್ದ ಸೈನಿಕ 'ಡರ್‍ರೋ...' ಎಂದು ಹೂಸಿದ. ಅವಮಾನವಾದಂತಾಗಿ ಅದನ್ನು ತೋರಿಸಿಕೊಳ್ಳದೆ ಬಬ್ಲೂ ಅವರ ನಗೆಗಳಲ್ಲಿ ತಾನೂ ಒಂದಾದ.

'ಏನ್ ಬಬ್ಲೂ ಅಣ್ಣಾ, ನಿನ್ನ ಸೈಕಲ್ಗೆ ಆರೆಂಜ್ ಬಣ್ಣ?'

'ಮೊನ್ನೆ ಕ್ಯಾಂಪ್‌ನಲ್ಲಿ ಒಳ್ಳೇ ಕಿತ್ತೆಹಣ್ಣು ನೋಡ್ದೆ'

'ನನಗೂ ಒಂದೆರಡು ಕಿತ್ಕಂಡುಬರಕಾಗಿಲ್ವಾ?' ಆಶೆಯಿಂದ ಕೇಳಿದ.

ಕಣ್ಮುಂದೆ ಏನೇನೋ ಬಂದುಹೋಯಿತು, 'ಥೂ, ನಿನ್ನ. ಎರ್ಡು ದಿವಸ ದೊಳಗೆ ಸೈಕಲ್ ಕೊಟ್ಟುಬಿಡೂ' ಬಬ್ಲೂ ಒಳಗೊಳಗೆ ನಗುತ್ತಾ ಕ್ಯಾಂಪ್ ಕಡೆ ನಡೆದ.

ಆ ಗೋಡೆಯ ಮುಂದೆ ಕುಳಿತು ಮಿಲಿಟರಿ ಬ್ಯಾಗು ತೆಗೆಯುತ್ತಾ, 'ಬಕೀಟ್ ತಗಂಬಾರೆ' ಅಂದ. ಮೀನೋ ಮಾಂಸವೋ ತಂದಿರಬೇಕೆಂದು ಖುಷಿಯಿಂದ ಓಡಿಹೋಗಿ ಕ್ಷಣಾರ್ಧದಲ್ಲಿ ಬಕೆಟ್ ತಂದಿಟ್ಟಳು. ಮೊಳೆಯಿಂದ ಪೆಯಿಂಟ್ ಡಬ್ಬಿಯ ಮುಚ್ಚಳ ತೆಗೆದು ಬಕೆಟ್ ಒಳಕ್ಕೆ ಸುರಿದ. ಗುರ‍್ರಮ್ಮ ವಿಚಲಿತಳಾಗಲಿಲ್ಲ, ಆದರೆ ಯಾವ ಸೂಚನೆಯೂ ಕೊಡದೆ ಮನೆಗೆ ಬಣ್ಣ ಬಳಿಯುತ್ತಿರುವುದರ ಬಗ್ಗೆ ಅಸಮಾಧಾನಗೊಂಡಳು. ಸುಣ್ಣ ಬಳಿಯದೆ ಇದ್ಯಾಕೆ ಪೆಯಿಂಟ್ ಹೊಡೆಯುತ್ತಿದ್ದಾನೆ, ಅಲ್ಲದೆ ಅರ್ಧ ಲೀಟರಿನ ಡಬ್ಬ! ತಲೆ ಕೆರೆದುಕೊಂಡಳು. ಆದದ್ದಾಗಲೀ ಎಂದು ಪಾತ್ರೆ ಸಾಮಾನುಗಳು, ಪೆಟ್ಟಿಗೆ, ಬಟ್ಟೆಬರೆಗಳನ್ನೆಲ್ಲ ಆಚೆ ಸಾಗಿಸಲನುವಾದಳು. ಮಕ್ಕಳೂ ಅವಳೊಂದಿಗೆ ಕೂಡಿಕೊಂಡು ಕೈಗೆ ಸಿಕ್ಕಿದ್ದನ್ನೆಲ್ಲ ಆಚೆ ತಂದು ಹಾಕಿದವು. ತಾನು ಕನಸು ಕಾಣುವ ಉದ್ದನೆಯ ಗೋಡೆಗೆ ಆರೆಂಜ್ ಬಣ್ಣ ಬಳಿಯತೊಡಗಿದ. ಕಾಲುಗಂಟೆ ಕಳೆದಿರಬೇಕು, ಬಬ್ಲೂ ತಾನು ಮಲಗುವ ಗೋಡೆಗೆ ಬಣ್ಣ ಬಳಿದು ಮುಗಿಸಿ ಆರಲೆಂದು ಟೇಬಲ್ ಫ್ಯಾನ್ ಸ್ವಿಚ್ ಹಾಕಿ ಆ ಗೋಡೆ ಕಡೆತಿರುಗಿಸಿ, ಕುರ್ಚಿ ಎಳೆದು ಕೊಂಡು ಅಲ್ಲೇ ಆ ಬಣ್ಣದ ಮಡುವಿನಲ್ಲಿ ತಲ್ಲೀನನಾದ. ಗುರ‍್ರಮ್ಮ ಕಂಬದಂತೆ ನಿಂತುಬಿಟ್ಟಳು. ಇಡೀ ಮನೆಗೆ ಬಣ್ಣ ಬಳಿಸದೆ ಆ ಭಾಗದ ಗೋಡೆಗೆ ಮಾತ್ರ ಬಳಿಸಿದ್ದರ ಮರ್ಮ ಗೊತ್ತಾಗಲಿಲ್ಲ. ಸೌದೆಯಾದರೂ ಸೀಳಬಹುದಿತ್ತು. ಸುಮ್ಮನೆ ತನ್ನ ಶಕ್ತಿ ವ್ಯಯವಾಗಿ ಹೋಯಿತಲ್ಲ ಎಂದು ಆಚೆ ಇರಿಸಿದ ಸಾಮಾನುಗಳನ್ನೆಲ್ಲ ಒಳಗಿಡತೊಡಗಿದಳು.

ಕ್ಯಾಂಪ್‌ನಲ್ಲಿ ಕಲಾವಿದನಾಗಿ ಕೆಲಸ ಮಾಡುವ ಯಾಕೂಬ್‌ನನ್ನು ಕರೆಸಿ ಆ ಆರೆಂಜ್ ಗೋಡೆಯ ಮೇಲೆ ಹುಡುಗಿಯರು ಸೈಕಲ್‌ಗಳಲ್ಲಿ ಓಡಾಡುವ ಚಿತ್ರಗಳನ್ನು ಬರೆಸಿದ. ಕ್ಯಾಂಪ್‌ನ ಪಾಳುಬಿದ್ದ ಗೋಡೆಗಳಲ್ಲಿ, ಕಕ್ಕಸು ಕೋಣೆಗಳಲ್ಲಿ ಅಶ್ಲೀಲ ಚಿತ್ರಗಳನ್ನು ಇದ್ದಿಲಿನಲ್ಲಿ ಗೀಚುತ್ತಾನೆ. ಗಂಡಸರು ವಿವಿಧ ಭಂಗಿಗಳಲ್ಲಿ ಕಾಮತೃಷೆಯನ್ನು ನೀಗಿಸಿಕೊಳ್ಳುತ್ತಿರುವುದು... ತಮ್ಮತಮ್ಮ ಹೆಂಡತಿಯರು, ಪ್ರೇಯಸಿಯರು ಮತ್ತು ಇಟ್ಟುಕೊಂಡವರನ್ನು ಬಿಟ್ಟುಬಂದ ಸೈನಿಕರ ತೃಪ್ತಿಗಾಗಿ ಈ ಇದ್ದಿಲಿನ ರೇಖಾಚಿತ್ರಗಳು!

ಸೈಕಲ್ ಶಾಪ್ ಒಳಗೆ ನೇಣು ಹಾಕಿಕೊಂಡಂತಿರೋ ತನ್ನ ಸೈಕಲ್‌ಅನ್ನು ನೋಡುತ್ತಲೇ ದಿಬ್ಬ ಏರಿ ಬಂದ ಬಬ್ಲೂ ಅಲ್ಲೇ ಟೈರುಗಳ ಮೇಲೆ ಬಲವಾಗಿ

ಕುಳಿತ. ರಬ್ಬರ್ ಆದ್ದರಿಂದ ಮೇಲಕ್ಕೆ ಎಗರಿಸಿ, ಗೋಡೆಗೆ ತಲೆ ಒಡೆಯಿತು. ಸುತ್ತಲೂ ನೋಡಿದ, ಯಾರೂ ನೋಡಿಲ್ಲದ್ದನ್ನು ಖಾತ್ರಿಪಡಿಸಿಕೊಂಡು ಹಿಂದಲೆಯನ್ನು ಉಜ್ಜಿಕೊಂಡ. ಆರೆಂಜ್ ಬಣ್ಣ ಇನ್ನೂ ಆರಿರಲಿಲ್ಲ, ವಾಸನೆ ಹೊಡೆಯುತ್ತಿತ್ತು. ಬಬ್ಲೂನನ್ನು ನೋಡುತ್ತಲೇ ಬಾಬಾಜಾನ್ ಸೈಕಲ್ ಇಳಿಸಿ, ನ್ಯೂಸ್‌ಪೇಪರ್‌ಗಳಿಂದ ಬಣ್ಣ ಬಳಿದಲ್ಲೆಲ್ಲ ಸುತ್ತಿದ.

'ಕಿತ್ತೆಹಣ್ಣಿನ ತೋಟ ನಿನ್ನ ಸೈಕಲ್, ಬಬ್ಲೂ ಅಣ್ಣಾ. ಹಂಗಂತ ಕಿತ್ಕಂಡು ತಿಂದುಬಿಟ್ಟೀಯ!' ಎಚ್ಚರಿಕೆ ನೀಡುವುದನ್ನು ಮರೆಯಲಿಲ್ಲ.

ಕುಂಡೆಗೆ ಬಣ್ಣ ಮೆತ್ತಿಕೊಂಡಿದ್ದರಿಂದ ಸೀಮೆಎಣ್ಣೆಯಿಂದ ಒರೆಸಿಕೊಳ್ಳುತ್ತಿದ್ದ ಗುರ್ರಮ್ಮನಿಗೆ, 'ಮೊನ್ನೆ ಸೈಕಲ್ಲಿನಿಂದ ಜಾರಿಬಿದ್ದುಬಿಟ್ಟೆ, ಅದಕ್ಕೇ ಈ ಪೂಜೆ!' ಅಂದು, ದೊಡ್ಡಹುಂಜವೊಂದನ್ನು ಕೊಯ್ದು, ಚಿಮ್ಮಿದ ರಕ್ತವನ್ನು ಸೈಕಲ್ಲಿನ ಮೇಲೆ ಆಮೇಲೆ ಎಲ್ಲರೆಲ್ಲರ ಮೇಲೆ ಪ್ರೋಕ್ಷಿಸಿದ. ಆನೆಕಿವಿ ಮಗ ಅತೀವ ಆಶೆಯಿಂದ ಸೈಕಲ್ಲನ್ನು ನೆಕ್ಕತೊಡಗಿತು, ಅದು ಒಳಉಡುಪುಗಳೊಳಗಿನ ಪ್ರಪಂಚವನ್ನು ಅನುಭವಿಸುತ್ತಿರುವುದೆಂದು ಭಾವಿಸಿ ನೆಲಕಚ್ಚಿದ. ಕಾಖಿ ನಿಕ್ಕರ್, ಬಿಳಿ ಬನಿಯನ್, ಕ್ಯಾನ್ವಾಸ್ ಶೂಸ್ ಹಾಕಿಕೊಂಡು ಆರೆಂಜ್ ಬಣ್ಣದಲ್ಲಿ ಅದ್ದಿದಂತಿದ್ದ ಸೈಕಲ್ ಹತ್ತಿದ ಬಬ್ಲೂ. ಗುರ್ರಮ್ಮ ಎಂಡ್ ಸನ್ಸ್ ಬಾಗಿಲ ಬಳಿ ನಿಂತು ಮನೆಯಲ್ಲೇ ಕರಗಿ ಹೋಗತೊಡಗಿದರು. ರಸ್ತೆಯಲ್ಲಿ ಬೆಳೆಯತೊಡಗಿದ ಆರೆಂಜ್‌ದಾರನ ಇಕ್ಕೆಲಗಳಲ್ಲಿ ಏಳುವ ಧೂಳಿಗೂ ಆರೆಂಜ್‌ಬಣ್ಣ ಗೆರೆ ಎಳೆಯುತ್ತಿತ್ತು. ಪೆಡಲ್ ತುಳಿಯುವ ಕಾಲುಗಳಿಗೆ, ರಟ್ಟೆಗಳಿಗೆ ಇಡೀ ಅಸ್ತಿತ್ವಕ್ಕೆ ಅಸಂಖ್ಯಾತ ತಿಮಿಂಗಿಲಗಳ ಶಕ್ತಿ ಒದಗಿ ಬಂದಂತಾಗಿತ್ತು. 'ಬಬ್ಲೂ, ಬಬ್ಲೂ...' ಹಿಂದುಗಡೆಯಿಂದ ಯಾರೋ ಕೂಗುತ್ತಿರುವಂತೆ ಅನಿಸಿತು. ಹಿಂದಕ್ಕೆ ತಿರುಗಿ ನೋಡುವ ಕಾಲ ಇದಲ್ಲ. ಒಮ್ಮೆಲೇ ನಾಲ್ಕೈದು ಜನರ ಧ್ವನಿಗಳು ಮೊಳಗಿ ದವು. ಎಲ್ಲವೂ ಪರಿಚಿತ ಕೂಗುಗಳೇ. ಕಡೆಯ ಬಾರಿ ನೋಡೋಣವೆಂದು ಇನ್ನೂ ಸ್ವಲ್ಪ ದೂರ ಸೈಕಲ್ ತುಳಿದು ನೋಡಿದ. ಕೂಗುಗಳು ಜೋರಾದವು, ಹಿಂಡಿಂಡು ಜೇನ್ನೊಣಗಳು ನುಗ್ಗಿದಂತೆ. ಗೊಣಗಾಡಿಕೊಂಡು ಸೈಕಲ್ ನಿಲ್ಲಿಸಿ ಹಿಂತಿರುಗಿ ನೋಡುವಷ್ಟರಲ್ಲಿ ಜನರ ಗುಂಪು ಬಬ್ಲೂನನ್ನು ಸುತ್ತುವರಿಯಿತು. ಕ್ಷೌರಿಕ ಸಂಘದ ಅಧ್ಯಕ್ಷ, ಕಾರ್ಯದರ್ಶಿ, ಸದಸ್ಯರು ಮತ್ತು ಕೆಲವು ಹಲಾಲು ಖೋರರು! ಇವರ್‍ಯಾಕೆ ತನ್ನ ಬೆನ್ನು ಬಿದ್ದಿದ್ದಾರೆ ಯೋಚಿಸುತ್ತಾ, 'ಅಪಶಕುನದ ಮುಂಡೇವು' ಗೊಣಗಿಕೊಳ್ಳುತ್ತಾ ಕಾಲೊಂದನ್ನು ಇಳಿಬಿಟ್ಟು ಸೈಕಲ್ ನಿಲ್ಲಿಸಿದ.

'ಮನೇವರ್ರೂ ಹೋಗಿದ್ವಿ, ಬಬ್ಲೂ ಅಣ್ಣಾ...' ಬಬ್ಲೂನ ಮುಖದಲ್ಲಿನ

ಅಪರೂಪದ ಕಳೆಯನ್ನು ನೋಡುತ್ತಾ ಅಂದ ಮಿರಮಿರ ಮಿರುಗುವ ಸೈಕಲ್ಲಿಗೆ ಅಪಾಪೋಲಿಯೊಬ್ಬ ಸೊಂಟ ಉಜ್ಜತೊಡಗಿದ. ಎಲ್ಲಿತ್ತೋ ಕೋಪ ಸೈಕಲ್ಲಿನಿಂದ ಇಳಿದ ಬಬ್ಲೂ, 'ಬಾಂಚೋತ್' ಎಂದು ಮಿಲಿಟರಿ ಸ್ಟೈಲಿನಲ್ಲಿ ಅವನ ಮೇಲೆ ನುಗ್ಗಿಹೋದ. ಬಿಚ್ಚಿಕೊಂಡು ಜೊಲ್ಲು ಸುರಿಸತೊಡಗಿದ ಇವನ ಹಲ್ಲುಗಳ, ವಸಡಿನ ದರಿದ್ರ ವಾಸನೆಗೆ ಅಲ್ಲಿದ್ದವರೆಲ್ಲರೂ ಎತ್ತೆತ್ತಲೋ ಓಡಿ ಹೋದರು. ಆಮೇಲೆ ಒಬ್ಬೊಬ್ಬರಾಗಿ ಬಬ್ಲೂನನ್ನು ಸುತ್ತುವರಿದರು. ದಂಗೆ ಕಿತ್ತ ಆ ಹುಡುಗನಂತೂ ಬೀಸೋ ದೊಣ್ಣೆಯಿಂದ ತಪ್ಪಿಸಿಕೊಂಡರೆ ಸಾವಿರ ವರ್ಷ ಆಯುಷ್ಯ ಎಂಬಂತೆ ರಸಗುಲ್ಲ ಸವಿದವನಂತೆ ಖುಷಿಯಿಂದ ಕಾಲು ಕಿತ್ತಿದ್ದ.

ಬುಸುಗುಡುತ್ತಾ, 'ಏನು ಸಮಾಚಾರ?' ಮಿಲಿಟರಿಯಲ್ಲಿ ಸೇವೆ ಸಲ್ಲಿಸುತ್ತಿರುವುದರ ಅಹಂನಲ್ಲಿ ತಲೆಯಾಡಿಸುತ್ತಾ ಕೇಳಿದ, ಮೀಸೆ ತಿರುವಿಯೇ ತಿರುವಿದ.

'ಸರ್ಕಾರದೋರು ನಮ್ಮ ಜಾತಿಗೆ ಏನೂ ಮಾಡ್ತಿಲ್ಲ, ಅದಕ್ಕೇ ಸ್ಟ್ರೈಕ್ ಮಾಡನ ಅಂತಿದ್ದೀವಿ. ಕೆಲ್ಸ ಕಲ್ತ ಹುಡುಗ್ರು ಬೀದಿಬೀದಿ ಅಲ್ದು ಪೋಲಿ ಬೀಳ್ತಾವೆ'

'ಈಗ ನೋಡ್ಡಲ್ಲಾ, ಅವನ್ನಾ' ಸದ್ಯದ ಉದಾಹರಣೆಯನ್ನೊಬ್ಬ ಧಾರಾಳ ವಾಗಿ ನೀಡಿದ.

'ಅವರಿಗೆಲ್ಲ ಸೆಲೂನ್‌ಶಾಪ್ ಹಾಕ್ಕೊಡ್ಬೇಕು, ಏನಂತೀಯ?' ಸಂಗತಿ ಹೇಳಿದವನ ಮಾತಿಗೆ ಪೂರಕವಾಗಿ, 'ನೀನು ಮಿಲಿಟ್ರೀಲಿದ್ದೀಯಲ್ಲ, ನಮ್ಮ ಜೊತೆಗಿದ್ದರೆ ದೊಡ್ಡಗೌರವ' ಇನ್ನೊಬ್ಬ ಬಂದ ವಿಷಯವನ್ನು ದೃಢಪಡಿಸಿದ.

'ಮಿಲಿಟ್ರಿಯಲ್ಲಿರೋನು ನಾನು, ಹಂಗೆಲ್ಲ ಸ್ಟ್ರೈಕ್ ಮಾಡದು ತಪ್ಪಾಗುತ್ತೆ. ಸರ್ಕಾರಿ ಸೇವಕ, ದ್ರೋಹ ಬಗೆದರೆ ಬೂಡ್ಸುಗಾಲಲ್ಲಿ ಒದ್ದು ಒಳಗಾಕ್ತಾರೆ' ಅಂದು ಎಲ್ಲರ ಮುಖಗಳನ್ನು ನೋಡಿದ. ಇದಕ್ಕೇನಂತೀರಿ ನೀವೆಲ್ಲರೂ ಅನ್ನೋ ಥರ.

'ಅಲ್ದೇ ನಿಮ್ಮ ಪಾಂಪ್ಲೆಟ್‌ಗಳಲ್ಲೂ ಕೂಡ ನನ್ನ ಹೆಸ್ರು ಇದೆ ಅಂತ ಗೊತ್ತಾಯ್ತು, ಕಿತ್ತು ಹಾಕಿ. ಈ ಹೋರಾಟಗೀರಾಟ ಎಲ್ಲ ನಾನು ರಿಟೈರ್ಡ್ ಆದ್ಮೇಲೆ' ಆವಾಗಲಾದರೂ ಹೋರಾಟಕ್ಕಿಳಿಯುತ್ತಾನಲ್ಲ ಎಂದು ಅವರೊಳ ಗೊಬ್ಬ ನಿಟ್ಟುಸಿರುಬಿಡುತ್ತಿದ್ದಂತೆ, 'ರಿಟೈರ್ಡ್ ಆದ್ಮೇಲೆ ಕೂಡ ಮಾಡಲ್ಲ' ಅಂದು ಬಾಚಣಿಗೆಯಲ್ಲಿ ಪಾಪಡಿ ತಿದ್ದಿಕೊಂಡು ಸೈಕಲ್ ಹತ್ತಿದ.

'ಇನ್ನೊಂದ್ಸಲ ಯೋಚ್ನೆ ಮಾಡಿ ನೋಡು' ಹಿರಿಯನೊಬ್ಬನ ಸಮಯೋಚಿತ ಮಾತಿಗೆ, 'ನಡಿಯಲೇ ಬಾಂಚೋತ್' ಅಂದುಬಿಟ್ಟ. ಈ

ಅಹಂಕಾರದ ನನ್ಮಗ ಹೇಗೂ ಹೋರಾಟದಲ್ಲಿ ಭಾಗವಹಿಸುವುದಿಲ್ಲ ಅನ್ನುವುದು ಖಾತ್ರಿ ಮಾಡಿಕೊಂಡೇ ಬಂದಿದ್ದರೋ ಏನೋ, ಒಳಗೊಳಗೆ ಗುಸುಗುಸು ಮಾತಾಡಿಕೊಂಡರು. ಅನಾಮತ್ತಾಗಿ ಸೈಕಲ್‌ನಿಂದ ಬಬ್ಲೂನನ್ನು ಕೆಡವಿಕೊಂಡು ಬಾಯಿಂದ ಮಾತು ಹೊರಡದಂತೆ ತದುಕಿದರು. ಕಿರುಚಿದರೆ ಮತ್ತಷ್ಟು ಹೊಡೆಯುತ್ತಾರೆ ಎಂದು ಕಣ್ಣುಗಳನ್ನು ಅಗಲಿಸಿ, ಕೈಗಳನ್ನು ಉದ್ದಕೆ ನೀಟಿ ಹೆಣದಂತೆ ನಟಿಸಿದ. ಈ ಅವಸ್ಥೆಯಲ್ಲಿ ತನ್ನನ್ನು ಆ ಆರೆಂಜ್ ಹುಡುಗಿಯರ ಗುಂಪು ನೋಡಿದರೆ ಗತಿಯೇನೆಂದು ಯಾತನೆಪಟ್ಟನಷ್ಟೇ.

ಎಂದೂ ನಗದವಳು ಆ ಗಳಿಗೆ ಗುರ್ರಮ್ಮ ತನ್ನ ಮಕ್ಕಳನ್ನು ಆ ಆರೆಂಜ್ ಗೋಡೆಯ ಮುಂದೆ ಕುಳ್ಳಿರಿಸಿಕೊಂಡು ನಗತೊಡಗಿದಳು. ಚಪ್ಪಾಳೆ ಹಾಕಿ ಕೊಂಡು ಕೇಕೆಯಾಕಲು ಆರಂಭಿಸಲು, ಮಕ್ಕಳೆಲ್ಲರೂ ಅವಳ ಜೊತೆ ಕೈಗೂಡಲು ಬಬ್ಲೂ ಮುಖಮೂತಿ ಊದಿಸಿಕೊಂಡು ಬಾಗಿಲಿನಲ್ಲಿ ಬಂದು ನಿಲ್ಲಲು ಒಂದೇ ಆಯಿತು. ಗುರ್ರಮ್ಮ ಎಂಡ್ ಸನ್ಸ್‌ಗೆ ಆಚೆಯಿಂದ ಮನೆಯೊಳಕ್ಕೆ ಏರುತ್ತಾ ನಿಂತ ನೆರಳಿನಾಕೃತಿ ಯಾರದ್ದೆಂದು ಗೊತ್ತಾಗಲಿಲ್ಲ. ಡ್ಯೂಟಿ ಸಮವಸ್ತ್ರ ಹರಿದು ಜೋತಾಡುತ್ತಿತ್ತು, ತಲೆಗೂದಲು ಕೆದರಿಕೊಂಡು ಮಣ್ಣಾಗಿತ್ತು. ಗುರ್ರಮ್ಮನಿಗೆ ಇವನನ್ನು ಎಲ್ಲೋ ನೋಡಿದ ನೆನಪಾಗಿ ಅವನ ಮುಂದೆ ಬಂದು ಅವನನ್ನೇ ದಿಟ್ಟಿಸುತ್ತಾ, 'ನೀನು ಕರ್ಡಿ ಆಡ್ಸೋನು ತಾನೇ?' ಅನುಮಾನಾಸ್ಪದವಾಗಿ ಕೇಳಿದಳು. ಮೂವರು ಮಕ್ಕಳು ಅವನ ದೊಗಳೆ ಚೆಡ್ಡಿಯನ್ನು ಎಳೆದವು, ದೋಟಿಯಿಂದ ಸೀಮೆಹುಣಸೆ ಕೀಳುವಂತೆ. ಆಗ ಎಳೆಯುವಾಗ ಏನು ನೋಡಿದವೋ ಏನೋ ಗಾಬರಿಗೊಂಡು ದೂರ ಸರಿದು ನಿಂತವು. ಗುರ್ರಮ್ಮ ಸೊಂಟದಲ್ಲಿ ಸಿಕ್ಕಿಸಿಕೊಂಡಿದ್ದ ಚೀಲ ಎಳೆದುಕೊಂಡು ಹೊಗೆಸೊಪ್ಪು ಹೊಸಕಿ ದವಡೆಗಿಟ್ಟುಕೊಂಡಳು.

'ನಾನು ಬಬ್ಲೂ...' ತನ್ನ ಹೆಂಡತಿ ಮಕ್ಕಳೆದುರು ವಿಧಿಯಿಲ್ಲದೆ ನಿವೇದಿಸಿ ಕೊಂಡ.

ಗುರ್ರಮ್ಮ ಆ ಸ್ವಭಾವದವಳೇ, ಯಾರು ಎಂದು ತನ್ನರಿವಿಗೆ ಬರದೇ ಹೋದರೆ ಪೊರಕೆ, ಲಟ್ಟಣಿಗೆಯಲ್ಲಿ ಜಾಡಿಸಿಬಿಡುವ ಗಯ್ಯಾಳಿ, ಆದರೆ ಮುಗ್ಧತೆಯ ಹಸಿವಿನವಳು. ತನ್ನ ಕುಟುಂಬದೆದುರು ಅತ್ತು, ಗೋಳಾಡ ಬೇಕೆಂದು ಬಂದಿದ್ದವನ ಯೋಜನೆಗಳು ತಲೆಕೆಳಗಾದವು. ಗುರ್ರಮ್ಮ ಎಂಡ್ ಸನ್ಸ್ ಮನೆ ಚಾವಣಿ ಕಿತ್ತು ಹೋಗುವಂತೆ ಅಳತೊಡಗಿದರು. ಒಬ್ಬೊಬ್ಬರನ್ನಾಗಿ ಸಮಾಧಾನಿಸಿ ಎಲ್ಲರನ್ನೂ ಮಲಗಿಸಿ, ತನ್ನ ಪಾಡು ಇದು ಎಂದು ಆರೆಂಜ್ ಗೋಡೆ ಕಡೆ ತಿರುಗಿಕೊಂಡ. ತನ್ನ ಜಾತಿಯವರು ತನ್ನನ್ನು ಹೊಡೆದಿದ್ದು ತನ್ನ

ಮೈಮೇಲಿನ ಗಾಯಗಳು ಉರಿಯುವುದರಿಂದ ನೆನಪಿಗೆ ಬಂತು. ಡ್ಯೂಟಿಬಟ್ಟೆ ಮೇಲಿದ್ದೋನ ಮೇಲೆ ಹಲ್ಲೆ ಮಾಡಿದರು ಅಂತ ಕಂಪ್ಲೇಂಟ್ ಕೊಟ್ಟರೆ ಹೇಗೆ? ಎಷ್ಟಾದರೂ ತನ್ನ ಜಾತಿಯವರು ತಾನೆ ಅಂತ ಏನೋ ಭಾವುಕತೆ ಉಕ್ಕಿ ಮಲಗಿದಲ್ಲೇ ನುಲಿಯತೊಡಗಿದ.

'ಕ್ಯಾಂಪ್‌ನಲ್ಲಿ ಯಾವುದಾದರೂ ಸಿನಿಮಾ ತೋರಿಸೂ...' ಇದು ಗುರ್ರಮ್ಮನ ಬಹುಕಾಲದ ಬಯಕೆ. ಮಿಲಿಟರಿ ಕ್ಯಾಂಪ್‌ನಲ್ಲಿ ಹಿಂದಿ ಸಿನಿಮಾಗಳನ್ನಷ್ಟೇ ತೋರಿಸುವುದು, ಅಪರೂಪಕ್ಕೆ ತಮಿಳು, ಮಲಯಾಳ. ಮಳೆಯಲ್ಲಿ ಮೊಲೆ ಬಿಚ್ಚಿಕೊಂಡು ಕುಣಿಯುವ ನಾಯಕಿಯ ವಾಲ್‌ಪೋಸ್ಟರ್ ತೋರಿಸಿ, 'ಇಲ್ನೋಡು' ಅಂದಿದ್ದಕ್ಕೆ, 'ಥೂ, ಬೇಡ ಹೋಗು' ಮುಖ ತಿರುಗಿಸಿಕೊಂಡಳು.

ಗುರ್ರಮ್ಮ ಸ್ಯಾಕ್ಸಫೋನ್ ವಾದಕಿ. ಮದುವೆಗೆ ಮುಂಚೆ ತನ್ನ ತಂದೆ ಮತ್ತು ಸಹೋದರರೊಂದಿಗೆ ಕಚೇರಿಗೆ ಹೋಗುತ್ತಿದ್ದಳು. ಬಬ್ಲೂನನ್ನು ಕೈಹಿಡಿದ ಮೇಲೆ ಒಂದೆರಡು ಕಾರ್ಯಕ್ರಮಕ್ಕೆ ಹೋಗಿಬಂದಳು. ಆಮೇಲೆ ಅದೇನಾಯ್ತೋ ಅವಳೇ ಸ್ವಇಚ್ಛೆಯಿಂದ ಕಚೇರಿಗೆ ಹೋಗುವುದನ್ನು ನಿಲ್ಲಿಸಿದಳು. ಯಾಕೆ ಅಂತ ಬಬ್ಲೂ ಅವಳನ್ನು ಕೇಳಲಿಲ್ಲ, ಅವಳೂ ಕಾರಣ ಹೇಳುವ ಗೋಜಿಗೆ ಹೋಗಲಿಲ್ಲ. ಅವನ್ಯಾರೋ ಇವಳ ಹಳೆಯ ಪ್ರಿಯಕರ ನಂತೆ, ಹೆಸರು ಗೋಪಾಲ. ಮುಖದಲ್ಲೆಲ್ಲ ದದ್ದಗಳೆದ್ದು ನೋಡಲು ವಿಕಾರ ವಾಗಿದ್ದಾನೆ! ಆವೊತ್ತು ವಿಜಯಪುರದಲ್ಲಿ ಕಚೇರಿ ನಡೆಸಿಕೊಡಬೇಕಾಗಿತ್ತು. ಅಲ್ಲಿಗೆ ಇವನು ಬಂದಿದ್ದ. ಇವಳ ಮೇಲೆ ಅದೆಂತಹಾ ದ್ವೇಷ ಇಟ್ಟು ಕೊಂಡಿದ್ದನೇನೋ, ಒಂಟಿಯಾಗಿ ಸಿಕ್ಕವಳನ್ನು ಮಾತೂ ಆಡಿಸದೆ ಕಚೇರಿ ನಡೆಸುವಾಗ ತಂಟೆ ಕಿತ್ತಿದ್ದ. ಗುರ್ರಮ್ಮ ಏನು ಮಾಡಿಯಾಳು, ಇವನನ್ನು ರೇಗಿಸಲು ಸ್ಯಾಕ್ಸಫೋನನ್ನು ಇವನ ಮುಖದ ಮೇಲೆ ಇಟ್ಟು ತೆಗೆಯುತ್ತಿದ್ದಳು. ಕೆರಳಿದ ಗೋಪಾಲ ಇವಳ ಕೈಯಿಂದ ಸ್ಯಾಕ್ಸಫೋನ್ ಕಿತ್ತುಕೊಂಡು ಇವಳ ಹೊಕ್ಕಳಿಗೆ ತಿವಿದು, ಗಡಿಗೆ ಮಜ್ಜಿಗೆ ಗಟಗಟನೆ ಕುಡಿದು ಎಲ್ಲರೆದುರಿಗೆ ವಾಂತಿ ಮಾಡಿಕೊಂಡ.

ಗುನುಗುವ ಸಂಜೆ ಬಬ್ಲೂನಲ್ಲಿ ಕಾಂತಿ ತಂದಿತು. ಬಣ್ಣಗಳಿಂದ ಸದಾ ಕಂಗೊಳಿಸುವ ಬೋಗನ್‌ವಿಲ್ಲಾ ಹಾದಿಗಿಳಿದು ಫುಟ್‌ಬಾಲ್ ಮೈದಾನಕ್ಕೆ ಬಂದ. ಮಿಲಿಟರಿ ಅಧಿಕಾರಿಗಳು ಕಣಕ್ಕಿಳಿದಿದ್ದರು. ಮೆಟ್ಟಿಲಿನ ಮೇಲೆ ಕುಳಿತು ಕೊಂಡು ಸುತ್ತ ಕಣ್ಣಾಡಿಸಿದ. ಆರೆಂಜ್ ಹುಡುಗಿಯರ ಗುಂಪು ಅಷ್ಟುದೂರ ದಲ್ಲಿ ಕುಳಿತು ಎಂದಿನ ನಗು, ಕೇಕೆಯಲ್ಲಿ ನಿರತವಾಗಿತ್ತು. ಮೈಮನ ಕೆಣಕ

ತೊಡಗಿತು, ಎದ್ದು ಕುಳಿತು ಮಾಡುತ್ತಾ ಅವರ ಬಳಿ ತಲುಪಿದ. ತಲೆ ಕೆರೆದುಕೊಳ್ಳುತ್ತಾ ಮಿಲಿಟರಿ ವಾತಾವರಣ ಮರೆತು ಹೊಲಸು ಎಬ್ಬಿಸತೊಡಗಿದ. ಅವರನ್ನು ಮಾತಿಗೆಳೆದು ಸುಮ್ಮನೆ ತನಗೆತಾನೆ ಚಪ್ಪಾಳೆ ಹೊಡೆಯುವುದು, ಹಲ್ಲು ಕಿರಿಯುವುದು, ಪ್ಯಾಂಟ್ ಒಳಗೆ ಕೈ ತೂರಿಸುವುದು ಮಾಡತೊಡಗಿದ. ಅವರಲ್ಲೊಬ್ಬಳು ಬಬ್ಲೂನ ತಲೆಗೆ ಬಾಲ್ ಬಡಿದು, 'ಹಾಯ್, ಬಬ್ಲೂ ಅಂಕಲ್...' ಆತ್ಮೀಯವಾಗಿ ವಿಚಾರಿಸಿದಳು. ಕರಿನೆರಳು ಸುಳಿದಂತಾಯಿತು. ಆ ಹುಡುಗಿಯರ ಓಲಾಡುವ ಮುಂಗುರುಳು ಚಂಡಮಾರುತದಂತೆ ಬಬ್ಲೂನೊಳಗೆ ಹುಯ್ಯಿಲಿಡತೊಡಗಿತು. ಅವರ ಫ್ರಾಕ್‌ಗಳು ಕಿರುಗಾಳಿಗೆ ತುಯ್ದು ಮೇಲಕ್ಕೆ ಹಾರಾಡತೊಡಗಿದವು, ನಾಚಿಕೆಯಿಂದ ತಲೆತಗ್ಗಿಸಿದ. ಹುಡುಗಿಯೊಬ್ಬಳ ತೊಡೆಯನ್ನು ಅಮುಕಿಬಿಟ್ಟ, ಇದರ ಹೊರತಾಗಿ ಈ ಎಲ್ಲ ಹೋರಾಟ, ಪ್ರತಿಭಟನೆ ತೊಳೆಗಳೇ ಇಲ್ಲದ ಒಣಸಿಪ್ಪೆ ಎಂದು ಕೂಗಬೇಕೆನಿಸಿತು. ಏಕಾಏಕಿ ಬೆನ್ನಿನ ಮೇಲೆ ಬಿದ್ದ ಬೂಟು ಏಟಿಗೆ ಬಬ್ಲೂ ತತ್ತರಿಸಿದ, ಹಿಂದೆ ನಿಂತಿದ್ದ ಮರವೊಂದು ಉರುಳಿ ತನ್ನ ಮೇಲೆ ಬಿದ್ದಿರಬಹುದೇ ಎಂದು ಕಂಗಾಲಾದ. ತಿರುಗಿ ನೋಡಿದ, ರಾಕ್ಷಸ ರೂಪದ ಸೈನಿಕ ಕಂಡ. ಅಳು ಒತ್ತರಿಸಿ ಬಂತು. 'ಬಾಸ್ಟರ್ಡ್...' ಎಂದು ಮತ್ತೊಮ್ಮೆ ಒದ್ದು, ದರದರನೆ ಎಳೆದುಕೊಂಡು ಜೀಪಿಗೆ ತಳ್ಳಿದ.

ವಿಚಾರಣೆ ಕೋಣೆಯಲ್ಲಿ ಬಬ್ಲೂನನ್ನು ಕುಳ್ಳಿರಿಸಲಾಗಿತ್ತು, ಮೈಮೇಲೆ ತುಂಡು ಉಡುಪೂ ಇರಲಿಲ್ಲ. ಸೈನಿಕ ಒದ್ದ ಏಟುಗಳು ಕೆಂಡದಂತೆ ಉರಿಯುತ್ತಿದ್ದವು. ಮೇಲಧಿಕಾರಿ ಬಂದು ಕುಳಿತು ಬಬ್ಲೂನನ್ನೇ ದಿಟ್ಟಿಸುತ್ತಾ, 'ನಿಂತ್ಕೋ, ಸೂಳೆಮಗ್ನೇ' ಗದುಮಿದ. ಉದ್ದಗಿನ ಆಸಾಮಿ ಬಬ್ಲೂ, ತನ್ನ ಮರ್ಮಾಂಗವನ್ನು ಮರೆಮಾಚಿಕೊಳ್ಳಲೆತ್ನಿಸಿದ. ಆಕ್ರೋಶದಿಂದ ಕುದಿಯತೊಡಗಿದ ಅಧಿಕಾರಿಯ ಕಣ್ಣುಗಳನ್ನು ಅರ್ಥೈಸಿಕೊಂಡು ನಿಂತ. ಅದೃಷ್ಟ ಎಂದರೆ ಹೀಗಿರಬೇಕೇನೋ. ಈ ಅಧಿಕಾರಿಯ ಮಗ ಬಬ್ಲೂನಿಂದ ಹೇರ್ ಕಟ್ಟಿಂಗ್ ಮಾಡಿಸಿಕೊಂಡು ಮಾಡೆಲಿಂಗ್ ಕ್ಷೇತ್ರದಲ್ಲಿ ಪಾದಾರ್ಪಣೆ ಮಾಡಿ ಮಿಂಚತೊಡಗಿದ್ದ. ಈ ವಿಚಾರವನ್ನು ಈ ಅಧಿಕಾರಿ ಇವನೊಂದಿಗೆ ಹೆಮ್ಮೆಯಿಂದ ಹಂಚಿಕೊಂಡಿದ್ದ ಮತ್ತು ಸೀಸೆ ರಮ್ ಭಕ್ಷೀಸು ನೀಡಿ ಸತ್ಕರಿಸಿದ್ದ. ಆ ಋಣವಿದ್ದದ್ದರಿಂದ ಅಧಿಕಾರಿ ಇವನಿಗೆ ಯಾವ ಶಿಕ್ಷೆಯನ್ನೂ ಪ್ರಕಟಿಸದೆ, ಎಚ್ಚರಿಕೆ ನೀಡಿ ಬಿಟ್ಟುಬಿಟ್ಟ.

ಪರೀಕ್ಷೆಗಳು ಮುಗಿದು, ಫಲಿತಾಂಶ ಹೊರಬಿದ್ದು ಆರೆಂಜ್ ಹುಡುಗಿಯರು ತಮ್ಮತಮ್ಮ ರಾಜ್ಯಗಳಿಗೆ ಹಿಂದಿರುಗಿದ ವಿಷಯ ಬಬ್ಲೂಗೆ ಗೊತ್ತಾಯಿತಾದರೂ

ದುಃಖಿಸುವಂತೆಯೂ ಇರಲಿಲ್ಲ. ಬೋಗನ್‌ವಿಲ್ಲಾ ರಸ್ತೆ ಕ್ರಮೇಣ ಕಳೆಗುಂದ ತೊಡಗಿತು ಬಬ್ಲೂನೊಳಗೆ... ಹೆಂಡತಿಯ ಒತ್ತಾಯದ ಮೇರೆಗೆ ಬಬ್ಲೂ ಹಿರಿಮಗನನ್ನು ಮಿಲಿಟರಿ ಸ್ಕೂಲಿಗೆ ಸೇರಿಸಲು ಮುಂದಾದ. ಗುರ್ರಮ್ಮ ತನ್ನ ಮಗ ಇಂಗ್ಲಿಷ್ ಕಲಿಯುತ್ತಾನೆ ಎಂದು ನೆರೆಹೊರೆಯವರಲ್ಲಿ, ಬಂಧು ಬಳಗದವರಲ್ಲಿ ಬೀಗಿದಳು. 'ನಿನ್ನಂಥೋರಿಗೆ ಸೀಟು ಕೊಡೋದಕ್ಕೆ ಆಗೋಲ್ಲ' ಅಂತ ಗುಮಾಸ್ತ ಸೀಟು ಕೇಳಲು ಬಂದ ಬಬ್ಲೂನನ್ನು ನಿಂದಿಸಿದ. ಗುರ್ರಮ್ಮ ಗುರಾಯಿಸುವ ರೀತಿಗೆ ಅವನು ಕನಲಿ, ಟೈಪ್‌ರೈಟರ್ ಕೀಗಳನ್ನು ದಡಬಡ ಎಂದು ಕ್ಷುದ್ರವಾಗಿ ಬಡಿಯತೊಡಗಿದ. ನಾಲ್ಕೈದು ಕೀಲಿಗಳು ಕಿತ್ತುಕೊಂಡು ಹಾರಿ ಎಲ್ಲೆಲ್ಲೋ ಬಿದ್ದವು. ಬಬ್ಲೂ ಆಯ್ದುಕೊಟ್ಟ. ಮಿಲಿಟರಿಯಲ್ಲಿ ಕೆಲಸ ಮಾಡುವವನಿಗೆ ಯಾವ ದರ್ಜೆಯ ಹುದ್ದೆಯೇ ಇರಲಿ, ಅವರ ಮಕ್ಕಳಿಗೆ ಸೀಟು ಕೊಡುವುದು ನಿಯಮ. ಇವನ್ಯಾಕೆ ಹೀಗೆಲ್ಲ ಮಾತಾಡ್ತವುನೆ? 'ಮಿಲಿಟ್ರೀಲಿ ಯಾವುದೇ ಕೆಲ್ಸ ಆಗ್ಬೇಕಾದ್ರು ಹೆಂಡ್ತೀನ ಮುಂದಕ್ಕೆ ಬಿಡ್ಬೇಕು' ಸಹದ್ಯೋಗಿಯೊಬ್ಬ ಯಾವುದೋ ಇಂಥದೇ ಸಂದರ್ಭದಲ್ಲಿ ಹೇಳಿದ್ದು ಜ್ಞಾಪಕಕ್ಕೆ ಬಂತು. ಬಬ್ಲೂಗೆ ಇದೆಲ್ಲ ಗೊತ್ತಿಲ್ಲದೆ ಏನಿಲ್ಲ. ಗುರ್ರಮ್ಮಳನ್ನು ಒಮ್ಮೆ ನೋಡಿದ. ಕಾಳುಕಡ್ಡಿ, ಮೀನುಮಾಂಸ, ಹೊಗೆಸೊಪ್ಪು ಬುಕ್ಕುವ ಹೆಣ್ಣು. ನಶೆಯೇರಿಸುವ ಮೈಮಾಟ, ಅಂಥಾ ಸುಂದರಿಯೇನಲ್ಲ. 'ಥೂ' ಎಂದು ತನ್ನ ಮುಖಕ್ಕೆ ತಾನೇ ಉಗಿದುಕೊಂಡು, ಮೇಲಿನಧಿಕಾರಿಯನ್ನು ಕಂಡು ಮಾತಾಡಿದರಾಯಿತು ಎಂದು ದೃಷ್ಟಿ ತಪ್ಪಿಸಿದ.

ಗುರ್ರಮ್ಮ ಎಂಡ್ ಸನ್ಸ್ ಜೊತೆ ಬಬ್ಲೂ ಮೇಲಿನಧಿಕಾರಿಯನ್ನು ಸಂದಿಸಿ, ತನ್ನ ಜಾತಿಯನ್ನು ನಿಂದಿಸಿ ಅವಮಾನಿಸಿದ ಎಂದು ಗುಮಾಸ್ತನ ಮೇಲೆ ಹಿಂದಿಯಲ್ಲಿ ದೂರು ಕೊಟ್ಟ. ಗುರ್ರಮ್ಮ ತನ್ನ ಹೊಕ್ಕಳಿಗೆ ಸಿಕ್ಕಿಸಿಕೊಂಡಿದ್ದ ಹೊಗೆಸೊಪ್ಪು ಚೀಲವನ್ನು ದಬಾಯಿಸಿ ಹೊರಕ್ಕೆ ಎಳೆದುಕೊಂಡಳು. ಆ ರಭಸಕ್ಕೆ ಸೀರೆ ಕಳಚಿಕೊಂಡಿತೇನೋ ಹಾಗೆ ಆ ಕುಚ್ಚನ್ನು ಹಿಡಿದುಕೊಂಡು ಒಳಕ್ಕೆ ತುರುಕಿಕೊಂಡಳು. ಬಲಗೈ ತಲುಪಿದ ಆಳ ಮೇಲಧಿಕಾರಿಯೊಳಗೆ ಇಳಿಯಿತು. ಮೂರ್‍ನಾಲ್ಕು ಸಲ ಹಾಗೆ ಮಾಡಿದಳು. ಆ ಕೂಡಲೇ ಗುಮಾಸ್ತನನ್ನು ಕರೆಸಿ ಸಣ್ಣ ಪ್ರಮಾಣದ ಶಿಕ್ಷೆ ಪ್ರಕಟಿಸಿ ನೋಟೀಸ್ ಜಾರಿ ಮಾಡಿದ. ಮಗುವಿಗೆ ಸೀಟು ಕೊಡುವ ಭರವಸೆ ಅಂತೂ ಕೊಟ್ಟ, ಗುರ್ರಮ್ಮನ ಹಿಂಡಲೆಯುವ ಮೊಲೆಗಳನ್ನು ಆ ಅಧಿಕಾರಿ ನೋಡಲು ಹಿಂಜರಿಯಲಿಲ್ಲ. ಮತ್ತು ಅವರಿಬ್ಬರೂ ಯಾವುದೋ ಒಪ್ಪಂದವೊಂದನ್ನು ಮೌನದಿಂದಲೇ ಒಪ್ಪಿಕೊಂಡಂತಿತ್ತು. ಮಾತಿನಲ್ಲೂ ಸಾಧ್ಯವಾಗದ, ಏರ್ಪಡದ ನಿರ್ಧಾರ ಅದು!

ಹಿರಿಯ ಅಧಿಕಾರಿ ಎದುರಿಗೆ ತಲೆ ಎತ್ತಿ ನಿಲ್ಲುವಂತಿಲ್ಲವಾದ್ದರಿಂದ ಬಬ್ಲೂ ಆ ಕ್ಷಣಕ್ಕೆ ಕುರುಡನಾಗಿದ್ದ.

ಬಬ್ಲೂ ಮತ್ತೆ ಬೋಗನ್‌ವಿಲ್ಲಾ ರಸ್ತೆಯಲ್ಲಿ ಆರೆಂಜ್ ಹುಡುಗಿಯರಿಗಾಗಿ ಕಾಯುವ ಪರಿಪಾಠವಿಟ್ಟುಕೊಂಡ. ಆದರೆ ಮೊದಲಿನ ಹುಮ್ಮಸ್ಸು ಇರಲಿಲ್ಲ, ರೋಗದ ಛಾಯೆ ಇತ್ತಷ್ಟೇ. ಅದನ್ನು ಕಳೆದುಕೊಳ್ಳಬೇಕಾಗಿತ್ತಷ್ಟೇ. ಅವರು ನಡೆದಾಡಿದ, ಆಟವಾಡಿದ, ಮೂತ್ರಕ್ಕೆ ಕುಳಿತ ಜಾಗದಲ್ಲೆಲ್ಲ ಓಡಾಡುತ್ತಾ ನಲಿದ. ಆ ರಸ್ತೆಗೆ ಬಿದ್ದರೆ ಸಾಕು ಹೃದಯ ಹಿಂಡಿದಂತಾಗುತ್ತಿತ್ತು. ಅವರ ನೆನಪಿನಲ್ಲಿ ಬಸವಳಿದು ದೊಣ್ಣೆಕ್ಯಾತನಂತಾಗಿ ಹೋಗಿದ್ದ. ಕ್ಷೌರಿಕ ಸಂಘದವರ ಚಳುವಳಿ ಬಸವನಹುಳುವಿನಂತೆ ತೆವಳುತ್ತಿತ್ತು. ಬಬ್ಲೂವಿಗೆ ಗೊತ್ತಿಲ್ಲದಂತೆ ಗುರ‍್ರಮ್ಮನೂ ಒಂದು ಸಮಾವೇಶಕ್ಕೆ ಸ್ಯಾಕ್ಸಫೋನ್ ನುಡಿಸಿಬಂದಿದ್ದಳು. ಗೋಪಾಲ ತನ್ನ ಕೈಯಿಂದ ಸ್ಯಾಕ್ಸಫೋನ್ ಕಿತ್ತುಕೊಂಡು ಮತ್ತೊಮ್ಮೆ ಆ ದುಸ್ಸಾಹಸಕ್ಕೆ ಮುಂದಾಗುತ್ತಾನೇನೋ ಎಂಬ ಆಸೆಯೂ ಇತ್ತು. ದುರದೃಷ್ಟವಶಾತ್ ಆದರೆ ಅದಾಗಲಿಲ್ಲ. ಮನೆಯಲ್ಲಿ ಯಾರಾದರೊಬ್ಬರು ಜಾತಿ ಸಂಘಟನೆಗಳಲ್ಲಿ ಕಾಣಿಸಿಕೊಂಡರೆ ಮುಂದಕ್ಕೆ ಏನಾದರೂ ಕೇಳಲು ಅಧಿಕಾರ, ಹಕ್ಕು ಇರುತ್ತದೆ. ಆದರೆ ಬಬ್ಲೂ ಅವರೆದುರಿಗೆ ಅವರನ್ನು ಕೆಣಕುತ್ತಾ ಎದೆಯುಬ್ಬಿಸಿ ನಡೆದಾಡುತ್ತಿದ್ದ. ಇತ್ತ ಯಾವುದಾದರೂ ಷಡ್ಯಂತ್ರ ರೂಪಿಸಿ ಇವನನ್ನು ಖೆಡ್ಡಾದಲ್ಲಿ ಬೀಳಿಸಬೇಕು ಎಂದು ಸಂಘದವರು ಹೊಂಚು ಹಾಕುತ್ತಿದ್ದರು.

ಪಾಲನಹಳ್ಳಿ ಕೆರೆ ದಡದ ಮೇಲಿಂದ ಕಟ್ಟಿಗೇನಹಳ್ಳಿಗೆ ಯಾವುದೋ ಕೆಲಸದ ಮೇಲೆ ಸೈಕಲ್ ತುಳಿದುಕೊಂಡು ಸಾಗುತ್ತಿದ್ದ. ಹಳ್ಳಿ ಮುಳುಗಿ ಹೋಗುವಂತೆ ಮಳೆ ಬೀಸಾಡಿತ್ತು. ನೀಲಗಿರಿಮರಗಳು ಹಾದಿಗಡ್ಡವಾಗಿ ಬಿದ್ದಿದ್ದವು. ಗ್ರಾಮದ ಮಕ್ಕಳು ನೀಲಗಿರಿರೆಕ್ಕೆಗಳನ್ನು ಕಡಿದು ಹೊರೆ ಕಟ್ಟುತ್ತಿದ್ದರು. ಕೆಲವು ಪೋಲಿಗಳು ದೊಡ್ಡತುಂಡಿನ ಮೇಲೆ ಓಡಾಡುತ್ತಾ ಗದ್ದಲ ಎಬ್ಬಿಸುತ್ತಿದ್ದವು. ಬಬ್ಲೂ ಆ ತುಂಡಿನ ಹತ್ತಿರ ಬರುತ್ತಿದ್ದಂತೆ ಅವರಲ್ಲೊಬ್ಬ ಹುಡುಗ ಅವನ ಮೇಲೆ ಬಿದ್ದುಬಿಟ್ಟ. 'ಏಯ್' ಕಿರುಚಿಕೊಳ್ಳುತ್ತಾ ದಡದಿಂದ ಜಾರಿ ಸೈಕಲ್ ಸಮೇತ ಬಬ್ಲೂ ಕೆರೆ ಮಗ್ಗುಲಿನ ಕೆಸರಿನಲ್ಲಿ ಹೂತುಹೋದ. ಹುಡುಗರೆಲ್ಲ ದಡದಲ್ಲಿ ನಿಂತು ಆ ಚಿತ್ರ ನೋಡಿ ಕೇಕೆಯಾಕುತ್ತಾ ನೀಲಗಿರಿ ತೋಪು ಹೊಕ್ಕರು. ತನ್ನ ಜನಾಂಗದವರ ಕುಮ್ಮಕ್ಕೇ ಇರಬೇಕು ಅಂದು ಬಬ್ಲೂ ಹಲ್ಲು ಮಸೆಯುತ್ತಾ ಕೆಸರಿನಿಂದ ಎದ್ದು ಬಂದು ಆ ಹುಡುಗರನ್ನು ಹುಡುಕಾಡಿದ, ತೋಪಿನೊಳಗೆ ನಿಂತು ಹಂಗಿಸುತ್ತಿದ್ದರು.

ಇತ್ತ ರಜೆಗಳು ಕಳೆದು ಸ್ಕೂಲು ಪ್ರಾರಂಭವಾಯಿತು. ಕ್ಯಾಂಪ್ ಗೇಟಿನಲ್ಲಿ

ಆರೆಂಜ್ ಹುಡುಗಿಯರಿಗಾಗಿ ಹಂಬಲಿಸಿ, ದಣಿದು ನೀರಾದ. ಹೊಸ ಹುಡುಗ ಹುಡುಗಿಯರು ಕಾಣಿಸಿದರಾದರೂ ಅವರೆಲ್ಲರೂ ಹೊಸಬರಾಗಿದ್ದರು. ಆರೆಂಜ್ ಹುಡುಗಿಯರ ತಂದೆಯರಿಗೆ ವರ್ಗಾವಣೆಯಾಗಿದ್ದರಿಂದ ಅವರು ಬೇರೆಬೇರೆ ರಾಜ್ಯಗಳಿಗೆ ಚದುರಿಹೋಗಿದ್ದರು. ಅವರು ಬಳಸಿ ಮುಳ್ಳುಬೇಲಿಗಳ ಮೇಲೆ ಬಿಟ್ಟುಹೋದ ಅವರ ನೀಲಿ ಮತ್ತು ಬಿಳಿಸಮವಸ್ತ್ರಗಳ ಮುಂದೆ ನಿಂತ, ಕಣ್ಣು ಗಳಲ್ಲಿ ನೀರು ಹನಿಗೂಡಿ ತೊಟ್ಟಿಕ್ಕಿದವು. ಅವರ ನೆನಪುಗಳಷ್ಟೇ ಅಲ್ಲಲ್ಲಿ ತೇಲ ತೊಡಗಿದವು. ಹೊಸ ಹುಡುಗಿಯರು ಬಂದು ತನ್ನ ಎದೆ ತುಂಬಿಕೊಳ್ಳುತ್ತಾರೆ ಎಂಬ ಅದಮ್ಯ ಆಸೆಯಲ್ಲಿ ಹೃದಯವನ್ನು ಕಲ್ಲಾಗಿಸಿಕೊಳ್ಳುವ ಭಂಡತನಕ್ಕೆ ಮುಂದಾಗಲಿಲ್ಲ.

ಡ್ಯೂಟಿಗೆ ಹೋಗುವಾಗ ಆನೆಕಿವಿ ಮಗನನ್ನೂ ಜೊತೆಗೆ ಕರೆದುಕೊಂಡು ಹೋಗಿ ಸ್ಕೂಲಿಗೆ ಬಿಡುವುದು, ಮಧ್ಯಾಹ್ನ ಊಟಕ್ಕೆ ಬರುವಾಗ ಕರೆತರುವುದು ಬಬ್ಲೂಗೆ ಹಿಂಸೆಯಾಗತೊಡಗಿತು. ಆದರೆ ಮಗನನ್ನು ಪ್ರೀತಿ, ಮಮತೆಯಿಂದ ಕಾಣಲೇಬೇಕಿತ್ತು. ಬಬ್ಲೂಗೆ ಕ್ಯಾಂಪ್‌ನಲ್ಲಿ ವಿಪರೀತ ಕೆಲಸವಿರುವ ದಿನಗಳಲ್ಲಿ ಮಗನನ್ನು ಸ್ಕೂಲಿಗೆ ಬಿಡಲಾಗುತ್ತಿರಲಿಲ್ಲ. ಗುರ್‍ರಮ್ಮನೇ ಮಗುವನ್ನು ಸ್ಕೂಲಿಗೆ ಬಿಡತೊಡಗಿದ್ದು ಬಬ್ಲೂನಲ್ಲಿ ಅಚ್ಚರಿ ಮೂಡಿಸಿತಾದರೂ ಆ ಸಂಗತಿಯನ್ನು ಅಲ್ಲಿಗೇ ಮರೆತ.

ಜಡಿಮಳೆ ಹನಿಯುವ ಬೆಳಿಗ್ಗೆ ಕ್ಯಾಂಪ್ ರಸ್ತೆಯಲ್ಲಿ ಮಗನನ್ನು ಕರೆತರುವಾಗ ಮುಂದಿನ ಚಕ್ರಕ್ಕೆ ನರುಜುಗಲ್ಲು ಸಿಕ್ಕಿ, ಆರೆಂಜ್ ಹುಡುಗಿಯರ ನೆನಪಿನಲ್ಲಿ ಜಾರಿಬಿದ್ದ. ಮಗುವಿನ ಮೊಣಕಾಲಿಗೆ ಗಾಯವಾಯಿತು. 'ಅಪ್ಪು ತಾನೆ, ಹೋಗ್ಲಿಬಿಡೂ ವಯಸ್ಸಾಯ್ತು' ತಂದೆ ಮೇಲೆ ಚಾಡಿ ಹೇಳಿದ ಮಗುವಿಗೆ ಗುರ್‍ರಮ್ಮ ಸಾಂತ್ವನ ಹೇಳಿದಳು. ನಗುತ್ತಾ ಸೈಕಲ್‌ಅನ್ನು ಗೋಡೆಗೆ ವಾಲಿಸಿ ಒಳಕ್ಕೆ ಬಂದ. ಏನೋ ತಡೆದಂತಾಯಿತು. ನೂರು ವಿಧದಲ್ಲಿ ಅವಳಾಡಿದ ಮಾತು ತನ್ನ ಕಿವಿಯಲ್ಲಿ ಅನುರಣಿಸತೊಡಗಿತು, ಚಕ್ಕನೆ ಅವಳೆಡೆಗೆ ತಿರುಗಿ ನೋಡಿದ. ಎಂದೂ ಕಾಣದ ವಿಚಿತ್ರ ಕಾಂತಿ ಗುರ್‍ರಮ್ಮನಲ್ಲಿ ಉಕ್ಕುತ್ತಿತ್ತು, ಅದು ಯಾವ ಕಡೆ ಪುಟಿದು ಸಮುದ್ರವಾಗುತ್ತಿದೆಯೆಂದು ಹೇಳಿಬಿಡುವಷ್ಟು ಪರಿಣಿತಿಯನ್ನು ಬಾರ್ಬರ್ ಬಬ್ಲೂ ಅವಳಿಂದ ಆ ಗಳಿಗೆ ದಕ್ಕಿಸಿಕೊಂಡಿದ್ದ. ಕ್ಯಾಂಪ್‌ನಲ್ಲಿ ಸಿನಿಮಾ ನೋಡಲು ಅವಳನ್ನು ಕರೆಯ ಬೇಕೆನಿಸಿತು. ಆ ವಾರ ನಿಜಕ್ಕೂ ಕ್ಯಾಂಪ್‌ನಲ್ಲಿ ಅವರು ಅಂದುಕೊಳ್ಳುತಿದ್ದ ಕೆಟ್ಟ ಸಿನಿಮಾ ಪ್ರದರ್ಶನಗೊಳ್ಳುತ್ತಿತ್ತು.

ಬದುಕನ್ನು ಎದುರಿಸುವ, ನಿಯಂತ್ರಿಸುವ ಛಾತಿ ಮತ್ತು ಚಾಲಾಕಿನ ಕಲೆ ಅವಳಿಗೆ ಒಲಿದಿತ್ತಾದ್ದರಿಂದ ತನ್ನನ್ನು ತಾನೇ ತಬ್ಬಿಕೊಂಡು ಆರೆಂಜ್ ಗೋಡೆ ಕಡೆ ತಿರುಗಿದ, ಅದು ಕಪ್ಪುಮಸಿಯ ಗೋಡೆಯಾಗಿ ಪರಿವರ್ತನೆಯಾಯಿತು. ಆ ಗೋಡೆಯುದ್ದಕ್ಕೂ ಚಳುವಳಿಯ ಮುಂಚೂಣಿಯಲ್ಲಿ ಗುರ್ರಮ್ಮ ಸ್ಯಾಕ್ಸ ಫೋನ್ ನುಡಿಸುತ್ತಾ ಮುನ್ನುಗ್ಗುತ್ತಿರುವ ಚಿತ್ರ ಹರಿದಾಡತೊಡಗಿತು.

ಕೃಷ್ಣೆ ಹರಿದಳು

–ತಿರುಪತಿ ಭಂಗಿ

ಊರ ಜನರು ಈಗಲೂ ಹೇಳುತ್ತಾರೆ. ನಿಮ್ಮ ಮನೆ ಊರಿಗೆ ದೊಡ್ಡದಿತ್ತು. ಹತ್ತು ಜೋಡಿ ಎತ್ತುಕಟ್ಟುವ ದಂದಕ್ಕಿ, ಆರೆಂಟು ದೊಡ್ಡ ದೊಡ್ಡ ಕೋಣೆಗಳು. ಅದರ ತುಂಬೆಲ್ಲ ಜೋಳಾ, ಗೋದಿ, ಸಜ್ಜಿ, ತೊಗರಿ, ಕಡ್ಲಿ, ಹೆಸರು ಬತ್ತ ಹೀಗೆ ತರತರ ದವಸಧಾನ್ಯದ ನಿಟ್ಟು. ಒಂದಲ್ಲ ಎರಡಲ್ಲ ಎಂಟು ಹಿಂಡುವ ಎಮ್ಮೆಗಳು. ಬರೊಬ್ಬರಿ ಆರು ಜನ ಜೀತದಾಳುಗಳು ಕುಟುಂಬ ಸಮೇತ ಟಿಕಾಣಿ ಹಾಕಿದ್ದರು. ಆನೆ ಅಳತಿ ಎಂಟತ್ತು ಎತ್ತುಗಳ ದರಬಾರ ಇತ್ತು. ಮನೆಗೆ ಬಂದ ಬೀಗರು ಬಿಜ್ಜರು ಮಲಗಲು ವಿಶಾಲವಾದ ಪಡಸಾಲೆ, ಮನೆ ಮುಂದಿರುವ ಕಟ್ಟೆ ಮೇಲೆನೇ ಊರ ಉಸಾಬರಿ, ಕಿತಾಪತಿ ಜಗಳಾಜೋಟಿ ಬಗೆಹರಿಸಲು ಹಿರಿಯರು ಕಿರಿಯರು ಕೂಡುತ್ತಿದ್ದರು. ಧೋ.. ಎಂದು ಒಂದೆ ಸಮನೆ ಮಳೆ ಸುರಿದಾಗ ಅಕ್ಕಪಕ್ಕದ ಮಂದಿ ಮಲಗಲು ಬರುತ್ತಿದ್ದರು. ಇದೆಲ್ಲ ಮೂವತ್ತು ವರ್ಷದ ಹಿಂದಿನ ಮಾತು. ಆಗ ಅಜ್ಜನ ಆಳ್ವಿಕೆ ಇತ್ತು.

ಆಗ ನಮ್ಮೂರು ಒಂದು ಹದ್ದಬಸ್ತಿನಲ್ಲಿತ್ತು. ಊರಾಗ ಜಗಳಾಜೋಟಿ ಆದ್ರೂ ನಮ್ಮ ಮನೆ ಮುಂದಿರುವ ವಿಶಾಲ ಕಟ್ಟಿಯ ಮೇಲೆ ನಮ್ಮಜ್ಜ ಅವನ ವಾರಿಗೆ ಗೆಳೆಯರಾದ ಲಚ್ಚಪ್ಪಾ, ಗೂಗಿ ಪಕೀರಪ್ಪ, ಕುರಗಾರ ಭೀರಪ್ಪಜ್ಜ ಕೂಡಿಕೊಂಡ ನ್ಯಾಯಾ ಬಗಿ ಹರಸ್ಸಿ ಮಂದಿ ಮನಸ್ನ್ಯಾಗ ದೊಡ್ಡವರಾಗಿ ದೇವರ ಸ್ವರೂಪದಾಗ ಕಾಣತಿದ್ರು.

ಊರಾಗ ಯಾವದರಾ ಜ್ಯಾತಿ ಮಂದಿ ಮನ್ಯಾಗ ಏನಾರ ಕಾರ್ಯ ನ್ಯಾರೆ ಆದ್ರೂ, ಮದುವಿ ಗಿದವಿ ಇದ್ರೂ, ಸತ್ತರೂ ಕೆಟ್ಟರೂ ನಮ್ಮಜ್ಜನ ಹಾಜರಾತಿ ಅಲ್ಲಿ ಫಿಕ್ಸ್ ಇರತಿತ್ತು. ಅಂದಿನ ಹಳ್ಳಿ ಬದುಕು ನೆನಪಾದ್ರ ಈಗಲೂ ಕಣ್ಣು ತುಂಬಿಬರ್ತಾವ.

* * *

ಆಕಾಶ ಒಂದೇ ಸಮನೇ 'ಚಿಟ್ ಚಿಟ್' ಚೀರುತ್ತಿತ್ತು. ಮೋಡಗಳು ತಾಯಿ ಕಳೆದುಕೊಂಡ ಪರದೇಸಿ ಮಕ್ಕಳಂತೆ ಕೂನೂ ಗುರುತು ಇಲ್ಲದ ಸ್ಥಳಕ್ಕೆ ನುಗ್ಗಿ

ಆಕ್ರಂದಿಸುತ್ತಿದ್ದವು. ಒಮ್ಮಿಂದೊಮ್ಮಲೆ ಕಟ್ಟಕಡಲ್ ಎಂದು ಹುಟ್ಟಿದ ಕೂಗು ಭೂಮಿಯನ್ನೇ ನಡುಗಿಸಿತ್ತಿತ್ತು. ದನಕರು, ಹಕ್ಕಿ ಪಕ್ಷಿಗಳು ಭಯಬೀತಿಯಿಂದ ಸದ್ದಿಲ್ಲದೆ ಇದ್ದ ಜಾಗದಲ್ಲಿಯೇ ತಲೆತಗ್ಗಿಸಿಕೊಂಡು ಮಳೆರಾಯನ ಪೌರುಷ ವನ್ನು ಆಸ್ವಾದಿಸಿದ್ದವು.

ಒಂದೇ ಒಂದು ತಾಸಿನಲ್ಲಿ ಕೋಲೂರು ನೀರು ನೀರಾಯಿತು. ಮನೆಯ ಪಂಡೋಳಿಯಿಂದ ನೀರು ಒಂದು ಮಾರ ದೂರ ಬೀಳುವುದನ್ನು ಕಂಡು 'ಹಿಂತಾ ಮಳಿ ಆದದ್ದ ನಾ ಜೀವನದಾಗ ಕಂಡಿರಲಿಲ್ಲ' ಅಂತ ನಮ್ಮ ಅಜ್ಜಿ ಸಿದ್ದಮ್ಮ ಎಲಿ ಅಡಕಿ ಮಿಜ್ಜುತ್ತ ಆಕಾಶದತ್ತ ಚಿತ್ತ ಹರಿಸಿದಳು. ಅವಳ ಅನ್ನುವ ಮಾತು ಕೇಳಿಸಿಕೊಂಡಂತೆ ಮತ್ತೊಂದು ದೊಡ್ಡ ಸಿಡಿಲು 'ದಡಲ್' ಎಂದಾಗ ದಂಡಕ್ಕಿಯಲ್ಲಿರುವ ಆಕಳ ಕರುವೊಂದು 'ಅಂಬಾ' ಎಂದಿತು. ಸಿದ್ದಮ್ಮಜ್ಜಿ ಈ ಸಿಡಿಲು ಇಲ್ಲೆ ಎಲ್ಲೋ ಸಮೀಪದಾಗ ಬಡದಂಗಾತು ಅಂತ ಕಾತ್ರಿ ಮಾಡಿ ಕೊಳ್ಳುತ್ತ, ಕುರಿಕಾಯೋ ಬೀಮಪ್ಪ ದಡ್ಯಾಗ ಮಲಗಿರ್ರೈತಿ ಚಾಟಗೀಟ ಸಿಕ್ಕೈತೋ ಇಲ್ಲೋ ಅಂತ ಹಳಹಳಿಸಿದಳು.

ಸಣ್ಣ ವಯ್ಯಸ್ನಾಗ ಬೀಮಪ್ಪನ ತಂದೆ ತಾಯಿ ಶಿವನ ಪಾದ ಸೇರಿದ್ದರು ನಮ್ಮಜ್ಜಿನೇ ಆ ಕೂಸಿನ ಜ್ವಾಕಿ ಜತನಾ ಮಾಡಿ ತಲೆ ಎತ್ತರ ಬೆಳಸಿದ್ಳು. ಕುರಬರ ಜ್ಯಾತ್ಯಾಗ ಹುಟ್ಟಿದ್ರೂ ಭೀಮಪ್ಪ ನಮ್ಮಜ್ಜಿಗೆ 'ಯವ್ವಾ ಯವ್ವಾ' ಎಂದೆ ಕರೆಯುತ್ತಿದ್ದ. ನಮ್ಮಜ್ಜಿನೂ ಅವನನ್ನು ಮಗನಂತೇ ಕಂಡಿದ್ದಳು. ನಮ್ಮಜ್ಜನೂ ಅಷ್ಟೇ ಭೀಮಪ್ಪನ ಮ್ಯಾಲ ಅಪಾರ ಪ್ರೀತಿ ಇಟ್ಟಿದ್ದ. ಪರದೇಸಿ ಮಗಾ ಅಂತ ಅವನಿಗೆ ಎರಡೆಕರೆ ಜಮೀನು ಒಂದು ಸಣ್ಣ ಮನಿ ಮಾಡಿ ಕೊಟ್ಟು ಒಂದು ಹುಡಗಿಯನ್ನು ಹುಡುಕಿ ಮದವೆಯನ್ನೂ ಮಾಡಿದ್ದರು. ನಮ್ಮ ಅಜ್ಜ ಅಜ್ಜಿ ಸತ್ತ ಮೇಲೂ ಎಷ್ಟೋ ವರ್ಷ ನಮ್ಮ ತೋಟಪಟ್ಟಿಯಲ್ಲಿ ಸಹಾಯ ಮಾಡುತ್ತ ತನ್ನ ಋಣವನ್ನು ತೀರಿಸುತ್ತಿದ್ದ.

ಐದುನೂರಕ್ಕೂ ಹೆಚ್ಚು ಕುಟುಂಬ ಇರುವ ಎರಡು ಸಾವಿರಕ್ಕೂ ಹೆಚ್ಚು ಜನರಿರುವ ನನ್ನೂರ ಪಕ್ಕದಲ್ಲಿಯೇ ಕೃಷ್ಣೆ ಹರಿಯುತ್ತಿದ್ದಳು. ನನ್ನ ಅಜ್ಜನ ಕಾಲದಿಂದಲೂ ನಮ್ಮೂರಲ್ಲಿ ಜಾತಿಗೀತಿಯ ಯಾವೂದೇ ತಕರಾರು ಇಲ್ಲದೆ ನೆಮ್ಮದಿ ಜೀವನ ನಡಿಸಿ ಬದುಕು ಪ್ರೀತಿಸುತ್ತಿದ್ದರು ನಮ್ಮೂರ ಮಂದಿ.

ಊರಲ್ಲಿ ಶಕ್ತಿ ದೇವಿಯಾದ ದುರಗವ್ವನ ಅಬ್ಬರ ಜೋರಿತ್ತು. ಎಲ್ಲರೂ ಈ ದೇವಿಗೆ ಅಂಜಿ ನಡಗುತ್ತಿದ್ದರು. ವರ್ಷಕೊಮ್ಮೆ ದೊಡ್ಡ ಜಾತ್ರಿ ಮಾಡಿ ನಾಕಾರು ಕೋಣಗಳ ಬಲಿಕೊಟ್ಟು ದೇವಿಯನ್ನು ಶಾಂತಗೊಳುಸುತ್ತಿದ್ದರು.

ಊರ ಪಕ್ಕದಲ್ಲಿ ಕೃಷ್ಣೆ ಹರಿದಿದ್ದರಿಂದ ಇಡೀ ಊರು ಹಚ್ಚಹಸಿರಾದ ದೀಪ ಹಚ್ಚಿಕೊಂಡು ಹೊಳೆಯುತ್ತಿತ್ತು. ದನ ಕರುಗಳು ಹೊಟ್ಟೆತುಂಬಾ ಉಂಡು ತಿಂದು ಹಾಲು ಹೈಣು ಕೊಡುತ್ತ, ಸೆಗಣಿ ಗೊಬ್ಬರ ಕೊಡುತ್ತ, ತಮ್ಮ ತಮ್ಮ ಯಜಮಾನರಿಗೆ ಆಸರೆಯಾಗಿದ್ದವು. ಕಬ್ಬು, ಗೋದಿ, ಜೋಳ, ಹತ್ತಿ, ಬಾಳೆ, ದಾಳಿಂಬೆ ಬೆಳೆಕೊಡುವ ಭೂತಾಯಿ ಆ ನಮ್ಮೂರಿನ ಜನರಿಗೆ ಯಾವ ಕೊರತೆ ಯಾಗದಂತೆ ತಾಯಿ ಪ್ರೀತಿ ತೋರುತ್ತಿದ್ದಳು.

ಬೇಸಿಗೆಯಲ್ಲೂ ಕೃಷ್ಣೆ ತುಂಬಿ ಹರಿದು ಕೋಲೂರ ಜನರ ಜನಜೀವನ ತಂಪುಗೊಳಿಸಿದ್ದಳು.

ನಾನು ಸಾಲಿ ಸೂಟಿ ಇದ್ದಾಗ ಗೆಳೆಯರೊಟ್ಟಿಗೆ ಎಮ್ಮೆಗಳನ್ನು ಹೊಡೆದು ಕೊಂಡು ನದಿಗೆ ಹೋಗುತ್ತಿದ್ದೆ. ನದಿಯ ದಡದಲ್ಲಿ ಎಮ್ಮಿಗಳನ್ನು ಕೆಡವಿ ನದಿಯಲ್ಲಿ ಚಂಗನೇ ಹಾರಿ ಈಜಾಡುತ್ತ ನಲಿಯುತ್ತಿದ್ದೆ. ಕೃಷ್ಣೆ ನಮ್ಮ ತುಂಟಾಟ ವನ್ನು ಸಹಿಸಿಕೊಂಡು ನಗುತ್ತ ತುಂಬಿ ಹರಿಯುತ್ತಿದ್ದಳು.

ಸತ್ತ ನಾಯಿಬೆಕ್ಕು, ಮನುಷ್ಯರ ಅನಾಥ ಶವವನ್ನು ಹೊತ್ತು ಒಯ್ಯುತ್ತಿದ್ದಳು. ನಗರದ ಜನರು ಹದಗೆಡಸಿ ಹರಿಯ ಬಿಟ್ಟ ಹೊಲಸು ಕೊಳೆ ಹೊತ್ತು ಗಂಬೀರವಾಗಿ ಹೆಜ್ಜೆ ಹಾಕುತ್ತಿದ್ದಳು. ಯಾರೆಷ್ಟು ಮಲೀನ ಮಾಡಿದರೂ ಲೆಕ್ಕಿಸದೆ ನಮ್ಮ ಮೇಲೆ ತಾಯಿ ಪ್ರೀತಿ ತೋರಿಸುತ್ತಿದ್ದಳು. ಕೃಷ್ಣೆ ಹರಿಯುತ್ತಲಿದ್ದಳು.

ಅಗಸರ ರಾಮನಿಗಂತು ಕೃಷ್ಣೆಯೇ ಬದುಕಾಗಿದ್ದಳು. ಇಡೀ ಊರ ಶ್ರೀಮಂತ ಜನರ ಬಟ್ಟೆಯನ್ನು ತೊಳೆಯಲು ದಿನದ ನಾಕನೆ ಒಂದು ಭಾಗ ನದಿಯಲ್ಲಿಯೇ ಇರುತ್ತಿದ್ದ. ಊರ ಶ್ರೀಮಂತರೆಲ್ಲರೂ ಕೂಡಿ ಒಂದು ಟಿವ್ಹಿ ಎಸ್ ಬೈಕ ಕೊಡಸಿದ್ದರು. ಅದರ ಮೇಲೆ ಒಂದು ಹೊರಿ ಬಟ್ಟೆ ಕಟ್ಟಿಕೊಂಡು ಬರ್ ಎಂದು ನದಿ ಕಡೆ ಹೋಗುವಾಗ ನಮ್ಮೂರ ಗೌಡನ ಮಗಳು ಕಸ್ತೂರಿ ತಮ್ಮ ಅಟ್ಟದ ಮೇಲೆ ನಿಂತು ಅವನನ್ನು ನೋಡಿ ದಿನಾಲೂ ಮುಗಳ ನಗುತ್ತಿದ್ದಳು. ಕಸ್ತೂರಿಯ ನಗುವನ್ನು ಸ್ವೀಕರಿಸಿದ ಅವನ ಎದೆಯು ಹೂವಾಗುತ್ತಿತ್ತು. ಅದೆ ಖುಷಿಯಲ್ಲಿ ಬೈಕಿನ ಎಕ್ಸಿಲೆಟರ್ ಜೋರಾಗಿ ಅದುಮಿ, ಬರ್ ಎಂದು ಹೊಗೆ ಎಬ್ಬಿಸಿ ಹೋಗುತ್ತಿದ್ದ. ಬಟ್ಟೆ ತೊಳಿಯಲು ಕಸ್ತೂರಿ ದಿನಾಲೂ ಗೆಳತಿಯರೊಂದಿಗೆ ನದಿಗೆ ಹೋಗುತ್ತಿದ್ದಳು. ರಾಮು ಮಾಡುವ ಹಾಸ್ಯ, ಅವನ ತೊದಲು ಮಾತು, ಅವನ ತೊಯ್ದ ಪ್ಯಾಂಟು, ಕುರಚಲು ಗಡ್ಡ, ಕಸ್ತೂರಿಯ ಮನಸನ್ನು ಸೋಲಿಸಿದ್ದವು. ಕಸ್ತೂರಿ ಸದ್ದಿಲ್ಲದೆ ಅಗಸರ

ರಾಮನಿಗೆ ಮನಸು ಕೊಟ್ಟಿದ್ದಳು. ಇಂಥ ನೂರಾರು ಪ್ರೇಮ ಕಥೆಗಳ ಹುಟ್ಟಿಗೆ ಸಾಕ್ಷಿಯಾಗಿ ಎಲ್ಲವನ್ನೂ ತನ್ನೊಡಲೊಳಗೆ ಇಟ್ಟುಕೊಂಡು ಕೃಷ್ಣೆ ಸಾಗುತ್ತಿದ್ದಳು.

ದೂರ ದೂರಿಂದ ಮದುವೆಯಾಗಿ ಹೋಗಿದ್ದ ಊರ ಹೆಣ್ಣುಮಕ್ಕಳು ಪಂಚಮಿ ಹಬ್ಬಕ್ಕೆ ತವರೂರಿಗೆ ಬಂದರು. ಕಡ್ಲಿಗಾರ ಹುಣ್ಣಿಮೆಯಲ್ಲಿ ಬರುವ ಈ ಹಬ್ಬ ತುಂಬಾ ವಿಶಿಷ್ಟವಾದ್ದು. ತಮ್ಮ ಹೆಣ್ಣು ಮಕ್ಕಳನ್ನು ಕರಿಸಿ ಅವರಿಗೆ ಹೊಸಾ ಬಟ್ಟೆ, ಕೈಲಾದಷ್ಟು ಒಡವೆ ಕೊಡಿಸಿ, ಕೈತುಂಬ ಬಣ್ಣದ ಬಳೆಗಳನ್ನು ತೊಡಿಸಿ ನಮ್ಮೂರ ಜನರು ಖುಷಿ ಖುಷಿಯಿಂದ ಗಂಡನ ಮನೆಗೆ ಕಳಿಸಿ ಕೊಡುತ್ತಿದ್ದರು. ಆದ್ರೆ ಆ ವರ್ಷ ತವರಿಗೆ ಬಂದ ಹೆಣ್ಣು ಮಕ್ಕಳು ನಗಲಿಲ್ಲ, ಖುಷಿ ಪಡಲಿಲ್ಲ, ಬದಲಿಗೆ ಸಹನೆ ಕಳಿದುಕೊಂಡರು, ಸಿಟ್ಟು ಮಾಡಿ ಕೊಂಡರು, ಹಿಡಿತುಂಬ ಶಾಪ ಹಾಕಿದರು. ಈ ಹಾಳಾದ ನದಿ ನಮ್ಮ ಆಸೆ, ಕನಸು ಮಣ್ಣುಗೂಡಿಸಿತೆಂದು ಜರಿದರು.

ಮಹಾರಾಷ್ಟ್ರಕ್ಕೆ ಮಳಿ ಧೋ ಎಂದು ಹತ್ತಿದ ಕಾರಣಕ್ಕೆ ಕೃಷ್ಣೆ ಒಡಲು ತುಂಬಿಕೊಂಡು ರಬಸದಿಂದ ಹರಿಯುತ್ತಿದ್ದಳು. ತಾಸಿನಿಂದ ತಾಸಿಗೆ ನೀರಿನ ಪ್ರಮಾಣ ಹೆಚ್ಚಾಗಿ ಒಡಲು ತುಂಬಿ ಹೊರಚೆಲ್ಲಿತು. ಸತತ ಎರಡು ದಿನದಿಂದ ಆಗಾಗ ಟಿ.ವ್ಹಿ.ಯಲ್ಲಿ ನೀರಿನ ಬಾರಿ ಪ್ರಮಾಣದ ಹರಿವು ತೋರಿಸುತ್ತಿದ್ದರು. ನೀರಿನ ರಬಸಕ್ಕೆ ಎಡಬಲ ದಂಡೆಯ ಬೆಳಿಗಳು ಜಲಾವೃತಗೊಂಡ ರೈತರ ಬದುಕಿನ ಭವನೆಗೆ ಟಿ.ವ್ಹಿ ಚಾನಲ್‌ನ ವರದಿಗಾರ್ತಿ ಮರುಕ ವ್ಯಕ್ತಪಡಿಸು ತ್ತಿದ್ದಳು. ನದಿಯ ಸುತ್ತಮುತ್ತಲಿನ ಹಳ್ಳಿ ಜನರು ಜಾಗೃತರಾಗಿರಿ ಎಂದು ಎಚ್ಚರಿಕೆ ಮಾತನ್ನು ಹೇಳುತ್ತಿದ್ದಳು.

ಮಹಾರಾಷ್ಟ್ರದಲ್ಲಿ ಬಿಟ್ಟು ಬಿಡದೆ ಸುರಿಯುವ ಮಳಿರಾಯನ ಅತಿರೇಕಕ್ಕೆ ರಾಜ್ಯದ ಮುಖ್ಯಮಂತ್ರಿಗಳು ತಳಮಳಗೊಂಡಿದ್ದರು. ನದಿಯ ನೀರಿನಿಂದ ತೊಂದರೆಯಾದ ರೈತರಿಗೆ ಪರಿಹಾರ ಕೊಡುವುದಾಗಿ ಘೋಷಣೆ ಕೂಗಿದ್ದರು. ನಮ್ಮೂರ ರೈತರು ಮುಖ್ಯಮಂತ್ರಿಯ ಕಾಳ್ಜಿಪರ ಘೋಷಣೆಗೆ ಸಂತಸವ್ಯಕ್ತಪಡಿಸಿ ದ್ದರು. ಕೆಲವು ರೈತರು ಬೆಳೆ ಹಾನಿಯಾಗದಿದ್ದರೂ ಪರಿಹಾರ ಹೇಗೆ ಕಿತ್ತುಕೊಳ್ಳಬೇಕು ಎಂದು ಲೆಕ್ಕಾಚಾರ ಹಾಕತೊಡಗಿದರು. ಇನ್ನು ಕೆಲವರು ಪರಿಹಾರ ಕೊಡೂದು ಹಾಳಾಗಿ ಹೋಗ್ಲಿ ದನಾಕರಗಳಿಗೆ ಮೇವು ಮಿಡಚಿ ಚಿಂತೆಯಲ್ಲಿ ಮುಳಗಿದರು.

ಕೃಷ್ಣೆ ಯಾರ ನೋವು ನಲಿವು, ಸಾವು ನೋವನ್ನು ಲೆಕ್ಕಿಸದೇ ತುಂಬಿ ಹರಿಯುತ್ತಲೇ ಇದ್ದಳು. ಕಪ್ಪುಮೋಡಗಳು ನಿಧಾನವಾಗಿ ಕೃಷ್ಣೆಯ

ಅಭಿಮುಖವಾಗಿ ಮುಗಿಲಲ್ಲಿ ದೊಡ್ಡ ದೊಡ್ಡ ಗುಡ್ಡದಂತೆ ಗಟ್ಟಿಗೊಂಡು ಧೋ ಎಂದು ಸುರಿಯಲು ಸಜ್ಜಾದವು. ಆಗ ಕೃಷ್ಣೆಗೆ ಮತ್ತಷ್ಟು ಆನೆ ಬಲ ಬಂದಂತಾಗಿ ಹಿಗ್ಗಿದಳು.

ಇದ್ದ ಕೆಲಸವನ್ನು ಬಿಟ್ಟ ಜನರು ಕೃಷ್ಣೆ ಹರಿಯುದನ್ನೇ ನೋಡುತ್ತ ಹೊತ್ತುಗಳಿಯುತ್ತಿದ್ದರು. ಇದು ಕೃಷ್ಣೆಗೆ ಮತ್ತಷ್ಟು ಚಲ್ಲಾಟ ಅನಿಸಿತು.

ಈ ರೀತಿ ಹರಿಯುವ ನದಿಯ ಮೇಲೆ ನಮ್ಮೂರ ಕೆಲವರು ಸಿಟ್ಟು ಮಾಡಿ ಕೊಂಡರು. ಬತ್ತಿ ಹೋಗ್ಲಿ ಹಾಳಾದವಳು ಅಂತ ಹುಚ್ಚ ಬರಮಿ ಅಂದದಕ್ಕ ಕುಡಕ ಮುದ್ದಪ್ಪ 'ಗಂಗವ್ವಗ ಹಂಗಂತಾರಾ ಹುಚ್ಚ ಮೂಳಿ' ಅಂತ ಗದರಿಸಿದ್ದ.

"ಗಂಗವ್ವಾ ನಮ್ಮ ಮ್ಯಾಲ ಸಿಟ್ಟಿಗೆದ್ದಾಳ, ಅಕೀಗೆ ಚಲೋದೊಂದ ಇಳಕಲ್ಲ ಸೀರಿ ಕುಪ್ಸಾ, ಐದಾರ ತರದ ಹಣ್ಣು ಹಂಪಲಾ ತಂದು ಉಡಿ ತುಂಬಿದ್ರ ಶಾಂತ ಅಕ್ಕಾಳಂತ ಅವರ ತಂಗಿ ದುರಗವ್ವ ನನ್ನ ಕನಸನ್ಯಾಗ ಬಂದ ಹೇಳ್ಯಾಳ" ಅಂತ ದುರಗವ್ವನ ಗುಡಿ ಪೂಜಾರಿ ಮರಗಪ್ಪ ಮುಂಜಮುಂಜಾನೆ 'ಹುಲ್ಗೋ.. ಹುಲ್ಗೋ.'. ಅನಕೋತ ಮೈ ತುಂಬಿ ದೇವರಾ ಹೇಳೂದ ಊರ ಮಂದಿ ಹೌಹಾರಿ ನೋಡಕೋತ ನಿಂತಕೊಂಡ್ರು.

ಆದ್ರಾತು ಇವತ್ತ ಪ್ಯಾಟಿಗೆ ಹೋಗಿ ಗಂಗವ್ವವ್ವಗ ಸೀರಿ ಕುಪ್ಪಸಾ ಹಣ್ಣು ಹಂಪಲಾ ತರ್ತೀವಿ ಅಂತ ಊರ ದೈವದ ಪೈಕಿ ಹಿರಿಮನಷ್ಯಾ ಮಾಂತಪ್ಪಜ್ಜ ಆಯ್ತು ಯವ್ವ ಅಂತ ಒಪ್ಪಗೊಂಡ.

"ಹೇ ಮುದಕಾ ಬರೀ ನನ್ನ ಅಕ್ಕ ಗಂಗವ್ವಗ ಅಷ್ಟ ಮೈ ಮುಚ್ಚಿದ್ರ ಹ್ಯಾಂಗ. ಅಕೀ ತಂಗಿ ನಾನು ನನ್ನ ಹಂಗ ಬತ್ತಲೇ ಕುಂದ್ರಸ್ತಿಯನ" ಅಂತ ಮರಗಪ್ಪನ ಮೈಯೊಳಗೆ ಬಂದಿದ್ದ ದುರಗವ್ವ ಮಾಂತಪ್ಪಜ್ಜನ ಹಚ್ಚಿ ಕರಿ ಹರಿದ್ಳು.

ಕೃಷ್ಣೆ ಅಂದ್ರ ಗಂಡು ನದಿ. ದುರಗವ್ವ ಅಣ್ಣ ಅನ್ನು ಬದಲ ಅಕ್ಕಾ ಅಂದಳಲ್ಲಾ, ಗಂಡ ನದಿ ಅಂದಮ್ಯಾಲ ಗಂಡಸೂರ ಉಡುಪ ಏರ್ಸಬೇಕು. ಸೀರಿ ಕುಪ್ಪಸಾ ಹ್ಯಾಂಗ ಏರಸ್ತಾರ? ಎಲ್ಲೋ ದುರಗವ್ವ ಕನಪ್ಯೂಸ್ ಆಗಿರ್ಬೇಕು ಅಂತ ದಂಗ ಬಡದವ್ರ ತರಾ ನಿಂತ. 'ಹೇ ಮನಸ್ಯಾ ಏನ್ ಲೆಕ್ಕಾ ಹಾಕಾಕತ್ತಿ, ನನಗ್ಯಾಕ ತರೂದೂ ಅಂತ ಲೆಕ್ಕಾ ಹಾಕಾಕತ್ತಿಯನೆ ಅಂತ ಮರಗಪ್ಪ ಕಟಕಟ ಹಲ್ಲು ಕಡಿದ.

"ಹಂಗಲ್ಲ ಅವ್ವಾ"

"ಏನ ಹಂಗಲ್ಲ ಹಿಂಗಲ್ಲ"

ಮನುಷ್ಯಾ ಜಾತಿನ ಹಿಂಗ. ನಿಂವ ದೇವ್ರ ಹರಕೀ ತೀರ್ಸಾಕ ಹಿಂದಮುಂದ ನೋಡ್ತಿರಿ. ಅನ್ನುತ್ತ ಟಣ್ ಟಣ್ ಜಿಗಿಯತೊಡಗಿದ.

"ಕೃಷ್ಣಾನದಿ ಗಂಡ ನದಿ, ನೀ ಇದ್ರ ಸೀರಿ ಕುಪ್ಸಾ ಅಂದಿ ಅದಕ್ಕ ನನಗ ಗೊಂದಲಾದಂಗ ಆತು" ಎಂದು ಮುದ್ದಪ್ಪಜ್ಜ ಹೇಳುತ್ತಿದ್ದಂತೆ ಕಿರಚುತ್ತ ಚೀರುತ್ತ "ನನಗ ಸಂಬಂಧದದ ಬಗ್ಗೆ ಪಾಠಾ ಹೇಳ್ತಿರೇನೋ ಮನುಷ್ಯಾರಾ..? ನಿಂವ ನಿಂವ ಕೃಷ್ಣಾ, ಬೀಮ ಅಂತ ಹೆಸರಿಟ್ಟು ಹೆಣ್ಣು ಗಂಡನ್ನ ಮಾಡಿರಿ; ಎಲ್ಲೆ ಇದ್ರೂ ನೀರು ಗಂಗೆನೇ" ಎಂದು ದುರಗವ್ವ ಅಬ್ಬರಿಸಿದಳು.

"ಆಯ್ತು ಯವ್ವಾ ನನ್ನ ತಪ್ಪ ಹೊಟ್ಯಾಗ ಹಕ್ಕೋ; ಅಕ್ಕಗ ಏನ ಮಾಡ್ತಿವೋ ತಂಗಿಗೂ ಮಾಡ್ತಿವು" ಅಂತ ಉದ್ದಕ ದುರಗವ್ವನ ಗುಡಿಯಾಗ ಒಂದ ಗಡದ ಭಾರ ನಮಸ್ಕಾರ ಹಾಕಿದಾಗ ದುರಗವ್ವ 'ಹುಲ್ಗೋ.. ಹುಲ್ಗೋ..' ಅನಕೋತ ಶಾಂತಳಾದ್ಲು.

ಪಂಚಮಿ ಹಬ್ಬಕ್ಕ ಬಂದಿದ್ದ ಊರ ಹೆಣ್ಣಮಕ್ಕಳೆಲ್ಲ ಈ ಪರಸ್ಥಿತಿ ನೋಡಿ ಯಾಕಾರ ಈ ಹಬ್ಬಕ ಬಂದಿವಿ ಅಂತ ಮನದೊಳಗ ಮರಗಿದರು.

ದುರಗವ್ವಗ ವಚನ ಕೊಟ್ಟದ್ದಕ್ಕಾಗಿ ನಾಕಾರು ಹಿರಿಯಾರ ಕರಕೊಂಡ ಮುದ್ದಪ್ಪಜ್ಜ ಹತ್ತಿರದ ಬಿಜಾಪೂರ ಪ್ಯಾಟಿಗೆ ಹೋಗಿ ಎರಡೆರಡು ಸೀರಿ ಕುಬಸಾ, ಹಣ್ಣು ಹಂಪಲಾ ಪೂಜಕ್ಕ ಬೇಕಾಗೂ ಎಲ್ಲಾ ತರದ ಸಾಮಾನ ತಗೊಂಡ ಬಂದ.

ಮರುದಿನ ಐದು ಮಂದಿ ಮುತ್ಯೆದ್ಯಾರು ಚಂದಂಗ ತೆಲಿಗೆ ಎಣ್ಣಿಹಚ್ಚಿ ಎರಕೊಂದ, ಮಡಿಯಾಗಿ ಬಂದು ಗಂಗೆ ದಿಕ್ಕಿಗೆ ಮುಖಮಾಡಿ ಕುಳಿತು ದುರಗವ್ವನ ಪೂಜಾರಿ ಹೇಳಿದಂತೆ ಕೃಷ್ಣೆಯ ಉಡಿತುಂಬಿದರು. ನಂತರ ದುರಗವ್ವನ ಗುಡಿಗೆ ಬಂದು ಕಾಯಿ ಕರ್ಪೂರಾ ಹಚ್ಚಿ ಅವಳ ಉಡಿ ತುಂಬು ಹೊತ್ತಿಗೆ ಮತ್ತೆ ಮರಗಪ್ಪನ ಮೈಯಾಗ ದುರಗವ್ವ ಹೊಕ್ಕೊಂಡಿದ್ಲು. ಹೇ ಮಕ್ಕಳಾ ಇನ್ನ ಮ್ಯಾಲ ನಿಂವ ನೆಮ್ಮದಿ ಇಂದ ಇರೀ ಅಕ್ಕ ಈಗ ಶಾಂತ ಆಗ್ಯಾಳ, ಇನ್ನ ನಾಕಾರದಿಂದಾಗ ಊರಬಿಟ್ಟ ಕಾಲ ಕೀಳತಾಳ ಅಂತ ಹುಲಗೋ ಹುಲಗೋ ಅನ್ನುತ್ತ ಮಾತು ಮುಗಿಸಿದ. ಮರಗಪ್ಪನ ಮೈಯಾಗ ಬಂದ ದುರಗವ್ವ ಹೇಳಿದ ಮಾತ ಕೇಳಿ ಊರಿನ ಮಂದಿ ಮನಸಿಗೆ ಇಂದೀಟ ನೆಮ್ಮದಿ ಸಿಕ್ಕಂಗ ಆತು. ಇವನ ಮಯ್ಯಾಗೇನ ದೇವ್ರಾ ಬರ್ತೈತಿ ಸುಳ್ಳ ನಾಟಕಾ ಮಾಡತಾನ ಅಂತ ಧಾರವಾಡದಾಗ ಇಂಜಿನೇರಿಂಗ್ ಮಾಡ್ತಿದ್ದ ಮಡ್ಡಿ ಮನಿ ಕಲ್ಲನ ಮಗಾ ಹನುಮ ಅಂದ್ದಕ್ಕ ಇಡಿ ಊರ ಮಂದಿ ಆ ಹುಡಗನ ಬಲ್ಲಂಗ ಬೈದ್ರು. 'ಪ್ಯಾಟಿ ಸಾಲಿ ಕಲಿತಿ ಅಂತ ಸೊಕ್ಕ ಬಂದೈತೇನ ಮಗನಾ ದೇವ್ರೂ

ದಿಂಡ್ರ ಬಗ್ಗೆ ಭಯಾ ಭಕ್ತಿ ಇರ್ಲಿ, ನಿನಗ ಕಲಿಸಿದ ಮಾಸ್ತಾರ ಹೆಂತಾಂವ ಲೇ' ಅಂತ ಮುದ್ದಪ್ಪಜ್ಜನೂ ಹುಡಗನ ಜಾಡಿಸಿದ. ಹನಮಗ ಅವನ ಅವನ ಶ್ಯಾನ್ಯಾತನಾ ಈ ಹಳ್ಯಾಗ ನಾಟುದಿಲ್ಲ ಅಂತ ಖಚಿತ ಪಡಕೊಂಡು. ಹಾಳಾಗಿ ಹೋಗ್ರಿ ಅಂತ ಮನದಲ್ಲೆ ಅನ್ನುತ್ತ ಮನಿಕಡೆ ನಡಿದ.

ಒಂದು ವಾರ ಕಳಿದರು ಕೃಷ್ಣೆಯ ಅಬ್ಬರ ಕಡಿಮಿಯೇ ಆಗಲಿಲ್ಲ. ಜನರಿಗೆ ಕೃಷ್ಣೆ ಮೇಲೆ ಬಂದಷ್ಟು ಕೋಪ ದುರಗವ್ವನ ಗುಡಿ ಪೂಜಾರಿಯ ಮೇಲೆ ಬರತೊಡಗಿತು. ಮುದ್ದಪ್ಪಜ್ಜನ ಸಿಟ್ಟು ನೆತ್ತಿಯ ಮಡಿಲಿಗೆ ಬರತೊಡಗಿತು. ಒಂದಲ್ಲಾ ಎರಡಲ್ಲ ಹತ್ತು ಸಾವಿರ ರೂಪಾಯಿ ಕರ್ಚಾಗಿತ್ತು.

ಮಲ್ಲಕ ದುರಗವ್ವನ ಗುಡಿಯತ್ತ ಹೆಜ್ಜೆ ಹಾಕಿದ. ದಾರಿಯಲ್ಲಿ ಪಿಂಜಾರ ಮುದಕಿ ಯಾಕ ಯಣ್ಣಾ ನೀರ ಕಮ್ಮೀನ ಆಗ್ವಲ್ಲದು ಅಂತ ಮಾತಾಡಿಸಿದಳು. ಮುದ್ದಪ್ಪ ಅವಳತ್ತ ನೋಡದೆ ಅವಳ ಮಾತು ಕೇಳಿ ಕೇಳದೆ ಗುಡಿಯತ್ತ ಅವಸರ ಅವಸರವಾಗಿ ನೆಡಿದ.

ದುರಗವ್ವನ ಗುಡಿಯಾಗ ಎಲಿ ಅಡಕಿ ಮಿಜ್ಜಕೋತ ಕುಂತಿದ್ದ ಮರಗಪ್ಪ ಮುದ್ದಪ್ಪಜ್ಜ ಬರೂದನ್ನು ದೂರದಿಂದ ನೋಡುದ ತಡಾ ಗುಡಿತುಂಬ ಕುಣಿಯಾಕ ಹತ್ತಿದ. “ಊರಮಂದಿ ದೇವ್ರಾನ ಸುಳ್ಳ ಅಂತ ಮಾತ್ಯಾಡಕತ್ಯಾರ, ನಾ ಅವ್ನ ಬಿಡುದಿಲ್ಲಾ ನಾ ಅವ್ನ ಬಿಡುದಿಲ್ಲಾ.. ನಮ್ಮ ಅಕ್ಕ ಊರಾಗ ಎರಡ ದಿನಾ ಹೆಚ್ಚಾ ಕಮ್ಮಿ ನಿಂತದಕ್ಕ ತಂಗೀನೂ ಸುಳ್ಳ ಅಕೀ ಮಾತನೂ ಸುಳ್ಳು ಅಂತ ಮಾತ್ಯಾಡ್ಯಾರ, ಹೆಂಗ ಅಕ್ಕೈತಿ ಹೆಂಗ ಅಕ್ಕೈತಿ, ತವರಿಗಿ ಬಂದ ಮಗಳು ಮನಿಗೆ ಬಂದಾಗ ನಾಕದಿನ ಹೆಚ್ಚಿಗೆ ಇರ್ತೀನಂದ್ರ ಕುತಗಿ ಹಿಡದ ಹೊರಗ ತಳ್ಳತಾರೇನ, ನಮ್ಮ ಅಕ್ಕನೂ ಈ ಊರ ಹೆಣ್ಣ ಮಗಳು ಅಕೀನೂ ನಾಕಾರದಿನಾ ಹೆಚ್ಚಾ ಕಡಮಿ ಇದ್ದರ ಬಾಯಿಗೊಂದ ಮಾತ್ಯಾಡ್ಯಾರ, ಅವರಿಗೆ ಒಂದ ಗತಿ ಕಾಣಸ್ತೀನಿ” ಅಂತ ದೈ.. ದೈ.. ಕುಣಿಯೂದನ್ನು ನೋಡಿ ಮುದ್ದಪ್ಪಜ್ಜ ಸಿಟ್ಟು ತಣ್ಣಗಾಗಿ ಭಯ ಭಕ್ತಿಯಿಂದ ಕೈ ಮುಗದ. ನಮ್ದು ತಪ್ಪ ಆಗೇತವ್ವ ಹೊಟ್ಯಾಗ ಹಕ್ಕೋ ಅಂತ ಮುದ್ದಪ್ಪಜ್ಜ ಹೇಳುತಿದ್ದಂತೆ "ಹೇ ಮುದಕಾ ಹೊಟ್ಯಾಗ ಎಷ್ಟು ಹಕ್ಕೊಳ್ಳೋ.. ಹಕ್ಕೊಂದ ಹಕ್ಕೊಂದ ಹೊಟ್ಟಿ ತುಂಬೈತಿ” ಅಂತ ಕಣ್ಣು ಕೆಂಪ ಮಾಡಿ ಮರಗಪ್ಪ ಕುಣಿಯುತ್ತಿದ್ದ.

ಶಾಂತ ಆಗ ತಾಯಿ ಶಾಂತ ಆಗ ಅಂತ ಊದ್ದಕ ಊರ ಪರವಾಗಿ ಕಾಲಿಗೆ ಬಿದ್ದ. ನಾ ಶಾಂತ ಆಗಬೇಕಾದ್ರ ನಂದೊಂದ ಆಸೆ ಐತಿ ಅದು ನಾಳೆನೇ ನೆರವೇರಬೇಕು ಎಂದು ದೇವ್ರು ತನ್ನ ಬೇಡಿಕೆ ಮುಂದಿಟ್ಟಿತು. ಆಗ್ಲಿ

ತಾಯಿ ನಿನ್ನ ಬೇಡಿಕೆ ಏನು ಹೇಳು ಅದನ್ನೂ ಪೂರೈಸ್ತಿವಿ ಅಂತ ಮುದ್ದಪ್ಪಜ್ಜ ದೇವ್ರ ಮುಂದ ಅಡ್ಡಬಿದ್ದ ಬೇಡಿದ.

ನಾಳೆ ಹೋಳಗಿ ಊಟಾ ಹಾಕಿಸಿ ಹತ್ತ ಮಂದಿ ಪೂಜಾರ್ನ ಊಟಾ ಮಾಡಿಸಬೇಕ ಅಂದ್ರ ನನ್ನ ಅಕ್ಕಗ ಶಾಂತಿ ಅಕೈತಿ ಅಂತ ಮರಗಪ್ಪ ಕುಣಿಯುದನ್ನು ನಿಲ್ಲಿಸಿ ಹಂಗ ನಡಗುತ್ತ ಕಣ್ಣುಮುಚ್ಚಿ ಹೇಳಿದ. ಆಯ್ತು ತಾಯಿ ಹಂಗ ಮಾಡ್ತೀವಿ ಅಂತ ಮುದ್ದಪ್ಪ ಹನಿಗೆ ಬಂಢಾರ ಹಚ್ಚಕೊಂಡ ಮನಿಕಡೆ ನಡಿದ. ಅಲ್ಲಿ ಕೂಡಿದ ಊರ ಮಂದಿನೂ ದೇವಿಗೆ ನಮಸ್ಕಾರ ಮಾಡಿ ಮನಿ ಕಡೆ ನಡದ್ರು.

ಮರುದಿನ ಊರವರೆಲ್ಲ ದೇವಿ ಬೇಡಿಕೆಯಂತೆ ಹತ್ತು ಜನರಿಗೆ ಊಟ ಮಾಡಿಸಿದರು. ಮರಗಪ್ಪನ ಮೊಕದಲ್ಲಿ ಮಂದಹಾಸ ಮೂಡಿತು. ಅದನ್ನು ನೋಡಿ ಊರಿನವರಿಗೆ ದೇವ್ರ ಕುದರಿ ಶಾಂತ ಆಗೇತೆಂದ್ರ ದೇವ್ರನೂ ಶಾಂತ ಆಗಾಕ ಬೇಕ ಅಂತ ನಂಬಿದ್ರು.

ಏನೇ ಮಾಡಿದ್ರೂ ಮಹಾರಾಷ್ಟ್ರಕ್ಕೆ ಹತ್ತಿದ ಮಳೆ ನಿಲ್ಲಲಿಲ್ಲ. ಇಡೀ ಊರಿಗೆ ಊರೆ ಮುಳಗಿಸಿ ಕೃಷ್ಣೆ ಹಲ್ಲು ಕಿಸಿ ಕಿಸಿ ನಗತೊಡಗಿದಳು. ಕೂಸು ಕುನ್ನಿ ಹೊತ್ತು ಕೊಂಡು, ದನಾ ಕರಾ ಬಿಚ್ಚಿಕೊಂಡು ಕೃಷ್ಣೆಯನ್ನು ಬೈಯುತ್ತ, ಊರಜನರು ಗೋಳಾಡಿದರು. ಮೇಲೆ ಮಳೆ ಕಾಲಡಿ ಹೊಳೆ. ಬದುಕು ನಿತ್ರಾಣಗೊಂಡಿತು. ದುರಗವ್ವನ ಗುಡಿ ಪೂಜಾರಿಯನ್ನು ಇಡೀ ಊರ ಮಂದಿನೇ ಕೈಗೊಂದು ಏಟು ಹಾಕಿ ಊರ ಗಡಿ ದಾಟಿಸಿದ್ದರು. ಹಿರೆ ಗುಡ್ಡದಲ್ಲಿ ನಾಕಾರು ತಗಡು, ತಾಡಪತ್ರಿ, ಜರಾ, ಕಟ್ಟಿಕೊಂಡು ಚಾಟುಮಾಡಿ ಕೊಂಡರೇನೋ ನಿಜಾ ಆದ್ರೆ ಹೊಟ್ಟೆಯ ಹಸಿವನ್ನು ತನಿಸಿಕೊಳ್ಳಲು ಹರಸಹಾಸ ಮಾಡಬೇಕಾತು. ಹಸಿವೆಯಿಂದ ಮಕ್ಕಳು ಅಳತೊಡಗಿದವು, ದನಕರಗಳು ಗೂಟ ಕಿತ್ತುಕೊಂಡು ಗುಡ್ಡ ಹೊಕ್ಕವು. ಸರಕಾರದವರು ಹೇಲಿಕ್ಯಾಪ್ಟರಿಂದ ಬಂದು ಪಾಕಿಟಿನಲ್ಲಿ ಅನ್ನ ಸಾಂಬರ ಎಸಿದು ಹೋಗು ತ್ತಿದ್ದರು. ನಾ ನೀ ಎಂದು ಅನ್ನಕ್ಕೆ ಬಡಿದಾಡಿ ಎಷ್ಟೋ ಜನರು ತುಳಿತಕ್ಕೆ ಸಿಕ್ಕು ಸಾಯಿತ್ತಿದ್ದರು. ಏನು ಮಾಡಿದರೂ ಕೃಷ್ಣೆಯ ಅಬ್ಬರ ಕಡಿಮೆಯಾಗಲಿಲ್ಲ. ನಮ್ಮೂರ ಬದುಕಿನೊಂದಿಗೆ ಕೃಷ್ಣೆ ದೊಡ್ಡ ಚೆಲ್ಲಾಟ ನಡಿಸಿದಳು.

* * *

ಮಳೆ ಕಡಿಮೆಯಾದ ಮೇಲೆ ಕೃಷ್ಣೆ ನಿರ್ವಾ ಇಲ್ಲದೆ ತನ್ನ ದಡ ಸೇರಿದಳು. ಆಕಾಶದಲ್ಲಿ ಓಡಾಡುವ ಮೋಡಗಳು ಕಾಣಿಯಾದವು. ಜನರು ಮತ್ತೆ ಕೂಸು ಕುನ್ನಿ ಹೊತ್ತುಕೊಂಡು ಊರು ಸೇರಿದರು. ಕೆಲವು ಮನೆಗಳು ಬಿದ್ದಿದ್ದವು.

ಕೆಲವು ಮನೆಗಳಲ್ಲಿ ಇನ್ನೂ ನೀರಿತ್ತು, ಗೋಡೆಗಳೆಲ್ಲ ಹಸಿಗೊಂಡು ಅದ್ರಬದ್ರ ವಾಗಿ ಕಾಣುತ್ತಿದ್ದವು. ಒಂದುವಾರ ಮನೆ ಸ್ವಚ್ಚ ಮಾಡುವುದರಲ್ಲಿ ಇಡಿ ಊರೇ ಹರ ಸಾಹಸಮಾಡಿತು. ಕೆಲವರು ಗುಡಸಲು ಕಟ್ಟಿಕೊಂಡರು, ದನಕರಗಳು, ದಿಕ್ಕಪಾಲಾಗಿದ್ದವು. ಕೆಲವು ಮಳೆ ಹೊಡೆತಕ್ಕೆ ಕೂಳಿಲ್ಲದೆ ಸತ್ತಿದ್ದವು. ಜನರಿಗೆ ತಮ್ಮ ಬದಕು ಕಟ್ಟಿಕೊಳ್ಳು ಇರಾದೆಯಲ್ಲಿದ್ದರು. ದನಗಳಗೊಡವಿಗೆ ಯಾರೂ ತಲೆಹಾಕಲಿಲ್ಲ.

ನಮ್ಮ ದೊಡ್ಡ ಮನೆಯಂತು ಮಳೆ ಹೊಳೆ ಹೊಡೆತಕ್ಕೆ ಸಿಲುಕಿ ಗಿಗ್ಗಳಾಗಿತ್ತು. ಈಗಲೋ ಆಗಲೋ ಬೀಳುವ ಸ್ಥಿತಿಯಲ್ಲಿತ್ತು. ಅನಿವಾರ್ಯವಿಲ್ಲದೆ ಗುಡಿಸಲ ಕಟ್ಟಿಕೊಳ್ಳುವ ಪ್ರಸಂಗ ಬಂದಿತು.

ಮರುದಿನ ಪ್ಯಾಟಿಯಿಂದ ಬರ್ ಬರ್ ಎಂದು ಬರಗುಡುತ್ತ ನಾಕಾರು ಕಾರುಗಳು ಊರ ಹೊಕ್ಕವು. ಅದರಲ್ಲಿ ಡಿ.ಸಿ ಸಾಹೇಬ, ತಶೀಲದಾರ ಸಾಹೇಬ ಬಂದರೆಂಬ ಸುದ್ದಿ ಊರ ಸುದ್ದಿಯಾಗಿ ಜನರು ಅವರ ಕೈ ಕಾಲು ಬೀಳ ತೊಡಗಿದರು. ಒಬ್ಬ ಟಿ.ವ್ಹಿ ವರದಿಗಾರನೂ ಸದ್ದಿಲ್ಲದೆ ಭರಾಟೆ ವರದಿ ಮಾಡಿಕೊಳ್ಳುತ್ತಿದ್ದ. ಜನರು ತುಂಬಾ ದೈನಾಸದಿಂದ ಕೈಕಾಲು ಬಿದ್ದಾಗ, ಡಿ.ಸಿ. ಸಾಹೇಬರ ಮನ ಕರಿಗಿದಂತಾಗಿ. ನಿಮಗೆಲ್ಲ, ಬಳೆ ಹಾನಿ, ಮನೆ ಹಾನಿ, ದನಕರ ಕಳಿದುಕೊಂಡದ್ದಕ್ಕೆ ಪರಿಹಾರ ಹಣ ಕೊಡಿಸುವ ವ್ಯವಸ್ಥೆ ತಿಂಗಳೊಪ್ಪತಲ್ಲಿ ಮಾಡುತ್ತೇನೆ ಎಂದು ಕೊರಳಲ್ಲಿರುವ ಟೈ ಬಲಗೈಯಿಂದ ಸರಿಪಡಿಸಿಕೊಳ್ಳುತ್ತ ಆಸ್ವಾಸನೆ ನೀಡಿದ. ಊರಜನರು ಡಿ.ಸಿ.ಗೆ ಜೈಕಾರ ಹಾಕಿದರು. ನಮ್ಮೂರು ಟಿ ವಿ ಯಲ್ಲಿ ಕಾಣತೊಡಗಿತು. ಕೃಷ್ಣೆ ಮಾಡಿದ ಅವಾಂತರಕ್ಕೆ ಡಿ.ಸಿ. ಸಾಹೇಬ ಹೇಳಿದ ಮಾತು ಕೇಳಿ ಕೆಲವರಿಗೆ ಹೋದ ಜೀವ ಬಂದಂತಾಯಿತು. ಇನ್ನು ಕೆಲವರು 'ಅವರು ಕೊಟ್ಟಾಗ ನಾವು ತಗಿದು ಕೊಂಡಾಗ' ಎಂದು ಬೇಸರಮಾಡಿಕೊಂಡರು.

ಮುರಿದಕಾಲು ಕಟ್ಟಿದಂತೆ ಮತ್ತೆ ತಮ್ಮ ತಮ್ಮ ಬದುಕು ಕಟ್ಟಿಕೊಂಡು ನಮ್ಮೂರ ಜನ ಒಂದು ಸ್ಥಿತಿಗೆ ಬಂದರು. ಡಿ.ಸಿ. ಕೊಟ್ಟ ಆಸ್ವಾಸನೆ ಸುಳ್ಳಾಗಲಿಲ್ಲ. ಅಷ್ಟು ಇಷ್ಟು ಬಂದ ದುಡ್ಡಲ್ಲಿ ಬಿದ್ದ ಮನೆ ಕಟ್ಟಿಕೊಂಡರು. ಮತ್ತೆ ಎಮ್ಮಿ ಎತ್ತು ಸಾಕಿದರು. ಹೊಲಕ್ಕೆ ಬೀಜ ಗೊಬ್ಬರ ಹಾಕಿ ಮತ್ತೆ ಮದಲಿನಂತೆ ಹಬ್ಬ ಉತ್ಸವ, ಜಾತ್ರೆ ಮಾಡುತ್ತ ನಮ್ಮೂರ ಜನರು ಕೃಷ್ಣೆಯನ್ನು ಅವಳು ಮಾಡಿದ ಹಾನಿಯನ್ನು ಮರೆತರು.

ಕಳೆದ ವರ್ಷದಂತೆ ಈ ವರ್ಷ ಯಾಕೋ ಮಳಿ ಕಮ್ಮಿ ಎಂದು ಊರ

ಜನರು ಕುಂತಲ್ಲಿ ನಿಂತಲ್ಲಿ ಮತಾಡುತ್ತಿದ್ದರು. ಕೃಷ್ಣೆಯೂ ತನ್ನ ಒಡಲೊಳಗೆ ಗಪ್ಪಚುಪ್ಪ ಹರಿಯುತ್ತಿದ್ದಳು. ಹೋದ ವರ್ಷ ಜನರಾಡಿದ ಕೆಟ್ಟ ಕೆಟ್ಟ ಪದಗಳು ಅವಳ ಎದೆಗೆ ನೋವು ತಂದಂತೆ ಅನಿಸಿ ಶಾಂತಳಾಗಿದ್ದಳು. ಬರಬರುತ್ತ ಬಿಸಿಲು ಹೆಚ್ಚಾಗತೊಡಗಿತು. ಮಳೆಯ ಗುರತು ಮುಗಿಲಿಗೆ ಮರೀಚಿಕೆ ಯಾಯಿತು. ಇದೇನ ಕಾಲ ಬಂತ್ತೋ ಎಂದು ಜನರು ಮತ್ತೆ ಬಿಸಿಲಿನ ಸಂಕಟಕ್ಕೆ ಸಿಲುಕಿದರು. ಕೃಷ್ಣೆ ದಿನ ಕಳೆದಂತೆ ಸೊರಗತೊಡಗಿದಳು.

ಎಲ್ಲೋ ಕಣ್ಮರೆಯಾಗಿ ಹೋಗಿದ್ದ ದುರಗವ್ವನ ಪೂಜಾರಿ ಮತ್ತೆ ಊರೊಳಗೆ ಕಾಣಿಸಿಕೊಂಡ. ಜನರು ಪಡುವ ಪಾಡನ್ನು ಕಂಡು ಹಲ್ಲು ಕಿಸಿಯತೊಡಗಿದ. ನನ್ನ ಮ್ಯಾಲ ಕೈ ಮಾಡ್ತಿರಿ ಅನುಭವಿಸಿ ಎಂದು ಹುಸಿ ಬಾಂಬು ಅಲ್ಲಲ್ಲಿ ಸಿಡಿಸುತ್ತಿದ್ದ.

ಹೌದಲ್ಲಾ..? ಇವನ ಮೇಲೆ ಕೈ ಮಾಡಿ ಊರಬಿಟ್ಟು ಕಳಸಿದ್ವಿ. ಏಟೋ ಆಗ್ಲಿ ದೇವ್ರ ಪೂಜಾರಿ ಅಂದ್ರ. ಅಂವನೂ ಒಂದ ರೀತಿ ದೇವ್ರ ಮನಸ್ಯಾ ಅಂತ ಮುದ್ದಪ್ಪ ವೆತೆಪಟ್ಟರೂ ಅದು ಮುಗಿದು ಹೋದ ಕತೆಯಾಗಿತ್ತು. ಮುಂದೇನು ಮಾಡಬೇಕೆಂದು ಅನೇಕರು ಅನೇಕ ತರ್ಕ ಮಾಡಿದರು. ಮತ್ತೆ ಅನಿವಾರ್ಯವಾಗಿ ದುರಗವ್ವನ ಪೂಜಾರಿಯ ಮೊರೆ ಹೊಕ್ಕರು. ಪೂಜಾರಿ ತುಂಬಾ ಕಡಕ್ಕಾಗಿದ್ದ. ಮೈಯಲ್ಲಿ ದೇವರು ಬಂದು ನೀವೆಲ್ಲ ಸರ್ವನಾಶ ವಾಗುತ್ತಿರಿ. ನನ್ನ ಅಕ್ಕ ಕೃಷ್ಣೆಗೆ ಹೆಂಗಬೇಕೋ ಹಂಗ ಮಾತಾಡಿರಿ, ನನ್ನ ಕುದರಿ ಮ್ಯಾಲು ಕೈ ಮಾಡಿರಿ ಅಂತ ಚೀರುತ್ತ ಕಿರಚುತ್ತ ಹೇಳೋವಾಗ ಊರೆಲ್ಲ ಮೌನವಾಗಿತ್ತು. ಪೂಜಾರಿ ಹೇಳಿದ ಹಾಗೆ ತೋಟ ಪಟ್ಟೆಯಲ್ಲಿರುವ ಬೆಳಿಗಳು ನೀರಿಲ್ಲದೆ ಬಾಡಿದವು. ಬಾವಿ, ಬೋರು ಬತ್ತಿದವು. ಕುಡಿಯಲು ನೀರಿನ ಆಹಾಕಾರ ಎದ್ದಿತು. ಕೃಷ್ಣೆ ಸಂಪೂರ್ಣ ಬತ್ತಿದಳು. ಇದ್ದಬಿದ್ದ ದನಕರು ಮಾರಿ ಕೂಸು ಕುನ್ನಿ ಕರೆದುಕೊಂಡು ಗೋವಾ, ಮಂಗಳೂರು ಕಡೆಗೆ ದುಡಿಯಲು ಹೊರಟರು. ಎಲ್ಲರ ಮನಸಿನಲ್ಲೂ ಕೃಷ್ಣೆಗೆ ಬೈದ ಪಾಪಪ್ರಜ್ಞೆ ಕಾಡುತ್ತಿತ್ತು.

ಗ್ರೀನ್ ಟೀ

–ಆನಂದ ಕುಂಚನೂರ

ಕಾರ್ಕೋಟಕವೆಂದೇ ಭಾವಿಸಿ ಯಾವಾಗಲೂ ಕಹಿ ಗುಳಿಗೆ ನುಂಗಿದಂತೆ ಮುಖ ಸಿಂಡರಿಸುತ್ತಿದ್ದವ ಅವತ್ತು ಗ್ರೀನ್ ಟೀಯನ್ನು ಪಾನಕದಂತೆ ಸುಮ್ಮನೆ ಗಂಟಲೊಳಗೆ ಇಳಿಸುತ್ತಿದ್ದ ಚನ್ನಬಸವಯ್ಯ. ನಾಲಿಗೆ ಅದರ ರುಚಿಯನ್ನು ಕಂಡುಹಿಡಿಯದೇ ಹೋಗಿತ್ತು. ಆಫೀಸ್ ಕ್ಯಾಂಟೀನಿನ ಒಂದು ಮೂಲೆಯ ಕಿಟಿಕಿ ಬಳಿಯ ಆ ಟೇಬಲ್ ಮೇಲೆ ಕುಳಿತ ಇಬ್ಬರದೂ ಮೊದಲ ಭೇಟಿ ಯಾದರೂ ಅದರ ಯಾವ ರೂಹುಗಳು ಅವನ ಚಹರೆ ಮೇಲೆ ಕಾಣು ತ್ತಿರಲಿಲ್ಲ. ಅಪರಾಧಿ ಕಣ್ಣುಗಳು ಬೇರೆನನ್ನೋ ನೆಪಸಾಧಿಸಿ ನೋಡುತ್ತಿದ್ದವು. 'ಚನ್ನ, ನೀವು ಇಂಥೋರು ಅಂತ ಅಂದುಕೊಂಡಿರಲಿಲ್ಲ. ಇರದಿದ್ದರೆ ನಾನು ಇಷ್ಟು ದೂರ ಬರುತ್ತಲೇ ಇರಲಿಲ್ಲ. ಯೂ ಹ್ಯಾವ್ ಹರ್ಟ್ ಮೀ' ಗುಂಡು ಹೊಡೆದಂತೆ ಲಿಝ್ ಬಾಯಿಂದ ಬಂದ ಮಾತುಗಳು ಅವನ ಅಸ್ತಿತ್ವವನ್ನೇ ಕದಡಿದವು. ಹೌದು, ನಂದೇ ತಪ್ಪು. ಬರೀ ಮಿಶೆಲ್ ಒಬ್ಬೆ ಯೂ.ಕೆ. ಹೆಡ್ ಆಫೀಸಿಂದ ಇಲ್ಲಿಗೆ ಸೈಟ್ ವಿಸಿಟ್‌ಗೆ ಬರಬೇಕಿತ್ತು. ಆದರೆ ಅಷ್ಟೂ ದಿನದ ನಮ್ಮ ಸ್ನೇಹ, ಚಾಟಿಂಗ್‌ನಲ್ಲಿ ನನ್ನ ದೇಶ, ಜನ, ಸಂಸ್ಕೃತಿ ಬಗ್ಗೆ ಕೊಚ್ಚಿಕೊಂಡ ಮಾತು ಹಾಗೂ ಲಿಝ್‌ನನ್ನು ಕಣ್ಣಾರೆ ನೊಡಬೇಕೆನ್ನುವ ಸಣ್ಣ ಸ್ವಾರ್ಥವೂ ಸೇರಿಕೊಂಡು ಒತ್ತಾಯ ಮಾಡಿ ಕರೆಸಿಕೊಂಡಿದ್ದೆ. ಜೊತೆಗೆ ಕರೆದುಕೊಂಡು ಓಡಾಡಿ ಕನ್ನಡ ನಾಡಿನ ಸುಂದರ ಅನುಭವವನ್ನು ಕೊಡುತ್ತೇನೆಂದು ಪ್ರಾಮಿಸ್ ಕೂಡ ಮಾಡಿದ್ದೆ. ಅವಳು ಬಂದ ದಿನ ಡಿ.ಸಿ.ಜಿ.ಐ (ಡ್ರಗ್ ಕಂಟ್ರೋಲರ್ ಜನರಲ್ ಆಫ್ ಇಂಡಿಯಾ) ಯಿಂದ ಬಂದ ಇ–ಮೇಲ್ ಆಫೀಸಲ್ಲಿ ಎಲ್ಲರ ಕಣ್ಣು ಕೆಂಪಗಾಗಿಸಿತ್ತಾದರೂ ಕ್ಲಿನಿಕಲ್ ಟ್ರಯಲ್ ಹೆಡ್ ನಾನೇ ಇದ್ದದ್ದರಿಂದ ಅದರ ಉಸಾಬರಿಯನ್ನು ನನ್ನ ತಲೆಗೆ ಕಟ್ಟಿ ನಿರುಮ್ಮಳರಾಗಿದ್ದರು. ಚನ್ನನ ತಲೆ ಕುದ್ದು ಹೋಗಿತ್ತು. ಕೈ–ಕಾಲು ಫಿಟ್ಸ್ ಬಂದಂತೆ ಅದರುತ್ತಿದ್ದವು. ಅದೂ ಸರಿಯೆ, ಇದ್ದಕ್ಕಿದ್ದಂತೆ ಮೇಲ್ ಮಾಡಿ ನಮ್ಮ ಕಂಪನಿ ಶುರುವಾದಾಗಿಂದ ಇಲ್ಲಿಯವರೆಗೆ ಎಷ್ಟು ಟ್ರಯಲ್ಸ್ ನಡೆದಿವೆ, ಅದರಲ್ಲಿ ಎಷ್ಟು ಸೀರಿಯಸ್ ಸೈಡ್

ಎಫೆಕ್ಟ್ ಹಾಗೂ ಮರಣಗಳು ಸಂಭವಿಸಿವೆ ಮತ್ತು ಆ ರೋಗಿಗಳಿಗೆ ನಮ್ಮ ಕಂಪನಿಯಿಂದ ಎಷ್ಟು ಪರಿಹಾರ ನೀಡಲಾಗಿದೆ, ಈ ಎಲ್ಲದರ ವರದಿಯನ್ನು ಇನ್ನು ಇಪ್ಪತ್ತೇ ದಿನಗಳಲ್ಲಿ ಕೊಡಬೇಕು. ಇಲ್ಲದಿದ್ದರೆ ಭಾರೀ ದಂಡ ತೆರಬೇಕಂತೆ! ಉಫ್ಹ್, ಈ ವಿವರಗಳನ್ನು ಕ್ರೋಢೀಕರಿಸಬೇಕೆಂದರೆ ನಾನೀಗ ಖಗೋಳ ಶಾಸ್ತ್ರಜ್ಞನೇ ಆಗಬೇಕು.

ಸಾವಿರಾರು ಕ್ಲಿನಿಕಲ್ ಟ್ರಯಲ್‌ಗಳು ಅದರಲ್ಲಿ ಪ್ರತಿಯೊಬ್ಬ ರೋಗಿಯ ವಿವರಗಳನ್ನು ಹೆಕ್ಕಿ ಸೈಡ್ ಎಫೆಕ್ಟ್ ಆಗಿದೆಯೆ ಇಲ್ಲವೆ, ಆಗಿದ್ದರೆ ಪರಿಹಾರ ಕೊಟ್ಟಿದ್ದಾರೆಯೆ, ಕೊಟ್ಟಿದ್ದರೆ ಎಷ್ಟು!? (ಈ ದಾಖಲೆಗಳು ದಕ್ಕುವುದು ವಿರಳಾತಿವಿರಳ, ಯಾಕೆಂದರೆ ಕ್ಲಿನಿಕಲ್ ಟ್ರಯಲ್‌ನಲ್ಲಿ ನಡೆಯುವ ಜಾಣ ಅವ್ಯವಹಾರಗಳು ಅವನಿಗೆ ತಿಳಿದಿಲ್ಲವೆಂದಿಲ್ಲ). ಎಲ್ಲ ವಿವರಗಳನ್ನು ಕಲೆ ಹಾಕಲು ಕನಿಷ್ಠ ಆರು ತಿಂಗಳಾದರೂ ಬೇಕು ಎಂದು ನಿಟ್ಟುಸಿರು ಬಿಡುತ್ತಿದ್ದಂತೆ ಮತ್ತೊಂದು ತುರ್ತು–ಲಿಝ್. ತಲೆ ಹೋಳಾಗುವುದಷ್ಟೇ ಬಾಕಿ. ಅವಳನ್ನು ವೀಕೆಂಡಲ್ಲಿ ಮೈಸೂರಿಗೆ ಕರೆದುಕೊಂಡು ಹೋಗುತ್ತೇನೆಂದು ಹೇಳಿ ಕೊನೆಗೆ ಆಫೀಸ್ ಕ್ಯಾಬ್ ಡ್ರೈವರ್ ರಮೇಶ್ ಜೊತೆ ಒಬ್ಬಳನ್ನೆ ಕಳಿಸಿದ್ದೆ. ಛೆ! ಅದೇ ಅಲ್ಲವೆ ನಾನು ಮಾಡಿದ ತಪ್ಪು. ಆ ಲೋಫರ್ ನನ್ಮಗ ರಮೇಶ ನಿನ್ನೆ ಸರಿ ರಾತ್ರಿ ಮನೆಗೆ ಬಂದು ನನ್ನ ಕಾಲಿಗೆ ಬಿದ್ದು ಹೊರಳಾಡ್ಕೊಂಡು. 'ನನ್ನ ಕ್ಷಮಿಸಿ ಸಾ, ಹೇಲ್ ತಿನ್ನೊ ಕೆಲ್ಸಾ ಮಾಡಿದ್ದೀನಿ. ನಿಮ್ಮ ನಂಬಿಕೆಗೆ ದ್ರೋಹ ಮಾಡಿದ್ದೀನಿ, ದಯವಿಟ್ಟು ಈ ಪಾಪಿನ ಕ್ಷಮಿಸಿ'. 'ಏನಾಯ್ತೋ, ಆಗ್ಲೆ ಲಿಝ್ ಹತ್ರ ಮಾತಾಡಿದೆ, ಟೂರ್ ಚೆನ್ನಾಗಿತ್ತು ಅಂದ್ಲು. ಮತ್ತೆ ನಿಂದೇನು ಗೋಳು?' ಒಂದು ಹೆಜ್ಜೆ ಹಿಂದೆ ಸರಿದು ಕೇಳಿದೆ. 'ನಂಗೆ ಮೊದ್ಲಿಂದಾನು ಫಾರಿನ್ ಲೇಡಿಸ್ ಮೇಲೆ ತುಂಬಾ ಆಸೆ ಸಾ.. ಆ ಮೇಡಂನ ನಿನ್ನೆ ರಾತ್ರಿ ಅನುಭವಿಸ ಬೇಕು ಅಂತ ಮುಗಿಬಿದ್ದೆ. ಆದ್ರೆ ದೇವತೆ ಆ ಮೇಡಮ್, ನಾನೇನು ಮಾಡಿದ್ರೂ ಎಲ್ಲ ಸಹಿಸ್ಕೊಂಡು ಸುಮ್ನೆ ಇದ್ದು ಆಮೇಲೆ ಇಂಗ್ಲೀಷಲ್ಲಿ ಏನೇನೋ ಹೇಳಿದ್ರು. ನನ್ನ ಕೈಗೆ ಒಂದಿಷ್ಟು ದುಡ್ಡೂ ಕೊಟ್ರು. ನಂಗೆ ಏನೂ ಅರ್ಥ ಆಗ್ಲಿಲ್ಲ. ಆದ್ರೆ ಅವರ ಮುಖಭಾವ ಕಣ್ಣು ನೋಡಿದ್ರೆ ಅವರು ನನಗೆ ಬುದ್ಧಿ ಹೇಳ್ತಿದ್ದಾರೆ ಅನ್ನೋದು ಗೊತ್ತಾಗ್ತಿತ್ತು. ನನ್ನೊಳಗಿನ ಕಾಮ ಕಡಿಮೆಯಾಗುತ್ತಿದ್ದಂತೆ ನನ್ನ ಬಗ್ಗೆ ನನಗೇ ಅಸಹ್ಯ ಭಾವನೆ ಬಂದು ಆ ಮೇಡಮ್ ಕಾಲಿಗೆ ಬಿದ್ದು ಕ್ಷಮೆ ಕೇಳಿದೆ. ನಿನ್ನೆಯಿಂದ ಮನಸ್ಸಿಗೆ ನೆಮ್ಮದಿಯಿಲ್ಲ ಸಾ... ಹೆಂಡ್ತಿ ಮಕ್ಕಳ ಮುಖ ನೋಡೋಕೂ ಹೆದರಿಕೆಯಾಗ್ತಿದೆ. ದಯವಿಟ್ಟು

ಆ ಮೇಡಂಗೆ ನನ್ನ ಕ್ಷಮಿಸೋಕೆ ಹೇಳೀ ಸಾ..'. ಅಲ್ಲೇ ಕೊಂದು ಬಿಡುವಷ್ಟು ಸಿಟ್ಟು ಬಂದರೂ ತಡೆದುಕೊಂಡು ಟೇಬಲ್ ಮೇಲೆ ಜೋರಾಗಿ ಗುದ್ದಿದ.

ಚಿಕ್ಕವನಿದ್ದಾಗ ನಮ್ಮ ಸೋದರಮಾವ, ಮನೆಗೆ ಬಂದಿದ್ದ ನಮ್ಮ ತಾಯಿಯ ಕಡೆಯ ಹತ್ತಿರದ ಸಂಬಂಧಿಯೊಬ್ಬರ ಚಿಕ್ಕ ಹುಡುಗಿಯೊಬ್ಬಳನ್ನು ಎಳೆದಾಡಿ ತನ್ನ ತೃಷೆ ತೀರಿಸಿಕೊಳ್ಳುವಾಗ ನನ್ನ ತಾಯಿಯ ಕೈಗೆ ಸಿಕ್ಕಿಬಿದ್ದು ಆಮೇಲೆ ಕ್ಷಮೆಗಾಗಿ ಗೋಗರೆದಾಗ ನನ್ನ ತಾಯಿಯ ಕಣ್ಣೀರಲ್ಲಿದ್ದ ಭಾವವನ್ನು ಓದಲಾಗಿರಲಿಲ್ಲ; ಈಗ ಅನುಭವಿಸುವ ಸರದಿ ಬಂದಿದೆ. ಇಂಥೋರನೆಲ್ಲ ಗುಂಡಿಕ್ಕಿ ಕೊಂದು ಬಿಡಬೇಕು. ಬ್ಲಡಿ ಡರ್ಟಿ ಮೈಂಡ್ಸ್!.

ಗ್ರೀನ್ ಟೀ ಬ್ಯಾಗ್ ಸದ್ದಿಲ್ಲದೆ ತನ್ನೊಳಗಿನ ಸತ್ವವನು ನೀರಿನೊಡನೆ ಬೆರೆಸಿ ವಿಚಿತ್ರ ನಮೂನೆಯ ಬಣ್ಣವಾಗಿ ತೋರುತ್ತಿತ್ತು.

* * *

'ಹೇ ಚ್ಯನ್ನ, ವಾಟ್ ಆರ್ ಯೂ ಥಿಂಕಿಂಗ್? ಐ ವಾಸ್ ಜಸ್ಟ್ ಕಿಡ್ಡಿಂಗ್. ತುಂಬಾ ಸೀರಿಯಸ್ಸಾಗಬೇಡ. ಖುಷಿಯಾಗಿರು' ಎಂದು ನಕ್ಕಳು ಲಿಝ್. ಚನ್ನ ಇನ್ನೂ ಕುಸಿದ. ಆ ನಗುವಿಗೇನು ಹೆಸರು? ಇವರಿಗೆ ಸೆಕ್ಸ್ ಕಾಮನ್ ವಿಷಯವಾದರೂ ಇಷ್ಟು ದಿನದ ತನ್ನ ಒಡನಾಟದಲ್ಲಿ ಲಿಝ್ ಆ ಥರದ ಹೆಣ್ಣಲ್ಲ ಎಂಬುದು ಖಾತ್ರಿಯಾಗಿತ್ತು. ನನ್ನ ಬಾಲ್ಯದ ಗೆಳತಿಯಂತೆಯೆ ಕಂಡಿದ್ದಾಳೆ. ನನ್ನ ದೇಶದಲ್ಲಿ ಹುಟ್ಟಬೇಕಾದವಳು ನೀನು ತಪ್ಪಿ ಅಲ್ಲಿ ಹುಟ್ಟಿದ್ದೀಯ ಎಂದು ಕಾಡಿಸುವಷ್ಟು ಸೂಕ್ಷ್ಮ ಹುಡುಗಿ. ಅಂದ ಮೇಲೆ ನಿನ್ನೆ ನಡೆದ ಘಟನೆ?! ಇವಳಿಗೆ ಏನೂ ಅನಿಸಿಲ್ಲದಿರುವುದಕ್ಕೆ ಹೇಗೆ ಸಾಧ್ಯ? ಎ.ಸಿ.ಯ ತಂಗಾಳಿ ನನ್ನ ಬಿಸಿಯುಸಿರಿನಿಂದ ಮೈ ಕಾಯಿಸಿಕೊಳ್ಳುತ್ತಿತ್ತು; ಮತ್ತೂ ಬೇಡುತ್ತಿತ್ತು. ಬರೊಬ್ಬರಿ ಒಂದೂವರೆ ವರ್ಷದಿಂದ ನಾನು ಕ್ಲಿನಿಕಲ್ ಟ್ರಯಲ್ ಹೆಡ್ ಆದಾಗಿನಿಂದ ಅವಳ ಜೊತೆ ನಡೆಸುತ್ತಿದ್ದ ಸಂವಾದ, ಸಂಭಾಷಣೆ, ಅಲ್ಲಿವರೆಗೆ ಹೃದಯವಿರದ ಕಾರ್ಪೋರೇಟ್ ಸಂಸ್ಕೃತಿ ಹುಟ್ಟಿಸಿದ್ದ ರೇಜಿಗೆ ತಂತಾನೆ ತೊಲಗಿ ಹೊಸ ಆತ್ಮವಿಶ್ವಾಸ ಹುಟ್ಟಿಸಿತ್ತು. ನಾನು ಪ್ರಾಜೆಕ್ಟನ್ನು ನಿರ್ವಹಿಸುವ ರೀತಿ ಅವಳಿಗೂ ತುಂಬಾ ಇಷ್ಟವಾಗಿ ಆಫೀಸ್‌ಲ್ಲಿ ಯಾರಿಗೂ ತೋರಿಸದ ಮರ್ಯಾದೆಯನ್ನು ನನಗೆ ತೋರಿಸುತ್ತಿದ್ದಳು. ಇದರಾಚೆಗೂ ಸಾಕಷ್ಟು ಮೀಟಿಂಗ್‌ಗಳಲ್ಲಿ ಹರಟೆ, ಜೋಕ್ಸ್, ಇಬ್ಬರ ದೇಶಾವಾರಿ ಗಮ್ಮತ್ತೆ, ತೀರ ಅಲ್ಲದಿದ್ದರೂ ಕೆಲವೊಂದು ವೈಯಕ್ತಿಕ ವಿವರಗಳನ್ನು ಬಾಯಿಂದ ಬಾಯಿಗೆ ಹಂಚಿಕೊಂಡಿದ್ದೇವೆ. ಮಾತು ಬಾಯಿ ಚಪಲವಾದರೂ ಅವು

ಆಳದಲ್ಲಿ ಮೂಡಿಸಿರುವ ಛಾಪು ಯಾವ ಅನ್ಯೋನ್ಯ ಸಂಬಂಧಕ್ಕೂ ಕಡಿಮೆಯಿರಲಿಲ್ಲ.

ಇವತ್ತು ನೋಡುತ್ತಿರುವ ಲಿಝ್ ಯಾಕೋ ಮನಸ್ಸಿಗೆ ಇನ್ನೂ ಇಷ್ಟವಾದಳು. ಅವಳ ಸೌಂದರ್ಯ, ಅದನ್ನು ಇಮ್ಮಡಿಸಿದ ಅವಳ ಬಟ್ಟೆ, ಮಾತಾಡುವಾಗಿನ ಅವಳ ದೇಹ ಭಾಷೆ, ನಗು ಎಲ್ಲವೂ ಎಂದೂ ಕಂಡಿರದ ಲಿಝ್‌ನನ್ನು ನನಗೆ ಪರಿಚಯ ಮಾಡಿಸುತ್ತಿದ್ದವು. ಅವಳು ತನ್ನಿಷ್ಟದ ಗ್ರೀನ್ ಟೀ ಕುಡಿಯುತ್ತಿದ್ದಾಳೆ. ಆ ಕಪ್‌ನ್ನು ನಾಜೂಕಾಗಿ ಹಿಡಿದ ಅವಳ ಬೆರಳಿಗೆ ಹಚ್ಚಿದ ನೇಲ್ ಪಾಲಿಷ್‌ನಷ್ಟೇ ಸುಂದರವಾಗಿ ನನ್ನ ಮನಸಲಿ ರಂಗಿನ ಚಿತ್ತಾರ ಮೂಡಿಸುತ್ತಿದ್ದಾಳೆ. ಆದರೆ ಅವಳ ಕಣ್ಣ ಕೆಳಗಿನ ಕಪ್ಪು ಈಗ್ಗೆ ಒಂದು ತಿಂಗಳ ಹಿಂದೆ ನಡೆದ ಘಟನೆಯನ್ನು ಮರುಕಳಿಸುತ್ತಿತ್ತು: ಆ ತಡ ರಾತ್ರಿಯಲ್ಲಿ ಕಾಲ್ ಮಾಡಿ 'ಹ್ಯಾಪಿ ಬರ್ತ್ ಡೇ ಲಿಝ್' ಎಂದೆ. 'ಚ್ಯನ್ನ...' ಎಂದು ಸುಮ್ಮನಾಗಿ ಆಮೇಲೆ ಅಳಲು ಶುರುಮಾಡಿದಳು. 'ಚ್ಯನ್ನ, ನಾನಿವತ್ತು ನಮ್ಮಪ್ಪನ್ನ ಕಳ್ಕೊಂಡೆ. ಮೈ ಲವ್ಲಿ ಫಾದರ್, ತಂದೆ ತಾಯಿ ಎಲ್ಲ ಆಗಿ ನನ್ನ ಬೆಳೆಸಿದವರು. ಲಂಡನ್‌ನಲ್ಲಿ ಫೇಮಸ್ ಗಿಟಾರಿಸ್ಟ್. ಇವತ್ತು ನನ್ನ ಬರ್ತಡೇಗೆ ಕೇಕ್ ತರೋಕೆ ಹೋದಾಗ ಅಲ್ಲಿ ಅಭಿಮಾನಿಗಳು ಒತ್ತಾಯಿಸಿದ್ದಕ್ಕೆ. I sing for her, live for her, my only angel, my daughter Elizabeth ... ಎಂದು ಹಾಡುತ್ತ ಅಲ್ಲೇ ಕುಸಿದು ಪ್ರಾಣ ಬಿಟ್ಟರು. ಚ್ಯನ್ನ ನಿನಗೆ ಗೊತ್ತಿರಬೇಕು, 1960ರ ಆಸುಪಾಸಿನಲ್ಲಿ 'ಥ್ಯಾಲಿಡೊಮೈಡ್ ಟ್ರ್ಯಾಜಿಡಿ' ಸಂಭವಿಸಿತು. ನಿದ್ರಾಹೀನತೆಗೆಂದು ವಿಶ್ವದಾದ್ಯಂತ ಎಷ್ಟೊಂದು ಗರ್ಭಿಣಿಯರು ಥ್ಯಾಲಿಡೊಮೈಡ್ ಔಷಧಿ ತೆಗೆದುಕೊಂಡಿದ್ದರ ಪರಿಣಾಮ ಸಾವಿರಗಟ್ಟಲೆ ಮಕ್ಕಳು ಜಗತ್ತು ನೋಡುವ ಮೊದಲೇ ಪ್ರಾಣಬಿಟ್ಟವು. ಜಗತ್ತಿಗೆ ಕಾಲಿಟ್ಟ ಎಷ್ಟೊಂದು ಮಕ್ಕಳು ಕೈ ಕಾಲುಗಳಿಲ್ಲದ ಅಂಗವಿಕಲರಾಗಿ ಹುಟ್ಟಿದರು. ಅಂತಹ ಸಾವಿರ ಮಕ್ಕಳಲ್ಲಿ ನಮ್ಮಪ್ಪನೂ ಒಬ್ಬ. ಅವನಿಗೆ ಕೈಗಳೇ ಬೆಳೆದಿರಲಿಲ್ಲ. ಹೆತ್ತವರಿಗೆ ಬೇಡವಾದ ನನ್ನಪ್ಪನನ್ನು ನೋಡಿಕೊಂಡಿದ್ದು ಈಗಿನ ನನ್ನ ಅಜ್ಜಿ ಸೂಸನ್. ಚರ್ಚ್‌ನಲ್ಲಿ ನನ್ ಆಗಿದ್ದರೂ ನನ್ನಪ್ಪ ರಿಚರ್ಡ್‌ನಿಗೆ ಆತ್ಮವಿಶ್ವಾಸ ತುಂಬಿ ಬೆಳೆಸಿದರು. ಅದಕ್ಕೆ ನನ್ನ ತಂದೆ ಕಾಲಿನಲ್ಲಿ ಗಿಟಾರು ನುಡಿಸಿ ಹಾಡುವುದನ್ನು ಇಡೀ ಯೂ.ಕೆ. ಶರಣಾಗಿ ನೋಡುತ್ತಿತ್ತು. ಫಾರ್ಮಾಕೋವಿಜಿಲನ್ಸ್ (ಔಷಧೀಯ ಜಾಗರೂಕತಾ ವಿಜ್ಞಾನ) ಎಂಬ ಹೊಸ ಕ್ಷೇತ್ರದ ಉಗಮಕ್ಕೆ ಕಾರಣವಾದ 'ಥ್ಯಾಲಿಡೋಮೈಡ್ ಟ್ರ್ಯಾಜಿಡಿ'ಯನ್ನು ನೆನೆದಾಗೆಲ್ಲ ಮೈ ಜುಮ್ಮೆನ್ನುತ್ತದೆ. ಅದೇ

ಕಾರಣವೂ ಹೌದು, ನಾನು ಈ ಕ್ಷೇತ್ರವನ್ನು ಆಯ್ಕೆ ಮಾಡಿ ಮುಂದೆ ಜನ ಅವುಗಳಿಂದ ಹೇಗೆ ಸುರಕ್ಷಿತವಾಗಿರಬಹುದೆಂಬುದನ್ನು ತಿಳಿಸಬೇಕೆಂಬ ಆಶಯ ಹೊತ್ತು ಬಂದಿದ್ದೇನೆ. ಮಗಳಾಗಿ ನನ್ನ ತಂದೆಗೆ ನಾನು ಮಾಡುವ ಕರ್ತವ್ಯ ಎಂತಲೂ ಭಾವಿಸಿದ್ದೇನೆ. ಆದರೆ ಈಗ ಅವರೇ ಇಲ್ಲ. ತುಂಬಾ ಒಂಟಿ ಅನಸ್ತಿದೆ ಚ್ಯನ್ನ... ಮನಸು ಪೂರ್ತಿ ಅತ್ತುಬಿಡಬೇಕು. ನನಗೊಂದು ಹೆಗಲು ಬೇಕು'. ತ್ರಿಕಾಲಗಳನ್ನು ಒಂದೇ ಓಘದಲ್ಲಿ ಹೇಳಿ ಅಳುತ್ತಿದ್ದ ಲಿಝ್‌ನನ್ನು ನೆನೆದು ಮನಸು ವಿಹ್ವಲಗೊಂಡಿತು. ಅವಳ ದುಃಖಕ್ಕಾಗದ ನನ್ನ ಹೆಗಲು ವ್ಯರ್ಥ ಎನಿಸಿತು. ನಾನಿದ್ದೀನಿ, ಡೋಂಟ್ ವರಿ ಎಂದು ಧೈರ್ಯ ಹೇಳಿ ಆರ್ದ್ರಗೊಂಡ ಹೃದಯ ಇವತ್ತು ಅವಳ ಮೋಡಿಗೆ ಶರಣಾಗುತ್ತಿದೆ.

'ಚ್ಯನ್ನ, ನೋಡಿದ್ಯಾ ನಿನ್ನನ್ನೂ ಕೂಡ ಗ್ರೀನ್ ಟೀ ಕುಡಿಯೋ ಥರ ಮಾಡಿದೆ. ಯಾವಾಗ್ಲೂ ಆಸ್ಸಾಂ ಚಹಾನೆ ಗ್ರೇಟ್ ಅಂತಿದ್ದೆ?' ಲಿಝ್ ಎಚ್ಚರಿಸಿದಳು. ಹೌದು, ನನ್ನ ಈ ಸಂದಿಗ್ಧತೆಗೆ ಒಂದಿಷ್ಟು ಕಹಿ ಬೇಕಿತ್ತು. ಅದನ್ನವಳಿಗೆ ತೋರಗೊಡದೆ, 'ಹೌದು, ಈ ಗ್ರೀನ್ ಟೀ ಕೂಡ ನಮ್ಮ ದೇಶದ್ದೇ. ಸಾವಿರಾರು ವರ್ಷಗಳ ಹಿಂದೆನೇ ರಾಮಾಯಣದಲ್ಲಿ ಸಂಜೀವಿನಿ ಅಂತ ಇದನ್ನು ಬಳಸುತಿದ್ದರು. ಅದೇ ಈಗ ಗ್ರೀನ್ ಟೀ ಆಗಿದೆ' ಎಂದು ನನ್ನ ಇತ್ತೀಚಿನ ಯಾವುದೊ ಒಂದು ತಲೆಬುಡವಿಲ್ಲದ ತರ್ಕ ಹೇಳಿ ಸಮರ್ಥಿಸ ಲೆತ್ನಿಸಿದೆ. 'ಇದೆಲ್ಲ ಚೆನ್ನಾಗ್ ಗೊತ್ತು ನಿಮಗೆ. ಅದು ಆರೋಗ್ಯಕ್ಕೆ ಒಳ್ಳೇದು ಅಂತ ಗೊತ್ತಿದ್ರೂ ಬಳಸ್ತಿರ್ಲಿಲ್ಲ. ನಿಮ್ಮಲ್ಲಿ ಎಲ್ಲಾ ಇದೆ, ಆದ್ರೆ ಅದನ್ನು ಹೇಗೆ ಉಪಯೋಗಿಸ್ಬೇಕು ಅನ್ನೋದು ಗೊತ್ತಿಲ್ಲ. ಈಗ ನೀವು, ನಿಮ್ಮ ಫ್ರೆಂಡ್ ಸೂರ್ಯ ಜೊತೆ ಗುಟ್ಟಾಗಿ ನಡೆಸ್ತಿರೊ ಓಜಸ್ ಫಾರ್ಮಾದಲ್ಲಿ ತಯಾರಾಗೊ ಎಷ್ಟು ಔಷಧಿಗಳಿಗೆ ಸೂಕ್ತ ದಾಖಲೆ ಇದೆ? ನಿಮ್ಮ ಸರ್ಕಾರಕ್ಕೆ ಇದರ ಬಗ್ಗೆ ಪೂರ್ತಿ ಮಾಹಿತಿ ಕೊಟ್ಟಿದ್ದೀರಾ? ಬರೀ ಆಯುರ್ವೇದಿಕ್ ಔಷಧಿ ಅಂತ ಹೇಳಿ ಎಷ್ಟು ಅಮಾಯಕರನ್ನು ನಿಮ್ಮ ದುಡ್ಡಿನ ಬಲೆಯಲ್ಲಿ ಬೀಳಸ್ಕೊತೀರ? ಲೆಖ್ಖಕ್ಕೆ ಸಿಗದಷ್ಟು ಔಷಧಿ ಕಂಪನಿಗಳು, ಔಷಧಿಗಳು ತಯಾರಾಗ್ತಾವೆ ಇಲ್ಲಿ. ಇವು ಯಾರನ್ನು ಉದ್ಧಾರ ಮಾಡೋಕೆ ಅಂತ ಗೊತ್ತಿಲ್ಲ. ನನಗೇ ಅಲ್ಲ, ತಯಾರು ಮಾಡೋರಿಗೂ ಅದರ ಉದ್ದೇಶ, ಆಳ ಗೊತ್ತಿಲ್ಲ. ಆಯುರ್ವೇದದ ಬಗ್ಗೆ ನಂಗೆ ತುಂಬಾ ಗೌರವ ಇದೆ. ಆದರೆ ಅದನ್ನು ಸರಿಯಾಗಿ ಬಳಸಿ, ವೈಜ್ಞಾನಿಕ ಆಕಾರ ಕೊಟ್ಟು ತಿಳಿ ಹೇಳಿದರೆ ಇಡೀ ಜಗತ್ತೇ ಭಾರತದ ಕಾಲ್ಕೆಳಗೆ ಬೀಳತ್ತೆ. ನೀನು ಹೇಳ್ತಿಯ, ನಿಮ್ಮ ಮಾತ್ರೆ ಸೇವಿಸಿದ್ರೆ ಮಕ್ಕಳು ಎತ್ತರ ಬೆಳಿತಾರೆ,

ಬುದ್ಧಿಶಾಲಿ ಆಗ್ತಾರೆ. ಇವಕ್ಕೆಲ್ಲ ಏನಾಧಾರ ಇದೆ? ಬರೀ ದುಡ್ಡಿಗೆ ನೀನಿದನ್ನು ಮಾಡ್ತಿದ್ದೀಯ ಅಂದ್ರೆ ಅದನ್ನ ಮೊದ್ಲು ವಿರೋಧಿಸೋಳು ನಾನೇ. ಥಿಂಕ್ ಬಿಗ್ ಚ್ಯನ್ನ..'. ಗ್ರೀನ್ ಟೀ ಕಹಿ ಈಗ ನಾಲಿಗೆಗೆ ತಟ್ಟಿತು.

* * *

ಮೊಬೈಲ್ ಬೀಪ್ ಶಬ್ದ ಮಾಡುತ್ತಿದ್ದಂತೆಯೆ ಕಳವಳಗೊಂಡ ಚನ್ನನ ನೋಡಿ ಲಿಝ್, ಯಾಕಿಷ್ಟು ಗಾಬರಿ, ಏನಾಯ್ತು? ಎಂದಳು.

'ಏನಿಲ್ಲ, ಇದು ನಾನು ಮಾತ್ರೆ ತೆಗೆದುಕೊಳ್ಳುವ ಸಮಯ'.

'ಯಾವ ಮಾತ್ರೆ, ಏನಕ್ಕೆ?'

'ನಾನು ಸ್ವಲ್ಪ ಸೈಕೊಲೊಜಿಕಲಿ ಡಿಸ್ಟರ್ಬ್ ಆಗಿದ್ದಾಗ ಡಾಕ್ಟರ್ ನನಗೆ ಮಾತ್ರೆ ಕೊಟ್ಟಿದ್ದಾರೆ. ಅದನ್ನು ತಪ್ಪದೇ ತೆಗೆದುಕೊಳ್ಳಬೇಕು'

'ನಾನು ನೋಡಿದ ಹಾಗೆ ನೀನು ತುಂಬಾ ಸ್ಟ್ರಾಂಗ್, ಶಿಸ್ತಿನ ಮನುಷ್ಯ. ಯಾವುದೇ ಕೆಲಸ ಇದ್ದರೂ ಅದನ್ನು ಹೆಗಲ ಮೇಲೆ ಹಾಕಿಕೊಂಡು ಅಚ್ಚುಕಟ್ಟಾಗಿ ಮಾಡಿ ಮುಗಿಸುತ್ತೀಯ. ಅಂಥದ್ರಲ್ಲಿ ಮೆಂಟಲಿ ಡಿಸ್ಟರ್ಬ್ ಆಗೊಂಥದ್ದು ಏನಾಯ್ತು?'

'ಹೋಗ್ಲೀ ಬಿಡು ಲಿಝ್, ಅಂಥದ್ದೇನಿಲ್ಲ'

'ಹೋಗ್ಲಿ ಬಿಡು ಅಂದ್ರೆ ಏನ್ ಚ್ಯನ್ನ, ನನ್ನ ಹತ್ರಾನು ಹೇಳ್ಬಾರ್ದಾ? ಇಷ್ಟು ದಿನದ ನಮ್ಮ ಸ್ನೇಹಕ್ಕೆ ಅವಮಾನ ಮಾಡ್ತಿದೀಯ ಅನ್ಸಿದೆ. ನೀನು ಹೀಗಿರೋದು ನೊಡೊಕ್ಕಾಗಲ್ಲ ಚ್ಯನ್ನ, ಹೇಳು ಏನಾಯ್ತು?' ಎಂದು ಲಿಝ್ ಕೈ ಹಿಡಿದಾಗ ಆ ಸ್ಪರ್ಶಕೆ ಮನಸು ಮರುಳಾಗಿ ಅವಳ ಮಡಿಲಲಿ ಮಲಗಿ ನನ್ನೆಲ್ಲ ನೋವನ್ನು ಒದರಿಬಿಡಲೆ ಎನಿಸಿತು. ಅವಳ ಕೈ ಮೇಲೆ ನನ್ನ ಮತ್ತೊಂದು ಕೈಯಿರಿಸಿ ಆ ಕಣ್ಣುಗಳ ಆರ್ದ್ರತೆಯನು ಕುಡಿಯುತ್ತ ಬಾಯಿ ಶುರುವಿಟ್ಟಿತು: ಗ್ರೀನ್ ಟೀ ತನ್ನ ಘಮವ ತೋರುತ್ತ ಪಕ್ಕದಲ್ಲಿ ಕುಳಿತಿತ್ತು, 'ಲಿಝ್, ಚಿಕ್ಕವನಿದ್ದಾಗಲೆ ನಂಗೆ ಹಾಟ್ ವಾಟರ್ ಎಪಿಲೆಪ್ಸಿ ಇತ್ತು. ತಲೆ ಮೇಲೆ ಸ್ವಲ್ಪ ಬಿಸಿ ನೀರು ಸುರುವಿದರೂ ಫಿಟ್ಸ್ ಬರುತಿತ್ತು. ಅದಕ್ಕೆ ಬಿಟ್ಟೂ ಬಿಡದೆ ಹತ್ತನ್ನೆರಡು ವರ್ಷಗಳವರೆಗೆ ತಪ್ಪದೆ ಮಾತ್ರೆ ತಗೊಬೇಕಾಗಿ ಬಂತು. ಅದರಿಂದ ರೋಗ ಏನೋ ಹತೋಟಿಗೆ ಬಂತು. ಆದರೆ ಮೆಂಟಲಿ ನಾನು ತುಂಬಾ ಅಶಕ್ತನಾದೆ. ಓದುವುದ್ರಲ್ಲಿದ್ದ ನನ್ನ ಹಸಿವು ಮಾತ್ರ ಕಮ್ಮಿ ಆಗ್ಲಿಲ್ಲ. ನನ್ನ ತಂದೆ ಜೋಳಿಗೆ ಹಿಡಿದು ಮನೆ ಮನೆಗೆ ಭಿಕ್ಷೆಗೆ ಹೋಗಿ, ಕರೆದವರ ಮನೆಗೆ ಹೋಗಿ ಪೂಜೆ ಮಾಡಿ, ಮಂಗಳಾರತಿ ಹಾಡಿ ದಕ್ಷಿಣೆ ಇಸ್ಕೊಂಡ್ ಬಂದು ಸಂಸಾರ ನಡೆಸೋರು. ನನಗೆ ಅದು ಬೇಡವಾಗಿತ್ತು. ನಾನು, ಚನ್ನಬಸವಯ್ಯ

ವೀರಸಂಗಯ್ಯ ಸಂಭಾಳಮಠ, ಸಾಕಿನ್-ಕಮಲಾಪೂರ, ಜಿಲ್ಲಾ-ಗುಲ್ಬರ್ಗ ಎಂಬ ಕುಲನಾಮದ ಹಿಂದಿನ ಬಳುವಳಿಯನ್ನು ಮನಸಾರೆ ಕಿತ್ತು ಈ ಜಗತ್ತಿನ ಜೊತೆ ಓಡಬೇಕೆಂದು ಕಷ್ಟ ಪಟ್ಟು ಓದಿ ಇಲ್ಲಿಯವರೆಗೂ ಬಂದವನು. ನನಗೆ ಒಂದು ಚಿಕ್ಕ ವಿಷಯವೂ ತಲೆಗೇರಿತೆಂದರೆ ಅದು ಗಿರಣಿಗೆ ಹಾಕಿದಂತೆ ಸುತ್ತಿ ಸುತ್ತಿ ಅದರಿಂದ ಹೊರಬರುವಷ್ಟರಲ್ಲಿ ನಾನೆಲ್ಲಿದ್ದೆ ಎಂದು ನನಗೇ ಗೊತ್ತಿರುವುದಿಲ್ಲ. ನನ್ನ ಮದುವೆ ವಿಚಾರದಲ್ಲಿ ಮನೆಯವರ ಒತ್ತಡ ಇರಬಹುದು, ಕಾರ್ಪೋರೇಟ್ ಜಗತ್ತಿನಲ್ಲಿ ನರಳ್ತಿರೊ ನಮ್ಮ ಭಾಷೆ ಇರಬಹುದು, ಬೆಂಗಳೂರು ಸುತ್ತ ಮುತ್ತ ಓಡಾಡೊ ಕಾರುಗಳ ಮೇಲೆ ರಾರಾಜಿಸುವ ಗೌಡಾಸ್, ಕುರುಬಾಸ್ ಎಂಬ ಜಾತಿಯ ನಾಮಫಲಕ ಕಂಡಾಗ, ಆಫೀಸ್‌ಗಳ ಹತ್ರ ನಿಂತು ಸಿಗರೇಟು ಸೇದುತ್ತ ಫಾರಿನ್ ಕಲ್ಚರ್ ಬಗ್ಗೆ ಮಾತಾಡೋ ಸಾಫ್ಟವೇರ್ ಮಂದಿಯ ನೋಡಿದಾಗ, ಯಾರಾದ್ರೂ ಕನ್ನಡ ಸಿನೆಮಾ ಚೆನ್ನಾಗಿಲ್ಲ ಅಂದ್ರೆ, ಯಾರಾದ್ರೂ ನೀವು ಜೋಳಿಗೆ ವಂಶದವರಾ ಅಂತ ಕೇಳಿದಾಗ, ಇನ್ನಾವುದೇ ಇರ್ಲಿ, ಅದು ನನ್ನ ಮನಸನ್ನ ತುಂಬಾ ಕಾಡತ್ತೆ... ಒಂದೊಂದ್ಸಲ ಒಬ್ಬೊಬ್ನೆ ಮಾತಾಡ್ತಿರ್ತೀನಿ ಅಂತ ಕೆಲವರು ಹೇಳ್ತಾರೆ. ಆದ್ರೆ ನನಗೆ ಅದರ ಅರಿವೇ ಇರುವುದಿಲ್ಲ. ಮೊನ್ನೆ ಸಾಯಿಬಾಬಾ ದೇವಸ್ಥಾನಕ್ಕೆ ಹೋದಾಗ ಅಲ್ಲಿ ಆ ಮೂರ್ತಿ ಜೊತೆ ಮಾತಾಡ್ತಿದ್ನಂತೆ. ನನಗೆ ಆ ವಿಷಯ ತಿಳಿಯದು. ಇನ್ನೊಂದಿನ ಊರಿಂದ ಬಸ್ಸಿನಲ್ಲಿ ಬರುವಾಗ ರಸ್ತೆ ಬದಿಯ ಒಂದು ಮರದ ಮೇಲೆ ಹಾಕಿದ್ದ ಬ್ಯಾನರ್‌ನ್ನು ಚಿಕ್ಕ ಮುಸ್ಲಿಂ ಹುಡುಗಿಯೊಂದು ಓದುತ್ತಿತ್ತು, ಅ.. ಅಲ್.. ಅಲ್ಲ.. ಮ..

ಅಲ್ಲ.. ಮ.. ಅಲ್ಲಮ.. ಪ್ ಪ್ರ.. ಭುಗ.. ಳ..ಜಯಂತಿ... ನಿ ನಿ... ಮಿತ ದಾ..ಸೋಹ.. ದಾಸೋಹ.. ಅಮ್ಮಿ, ದಾಸೋಹ ಬೊಲೆ ತೊ ಕ್ಯಾ? ಎಂದು ಅವರ ಅಮ್ಮನ ಕೇಳಿತು. ನನ್ನ ಮನಸು ಎಷ್ಟು ಹಿಗ್ಗಿತೆಂದರೆ ಮುಂದೆ ಅವರ ತಾಯಿ ಕೊಡೋ ಉತ್ತರದ ಮೇಲೆ ಕುತೂಹಲಗೊಂಡಿತು. ಆದರೆ ಅವರಮ್ಮ, ಕುಛ್ ನಹಿ ಬೇಟಿ ಆಜಾ ತು ಎಂದಳು. ಅಮ್ಮಿ, ಬೊಲೊನಾ.. ಎಂದು ಹಟ ಹಿಡಿದರೂ ಆ ತಾಯಿ ಉತ್ತರ ಕೊಡದೆ ಅವಳಿಗೆ ಚೆನ್ನಾಗಿ ಹೊಡೆದು, ತೇರೆ ಅಬ್ಬಾ ಸೆ ಪೂಛ್ ಎಂದು ದರದರನೆ ಎಳೆಕೊಂಡು ಹೋದಳು. ನನ್ನ ಮನಸು ವಿಲವಿಲಗೊಂಡಿತು. ಬೇರೆಯವರಿಗೆ ಅದು ಚಿಕ್ಕ ವಿಷಯ ಇರಬಹುದು. ಆದ್ರೆ ನಂಗೆ ತುಂಬಾನೆ ಘಾಸಿಮಾಡಿತು. ಇಂಥ ವಿಷಯಗಳಿಗೆ ಮನಸು ಹಿಂಡಿದಂತಾಗುತ್ತದೆ. ಡಾಕ್ಟರ್‌ಗೆ ತೋರ್ಸಿದೆ, ಅವರು ಏನೂ ಇಲ್ಲ, ತುಂಬಾ ಸೆನ್ಸಿಟಿವ್ ಇದ್ದೀರ ನೀವು. ಬಹುಶ: ಅಷ್ಟು ವರ್ಷ ನೀವು

ತೆಗೆದುಕೊಂಡ ಮಾತ್ರೆಯ ಪ್ರಭಾವನೂ ಇರಬಹುದು. ಜಾಸ್ತಿ ಸ್ಟ್ರೆಸ್ ಮಾಡ್ಕೋಬೇಡಿ ಅಂತ ಮಾತ್ರೆ ಕೊಟ್ರು. ನನ್ನ ಮನೆಯವರಿಗೆ ಇದು ಯಾವ್ದೂ ಅರ್ಥ ಆಗೋದಿಲ್ಲ. ಲಿಝ್, ನನಗೀಗ ಎಲ್ಲವೂ ಜೀವ ಕಳ್ಕೊಂಡಿರೊ ಚಿತ್ರಪಟದಂತೆ ತೋರುತ್ತವೆ. ಸದ್ಯಕ್ಕೆ ನನ್ನ ಮನಸಿಗೆ ನೀನೊಬ್ಬೆ ಜೀವಂತ ಬೊಂಬೆಯಂತೆ ಕಾಣ್ತಿದ್ದಿಯ' ಅಂದಾಗ ಲಿಝ್ ಕೆಂಪೇರಿದ್ದನ್ನ ನನ್ನಿಡೀ ಜನ್ಮಕ್ಕಾಗುವಷ್ಟು ಸವಿದೆ! ಸುತ್ತ ಯಾರೂ ಇಲ್ಲದ್ದನ್ನು ಖಾತ್ರಿ ಮಾಡ್ಕೊಂಡು ಟೀ ಕುಡಿಯುವ ನೆಪದಲ್ಲಿ ಲಿಝ್ ಎದೆಯೊಳಗೆ ನಾನು ಇಳಿಯಬಹುದಾದ ಜಾಗ ಎಲ್ಲಿದೆ ಎಂದು ಆಸೆಗಣ್ಣ ಹರಿಸಿದೆ. ಗ್ರೀನ್ ಟೀ ನನ್ನ ಆಸೆಗಳಿಗೆ ಹೊಸ ರುಚಿ ತುಂಬಿ ಒಳಗಿಳಿಯಿತು.

ಕಣ್ಣಿಗೆ ಇಂಜೆಕ್ಷನ್ ಚುಚ್ಚಿಸಿಕೊಂಡಂತೆ ಬಂದು ತೇಕುತ್ತ, 'ಹೇ ಇಲ್ಲೆದಿಯಾ, ಭಲೋ ಆತ. ಚನ್ನೂ, ವೀಕ್ನೆಸ್ಸಿಗೆ ಕನ್ನಡದಾಗ ಏನಂತಾರೊ?'. ನನ್ನ ಓಜಸ್ ಫಾರ್ಮಾದ ಪಾರ್ಟ್ನರ್ ಸೂರ್ಯಕಾಂತ ಅಲಿಯಾಸ್ ಸೂರ್ಯನ ಈ ಅಧಿಕಪ್ರಸಂಗಿತನದ ಪ್ರಶ್ನೆಗೆ ಮೈ ಉರಿ ಉರಿ ಉರಿಯಿತು. ಇಲ್ಲಿ ಲಿಝ್ ಇದ್ದಾಳೆ, ಹೇಗೆ ವರ್ತಿಸಬೇಕೆಂಬ ಕಾಮನ್ ಸೆನ್ಸಿಲ್ಲದಿರೊ ಮನುಷ್ಯ, ಅಲ್ಲ ಪ್ರಾಣಿ ನನ್ಮಗ. 'ಅದ್ಯಾಕ್ಲೆ ಈಗ?'. 'ಹೇ, ಜಲ್ದಿ ಹೇಳೊ ಮಾರಾಯಾ, ರೀಬಾನ ಜೋಡಿ ಜಿದ್ದ ಕಟ್ಟೇನಿ. ಇನ್ನ ಐದ ನಿಮಿಷದಾಗ ಹೇಳಬೇಕ'. 'ಅದಕ್ಕ ದೌರ್ಬಲ್ಯ ಅಂತಾರಲೇ. ಕನ್ನಡ ಮೀಡಿಯಂ ಕಲ್ತಿದಿ, ಅಷ್ಟೂ ಗೊತ್ತಾಗುದಿಲ್ಲನ? ಸಾಲಿ ಮುಂದ ಹೋಗಿದ್ಯೊ? ಹಿಂದ ಹೋಗಿದ್ಯೋ? ಬೆಂಗಳೂರಾ, ಎಂ.ಎನ್.ಸಿ ಕಂಪನಿಯಂದ್ರ ಎಲ್ಲಾ ಮರ್ತ ಬಿಡೂದನ?' 'ಥ್ಯಾಂಕ್ಸ್ ಲೇ' ಎಂದು ನಾಚಿಕೆ ಇಲ್ಲದವನಂತೆ ಹೊರಟೇ ಹೋದ. ಲಿಝ್ ಕಣ್ಣರಳಿಸಿ ನಗುವಿನಳತೆಗೆ ತುಟಿಗಳನು ಹಿಗ್ಗಿಸಿ ಕುತೂಹಲದಿಂದ ನೋಡುತ್ತಿದ್ದಳು.

ಸುತ್ತ ಆಫೀಸಿನ ಯಾವ ತಲೆನೋವಿನ ತಲೆಗಳೂ ಸುಳಿಯುತ್ತಿಲ್ಲವೆಂದು ಖಾತ್ರಿ ಮಾಡಿಕೊಂಡು, 'ಔಷಧಿ ಎಂಬುವು ಹುಟ್ಟಿಕೊಂಡಾಗಲೇ ದುಷ್ಪರಿಣಾಮಗಳೂ ಹುಟ್ಟಿಕೊಂಡವು. ಅದನ್ನ ನಾವು ತಿಳ್ಕೊಳ್ಳೊದಕ್ಕೆ ಥ್ಯಾಲಿಡೊಮೈಡ್ ಟ್ರ್ಯಾಜಿಡಿ ಎಂಬ ಸುನಾಮಿ ಅಪ್ಪಳಿಸಬೇಕಾಯಿತು. ಅಲ್ಲಿಯವರೆಗೆ ಎಲ್ಲರೂ ಅದರ ಎಫೆಕ್ಟ್ ಬಗ್ಗೆ ಕಾತರರಾಗಿದ್ದರೆ ವಿನಾ ಸೈಡ್ ಎಫೆಕ್ಟ್ ಬಗ್ಗೆ ಚಿಂತಿಸಲೇ ಇಲ್ಲ. ಅದು, ಮಗುವೊಂದು ಹುಟ್ಟಿದಾಗ ಮುಂದೆ ಡಾಕ್ಟರೋ, ಇಂಜಿನಿಯರೋ, ವಿಜ್ಞಾನಿಯೋ ಆಗುತ್ತದೆಂದು ಕನಸು ಕಾಣುತ್ತೇವೆಯೆ ಹೊರತು ಆ ಮಗುವಿನಿಂದ ಮುಂದೆ ತಪ್ಪುಗಳೂ ಜರುಗಬಹುದೆಂಬ ಸತ್ಯವನ್ನು ನಮ್ಮ ಜಾಣ ಬುದ್ಧಿ ಹೇಳಿಕೊಡುವುದಿಲ್ಲ. ಇಲ್ಲಿ ಪ್ರತಿಯೊಂದಕ್ಕೂ

ಗುಣ ಇದ್ದಂತೆ ಅವಗುಣವೂ ಇದೆ. ಹಾಗೆಂದು ಅವಗುಣಕ್ಕೇ ಪ್ರಾಶಸ್ತ್ಯ ಸಿಗಬೇಕೆಂದು ಹೇಳುತ್ತಿಲ್ಲ. ಅದರ ಅರಿವು ಇಟ್ಟುಕೊಂಡು ಗುಣ ವಿಶೇಷಣವನ್ನು ಅನುಭವಿಸಬೇಕು. ನಮಗೆ ಕಾಯಿಲೆ ಬಂದು ಡಾಕ್ಟರ್ ಹತ್ರ ಹೋದಾಗ ಅವರು ಔಷಧಿಗಳ ಬಗೆಗೆ ಕೊಡುವ ಮಾಹಿತಿಯನ್ನು ಶ್ರದ್ಧೆಯಿಂದ ಪಾಲಿಸುತ್ತೇವೆ. ಔಷಧಿಯ ಪ್ರಮಾಣ ಕಡಿಮೆಯಾಯಿತೋ ಕಾಯಿಲೆ ವಾಸಿಯಾಗುವುದಿಲ್ಲ, ಹೆಚ್ಚಾಯಿತೋ ಅದರಿಂದಲೆ ಇನ್ನೊಂದೇನೋ ಸಮಸ್ಯೆಯಾಗುವ ಸಾಧ್ಯತೆ. ಇದೊಂದು ಎರಡಲಗಿನ ಕತ್ತಿ ಪ್ರಯೋಗ. ಕಾಯಿಲೆಗೆ ತಕ್ಕಂತೆ ಸರಿಯಾದ ಔಷಧಿ ಸರಿಯಾದ ಸಮಯಕ್ಕೆ ಸರಿಯಾದ ಪ್ರಮಾಣದಲ್ಲಿ ತೆಗೆದುಕೊಳ್ಳದಿದ್ದರೆ ನಮ್ಮ ದೇಹ ಸಹಿಸುವುದಿಲ್ಲ. ಅದು ಮನಸಿಗಿಂತಲೂ ಮೃದು, ಅಷ್ಟೇ ಸಂಕೀರ್ಣ.

'ಇದು ಅರ್ಧಸತ್ಯ ಸರ್, ಔಷಧಿಗಳ ಆವಿಷ್ಕಾರ ಹೆಚ್ಚಿದಂತೆಲ್ಲ ಪೈಪೋಟಿಗೆ ಬಿದ್ದಂತೆ ರೋಗಗಳ ಜನನ ಪ್ರಮಾಣವು ಏರುತ್ತಿರುತ್ತದೆ. ನಮ್ಮ ದೇಶದಲ್ಲಿ ಏನಿಲ್ಲವೆಂದರೂ ಮೂವತ್ತು ಸಾವಿರಕ್ಕೂ ಹೆಚ್ಚು ಔಷಧಿಗಳು, ಇಪ್ಪತ್ತು ಸಾವಿರಕ್ಕೂ ಹೆಚ್ಚು ಕಂಪನಿಗಳಿವೆ. ಹೊಸದನ್ನು ಕಂಡು ಹಿಡಿಯಲು ಬಳಸುವ ಅರ್ಧದಷ್ಟು ದುಡ್ಡನ್ನು ಮೂಲಭೂತ ಅವಶ್ಯಕತೆಗಳ ಸುಧಾರಣೆಗೆ ಕೊಟ್ಟರೆ ರೋಗವನ್ನೇ ನಾವು ತಡೆಯಬಹುದಲ್ಲ? ಇಲ್ಲಿ ಬರುವ ಎಷ್ಟೊಂದು ಎಮ್.ಎನ್.ಸಿ ಕಂಪನಿಗಳು ಆವಿಷ್ಕಾರಕ್ಕೆ ಮತ್ತು ವಾಣಿಜ್ಯಾತ್ಮಕವಾಗಿ ತಮ್ಮ ಅಧಿಪತ್ಯ ಸ್ಥಾಪಿಸಲು ಬರುತ್ತಾರೆಯೇ ವಿನಹ ಇಲ್ಲಿನ ಜನರ ಜೀವನ ಸುಧಾರಿಸುವ ಗೋಜಿಗೆ ಹೋಗುವುದಿಲ್ಲ.' 'ಲಿಝ್, ಎಂಥ ತಮಾಷೆ ನೋಡು, ಇದನ್ನು ಹೇಳಿದಾಗ ನಮ್ಮ ಮೇಷ್ಟ್ರಿಗೆ ಉತ್ತರ ಕಾಣದೆ ಸುಮ್ಮನಾಗಿ ಗುರಾಯಿಸ್ಕೊಂಡು ಹೋಗಿದ್ದರು.' ಲಿಝ್‌ನನ್ನು ಒಲಿಸಿಕೊಳ್ಳುವ ಪ್ರಯತ್ನಕ್ಕೆ ನನ್ನ ಸಾಧನೆಯನ್ನು ಹೇಳಿದೆ. ಅದು ಅವಳಿಗೆ ನಾನಿನ್ನೂ ಈ ವಿಷಯದಲ್ಲಿ ಬಚ್ಚಾ ಅನಿಸಿರಬೇಕು! ಒಂದು ನಗುವನೆಸೆದು, 'ಚ್ಯನ್ನ, ನನಗೆ ಗೊತ್ತು, ನೀನು ಎಲ್ಲ ತಿಳ್ಕೊಂಡಿದ್ದಿಯ. ಆದರೆ ನೀನು ಕೂಡ ಅದರ ಒಂದು ಭಾಗವಾಗಿದ್ದೀಯ ಈಗ. ಫಾರ್ಮಾಸಿಸ್ಟ್ ಆಗೊವಾಗ ನೀನು ತೆಗೆದುಕೊಂಡ ಪ್ರತಿಜ್ಞೆ ಮರೆತುಬಿಟ್ಯಾ? ಇಲ್ಲಿ ಸಮಸ್ಯೆ ಇದೆ, ಅದನ್ನು ಸರಿಪಡಿಸೋಕೆ ಒಬ್ಬ ಲೀಡರ್‌ನ ಕೊರತೆ ಕೂಡ ಇದೆ. ನೀನು ಒಳ್ಳೆಯ ಫಾರ್ಮಾಸಿಸ್ಟ್ ಆಗು, ನಿನ್ನ ಜೊತೆ ನಾನಿರ್ತಿನಿ'. ಲಿಝ್ ನನ್ನ ಮನಸಿನ ಎಲ್ಲ ಗಾಯಗಳಿಗೆ ಔಷಧಿಯಾಗುವಂತೆ ಕಂಡಳು. ಇಂಥವಳನ್ನೇ ಅಲ್ಲವೆ, ನನ್ನ ಮನಸು ಹುಡುಕುತ್ತಿದ್ದುದು. ಅವಳನ್ನು ನೋಡುತ್ತಿದ್ದಂತೆ ಜೀವನಕ್ಕೊಂದು ಹೊಸ ಕಸುವು ಬರುತ್ತಿದೆ. ಇನ್ನು ಇವಳು

ನನ್ನ ಸಂಗಾತಿಯಾದರೆ ನನ್ನಷ್ಟು ಅದೃಷ್ಟವಂತ ಯಾರೂ ಇರಲಿಕ್ಕಿಲ್ಲ. ಹೌದು, ಇಷ್ಟು ದಿನ ಅವಳ ಜೀವನದಲ್ಲಿ ಏನು ನಡೆಯಿತು, ನನ್ನ ಜೀವನ ಹೇಗೆ ಕಳೆಯಿತೊ ಅದನೆಲ್ಲ ಗಂಟು ಕಟ್ಟಿ ಮೂಲೆಗೆ ಎಸೆದು ನಮ್ಮ ಅಭಿರುಚಿ, ಆಸಕ್ತಿಗಳ ಹೊಸದೊಂದು ಜೀವನ ಕಟ್ಟಿ ಯಶಸ್ವಿಯಾಗಬೇಕು. ಇಬ್ಬರ ಮುದ್ದಿನ ಗ್ರೀನ್ ಟೀ ನಮಗೆ ಟಾನಿಕ್ ಆಗುವುದೆಂಬ ವಿಶ್ವಾಸ ಮೂಡಿತು. ಈ ಸಂತಸಕೆ ಕಾಲು ತಕತಕ ಕುಣಿಯುತ್ತಿದ್ದವು... ಲಿಝ್‌ಗೆ ನನ್ನ ಈ ನಿರ್ಧಾರ ಹೇಳಬೇಕು. ಅವಳೂ ನನ್ನೊಂದಿಗೆ ಹೆಜ್ಜೆ ಹಾಕುತ್ತಾಳೆಂಬ ವಿಶ್ವಾಸ ಇದೆ. ನನ್ನ ಬದುಕನ್ನು ಕಟ್ಟಿಕೊಳ್ಳುವ ಈ ಅಮೃತ ಘಳಿಗೆಯನು ಬಿಡಬಾರದು. ಎಲಿಝಬೆತ್ ನನ್ನ ರಾಣಿಯಾಗಬೇಕು, ಅದನ್ನವಳಿಗೆ ಹೇಳಬೇಕು.. ಹೇಳಲೇಬೇಕು.. ಈಗಲೇ.. ಹ್ಞೂ ...

* * *

ಓಡುತ್ತ ಬಂದ ಸೂರ್ಯ, 'ಇಲ್ಲಿ ಒಬ್ನ ಕುತ್ಗೊಂಡ್ ಏನ್ಮಾಡಾಕತ್ತಿಲೇ ಚೆನ್ನ್ಯಾ? ಸುದ್ದಿ ಗೊತ್ತಾತನ್?'

'ಒಬ್ನ ಅಲ್ಲ, ಇಲ್ಲಿ ಲಿಝ್ ಜೋಡಿ ಮಾತಡಾಕತ್ತಿದ್ನಿ.'

'ಅಲ್ಲೆಲ್ಲಿ ಲಿಝ್ಝು ? ಆಕಿ ನಿನ್ನೆ ರಾತ್ರಿನ ನಿದ್ದಿ ಗುಳಿಗಿ ತುಗೊಂಡ್ ಇವತ್ತ ಐಸೀಯೂದಾಗ ಅಡ್ಮಿಟ್ ಆಗ್ಯಾಳ. ಕೋಮಾದಾಗ ಅದಾಳಂತ. ಬರ್ತಿಯೇನ ನೋಡ್ಕೊಂಡ್ ಬರೂನು?'

ಆ ಸೀಟಿನತ್ತ ತಿರುಗಿ ನೋಡುವುದಕ್ಕೆ ಭಯ, ಚನ್ನನ ಆಳದ ವರ್ಣ ತಂತುಗಳೂ ಕೂಡ ಬೆವರಿ ಮೈ ತಣ್ಣಗಾಯಿತು: ಗ್ರೀನ್ ಟೀ ಬ್ಯಾಗೂ...

ಶಿಥಿಲ

–ಅಲಕಾ ಕಟ್ಟೆಮನೆ

'ಬಾವಿ ನೀರು ಬಾಯಿಗೆ ಹಾಕಲ್ಲೇ ಆಗ್ತಿಲ್ಲೆ. ಆ ನಮ್ನಿ ವಾಸ್ನೆ. ಹತ್ತು ಹೆಗ್ಗಣ ಬಿದ್ದು ಕೊಳೆತರೆ ಹೆಂಗಾಗ್ತೋ ಹಾಂಗೆ... ಬಾವಿಂದ ತುಂಬಿದ ಕೊಡ ಮೇಲೆ ಬಂದ್ರೆ ಸಾಕು... ಹೊಟ್ಟೆ ತೊಳಸಿ ಬಂದಾಂಗಾಗ್ತು...'

ಸ್ಕೈಪ್‌ನಲ್ಲಿ ನಮ್ಮೆದುರು ಕೂತ ಆಯಿ ಮುಖ ಕಿವುಚಿಕೊಳ್ಳುತ್ತಿದ್ದಳು. ಬೆಳ್ಳಂಬೆಳಗ್ಗೆ ಬಾವಿಯ ನೀರು ಬಾಯಿಗೆ ಹಾಕಿ ಹಿಂದಿನ ಏಳೇಳು ಜನ್ಮ ನೆನಪಾಗಿದ್ದನ್ನು ಪರಿಪರಿಯಾಗಿ ವಿವರಿಸುತ್ತಿದ್ದಳು. ನಮ್ಮನೆಯ ಹಿತ್ತಲು ಕಡೆಯಲ್ಲಿದ್ದ ಬಾವಿಯ ನೀರನ್ನು ಬಳಸುವುದು ಹಾಗಿರಲಿ, ಬಾವಿಯ ಪಕ್ಕ ಕೂತು ಬಟ್ಟೆ ತೊಳೆಯಲೂ ಕೆಲಸದ ಹುಡುಗಿ ಗೋಪಿ ಬೆಳಗ್ಗೆ ಖಡಾ ಖಂಡಿತವಾಗಿ ನಿರಾಕರಿಸಿದ್ದಳಂತೆ. ನೀರಿನ ವಾಸನೆಗೋ ಅಥವಾ ಗೋಪಿಯ ಮಾತಿಗೋ, ಒಟ್ಟಾರೆ ಆಯಿ ಯಾವುದಕ್ಕೆ ಹೆಚ್ಚು ಸಂಕಟಪಡುತ್ತಿದ್ದಳು ಎಂಬುದನ್ನು ನನಗೂ ನಿರ್ಧರಿಸಲಾಗಲಿಲ್ಲ. ಯಾವುದಕ್ಕೂ ಹೀಗೆಲ್ಲ ಮುಖ ಕಿವುಚುವವಳಲ್ಲ ಆಯಿ ಎಂಬಲ್ಲಿಗೆ ಬಾವಿಯಿಂದ ಅಂಥಾ ದುರ್ನಾತವೇ ಬರುತ್ತಿರಬೇಕು. ನೀರಿಗೆ ಏನು ಬಿತ್ತು ಹಾಗಾದರೆ?

'ಗೊತ್ತಿಲ್ಲೆ ಮಾಣಿ. ಹಡ್ಬೆ ನಾಯೊ, ಬೆಕ್ಕೋ ಬಿತ್ತೇನ ಹೇಳಿ ಬುಟ್ಟಿ ಇಳಸಿ, ಪಾತಾಳ ಗರುಡ ಬಿಟ್ಟು ಎಲ್ಲಾ ನೋಡಿದ್ದಾತು. ದೊಡ್ಡದೆಂತದೂ ಕಾಣ್ತಿಲ್ಲೆ. ಆದರೆ ನಮ್ಮನೆ ಬಾವಿ ನೀರಿನ ಅವಸ್ಥೆ ಯಾವತ್ತೂ ಹೀಂಗಾಗಿತ್ತಿಲ್ಲೆ. ರಾಮರಾಮಾ!'

ಮನೆಗಿದ್ದ ಒಂದೇ ಬಾವಿಯ ನೀರು ಹಾಳಾಗಿರುವುದಕ್ಕಿಂತ ಹೆಚ್ಚಿನ ತಲೆಬಿಸಿ ನನಗಾಗಿದ್ದು ಅಪ್ಪ–ಆಯಿಯ ಕುಡಿಯುವ ನೀರಿನ ವ್ಯವಸ್ಥೆಯ ಬಗ್ಗೆ. ಪಕ್ಕದ ಮನೆಯ ಬಾವಿಯಿಂದ ನೀರು ತರಬಹುದಾದರೂ ಅದಕ್ಕಾಗಿ 25 ಮೆಟ್ಟಿಲುಗಳನ್ನಾದರೂ ಹತ್ತಿಳಿಯಬೇಕು. ಅಪ್ಪನಿಗೆ 72 ವರ್ಷ, ಆಯಿಗೂ 65ರ ಮೇಲೆಯೇ ಆಯಿತು. ಅವರಿಗಿನ್ನೆಷ್ಟು ನೀರು ಹೊರಲು ಸಾಧ್ಯ? ಆದರೆ

ಸದ್ಯಕ್ಕೆ ಅದೊಂದೇ ದಾರಿ. ಕುಡಿಯುವ ಮಟ್ಟಿಗಾದರೂ ಮೆಟ್ಟಿಲು ಇಳಿದು–ಹತ್ತಿ ನೀರು ತಂದುಕೊಳ್ಳಲೇ ಬೇಕು. ಉಳಿದಿದ್ದಕ್ಕೆ ನೀರು...?

'ಪಂಚಾಯತದ ನೀರು ಬತ್ತು ಬಿಡು. ಅದನ್ನೇ ಪೈಪ್ ಹಾಕಿ ನಮ್ಮನೆ ಟ್ಯಾಂಕಿಗೆ ತುಂಬಿದರಾತು. ಈ ಬೇಸಿಗೆಲ್ಲಿ ನೀರೇ ಕಡಿಮೆ ಅಂಬೊತ್ತಿಗೆ ಇದ್ದಿದ್ದೂ ಉಪಯೋಗಿಲ್ಲದ ಹಾಂಗಾಂತು. ಈಗ ಮೊದಲಿನಾಂಗೆ ಬಾವಿ ಇಳಿದು ಸೋಸಲ್ಲೆ ಯಾರೂ ಇಲ್ಲೆ ಮಾರಾಯ. ಇವರು ಬೆಳಗಿಂದ ಗುದ್ದಾಡಿದ್ರೂ ಬಾವಿಗೆ ಎಂತ ಬಿತ್ತು ಹೇಳದೇ ಗೊತ್ತಾಗ್ತಿಲ್ಲೆ.'

ಆಯಿ ಅಲವತ್ತುಕೊಳ್ಳುತ್ತಿರಬೇಕಾದರೆ ಅಪ್ಪ 'ಕೇಳಿದ್ಯನೇ' ಎನ್ನುತ್ತಾ ಓಡಿಬಂದರು. ಅವರದ್ದಂತೂ ಉಟ್ಟ ಲುಂಗಿ, ತೊಟ್ಟ ಬನಿಯನ್ನು ಎಲ್ಲ ಒದ್ದೆ. ನೀರೋ ಬೆವರೋ ತಿಳಿಯಲಿಲ್ಲ. 'ವರ್ಲೆ ವರ್ಲೆ' ಎಂದು ಮೇಲುಸಿರು ಬಿಡುತ್ತಾ ಕಂಪ್ಯೂಟರ್ ಪರದೆಯ ಮೇಲಿದ್ದ ನನ್ನ ಮುಖ ನೋಡಿ, 'ಗೊತ್ತಾತನಾ... ವರ್ಲೆ ಬಿಜ್ಜು ಬಾವಿ ನೀರಿಗೆ' ಎನ್ನುತ್ತಾ ಎಲ್ಲಿಂದ ಬೀಳುತ್ತಿದೆ, ಹೇಗೆ ಬೀಳುತ್ತಿದೆ ಎಂದೆಲ್ಲಾ ವರ್ಣಿಸಿ, ಬಾವಿಯತ್ತ ದಾಪುಗಾಲಿಕ್ಕಿದರು. ಬೆನ್ನಿಗೆ ಆಯಿಯೂ ಇದ್ದಳು.

* * *

ಸಕ್ರೆಬೈಲಿನ ಹೈಸ್ಕೂಲಿನಲ್ಲಿ ಮುಖ್ಯೋಪಾಧ್ಯಾಯರಾಗಿ ನಿವೃತ್ತರಾದ ಮೇಲೆ ಅಪ್ಪ ಅರೆಕಾಲಿಕ ಕೃಷಿಕರಾಗಿದ್ದರು. ಮನೆಯ ಸುತ್ತಲಿನ ಸೊಂಪಾದ ಜಾಗದಲ್ಲೇ ಮನೆ ಬಳಕೆಗೆ ಬೇಕಾದ ತರಕಾರಿ–ಸೊಪ್ಪು ಬೆಳೆಯುತ್ತಾ, ಬಳಕೆಗೆ ಮೀರಿದ್ದನ್ನು ನೆಂಟರು, ಇಷ್ಟರಿಗೆ ದಾನ ಮಾಡುತ್ತಾ, ಮೊದಲೇ ನೆಟ್ಟಿದ್ದ ಹಣ್ಣಿನ ಗಿಡಗಳ ದೇಖರೇಖಿ ನೋಡುತ್ತಾ ಇದ್ದರು. ಉಳಿದ ಹೊತ್ತಿನಲ್ಲಿ ಸಮಾನ ಮನಸ್ಕರೊಂದಿಗೆ ಒಂದು ಹವ್ಯಾಸಿ ತಾಳಮದ್ದಳೆ ಕೂಟ ಮಾಡಿಕೊಂಡಿದ್ದರು. ಮೊದಲೆಲ್ಲಾ ಸಂಗ್ರಹಿಸಿಟ್ಟಿದ್ದ ಕಪಾಟುಗಟ್ಟಲೆ ಪುಸ್ತಕಗಳನ್ನು ಓದುತ್ತಿದ್ದರು. ಹಾಗಾಗಿ ಅವರಿಗೆ ಹೊತ್ತೇ ಇಲ್ಲ. ಅವರ ಒಬ್ಬಳೇ ಮಗಳು ಹೈದರಾಬಾದ್‌ನಲ್ಲಿ ಸಂಸಾರೊಂದಿಗಳಾಗಿದ್ದಾಳೆ. ಅವರಿಗಿರುವ ಒಬ್ಬನೇ ಮಗನಾದ ನಾನು ಅಮೆರಿಕದ ಸಿಲಿಕಾನ್ ವ್ಯಾಲಿಯಲ್ಲಿದ್ದೇನೆ. ಇಲ್ಲಿಗೆ ಬಂದು ಕೆಲವು ವರ್ಷ ಗಳಾಗಿವೆ. ಇಲ್ಲಿಗೆ ಬಂದ ಬಹುಪಾಲು ಜನರಂತೆ ನಾನೂ ವಾಪಸ್ಸು ಹೋಗಬೇಕೆಂದು ಬಾಯಲ್ಲಿ ಹೇಳುತ್ತಾ ಮುಹೂರ್ತ ಕೂಡದೆ ಇಲ್ಲಿಯೇ ಬೇರು ಬಿಡುತ್ತಿದ್ದೇನೆ. ನಾನು ಮರಳಿ ಬರುವ ಬಗ್ಗೆ ಅಪ್ಪ, ಆಯಿಯ ನಿರೀಕ್ಷೆ ಗಳೇನೊ... ನೇರವಾಗಿ ಕೇಳುವ ಸಾಹಸ ನಾನೂ ಮಾಡಿಲ್ಲ, ತಿಳಿಸುವ

ಪ್ರಯತ್ನ ಅವರೂ ನಡೆಸಿಲ್ಲ. ಹಾಗಾಗಿ ಈ ಕುರಿತು ಸುರಕ್ಷಿತ ಅಂತರವೊಂದನ್ನು ಇಬ್ಬರೂ ಕಾಯ್ದುಕೊಂಡು, ಸೌಹಾರ್ದಯುತವಾಗಿ ಬಾಳುತ್ತಿದ್ದೇವೆ.

ನನ್ನಜ್ಜ ಸಕ್ರೆಬೈಲಿನಲ್ಲಿ ಕಟ್ಟಿಸಿದ್ದ ಈ ಮನೆಯಲ್ಲಿ ಗೆದ್ದಲು ಕಾಟ ಆರಂಭವಾಗಿ ಒಂದೆರಡು ವರ್ಷಗಳೇ ಆಗಿವೆ. ಕಾಕತಾಳೀಯವೋ ಎಂಬಂತೆ ಸರಿಸುಮಾರು ಅದೇ ಸಮಯದಿಂದ ಆಯಿಗೂ ಬಿಪಿ ಶುರುವಾಗಿದೆ. ವಯಸ್ಸಾಗಿದ್ದಕ್ಕೋ, ಗೆದ್ದಲು ಕಾಟಕ್ಕೋ, ಈ ಗೆದ್ದಲಿನಿಂದ ಅಪ್ಪ ಪಡುತ್ತಿದ್ದ 'ಸುಖ'ಕ್ಕೋ... ಅಂತೂ ಬಿಪಿ ಶುರುವಾಗಿದ್ದು ಯಾವುದಕ್ಕೆ ಎಂದು ಖಚಿತವಾಗಿ ಅವಳಿಗೂ ಗೊತ್ತಿಲ್ಲ. ಆದರೆ ಗೆದ್ದಲು ಕಾಟ ಹೆಚ್ಚಾದಂತೆಲ್ಲಾ ಅಪ್ಪನ ವಿಚಿತ್ರ ಸ್ಥಿತಪ್ರಜ್ಞತ್ವವೂ ಹೆಚ್ಚುತ್ತಿತ್ತು. ಆಯಿಯ ಬಿಪಿ ಏರುತ್ತಿತ್ತು. ಕಳೆದ ಬಾರಿ ನಾನು ಊರಿಗೆ ಹೋದಾಗಲೇ ಗೇರೆಣ್ಣೆ ಬಾಟಲಿಯನ್ನು ಹಿಡಿದುಕೊಂಡು 'ಆಡು ಆನೆಯ ನುಂಗಿ, ಗೋಡೆ ಸುಣ್ಣವ ನುಂಗಿ...' ಎಂದು ದೊಡ್ಡದಾಗಿ ಹಾಡುತ್ತ ಪ್ರಧಾನ ಬಾಗಿಲ ಸಂದಿಮೂಲೆಗಳಿಗೆಲ್ಲಾ ಅಪ್ಪ ಔಷಧಿ ಬಳಿಯುತ್ತಿದ್ದ. ಚಂದದ ಕೆತ್ತನೆಗಳಿದ್ದ ಎರಡಡಿ ಅಗಲದ ಬಾಗಿಲ ಪಟ್ಟಿಯಲ್ಲಿ, ಅಸಂಖ್ಯಾತ ರಂಧ್ರಗಳನ್ನು ಕೊರೆದಿದ್ದ ಅಗಣಿತ ಗೆದ್ದಲು ಹುಳುಗಳನ್ನು ನೋಡಿಯೇ ನನಗೆ ತಲೆಬಿಸಿ ಆಗಿತ್ತು. 'ಇವರ ಒಗ್ಗಟ್ಟು ಸಾಮಾನ್ಯದ್ದಲ್ಲ ಮಾರಾಯ! ಈ ಸಾರಿ ಹೈದರಾಬಾದಿಗೆ ಹೋಗಿ ಬಪ್ಪಷ್ಟರಲ್ಲಿ ಅಡಿಗೆ ಮನೆ ನಾಗೊಂದಿಗೇನೆ ಜಗಿದು ಪುಡಿ ಮಾಡಿದ್ದ. ಒಂದೊಂದು ಸಾರಿ ವರ್ಲೆ ಎದ್ದರೆ ಹೀಂಗೆ ಲಕ್ಷಾಂತರ ಸಂಖೆಲ್ಲಿ ಇರ್ತ' ಎಂದು ವರ್ಣಿಸುತ್ತಾ ಮೊರಗಟ್ಟಲೆ ಹುಳುಗಳನ್ನು ಗುಡಿಸಿಹಾಕಿದ್ದ. ಕುತೂಹಲದಿಂದ ಕಣ್ಣು ಪಿಳಿಗುಡಿಸುತ್ತಿದ್ದ ಮೊಮ್ಮಕ್ಕಳತ್ತ ನೀವೂ ಮಾಡಿನೋಡಿ ಎಂಬಂತೆ ಮೊರ ಮುಂದೆ ಚಾಚಿದ್ದ. 'ಯಕ್ಕೀ' ಎಂದು ಕೂಗುತ್ತಾ ಮೈ ಕುಡುಗಿಕೊಳ್ಳುತ್ತಿದ್ದ ಮಕ್ಕಳನ್ನು ಕಂಡ ಆಯಿ 'ಕಾಲೆಲ್ಲ ತುರಿಕೆ ಶುರುವಾಗ್ತು. ಆಚೆ ಹೋಗಿ ಮಕ್ಳೆ' ಎಂದು ಅವರನ್ನು ಹೊರಗೆ ಕಳಿಸಿ ಅಪ್ಪನನ್ನು ತರಾಟೆಗೆ ತೆಗೆದುಕೊಂಡಿದ್ದಳು. 'ಗೆಜ್ಜಲು ತಿಂಬ ಕರಡಿ ಖರ್ಜೂರದ ಸವಿಯನೆತ್ತ ಬಲ್ಲುದಯ್ಯಾ...' ಎಂದು ಇನ್ನೂ ದೊಡ್ಡದಾಗಿ ಹಾಡುತ್ತಿದ್ದ ಅಪ್ಪನನ್ನು ಕಂಡು ಆಯಿಗೊಂದೇ ಏನು, ನನಗೂ ಬಿಪಿ ಏರಿದಂತಾಗಿತ್ತು.

ಅಲ್ಲಿಂದ ಶುರುವಾಗಿದ್ದ ಈ ಸಮಸ್ಯೆ, ಈಗಂತೂ ಮಿತಿಮೀರಿ ಹೋಗಿತ್ತು. ಅಕ್ಕಪಕ್ಕದ ಮನೆಗಳಲ್ಲಿಯೂ ಈ ಸಮಸ್ಯೆ ಆರಂಭವಾಗಿತ್ತು. ಸ್ಕೈಪ್‌ನಲ್ಲಿ ದಿನಾ ಅದರದ್ದೇ ಸುದ್ದಿ. ಪ್ರತಿದಿನ ಬೆಳಗ್ಗೆ ಸ್ಕೈಪ್‌ನಲ್ಲಿ ಆಯಿಗೆ ಸ್ವಲ್ಪ ಹೊತ್ತಾದರೂ

ನನ್ನ, ಇವಳ ಮತ್ತು ಮಕ್ಕಳ ಜೊತೆ ಮಾತಾಡಲೇಬೇಕು. ಆಗ ನಮಗೂ ರಾತ್ರಿ ಊಟದ ಹೊತ್ತಾಗುವುದರಿಂದ ಒಂದರ್ಧ ಗಂಟೆಯ ವೀಡಿಯೊ ಚಾಟ್ ಸಾಮಾನ್ಯ. ಆಯಿ, ಅಪ್ಪನನ್ನು ಇಷ್ಟರಮಟ್ಟಿಗೆ ಕಂಪ್ಯೂಟರೀಕರಣಗೊಳಿಸಲು ಇನ್ನಿಲ್ಲದ ಸಾಹಸಪಟ್ಟಿದ್ದೇನೆ. ಮೊದಲಿಗೆ, ನಮ್ಮ ಹಳ್ಳಿ ಮನೆಯ ಒಂದೊಂದೂ ಪ್ಲಗ್‌ಪಾಯಿಂಟ್‌ಗಳು ಒಂದೊಂದು ಅಳತೆಯಲ್ಲಿದ್ದವು. ಅವುಗಳಿಗೆ ಯಾವುದಾದರೂ ಪ್ಲಗ್‌ಪಿನ್ ಚುಚ್ಚಲು ಯತ್ನಿಸಿದರೆ ವಿಪರೀತ ಬಿಗಿಯಾಗಿ ಸ್ವಿಚ್‌ಬೋರ್ಡೇ ಕಿತ್ತು ಕೈಗೆ ಬರುತ್ತಿತ್ತು ಅಥವಾ ತೀರಾ ಅಳ್ಳಕವಾಗಿ ಶಾರ್ಟ್ ಆಗುತ್ತಿತ್ತು. ಹಾಗೆಂದೇ ಐರನ್‌ಬಾಕ್ಸ್, ಆಡಿಯೊ ಸಿಸ್ಟಮ್‌ಗಳನ್ನು ಸುಟ್ಟು ತೆಗೆದಿದ್ದೂ ಆಗಿತ್ತು. ಪ್ಲಗ್ ಪಾಯಿಂಟ್‌ಗಳನ್ನೆಲ್ಲಾ ಹೊಸದಾಗಿ ಮಾಡಿಸಿದ ನಂತರವೂ ಇಲೆಕ್ಟ್ರಾನಿಕ್ ಉಪಕರಣಗಳು ಸುಟ್ಟು ಹೋದ ಮೇಲೆ, ತಪಾಸಣೆಗೆ ಬಂದಿದ್ದ ಇಲೆಕ್ಟ್ರೀಶಿಯನ್ ಮಹಾಶಯ, ಈ ಮನೆಯ ಅರ್ಥಿಂಗ್ ಸರಿಯಿಲ್ಲ. ಅದನ್ನೆಲ್ಲ ಹೊಸದಾಗಿ ಮಾಡಬೇಕು ಎಂದು ಉಸುರಿದ. ಅದೆಲ್ಲವನ್ನೂ ಸರಿ ಮಾಡಿಸುವಷ್ಟರಲ್ಲೇ ತಲೆಚಿಟ್ಟು ಹಿಡಿದಿದ್ದ ಆಯಿಗೆ, ಈ ಕಂಪ್ಯೂಟರ್ ತಮ್ಮನೆಗೆ ಸಾಲಾವಳಿಯಲ್ಲ ಎನಿಸಿತು. 'ಅಲ್ಲಿ ಕುಂತು ಏನಾದ್ರೂ ಒಂದೊಂದ್ ಹೇಳಲಡ್ಡಿಲ್ಲೆ ನೀನು. ಇಲ್ಲಿ ಪಡಿಪಾಟ್ಲು ಯಂಗಕ್ಕೇ ಗೊತ್ತು. ಮತ್ತೊಂದ್ ಸಾರಿ ಕಂಪ್ಯೂಟರ್ ಸುದ್ದಿ ಎತ್ತೀರೆ ನೋಡು' ಎಂದು ಫೋನ್ ಕುಕ್ಕಿದ್ದಳು.

ಮುಂದಿನ ಸಾರಿ ಮಕ್ಕಳೊಂದಿಗೆ ಊರಿಗೆ ಹೋಗಿದ್ದ ನನ್ನವಳು ತನ್ನ ಲ್ಯಾಪ್‌ಟಾಪಿನಲ್ಲಿ ನನ್ನೊಂದಿಗೆ ವೀಡಿಯೊ ಚಾಟ್ ಮಾಡಿ ಆಯಿಗೆ ತೋರಿಸಿದ್ದಳು. ಈ ಸೌಲಭ್ಯ ಇದ್ದರೆ ತಮಗೆ ಅನುಕೂಲ ಎಂಬುದನ್ನು ಇಬ್ಬರಿಗೂ ಮನದಟ್ಟು ಮಾಡಿಸಿ, ಹೊಸದೊಂದು ಕಂಪ್ಯೂಟರ್ ಕೊಂಡು, ಬೇಕಾದ ವ್ಯವಸ್ಥೆ ಮಾಡಿಸಿದ್ದಳು. ಆದರೆ ಅವರ ಕಂಪ್ಯೂಟರ್ ಕಲಿಕೆ ಸರಿಯಾಗಿ ಆಗುವುದರೊಳಗೇ ಇವಳ ರಜೆ ಮುಗಿದುಹೋಗಿತ್ತು. ಅಲ್ಲಿಗೆ ಶುರುವಾಯ್ತು ಹೊಸ ರಾಮಾಯಣ. ಪ್ರತಿದಿನ ಗಂಟೆಗಟ್ಟಲೆ ಫೋನ್‌ನಲ್ಲಿ ವಿವರಿಸಿ ನನ್ನ ಗಂಟಲು ಒಣಗಿದರೂ, ಹಿಂದಿನ ದಿನ ಹೇಳಿಕೊಟ್ಟಿದ್ದನ್ನು ಮಾರನೆಯ ದಿನಕ್ಕೆ ಮರೆತುಬಿಡುತ್ತಿದ್ದರು; ಮತ್ತೆ ಸ್ಕೈಪ್ ಆನ್ ಆಗುತ್ತಿರಲಿಲ್ಲ. ಸರಿಯಾಗಿ ಇಂಗ್ಲಿಷ್ ಬಾರದ ಬ್ರೆಜಿಲ್ ದೇಶದ ಕ್ಲಯಂಟುಗಳ ಜೊತೆ ದಿನಗಟ್ಟಲೆ ಕಾನ್ಫರೆನ್ಸ್ ಕಾಲ್ ಮಾಡಿದಾಗಲೂ ನಾನು ಇಷ್ಟು ಸುಸ್ತಾಗಿದ್ದಿಲ್ಲ. ಆಯಿಯಂತೂ ಪ್ರತಿದಿನ ಬಿಪಿ ಮಾತ್ರೆ ತೆಗೆದುಕೊಳ್ಳಲು ಶುರುಮಾಡಿದ್ದಳು. 'ರಾತ್ರೆ ಆಟ ನೋಡಿದ್ದಕ್ಕೆ ಕಣ್ಣು ಉರಿತು' ಎನ್ನುತ್ತಾ ಅಪ್ಪ ಕಂಪ್ಯೂಟರ್ ನೋಡುವುದನ್ನೇ ಬಿಟ್ಟುಬಿಟ್ಟಿದ್ದ. 'ಹಿಡಿದ ಕೆಲಸ ಪೂರ್ತಿ ಮಾಡಿದ್ದೇ ಇಲ್ಲೆ

ನಿನ್ನ ಜಾಯಮಾನಕ್ಕೆ! ಯೂ ಜಸ್ಟ್ ಡಂಪ್ಡ್ ದ ಸಿಸ್ಟಮ್ ಆನ್ ದೆಮ್ ವಿದೌಟ್ ಟೀಚಿಂಗ್ ದೆಮ್ ದ ಬೇಸಿಕ್ಸ್ ಆಫ್ ಇಟ್' ಎಂದು ಇವಳ ಮೇಲೆ ನಾನು ಹರಿಹಾಯ್ದಿದ್ದೂ ಆಯಿತು.

ಅಂತೂ ಐದಾರು ತಿಂಗಳುಗಳ ಸತತ ಗುದ್ದಾಟದ ನಂತರ ಕಂಪ್ಯೂಟರಿನಲ್ಲಿ ತಮಗೆ ಬೇಕಾದಷ್ಟನ್ನು ಮಾಡಿಕೊಳ್ಳುವಷ್ಟು ಅಪ್ಪ, ಆಯಿ ತಯಾರಾದರು. ಅದೇ ಹೊತ್ತಿಗೆ ಹೈದರಾಬಾದ್‌ನಿಂದ ಅಕ್ಕನ ಮಕ್ಕಳಿಬ್ಬರು ರಜಕ್ಕೆ ಬಂದಿದ್ದರಿಂದ ನನ್ನ ಕೆಲಸವನ್ನು ಬಹಳಷ್ಟು ಹಗುರ ಮಾಡಿದ್ದರು. ಹಾಗಾಗಿ ಈಗ ಆಯಿಯ ದೋಸ್ತರು ಸರ್ವವ್ಯಾಪಿ! 'ಮೊನ್ನೆ ಸತ್ಯಭಾಮೆ ಸಿಕ್ಕಿತ್ತು. ಅದರ ಮೊಮ್ಮಗಳು ಏನು ಚಂದಿದ್ದು ಅಂಬೆ... ಬಟ್ಟಲುಗಣ್ಣು, ಬಟ್ಟಲುಮುಖ ಆಗಿ. ಈಗೆಲ್ಲಾ ಬಾಲವಾಡಿಗೆ ಹೋಗ್ತಡ ಕೂಸು...' ಎಂದು ಅವಳ ಹಳೆಯ ಫ್ರೆಂಡುಗಳ ಮಕ್ಕಳು, ಮೊಮ್ಮಕ್ಕಳ ವರದಿಯನ್ನೆಲ್ಲಾ ನನಗೆ ನೀಡುತ್ತಿದ್ದಳು. ಇಷ್ಟೆಲ್ಲಾ ಹೇಗೆ ಗೊತ್ತು ಕೇಳಿದ್ದಕ್ಕೆ 'ಅವೆಲ್ಲಾ ಯನ್ನ ಫೇಸ್‌ಬುಕ್ ಫ್ರೆಂಡ್ಸು' ಎಂಬ ಉತ್ತರ!

* * *

ಅಂದು ಆಫೀಸ್‌ನಿಂದ ಬರುವಾಗ ಇಂಡಿಯನ್ ಮಾರ್ಕೆಟ್‌ನಿಂದ ದಿನಸಿ ಖರೀದಿಸಿ, ಅಲ್ಲೇ ಗುಜರಾತಿ ಥಾಲ್ಕಾ ಪಾರ್ಸಲ್ಲಿಗೆ ಆರ್ಡರ್ ಕೊಟ್ಟು ಕ್ಯೂನಲ್ಲಿದ್ದಾಗ ನನ್ನ ಐಫೋನಿಗೆ ಮೇಲೊಂದು ಒತ್ತರಿಸಿಕೊಂಡು ಬಂತು. ನಮ್ಮ ಟೌನ್ ಹೋಮ್ ಸಮುಚ್ಚಯದ ಹೋಮ್ ಓನರ್ ಅಸೋಸಿಯೇಶನ್‌ನಿಂದ ಬಂದದ್ದು. ಎಲ್ಲಾ ಮನೆಗಳ ಫ್ಯೂಮಿಗೇಶನ್ ಸೇರಿದಂತೆ ಕೆಲವು ಪ್ರಸ್ತಾಪಗಳ ಬಗ್ಗೆ ಚರ್ಚಿಸಲು ಸಭೆ ಕರೆದಿದ್ದರ ಬಗ್ಗೆ ಮೇಲ್‌ನಲ್ಲಿತ್ತು. ಇಲ್ಲಿನ ಮನೆಗಳೆಲ್ಲಾ ಮರದ್ದಾಗಿರುವುದರಿಂದ ನಿಗದಿತ ವರ್ಷಗಳಿಗೊಮ್ಮೆ ಫ್ಯೂಮಿಗೇಶನ್ ಮಾಡಬೇಕಿತ್ತು. ಅಂದರೆ, ಮನೆ ಮಂದಿಯನ್ನೆಲ್ಲಾ ತೆರವುಗೊಳಿಸಿ ಇಡೀ ಸಮುಚ್ಚಯಗಳನ್ನು ಹೊದಿಕೆಗಳಿಂದ ಮುಚ್ಚಿ, ಒಳಗೆಲ್ಲಾ ವಿಷದ ಗಾಳಿ ತುಂಬಲಾಗುತ್ತದೆ. ಕೆಲ ಸಮಯದ ನಂತರ ವಿಷದ ಗಾಳಿಯನ್ನು ಹೊರಬಿಟ್ಟು, ಹೊದಿಕೆ ತೆಗೆದು ಗೆದ್ದಲು, ಕ್ರಿಮಿ-ಕೀಟಾದಿಗಳೆಲ್ಲಾ ಸತ್ತವೇ ಎಂದು ಖಾತ್ರಿ ಮಾಡಿಕೊಳ್ಳುತ್ತಾರೆ. ಅವೆಲ್ಲಾ ಸತ್ತ ನಂತರ ನಮ್ಮನ್ನು ಬದುಕಲು ಬಿಡುತ್ತಾರೆ. ಇಲ್ಲಿನ ಮರದ ಮನೆಗಳಿಗೆ ಗೆದ್ದಲೊಂದು ಬಹುದೊಡ್ಡ ಹೆದರಿಕೆ. ಅಲ್ಲಿಗೆ, ಈ ಸಭೆಯ ನೆಪದಲ್ಲಿ ಈ ವಾರಾಂತ್ಯದ ಎಲ್ಲಾ ಬರ್ತಡೇ ಪಾರ್ಟಿಗಳನ್ನು ನನ್ನವಳ ಮೇಲೆಯೇ ಬಿಡಬೇಕೆಂದು ಹೊಂಚಿಕೊಂಡೆ. ಪಾಪ! ಅವಳಿಗದು ಒಗ್ಗದ್ದು ಎಂದು ನಿಂತಲ್ಲೇ ನಗುಬಂತು.

ರಾತ್ರಿ ಸ್ಕೈಪ್ ಆನ್ ಮಾಡುತ್ತಿದ್ದಂತೆಯೇ ಅಪ್ಪ ಶುರು ಹಚ್ಚಿದ್ದ. 'ನಿನ್ನೆ ರಾತ್ರಿಯ ಆಟ ಏನು ಮಸ್ತಿತ್ತು ಗೊತ್ತಿದ್ದ... ವರ್ಲಾಸುರ ಸಂಹಾರ. ಮೊದಲಿಗೆ ವೇಷಯೆಲ್ಲಾ ನಿನ್ನ ಆಯಿದೇ. ಬೆಳಗಿನ ಜಾವಕ್ಕಷ್ಟೇ ಯನ್ನ ಪ್ರವೇಶ' ಎಂದೆಲ್ಲಾ ಹೇಳುತ್ತಾ ನಗುತ್ತಿದ್ದ. ಬರೀ ಗೆದ್ದಲು ಗುಡಿಸಿ, ಔಷಧ ಹೊಡೆದೇ ರಾತ್ರಿ ಪೂರೈಸಿದ್ದಾಯ್ತು ಎನ್ನುತ್ತಿದ್ದ ಅವನ ಮುಖದಲ್ಲಿ ಸುಸ್ತು ಸೂಸುತ್ತಿತ್ತು. ಬಚ್ಚಲು ಮನೆಯ ಮೂಲೆಯಲ್ಲಿ ಎದ್ದು ಗೋಡೆಯೆಲ್ಲಾ ಪಸರಿಸಿದ್ದ ಗೆದ್ದಲುಗಳನ್ನು ಆಯಿ ಇನ್ನೂ ಸೊಂಟ ಬಗ್ಗಿಸಿ ಗುಡಿಸುತ್ತಿಳು. 'ಒಂದ್ಸಾರಿ ಗುಡಿಸಿ ಹಾಕೇ ಅಂದ್ರೆ ಆಗ್ತಿಲ್ಲೆ ಅಂತು ಗೋಪಿ. ಒರ್ಲೆ ಔಸ್ದಿ ನಾತಕ್ಕೆ ನಂಗೆ ಕೆಮ್ ಬತ್ತದೆ ಅಂತಲಾ! ಒಂದ್ ಕೆಲ್ಸ ಸರಿ ಮಾಡ್ತಿಲ್ಲೆ. ಬರೀ ಸುಂಪಾಣ್ಗಿತ್ತಿ' ಎನ್ನುತ್ತಾ ಗೆದ್ದಲಿನ ಮೇಲಿನ ಕೋಪವನ್ನು ಕೆಲಸದ ಹುಡುಗಿಯ ಮೇಲೆ ಆಯಿ ತೀರಿಸಿ ಕೊಳ್ಳುತ್ತಿದ್ದಳು. ಅಂತೂ ಪ್ರತಿದಿನ ಮನೆಯಿಂದ ಗೆದ್ದಲಿನ ವರದಿ ಕೇಳ ಬೇಕಾಗುತ್ತಿತ್ತು. 'ಅಡಿಗೆ ಮನೆ ಮೂಲೆಲ್ಲಿಟ್ಟಿದ್ದ ಹಳೆ ಕಡಗಲು ವರ್ಲೆಗಾಹುತಿ, ಕಿಟಕಿ ಮೂಲೆಯೆಲ್ಲಾ ವರ್ಲೆಮಯ, ಅಜ್ಜನ ಮಂಚದ ಕಟ್ಟೆಲ್ಲಾ ವರ್ಲೆಪಾಲು, ಅಟ್ಟದ ಕಂಬವೂ ವರ್ಲೆಗೆ ಪಳಾರ, ಕಪಾಟಿನ ಪುಸ್ತಕ ಪುಡಿಪ್ಪುಡಿ, ಆಚೆ ಮನೆಯ ಕೊಟ್ಟಿಗೆ ಗೋಡೆಗೆಲ್ಲಾ ಕನ್ನ...' ಹೀಗೆ.

ಇದ್ಯಾಕೋ ಸುಖಕ್ಕೆ ಬಂದ ಶಿವರಾತ್ರಿ ಅಲ್ಲ ಅನಿಸತೊಡಗಿತು. ಪೆಸ್ಟ್ ಕಂಟ್ರೋಲ್ ಸಂಸ್ಥೆಗಳಿಗೆ ಹೇಳಿದರೆ ಹೇಗೆ ಎಂಬ ಯೋಚನೆ ಬಂತು. ಆದರೆ ಸಕ್ರೆಬೈಲು ಬಿಡಿ, ಅಲ್ಲಿಂದ 20 ಕಿ.ಮೀ. ದೂರದ ಪೇಟೆಯಲ್ಲೂ ಅಂಥವರು ಯಾರೂ ಇರಲಿಲ್ಲ. ಇದಕ್ಕಾಗಿ ಪೇಟೆಯಲ್ಲಿ ದೊರೆಯುವ ಎಲ್ಲಾ ಔಷಧಿ ಗಳನ್ನೂ ತಂದು ನೋಡಿದ್ದಾಯ್ತು. ಯಾಕೋ ಗೆದ್ದಲು ನಿಯಂತ್ರಣಕ್ಕೆ ಬರುವಂತೆ ಕಾಣಲಿಲ್ಲ. ಅಕ್ಕಪಕ್ಕದ ಮನೆಗಳಲ್ಲೂ ಗೆದ್ದಲು ಉಪಟಳ ಇದ್ದರೂ ಈ ಪ್ರಮಾಣದಲ್ಲಿಲ್ಲ. ನಮ್ಮನೆಲ್ಲಿ ಯಾಕೆ ಹೀಗೋ ಎಂದು ಆಯಿ ಅಲವತ್ತು ಕೊಳ್ಳುತ್ತ ಹೊಸದೊಂದು ಜಾಗದಲ್ಲಿ ಗೆದ್ದಲು ಗುಡಿಸಲು ಹೋಗುತ್ತಿದ್ದಳು. 'ಬೆಂಗಳೂರೋ ಇನ್ಯಾವೂರಿಂದ್ಲೊ ವರ್ಲೆ ಔಷಧಿ ಹೊಡಿಯೋರನ್ನ ಕರೆಸಲಾಗಿತ್ತು. ಇನ್ನು ಹೀಂಗೇ ಆದರೆ ಮನೆಯ ತೊಲೆ ಜಂತಿಗೆಲ್ಲಾ ವರ್ಲೆ ಹಿಡಿದು ಒಂದಿನ ಮನೇನೆ ತಲೆ ಮ್ಯಾಲೆ ಬೀಳ್ತೇನ. ನಿನ್ನ ಅಪ್ಪಂಗೆ ಹೇಳಿದ್ರೆ ಒಂದು ಕೆಲಸವೂ ಸಾರದ್ವಾರಲ್ಲ ಮಾಣಿ' ಎಂಬ ಆಯಿಯ ಮಾತಿನಿಂದ ನನಗಂತೂ ಗಾಬರಿಯೇ ಆಗತೊಡಗಿತು. 'ವರ್ಲೆ ಎಲ್ಲಾ ಬದಿಗೂ ಇರ್ತು ಆಯಿ. ಅಲ್ಲಲ್ಲ, ಈ ಅಮೆರಿಕದಲ್ಲೂ ವರ್ಲೆ ಕಾಟ ಇದ್ದಿದ್ದೇ. ಅದಕ್ಕೆ ಮುಂದಿನ ತಿಂಗಳು ಮೂರು ದಿನ ಮನೆ ಬಿಟ್ಟುಕೊಡವ್ವು. ಒಳಗೆಲ್ಲಾ ಔಷಧಿ ಹೊಡೀತ'

ಎಂದು ಆಕೆಗೆ ಸಮಾಧಾನ ಮಾಡುತ್ತಾ ಇಲ್ಲಿನ ಫ್ಯೂಮಿಗೇಶನ್ ವಿವರ ತಿಳಿಸಿದೆ. ಆಯಿಗಂತೂ ಪರಮ ಸೋಜಿಗ. 'ಅಲ್ಲೆಲ್ಲಾ ಅಷ್ಟೊಂದು ಚೊಕ್ಕಾಗಿ ಪಟ್ಟಗೆ ಇರ್ತು. ವರ್ಲೆ ಅಂದ್ರೆ ನಂಬಲ್ಲಡಿಯ. ಒಂದ್ಸಾರಿ ವರ್ಲೆ ಸುರುವಾತೂಂದ್ರೆ ಮುಗೀತು. ನಮ್ ಮನೆ-ಮಠಾನೆಲ್ಲಾ ಒಳಗಿಂದೊಳಗೇ ತಿಂದು ಹಾಕ್ತ. ಅಂತೂ ಯಾವ ಊರಿಗ್ ಹೋಗು, ಯಾವ ದೇಶಕ್ ಹೋಗು, ಮನುಷ್ಯ ಇದ್ದಲ್ಲೀವರಿಗೆ ವರ್ಲೆನೂ ಇದ್ದಿದೇಯ ಅಂತಾತು.' ಎಂದು ಸಮಾಧಾನ ಮಾಡಿಕೊಂಡಳು. 'ಗೆದ್ದಲು ಮನೆಯ ಮಾಡಿ ಸರ್ಪಕ್ಕೆ ಇಂಬಾದಂತೆ...' ಎಂದು ಒಳಗೆಲ್ಲೋ ಅಪ್ಪನ ಹಾಡು ಕೇಳುತ್ತಿತ್ತು.

* * *

ನನಗಂತೂ ಸಮಾಧಾನ ಇರಲಿಲ್ಲ. ಆಯಿ ಹೇಳಿದಂತೆ ಮನೆಯ ಜಂತಿ ತೊಲೆಗೆಲ್ಲಾ ಗೆದ್ದಲು ಹಿಡಿದು ಮನೆಯೇ ತಲೆ ಮೇಲೆ ಬಿದ್ದರೇನು ಗತಿ? ಆ ಹಳೆಮನೆಯನ್ನು ಕೆಡವಿ ಈಗಿನ ಕಾಲಕ್ಕೆ ತಕ್ಕ ಹೊಸ ಮನೆ ಕಟ್ಟಿಸಿದರೆ ಹೇಗೆ ಎಂಬ ಯೋಚನೆ ಫಕ್ಕನೆ ಬಂತು. ನನ್ನವಳಿಗಂತೂ ಈ ಯೋಚನೆ ತುಂಬಾ ಇಷ್ಟವಾಗಿ, ಪೆನ್ನು ಕಾಗದ ಹಿಡಿದು ಪ್ಲಾನ್ ಶುರು ಮಾಡಿಯೇಬಿಟ್ಟಳು. ಆ ದೊಡ್ಡ ಮನೆಯ ಬದಲಿಗೆ ಅಗತ್ಯವಿದ್ದಷ್ಟಕ್ಕೇ ಕಟ್ಟಿಕೊಂಡರೆ ಅವರಿಗೂ ಕ್ಲೀನಿಂಗ್ ತಾಪತ್ರಯ ತಪ್ಪುತ್ತದೆ ಎಂಬ ಅವಳ ಯೋಚನೆ ನನಗೂ ಹೌದೆನಿಸಿತು. ಮನೆಯ ಹಾಲ್‌ನಿಂದ ದೊಡ್ಡ ಮಾವಿನ ಮರ ಕಾಣಬೇಕು, ಯಜಮಾನರ ರೂಮಿನ ಕಿಟಕಿಯಿಂದ ಗೇಟು ಕಾಣಬೇಕು, ಅಡಿಗೆ ಮನೆಯಿಂದ ಹೆಬ್ಬಾಗಿಲು ಕಾಣಬೇಕು ಎಂದೆಲ್ಲಾ ಪುಟಗಟ್ಟಲೆ ಬರೆದು-ಗೀಚಿ, ಹರಿದು-ಮಡಚಿ ಒಂದೆರಡು ಪ್ಲ್ಯಾನ್ ಸಹ ಸಿದ್ಧ ಮಾಡಿಬಿಟ್ಟಳು. ಅದನ್ನು ಅತ್ಯುತ್ಸಾಹದಿಂದ ಅಂದಿನ ಸ್ಕೈಪ್ ಭೇಟಿಯಲ್ಲಿ ಮಂಡಿಸಿಯೂಬಿಟ್ಟಳು. ಆಯಿಗಂತೂ ಪರಮಾನಂದವಾಯಿತು. ಮನೆಯ ಇಷ್ಟು ಸದಸ್ಯರಲ್ಲಿ ದೇವರು ಕೊಟ್ಟ ಬುದ್ಧಿಯನ್ನು ಉಪಯೋಗಿಸುವುದು ತನ್ನ ಸೊಸೆ ಮಾತ್ರವೇ ಎಂದೆಲ್ಲಾ ಆಯಿ ಕೊಂಡಾಡಿದಳು. ಹಳೆಯದನ್ನೆಲ್ಲಾ ಗುಡಿಸಿ ತೊಳೆದು ಹೊಸತು ತರುತ್ತೇನೆಂದರೆ ಯಾರಿಗೆ ಬೇಡ?

ಅಪ್ಪನಿಗೆ ಬೇಡವಾಗಿತ್ತು! 'ಥೋ ಥೋ! ನೆಗಡಿಯಾದ್ದಕ್ಕೆ ಮೂಗು ಕೊಯ್ಯಲ್ಲೆ ಬತ್ತ? ಇದೆಲ್ಲಾ ಎಲ್ಲರ ಮನೆಲ್ಲೂ ಇದ್ದಿದ್ದೇ. ಮನೆ ಕೆಡಗದೂ ಬ್ಯಾಡ, ಕಟ್ಟದೂ ಬ್ಯಾಡ' ಎಂದು ಸಾರಾಸಗಟಾಗಿ ನಮ್ಮ ಪ್ರಸ್ತಾಪವನ್ನು ತಳ್ಳಿಹಾಕಿ ಎಲ್ಲರನ್ನೂ ಒಮ್ಮೆ ಪೆಚ್ಚಾಗಿಸಿದ. ಗೆದ್ದಲಿಗೆ ಹೆದರಿ ಮಾಸ್ತರರು ಮನೆ ಮುರಿಸಿದರೆಂದು ಊರೆಲ್ಲಾ ಸುದ್ದಿಯಾದೀತು ಎಂದೆಲ್ಲಾ ಆಯಿಯನ್ನು

ಹೆದರಿಸಿದ. 'ಹಾಂಗೆಲ್ಲಾ ಮಾತಾಡೋವ್ರು ಇಲ್ಲಿ ಬಂದು ವರ್ಲೆ ಗುಡಿಸಿ ಔಷಧಿ ಹಾಕತ್ವ ಕೇಳಿ ಮೊದ್ಲು! ಇನ್ನು ಯನ್ನತ್ರ ಈ ವರ್ಲೆ ಚಾಕರಿ ಮಾಡಲ್ಲೆ ಸಾಧ್ಯಯಿಲ್ಲೆ' ಎಂದೆಲ್ಲಾ ಆಯಿ ಗುಡುಗಿದಳು. ಇಬ್ಬರಿಗೂ ದೊಡ್ಡ ಯುದ್ಧವೇ ನಡೆದು ನಾವೇ ಕದನ ವಿರಾಮ ಹಾಡಬೇಕಾಯಿತು. ಆಯಿಗೆ ಬಹುಶಃ ನನ್ನಜ್ಜನ ಕಾಲದ ಆ ದೊಡ್ಡ ಮಣ್ಣಿನ ಮನೆಯಲ್ಲಿ ಏಗಿ ಸಾಕಾಗಿತ್ತು. ಆದರೆ ಅಪ್ಪನಿಗೆ ಅದೇ ಮನೆಯೆ ಬೇಕಾಗಿತ್ತು. ಹಾಗಾಗಿ ಅವರ ಮುಸುಕಿನ ಗುದ್ದಾಟ ಕೆಲಕಾಲ ಮುಂದುವರಿಯಿತು.

ದಿನದಿಂದ ದಿನಕ್ಕೆ ತೀವ್ರವಾಗುತ್ತಿದ್ದ ಗೆದ್ದಲಿನ ಸಮಸ್ಯೆಗಂತೂ ಒಂದು ಪೂರ್ಣವಿರಾಮ ಹಾಕಲೇಬೇಕಾದ್ದರಿಂದ ಮತ್ತೊಂದು ಪ್ರಸ್ತಾಪವನ್ನು ಅವರ ಮುಂದಿಟ್ಟೆ. ಇರುವ ಮನೆಯನ್ನು ಅಲ್ಲಿಯೇ ಬಿಟ್ಟು ಅವರೇ ಬೇರೆ ಮನೆಗೆ ಹೋಗುವುದು. ಹತ್ತಿರದ ಪೇಟೆಯಲ್ಲಿ ಅಪಾರ್ಟ್‌ಮೆಂಟುಗಳೆಲ್ಲಾ ತಲೆ ಎತ್ತುತ್ತಿದ್ದವು ಅಥವಾ ಸೈಟು ಕೊಂಡು ಹೊಸ ಮನೆಯನ್ನೇ ಕಟ್ಟಿಸಬಹುದಿತ್ತು. ಇದರಿಂದ ಅವರಿಗೂ ಅನುಕೂಲ, ನಮಗೂ ನಿರಾಳ ಎಂಬುದು ನಮ್ಮ ಯೋಚನೆಯಾಗಿತ್ತು. ಇದಕ್ಕೆ ಆಯಿ ಅರೆಮನಸ್ಸಿನ ಒಪ್ಪಿಗೆ ಸೂಚಿಸಿದರೆ, ಅಪ್ಪನದ್ದು ಗೊತ್ತೇ ಇದೆಯಲ್ಲ! 'ಹೆಹ್ಹೆ, ಶನಿಕಾಟಕ್ಕೆ ಹೆದ್ರಿ ಶೀಗೆಮಟ್ಟಿ ಹೊಕ್ಕಂಗಾತು. ವರ್ಲೆಗೆ ಹೆದ್ರಿ ಮನೆ ಬಿಟ್ಟಿಕ್ಕೆ ಹೋಪಲ್ಲಾಗ್ತ? ಅದೂ ಅಲ್ದೆ, ಯನ್ನ ತಾಳಮದ್ಲೆ ದೋಸ್ತರೆಲ್ಲಾ ಸಕ್ರೆಬೈಲಲ್ಲೇ ಇಪ್ಪದು. ಅದೆಲ್ಲಾ ಬಿಟ್ಟು ಪ್ಯಾಟೆಗೆ ಹೋಗಿ ಕುಂತ್ರೆ ಹ್ಯಾಂಗೆ? ಇನ್ನೊಂದೆರಡು ವಾರಕ್ಕೆ ಆಚೆ ಮನೆಲ್ಲೇ ಇದ್ದು ಯಂಗಳ ಆಟ' ಎಂದು ಬಡಬಡಿಸಿದ. ಅಪ್ಪನ ಇಂಥದ್ದೇ ಕಾರಣ ಗಳನ್ನು ಕೇಳಿ ಸುಸ್ತಾಗಿದ್ದ ಆಯಿ 'ಇನ್ನು ಯಂಗಕ್ಕೇ ಒರ್ಲೆ ಹಿಡಿದ ಮೇಲೆ ಒಟ್ಟಿಗೇ ಮನೆಯಿಂದ ಹೊರಗೆ ಹಾಕಿದ್ರಾತು' ಎಂದು ದುಃಖಿಸಿದಳು. ಯಾವುದಕ್ಕೂ ಒಪ್ಪಿಕೊಳ್ಳದ ಅಪ್ಪನ ಹಟ ಕಂಡು ನನಗೂ ಬೇಸರವಾಯಿತು. ಇದಿಷ್ಟಕ್ಕೂ ಕಳಶಪ್ರಾಯವಾಗಿ ಈಗ ಬಾವಿ ನೀರಿಗೇ ಗೆದ್ದಲು ಬಿದ್ದು ನೀರೆಲ್ಲಾ ಹಾಳಾಗಿಹೋಗಿತ್ತು.

* * *

ನಮ್ಮ ವಸತಿ ಸಮುಚ್ಚಯದ ಫ್ಯೂಮಿಗೇಶನ್‌ಗೆ ನೀಡಿದ್ದ ದಿನಾಂಕ ಸಮೀಪಿಸಿತ್ತು. ವಿಕೇನ್ ಎಂಬ ವಿಷಾನಿಲವನ್ನು ಮನೆಯೊಳಗೆಲ್ಲಾ ತುಂಬುವ ಕಾರಣದಿಂದ, ನಾವು ಮನೆ ತೆರವು ಮಾಡುವ ಮುನ್ನ ಮನೆಯ ಎಲ್ಲಾ ವಸ್ತುಗಳನ್ನೂ ಸೂಕ್ತ ರೀತಿಯಲ್ಲಿ ಸೀಲ್ ಮಾಡಬೇಕಿತ್ತು. ಮನೆಗೆ ಮರಳಿ ಬಂದ ಮೇಲೆ ಪಾತ್ರೆ, ಬಟ್ಟೆಗಳನ್ನೆಲ್ಲಾ ಒಮ್ಮೆ ವಾಷರ್‌ಗೆ ತುಂಬಿದರೆ ಸಾಕಿತ್ತು.

ಆದರೆ ಆಹಾರ ವಸ್ತುಗಳದ್ದೇ ತಲೆನೋವಾಗಿತ್ತು. ಫ್ಯೂಮಿಗೇಶನ್ ಸಂಸ್ಥೆಯೇ ನೀಡಿದ್ದ ವಿಶೇಷ ಪಾಲಿಥೀನ್ ಬ್ಯಾಗ್‌ನಲ್ಲಿ ಎಲ್ಲಾ ಆಹಾರ ವಸ್ತುಗಳನ್ನೂ ಡಬಲ್ ಸೀಲ್ ಮಾಡಬೇಕಿತ್ತು. ಮನೆಯ ಎಲ್ಲಾ ಕಪಾಟು, ಡ್ರಾಗಳನ್ನು ತೆಗೆದಿರಿಸಿ, ಒಳ-ಹೊರಗಿನ ಗಿಡಗಳನ್ನೆಲ್ಲಾ ಮನೆಯಿಂದ ಎರಡಡಿ ದೂರಕ್ಕೆ ಸ್ಥಳಾಂತರಿಸಬೇಕಿತ್ತು. ಇದಕ್ಕೆಲ್ಲಾ ಸಣ್ಣ ಕೈಪಿಡಿಯೊಂದನ್ನು ಸಂಸ್ಥೆ ನಮಗೆ ನೀಡಿದ್ದರಿಂದ ಅದರಂತೆ ನಾವು ಸಿದ್ಧಗೊಳಿಸಬೇಕಿತ್ತು. ಎರಡು ದಿನ ಸ್ನೇಹಿತರ ಮನೆಯಲ್ಲಿ ವಾಸ್ತವ್ಯಕ್ಕೆ ವ್ಯವಸ್ಥೆಯಾಗಿತ್ತು. ಮನೆಯ ದಾಖಲೆ, ಕಾಗದ-ಪತ್ರಗಳು, ಬೆಲೆಬಾಳುವಂಥವು ಎಲ್ಲವನ್ನೂ ಬೇರೆಡೆ ಸಾಗಿಸಿ, ಮನೆಯನ್ನು ಫ್ಯೂಮಿಗೇಟರ್‌ಗಳ ವಶಕ್ಕೊಪ್ಪಿಸಿ ಬಂದಾಗಿತ್ತು.

ಈ ಗಡಿಬಿಡಿಯ ಕಾರಣದಿಂದ ಸುಮಾರು ನಾಲ್ಕಾರು ದಿನಗಳ ಕಾಲ ಅಪ್ಪ, ಆಯಿಯೊಂದಿಗೆ ನಮಗ್ಯಾರಿಗೂ ಮಾತನಾಡಲಾಗಲಿಲ್ಲ. ಮನೆಗೆ ಮರಳಿ ಬಂದ ಮೇಲೆ ಅಸ್ತವ್ಯಸ್ತವಾಗಿ ಬಿಟ್ಟುಹೋಗಿದ್ದ ಮನೆಯನ್ನು ಒಂದು ವ್ಯವಸ್ಥೆಗೆ ತಂದುಕೊಳ್ಳುವಷ್ಟರಲ್ಲಿ ಮಕ್ಕಳಿಗೂ ಆರೋಗ್ಯ ಕೈಕೊಟ್ಟಿತ್ತು. ಮನೆಯ ಅವ್ಯವಸ್ಥೆಯ ಜೊತೆ ಆಸ್ಪತ್ರೆ ಓಡಾಟವೂ ಸೇರಿ ನಮಗೂ ಸುಸ್ತಾಗುವಂತಾಗಿತ್ತು. ಅಂತೂ ಏಳೆಂಟು ದಿನಗಳ ನಂತರ ವಿರಾಮದಲ್ಲಿ ಆಯಿಯೊಂದಿಗೆ ಮಾತನಾಡಲು ಕೂತೆ. ಆದರೆ ನಮಗಿಂತಲೂ ಹೆಚ್ಚು ದಣಿವಾದಂತಿತ್ತು ಆಕೆಯ ಮುಖ.

'ಮನೆ ಎದುರಿಗೆ ರಸ್ತೆ ಮಾಡಲ್ಲೆ ಬಂದವ್ವು ನೆಲ ಅಗೆದು ನೀರಿನ ಪೈಪು ತುಂಡಾಗೋಜು. ಹಾಂಗಾಗಿ ಪಂಚಾಯತದ ನೀರು ಬಾರದೆ ಎಂಟು ದಿನಾತು. ನಮ್ಮನೆ ಬಾವಿ ನೀರು ಭಯಂಕರ ವಾಸನೆ. ಏನು ಮಾಡಿದ್ರೂ ನೀರು ಸರೀನೇ ಆಜಿಲ್ಲೆ. ಅದ್ಕೆ ಆಚೆ ಮನೆಯಿಂದ ನೀರು ಹೊತ್ತೂ ಹೊತ್ತೂ ಸಾಕಾಗೋತು' ಎಂದ ಆಯಿಯ ಮುಖ ನೋಡಿ ನನಗೇ ತಾಳ್ಮೆ ಕೆಡುವಷ್ಟಾಯಿತು. ಬಾವಿ ನೀರಿಗೆ ಉಪ್ಪು, ಸುಣ್ಣ, ಬ್ಲೀಚಿಂಗ್ ಪುಡಿ... ಹೀಗೆ ಯಾರಾರಿಂದ ಏನೇನು ಸಲಹೆ ಬಂದರೂ ಪಾಲಿಸಿದ್ದರು. ಆದರೆ ನೀರು ಮಾತ್ರ ಸರಿಯಾಗಿರಲಿಲ್ಲ. ಕೆಳಗಿನ ಮನೆಯಿಂದ ನೀರು ಹೊತ್ತು ಹೈರಾಣಾಗಿದ್ದ ಅಪ್ಪನೂ ಸಹ ಸುತ್ತ ನಾಲ್ಕಾರು ಊರು ಓಡಾಡಿ ಬಾವಿಯನ್ನು ಶುಚಿಮಾಡಲು ಯಾರನ್ನೋ ಒಪ್ಪಿಸಿ ಹಿಂದಿನ ದಿನವಷ್ಟೇ ಕರೆತಂದಿದ್ದ. ಬೇಸಿಗೆಯಲ್ಲಿ ಆ ಬಾವಿಯ ನೀರು ತಂತಾನೇ ಕಡಿಮೆ ಆಗುತ್ತಿತ್ತು. ಹಾಗಾಗಿ ಬಂದವರು ಬಾವಿ ನೀರನ್ನೆಲ್ಲಾ ಖಾಲಿ ಮಾಡಿ, ಹೂಳೆಲ್ಲಾ ಮೊಗೆದು ತೆಗೆದು ಸ್ವಚ್ಛ ಮಾಡಿದ್ದರು. ಒರತೆಯಿಂದ ಇನ್ನು ಮೇಲೆ ಹೊಸ ನೀರು ಬಂದು ಬಾವಿ ತುಂಬಬೇಕಿತ್ತು.

ಆವರೆಗೂ ಕೆಳಗಿನ ಮನೆಯಿಂದ ನೀರು ಹೊರುವುದು ಅವರಿಗೆ ಅನಿವಾರ್ಯವಾಗಿತ್ತು.

* * *

ಆ ದಿನ ಆಯಿಯ ಜೊತೆ ಮಾತಾಡುತ್ತಿರುವಾಗಲೇ ಅವಳ ಅಕ್ಕನ ಅಳಿಯ ಮನೆಗೆ ಬಂದ. ನನಗೂ ಆ ಭಾವನೊಂದಿಗೆ ಮಾತನಾಡಿ ಬಹಳ ದಿನಗಳಾದ್ದರಿಂದ ಹರಟೆ ಕೊಚ್ಚಲಾರಂಭಿಸಿದೆ. ಅದೂ ಇದೂ ಮಾತಾಡಿ ಮನೆಯಲ್ಲಿ ಉದ್ಭವಿಸಿದ್ದ ಸಮಸ್ಯೆಯ ಬಗ್ಗೆಯೂ ಪ್ರಸ್ತಾಪಿಸಿದೆ. ನಾನೇ ಖುದ್ದಾಗಿ ಮನೆಯ ಸಮಸ್ಯೆಗೆ ಹೆಗಲು ಕೊಡಲಾರದ್ದಕ್ಕೆ ಒಳಗೊಳಗೇ ಕೊರಗೂ ಇತ್ತೇನೊ, ಅಂತೂ ನಾನಾಗೇ ಅವನಲ್ಲಿ ಸಲಹೆ ಕೇಳಿದೆ. ಕಾರಣ, ಬಾವಿ ನೀರಿನ ಕಿರಿಕಿರಿ ಪರಿಹಾರ ಆದಂತೆ ಇರಲಿಲ್ಲ. ಹೊಸ ಒರತೆಯೂ ವಾಸನೆ ಮುಕ್ತವಾಗಿಲ್ಲ, ಹೊರಗಿನ ಬಳಕೆಗೆ ಅಡ್ಡಿಯಿಲ್ಲ. ಆದರೆ ಆ ನೀರನ್ನು ಕುಡಿಯಲು ಸಾಧ್ಯವಿಲ್ಲ ಎನ್ನುತ್ತಾ ಆಯಿ ಕೆಳಗಿನ ಮನೆಯಿಂದ ಕುಡಿಯುವ ನೀರು ಹೊರುತ್ತಿದ್ದಳು. 'ಇಂಥಾ ಹಣೀ ನೀರು. ಇದನ್ನೂ ಕುಡಿಯಲ್ಲೆ ಆಗ್ತಿಲ್ಲೆ ಅಂದ್ರೆ ಮಳ್ಳೇ ಸೈ' ಎಂದು ಅಪ್ಪ ಹರಿಹಾಯುತ್ತಿದ್ದ. ಸಮಸ್ಯೆ ಏನಾಗಿದೇ ಎಂಬುದೇ ನನಗೆ ಬಗೆಹರಿಯುತ್ತಿರಲಿಲ್ಲ.

ಆಗಷ್ಟೇ ಮನೆಗೆ ಬಂದಿದ್ದ ಭಾವ ಜಲದ ಸೆಲೆಯನ್ನೂ ನೋಡುತ್ತಿದ್ದ. ಅಂದರೆ, ಹೊಸದಾಗಿ ಬಾವಿ ತೆಗೆಸುವವರು ಸ್ಥಳೀಯ ವಿಧಾನದಲ್ಲಿ ಈತನಿಂದ ಜಲದ ಸೆಲೆ ಎಲ್ಲಿದೆ ಎಂದು ನೋಡಿಸುತ್ತಿದ್ದರು. ಹಾಗಾಗಿ ನಾವೂ ಹೊಸ ಬಾವಿಯನ್ನೇ ತೆಗೆಸಿಬಿಡಬಹುದು ಎಂಬ ಯೋಚನೆ ನನ್ನ ತಲೆಯಲ್ಲಿ ಉದಯಿಸಿತ್ತು. 'ಹೋ! ಅಡ್ಡಿಲ್ಲೆ. ಜಲ ನೋಡಿದ್ರಾತು' ಎಂದು ಆತ ಎದ್ದೇಬಿಟ್ಟ. ನಮ್ಮಿಬ್ಬರ ಈ ಮಾತುಕತೆ ನಡೆಯುವವರೆಗೆ ಸುಮ್ಮನೆ ಕುಳಿತಿದ್ದ ಅಪ್ಪ, ಧಡಕ್ಕನೆ ಎದ್ದು 'ಎಂತಾ ಅಂದೆ...?' ಎಂದು ನನ್ನತ್ತ ಕೆಕ್ಕರಿಸಿ ನೋಡಿ, ಭಾವನ ಕೈ ಹಿಡಿದು ಬಾವಿಯ ಮನೆಗೆ ದಾಪುಗಾಲಿಕ್ಕಿದ. ಕಂಪ್ಯೂಟರ್ ಟೇಬಲ್ಲಿನ ಎದುರಿಗಿದ್ದ ತೆರೆದ ಕಿಟಕಿಯಿಂದ ಬಾವಿ ಮನೆಯ ವಿದ್ಯಮಾನ ಸ್ಪಷ್ಟವಾಗಿ ಕಾಣಿಸುತ್ತಿತ್ತು. ನೀರು ತರಲು ಕೆಳಮನೆಗೆ ಹೋಗುತ್ತಿದ್ದ ಆಯಿಯ ಕೈಯಿಂದ ಕೊಡ ಕಸಿದುಕೊಂಡ ಅಪ್ಪ ನಮ್ಮನೆ ಬಾವಿಗೆ ಇಳಿಸಿದ. 'ಹೊಸಾ ಬಾವಿ ತೆಗೀತ್ನಡ, ಹೊಸ ಬಾವಿ! ತಲೆ ಸರೀ ಇದ್ದ ಈ ಮಾಣಿಗೆ' ಎಂದೆಲ್ಲಾ ಕೂಗಾಡುತ್ತಾ ಮೈಮೇಲೆ ಬಂದವರಂತೆ ಬಾವಿಯಿಂದ ನೀರೆತ್ತಿ ಎತ್ತಿ ಸುತ್ತಲಿದ್ದ ಬಕೆಟ್ಟು, ಬಾನಿಗಳಿಗೆ ತುಂಬುತ್ತಿದ್ದ. ಭಾವ ಮತ್ತು ಆಯಿ ಉಸಿರಾಡುವುದನ್ನೂ ಮರೆತವರಂತೆ ನಿಂತಿದ್ದರು. 'ನೋಡು... ನೀನೇ ನೋಡು, ಎಂಥಾ ಹಣೀ

ನೀರು... ಬಾಯಿ ತೆಗೆದರೆ ಎಲ್ಲಾ ಹೊಸಾದು! ನಮಗಾಗಿ ಹೊಸಾ ಸ್ವರ್ಗನೇ ಸೃಷ್ಟಿ ಮಾಡಲ್ಲೆ ಹೊಂಟಿದ್ದ ನಿನ್ ಮಗ... ತ್ರಿಶಂಕು ಸ್ವರ್ಗ!' ಎಂದು ತಾಳ್ಮೆ ಗೆಟ್ಟವರಂತೆ ಕೂಗುತ್ತಾ ನೀರು ಎತ್ತಿ ತುಂಬುತ್ತಲೇ ಇದ್ದ ಅಪ್ಪ.

'ಅಪ್ಪಾ... ಸ್ವಲ್ಪ ತಡಿ... ಕೇಳಿಲ್ಲಿ... ಅದು ಹಾಂಗಲ್ಲ... ನಾ ಹೇಳಿದ್ದು...' ನಾನು ಎಷ್ಟೇ ಕೂಗಿಕೊಂಡರೂ ಕಂಪ್ಯೂಟರ್ ಪರದೆಯಿಂದ ನನ್ನ ಧ್ವನಿ ಹೊರಗಿದ್ದ ಅವರನ್ನು ತಲುಪುತ್ತಲೇ ಇರಲಿಲ್ಲ.

ತೂಫಾನ್

–ಸುಶೀಲಾ ಡೋಣೂರ

ಬೆಳ್ಳಂಬೆಳಿಗ್ಗೆ ಫಡ್–ಫಡಾರ್ ಎಂದಿತು ಗುಡುಗು. ಬೆಚ್ಚಿ ಬಿದ್ದು ಎದ್ದು ಕುಳಿತ ಧರಿತ್ರಿ, ಕಿಟಕಿಯ ಪರದೆ ಸರಿಸಿ ಆಚೆ ಇಣುಕಿದಳು. ಹೊರಗೆ ರಸ್ತೆಯುದ್ದಕ್ಕೂ ಮಂಜು ಕವಿದು, ಇಬ್ಬನಿಯಂಥ ಸಣ್ಣ ಮಳೆ ಹನಿಯಿಕ್ಕುತ್ತಿತ್ತು. ಕಿಟಕಿಯ ಸಲಾಕೆಯಿಂದ ನುಸುಳಿ ಬಂದ ತಣ್ಣನೆಯ ಗಾಳಿ ಮೈಯಲ್ಲಿ ನಡುಕ ಹುಟ್ಟಿಸಿತು. ಗೋಡೆಗೆ ನೇತು ಹಾಕಿದ್ದ ಗಡಿಯಾರ ನೋಡಿದಳು.

'ಅರೆ! ಒಂಬತ್ತು ಗಂಟೆ! ನಾನೇಕೆ ಇಷ್ಟೊತ್ತು ಸತ್ತ ಹೆಣದಂತೆ ಬಿದ್ದುಕೊಂಡೆ?' ಎಂದುಕೊಳ್ಳುತ್ತಲೇ ಪಟಾರನೇ ಹಾಸಿಗೆಯಿಂದ ಎದ್ದು ಬಾತ್‌ರೂಮಿಗೆ ಜಿಗಿದಳು. ತಡವಾಗಿ ಹೋದರೆ ಮುತ್ತು ಕೇಳುವ ಗುಜರಾತಿ ಬಾಬೂ ಸಿಕಂದರ್ ನೆನಪಾಗಿ ಎದೆ ನಡುಗಿತು.

– ಐದೇ ನಿಮಿಷದಲ್ಲಿ ಸ್ನಾನ ಮುಗಿಸಿ ಬಂದು ಕನ್ನಡಿಯ ಮುಂದೆ ನಿಂತಳು. ಕೆಂಪು ಕಣ್ಣದ ಸಲ್ವಾರ್‌ಗೆ ಹೊಂದುವಂತೆ ಅದೇ ತರಹದ ರಕ್ತಕೆಂಪು ಲಿಪ್‌ಸ್ಟಿಕ್ ಅನ್ನು ಮತ್ತೊಮ್ಮೆ ತುಟಿಗೆ ತಿಕ್ಕಿ ಕನ್ನಡಿಯ ಹತ್ತಿರಕ್ಕೆ ಸರಿದು ಮುಖವನ್ನು ದಿಟ್ಟಿಸಿದಳು. ಮುಖಕ್ಕೆ ಮೆತ್ತಿದ್ದ ಫೌಂಡೇಶನ್ ಗದ್ದದ ಮೇಲ್ಭಾಗದಲ್ಲಿ ಬಿಳುಚುಗೊಂಡು ನಿಂತಂತೆ ಕಂಡಿತು.

– 'ದರಿದ್ರದ್ದು... ಇದೊಂದು...' ಗುನುಗುತ್ತಲೇ ಮತ್ತೊಮ್ಮೆ ಕ್ಲೆನ್ಸರ್‌ನಿಂದ ಮುಖ ಸ್ವಚ್ಛಗೊಳಿಸಿ, ಥ್ರೆಡ್ಡಿಂಗ್ ಮಾಡಿ, ನಂತರ ಮತ್ತೆ ಮೇಕಪ್‌ಗೆ ಅಣಿಯಾದಳು. ಈಗ ಮುಖ ಮತ್ತಷ್ಟು ಮೃದುವಾಗಿ, ಆಕರ್ಷಕವಾಗಿ ಕಂಡಿತು. ಮತ್ತೊಮ್ಮೆ ತುಟಿಗೆ ಲಿಪ್‌ಸ್ಟಿಕ್ ಹಚ್ಚಿ, ಕಣ್ಣಿನ ಅಲಂಕಾರವನ್ನೂ ಮುಗಿಸಿ ತುಸು ದೂರ ಸರಿದು ತನ್ನ ಇಡೀ ದೇಹವನ್ನು ಕನ್ನಡಿಯಲ್ಲಿ ನೋಡಿಕೊಂಡಳು.

'ಮ್ಚ್... ಎಂತಹ ಆಕರ್ಷಕ ಮೈಮಾಟ, ಕಣ್ಣಿನಲ್ಲಿ ಅದೆಂತಹ ಸೆಳೆತವಿದೆ, ತುಟಿಯ ಮಾಟ, ಮೂಗಿನ ಆಕಾರ, ಹಲ್ಲುಗಳ ಸೊಬಗು, ಸೊಂಪಾಗಿ ಬೆಳೆದ ನೀಳ ಕೇಶರಾಶಿಯ ಅಂದ... ನಾನೇಕೆ ಈ ಸೌಂದರ್ಯ ಹೊತ್ತು ಬಂದೆ?

ನಾನು ಕುರೂಪಿಯಾಗಿ ಹುಟ್ಟಿದ್ದರೆ ಈ ಬದುಕು ಇಷ್ಟು ನರಳುತ್ತಿರಲಿಲ್ಲ ವೇನೊ...' ಎಂದುಕೊಂಡಳು.

'ಪ್ರೀತಿಯಂತೆ... ಅದೆಲ್ಲಿಂದ ಸುರಿಸಲಿ ಅವನಿಗೆ ಪ್ರೀತಿಯನ್ನು? ಅವನೇಕೆ ನನ್ನನ್ನು ಅರ್ಥ ಮಾಡಿಕೊಳ್ಳಲಾರ? ಎಷ್ಟು ವಿಧವಾಗಿ ತಿಳಿಸಲಿ, ಯಾವ ಭಾಷೆಯಲ್ಲಿ ಹೇಳಲಿ? ಈ ದೇಹದ ಮೇಲೆ ಅದೇಕೆ ಅಂತಹ ವ್ಯಾಮೋಹ ಅವನಿಗೆ? ಸತ್ಯವನ್ನು ಬಿಚ್ಚಿಟ್ಟರೆ ಬದುಕು ಬಯಲಿಗೆ ಬಂದು ಬೀಳುತ್ತದೆ. ಯಾವುದನ್ನು ಈ ಜೀವ ಇರುವವರೆಗೂ ಒಪ್ಪಿಕೊಳ್ಳಬಾರದು ಎಂದುಕೊಂಡ್ದಿ ದೇನೊ ಆ ಸತ್ಯ ಬೆತ್ತಲಾಗಿ ಬಿಡುತ್ತದೆ... ದೇವರೇ... ಇದೆಂತಹ ಸ್ಥಿತಿ ತಂದೆ...'

ಕನ್ನಡಿ ಕೊಡುವಷ್ಟು ಹಿಂಸೆಯನ್ನು ಈವರೆಗೆ ತನಗೆ ಬೇರೆ ಯಾರೂ ಕೊಟ್ಟಿರಲಿಕ್ಕಿಲ್ಲ. ಕನ್ನಡಿಯಲ್ಲಿ ತನ್ನನ್ನು ತಾನು ನೋಡಿಕೊಳ್ಳುವಷ್ಟು ಹೊತ್ತು ಈ ಯಾತನೆ ತಪ್ಪಿದ್ದಲ್ಲ ಎಂದುಕೊಂಡು ಹೊರಡಲು ನಿಂತಳು.

'ಬೇಟಾ...' ಎನ್ನುವ ಧ್ವನಿಯೊಂದಿಗೆ ಗೆಜ್ಜೆಯ ಶಬ್ದ...

'ಆಹಾ ಅದೆಂಥ ಮಾಂತ್ರಿಕ ಶಕ್ತಿಯಿದೆ ಈ ಗೆಜ್ಜೆ ನಾದದಲ್ಲಿ... ಈ ನಾದ ಕೇಳಿದರೆ ನಾಭಿಯಿಂದ ಆರಂಭವಾಗುವ ಅವರ್ಣನೀಯ ಆನಂದದ ಎಳೆಯೊಂದು ಎದೆಯ ಮೂಲಕ ಹಾಯ್ದು ನರ-ನಾಡಿಗಳನ್ನೂ ಪ್ರವೇಶಿಸಿ ಮೈ-ಮನಗಳಲ್ಲಿ ಉಲ್ಲಾಸದ ಮಳೆಗರೆದಂಥ ಅನುಭವ...' ಅವಸರದಿಂದ ಬಾಗಿಲು ತೆಗೆದಳು.

'ನಫೀಜಾ ಚಾಚಿ...!' ಅವಳನ್ನು ಸೆಳೆದು ಆಲಂಗಿಸಿಕೊಂಡಳು.

'ಎಷ್ಟು ದಿನ ಆಯ್ತು ಬೇಟಾ ನಿನ್ನನ್ನು ನೋಡಿ... ತಿಂಗಳಿಂದ ನಿನ್ನನ್ನು ಕಾಣಲು ಬರಬೇಕೆಂದು ಮನಸ್ಸಾಯಿತು. ನಿನ್ನ ಚಾಚಾನ ಕಣ್ಣು ತಪ್ಪಿಸಿ ಬರೂದು ಅಷ್ಟು ಸರಳಲ್ಲ ನೋಡು' ಎಂದವಳು ತಾನು ತಂದಿದ್ದ ಹೊಸ ಗೆಜ್ಜೆಯನ್ನು ಮೇಲಕ್ಕೆತ್ತಿ ಅಲುಗಾಡಿಸುತ್ತ ಮತ್ತೊಮ್ಮೆ ಅದರ ಮಧುರ ಸ್ವರವನ್ನು ಹೊರಡಿಸಿದಳು ನಫೀಜಾ.

'ಚಾಚಿ... ಎಷ್ಟು ಚೆನ್ನಾಗಿದೆ ಗೆಜ್ಜೆ' ಎನ್ನುತ್ತ ಗೆಜ್ಜೆಯನ್ನು ಕಿತ್ತುಕೊಂಡು ಮುದ್ದಿಸಿ ಕಾಲಿಗೆ ಕಟ್ಟಿಕೊಂಡಳು ಧರಿತ್ರಿ.

'ನಿನಗೆ ಚಿಕ್ಕಂದಿನಿಂದಲೂ ಗೆಜ್ಜೆ ಎಂದರೆ ಬಹಳ ಪ್ರೀತಿ. ಮೂರು ವರ್ಷಗಳ ಹಿಂದೆ ನಾನೇ ಕೊಡಿಸಿದ್ದ ಗೆಜ್ಜೆಗಳು ಈಗ ಬಣ್ಣ ಮಾಸಿ, ಘಲ್ಲೆನ್ನುವುದನ್ನೂ ಮರೆತಿರುತ್ತವೆಯೇನೋ ಎನಿಸಿತು. ನಿನ್ನ ಹುಟ್ಟು ಹಬ್ಬ ಬರಲಿ ಅಂತ ಕಾಯುತ್ತ ಹಾಂಗೆ ದುಡ್ಡು ಕೂಡಿಡುತ್ತಿದ್ದೆ. ನಿನ್ನೆ ಫರೀದಾಗೆ ಗೆಜ್ಜೆ ಕೊಡಿಸುವ ನೆಪದಲ್ಲಿ ನಿನ್ನ ಚಾಚಾಗೆ ಗೊತ್ತಾಗದಂತೆ ನಿನಗೂ ಒಂದು ಜತೆ

ಖರೀದಿಸಿ ಬಿಟ್ಟೆ. ಕಟ್ಟಿಕೊ ಬೇಟಾ' ಎನ್ನುತ್ತಿದ್ದಂತೆ ಧರಿತ್ರಿ ಕಾಲಿಗೆ ಗೆಜ್ಜೆ ಕಟ್ಟಿ ನಾಲ್ಕು ಸುತ್ತು ಸುತ್ತುತ್ತ, ಕುಣಿಯುತ್ತ ಮನೆ ತುಂಬ ಓಡಾಡಿದಳು.

'ನನಗೆ ಹೆಚ್ಚು ಸಮಯ ಇಲ್ಲ ಬೇಟಾ, ಮಧ್ಯಾಹ್ನ ನಿನ್ನ ಚಾಚಾ ಬರುವ ಹೊತ್ತಿಗೆ ನಾನು ಮನೆ ಸೇರಬೇಕು. ಇಲ್ಲಿಂದ ನವಿ ಮುಂಬೈ ತಲುಪಲು ಸಾಕಷ್ಟು ಸಮಯ ಬೇಕಾಗುತ್ತೆ. ನಾನು ಹೊರಟು ಬಿಡ್ತೇನೆ, ತಗೊ ಇದಿಷ್ಟು ಕಳ್ಳ ಗಂಟು ನಿನಗೆ ಏತಕ್ಕಾದರೂ ಬಂದೀತು, ಹುಷಾರು ಬೇಟಾ' ಎನ್ನುತ್ತ ಹೊಸ್ತಿಲು ದಾಟಿದಳು.

ಅವಳು ಹೋಗುವುದನ್ನೇ ನೋಡುತ್ತ ನಿಂತ ಧರಿತ್ರಿಯ ಕಣ್ಣು ತುಂಬಿ ಬಂತು. ಕಣ್ಣಿನ ಮೇಕಪ್ ಹಾಳಾಗಿ ಹೋದರೆ ಕಷ್ಟ ಎಂದು ಎಷ್ಟೇ ಪ್ರಯತ್ನಿಸಿದರೂ ಸರ್ರನೇ ಕೆನ್ನೆಗೆ ಇಳಿದ ಕಣ್ಣೀರು ಮುಖಕ್ಕೆ ಹಚ್ಚಿದ್ದ ಫೌಂಡೇಶನ್ ಸಮೇತ ಎಲ್ಲಾ ಮೇಕಪ್ಪನ್ನೂ ಮಟ್ಟಸಗೊಳಿಸಿತು.

ಈ ಸ್ಥಿತಿಯಲ್ಲಿ ಆಫೀಸಿಗೆ ಹೋಗುವುದಂತೂ ಸಾಧ್ಯವೇ ಇಲ್ಲ. ಅರ್ಧ ಗಂಟೆ ತಡವಾದರೂ ಸರಿ. ಮತ್ತೊಮ್ಮೆ ಮುಖ ತೊಳೆದು ಮೇಕಪ್ ಹಾಕಿ ಕೊಂಡೇ ಕಚೇರಿಗೆ ನಡೆಯುವುದು ಸರಿ ಅನಿಸಿತವಳಿಗೆ.

* * *

ಧರಿತ್ರಿ ಪ್ರತಿದಿನಕ್ಕಿಂತ ಇಂದು ಹೆಚ್ಚು ಆಕರ್ಷಕವಾಗಿ ಕಾಣುತ್ತಿದ್ದಾಳೆ ಎನಿಸಿತ್ತು ಸಿಕಂದರ್ ಬಾಬೂಗೆ. ಆಕೆ ಕೆಲಸ ಮಾಡುವ ಕಂಪೆನಿಯ ಮ್ಯಾನೇಜರ್ ಆತ. ಧರಿತ್ರಿ ಎಂದರೆ ಯಾವಾಗಲೂ ಆಕರ್ಷಣೆ. ಅವಳು ಧರಿಸುತ್ತಿದ್ದ ಡಾರ್ಕ್ ಶೇಡ್‌ನ ಬಟ್ಟೆಗಳು, ತುಸು ಢಾಳಾಗಿಯೇ ಮಾಡಿ ಕೊಳ್ಳುವ ಮೇಕಪ್ ಅವಳ ಬಿಳಿ ಮೈಬಣ್ಣಕ್ಕೆ ಹಾಗೂ ತಿದ್ದಿತೀಡಿದಂತಿದ್ದ ಸಪೂರ ಮೈಮಾಟಕ್ಕೆ ಅತಿಶಯವಾಗಿಯೇನೂ ಕಾಣುತ್ತಿರಲಿಲ್ಲ. ಬದಲಿಗೆ ನೋಡುವವರನ್ನು ಒಂದಷ್ಟು ಹೆಚ್ಚೇ ಅನ್ನುವಂತೆ ಪ್ರಚೋದಿಸುತ್ತಿದ್ದುದು ಸತ್ಯ.

ಆದರೆ ಹಾಗೆ ಆಸೆ ಪಡುವವರಿಗೆಲ್ಲ ತಣ್ಣೀರು ಎರಚುವಂತಿತ್ತು ಧರಿತ್ರಿಯ ನಡವಳಿಕೆ. ತೀರ ಸೂಕ್ಷ್ಮ ಸ್ವಭಾವದ ಹುಡುಗಿ. ಯಾರೊಂದಿಗೂ ಹೆಚ್ಚು ಬೆರೆಯುವವಳಲ್ಲ, ಹೆಚ್ಚು ಮಾತಿಲ್ಲ. ತಾನಾಯಿತು ತನ್ನ ಕೆಲಸವಾಯಿತು. ಊಟ ಮಾಡುವಾಗಲೂ ಯಾರೊಂದಿಗೂ ಕೂಡುವವಳಲ್ಲ. ಎಲ್ಲರೂ ಊಟ ಮಾಡಿ ಬಂದ ಮೇಲೆ ಅವಳು ಹೋಗುತ್ತಿದ್ದಳು. ಆದರೆ ಊಟವಾದ ಮೇಲೆ ಅರ್ಧ ಗಂಟೆ ವಾಶ್ ರೂಮಿಗೆ ಹೋಗಿ ಹೊರಗೆ ಬಂದರೆ ಮತ್ತೆ ಆಗ ತಾನೆ ಬಿರಿದ ಹೂವಂತೆ ಅರಳುವ ಸೌಂದರ್ಯ ಅವಳದು.

ಇಷ್ಟು ಚೆಂದವಾದ ಹುಡುಗಿಗೆ ಅಷ್ಟೇ ಕರ್ಕಶವಾದ ದನಿ. ತನ್ನ

ಧ್ವನಿಯಿಂದ ತಾನೇ ಮುಜುಗುರ ಪಟ್ಟುಕೊಳ್ಳುತ್ತಾಳೇನೊ, ಅದಕ್ಕೆ ಅವಳು ಹೆಚ್ಚು ಮಾತನಾಡುವುದಿಲ್ಲ.

ಯಾರಿಗೂ ಸಿಗದ ನಕ್ಷತ್ರದಂತಿರುವ ಧರಿತ್ರಿಯನ್ನು ಹೇಗಾದರೂ ಮಾಡಿ ಒಲಿಸಿಕೊಳ್ಳಬೇಕೆಂದು ಬಾಬೂ ವರ್ಷಗಳಿಂದಲೂ ಪ್ರಯತ್ನಿಸುತ್ತಿದ್ದ. ಅವಳನ್ನು ಹೊಗಳಿ, ಅಟ್ಟಕ್ಕೇರಿಸಿ ಒಲಿಸಿಕೊಳ್ಳುವ ಪ್ರಯತ್ನವಂತೂ ಫಲಿಸಲಿಲ್ಲ. ಅವಳ ಮೇಲೆ ಇಲದ ಪ್ರೀತಿ ತೋರಿ, ಕಾಳಜಿ ವಹಿಸುವ ಆಟವೂ ಮುಗಿಯಿತು. ಈಗ ಕೊನೆಯದಾಗಿ ಅವಳನ್ನು ತುಳಿಯುವ, ಅವಮಾನ ಮಾಡುವ ಕಾರ್ಯದಲ್ಲಿ ತೊಡಗಿದ್ದ. ಅವಳು ಮಾಡದ ತಪ್ಪುಗಳನ್ನು ಅವಳ ಮೇಲೆ ಹಾಕುವುದು, ಎಲ್ಲರೆದುರು ಅವಮಾನ ಮಾಡುವುದು, ಅವಳು ಮಾಡುವ ಒಳ್ಳೆಯ ಕೆಲಸಗಳನ್ನು ಕಡೆಗಣಿಸುವುದು ನಡೆದೇ ಇತ್ತು... ಎಷ್ಟೊ ಬಾರಿ ಈ ಎಲ್ಲ ಅವಮಾನಗಳಿಂದ ಬೇಸತ್ತ ಧರಿತ್ರಿ ಒಬ್ಬಳೇ ಕತ್ತಲೆ ಕೋಣೆಯಲ್ಲಿ ಕುಳಿತು ರೋದಿಸುತ್ತಿದ್ದಳು. ಆದರೆ ಅವಳನ್ನು ಸಮಾಧಾನ ಮಾಡಲು ಅಲ್ಲಿ ಯಾರೂ ಇಲ್ಲ. ತನ್ನೊಳಗಿರುವ ಗುಟ್ಟೊಂದನ್ನು ಯಾರೊಂದಿಗಾದರೂ ಹಂಚಿಕೊಳ್ಳ ಬೇಕೆನ್ನುವ ತವಕ. ಹೇಳಲೂ ಆಗದೇ, ಬಚ್ಚಿಟ್ಟುಕೊಳ್ಳಲೂ ಆಗದೆ ವಿಕಾರವಾಗಿ ನರಳುತ್ತಿದ್ದಳು ಧರಿತ್ರಿ.

'ಏನಿವತ್ತು? ದಂತದ ಗೊಂಬೆಯಂಗೆ ಹೊಳೆಯುತ್ತಿದೆ ನಿನ್ನ ಸೌಂದರ್ಯ? ನಿನ್ನ ನೋಡಿದ್ರೆ ನನಗೇ ಹೊಟ್ಟೆ ಉರಿಯುತ್ತೆ ಮಾರಾಯ್ತಿ, ಇನ್ನು ಆಫೀಸಿನ ಗಂಡಸರಿಗೆ ಹೇಗಾಗಬೇಡ?' ಛೇಡಿಸಿದಳು ಗೆಳತಿ ಪವಿತ್ರಾ.

ಪರಿಪೂರ್ಣ ಸೌಂದರ್ಯ ಹೊತ್ತು ಬಂದ ತನ್ನ ದೇಹವನ್ನೊಮ್ಮೆ ತಿರಸ್ಕಾರದಿಂದ ನೋಡಿಕೊಂಡಳು ಧರಿತ್ರಿ. 'ಯಾರಿಗೆ ಬೇಕಿತ್ತು ಈ ಸೌಂದರ್ಯ' ಎನ್ನುವಂತೆ. ಮತ್ತೆ ಮಳೆ ಜೋರಾದ ಸದ್ದು. 'ನನ್ನೆದೆಯಲ್ಲಿ ಅಡಗಿ ನನ್ನನ್ನೇ ಸುಡುತ್ತಿರುವ ಈ ವಿಷಾದದ ನೋವನ್ನು ಅಳಿಸಲು ಎಂಥ ಮಳೆಯಿಂದಲೂ ಸಾಧ್ಯವಿಲ್ಲವೇ? ಜಗದ ಕೊಳೆಯನ್ನೆಲ್ಲ ತೊಳೆದು ಹಾಕುವಂತಹ ಈ ತೂಫಾನ್ ನನ್ನ ಮನದ ಬೇಗೆಯನ್ನು ನೀಗಿಸಲಾರದಷ್ಟು ನಿಕೃಷ್ಟವೇ?' ಮತ್ತೆ ಮರುಗಿತು ಮನಸ್ಸು.

ಅವಳ ಹಿಂದೆ ಬಂದು ನಿಂತ ಸಿಕಂದರ್, ಅವಳನ್ನೇ ತಿನ್ನುವಂತೆ ನೋಡುತ್ತಿದ್ದ. ಅವಳು ಛಲ್–ಛಲ್ ಗೆಜ್ಜೆ ಶಬ್ದ ಮಾಡುತ್ತ ಬಂದಾಗಲೇ ಅವನ ಏಕಾಗ್ರತೆ ಭಗ್ನಗೊಂಡಿತ್ತು. ಕೆಲಸ ಮಾಡಲು ಸಾಧ್ಯವಾಗದೇ ಕುಳಿತಲ್ಲೇ ಚಟಪಟಿಸುತ್ತಿದ್ದ. ಅವಳ ಸಪೂರ ಕೈಗಳನ್ನೊಮ್ಮೆ, ಸೀರೆ ನಿರಿಗೆಯ ನಡುವೆ ಹೊಳೆಯುತ್ತಿದ್ದ ಅವಳ ಪಾದಗಳನ್ನೊಮ್ಮೆ, ಕನೆಬಣ್ಣದ ಅವಳ ಕೆನ್ನೆಯನ್ನೊಮ್ಮೆ

ದಿಟ್ಟಿಸುತ್ತ ಏನೇನೊ ನೆಪ ಮಾಡಿಕೊಂಡು ಹತ್ತಾರು ಬಾರಿ ಅವಳು ಕುಳಿತಲ್ಲಿಗೇ ಬಂದು ಹೋಗುತ್ತಿದ್ದ.

ಈ ಬಾರಿ ಬೇರೆ ಏನೂ ನೆಪವಿರಲಿಲ್ಲ. 'ಇವತ್ತೇಕೆ ಇಷ್ಟು ತಡ ಮಾಡಿದೆ?' ಎಂದು ಕೇಳಿದ. ಈ ಮಾತನ್ನು ಇದು ಮೂರನೇ ಸಾರಿ ಅವನು ಕೇಳುತ್ತಿದ್ದುದು.

'ನಾನು ತಡವಾಗಿ ಬಂದೆ ಅಂತ ನನಗೂ ಗೊತ್ತು. ಅದನ್ನ ಎಷ್ಟು ಬಾರಿ ಕೇಳ್ತೀರಿ ಬಾಬೂ, ಆದರೆ ಈ ದಿನ ಎಲ್ಲ ಕೆಲಸ ಮುಗಿಸಿ ತಡವಾಗಿ ಮನೆಗೆ ಹೋಗುತ್ತೇನೆ, ಯೋಚಿಸಬೇಡಿ' ಎಂದಳು.

'ತಡವಾಗಿ ಬಂದಿದ್ದು ಒಳ್ಳೆಯದೇ ಆಯ್ತು, ಆದರೆ ಇವತ್ತಿನ ಮಾಮೂಲು ಸಿಗಲಿಲ್ಲ' ಎಂದು ಅವಳ ಕಿವಿಯಲ್ಲಿ ಪಿಸುಗುಟ್ಟಿ ಕೆಂಪು ಲಿಪ್‌ಸ್ಟಿಕ್‌ನಲ್ಲಿ ಹೊಳೆಯುತ್ತಿದ್ದ ಅವಳ ತುಟಿಗಳನ್ನು ನೋಡಿದ. ಅವಳು ಅವನತ್ತ ಉರಿಗಣ್ಣಿನಿಂದ ನೋಡಿದಳಷ್ಟೇ ಆತ ಅಲ್ಲಿಂದ ಕಾಲ್ಕಿತ್ತಿದ್ದ.

'ಅದೆಂತಹ ಕೆಟ್ಟ ವಾಂಛೆ ಇದೆ ಇವನ ಎದೆಯೊಳಗೆ? ಮದುವೆಯಾಗಿ, ಮನಮೆಚ್ಚಿದ ಹೆಂಡತಿ ಇದ್ದು, ಅವಳು ಮುತ್ತಿನಂತಹ ಮಗನನ್ನು ಹೆತ್ತಿರುವಾಗ ಈ ಮನುಷ್ಯನಿಗೆ ಇಂತಹ ವ್ಯಾಮೋಹ... ಅದೂ ನನ್ನ ಮೇಲೆ!'

'ಕಾಫಿ ಸಮಯ ಆಯ್ತು, ಬರ್ತೀರಾ? ಕಾಫಿ ಕುಡಿದು ಬರೋಣ...' ಹಲ್ಲು ಕಿರಿಯುತ್ತ ನಿಂತ ಸಹೋದ್ಯೋಗಿ ಮಹೇಂದ್ರ.

'ಪ್ರತಿದಿನ ಹೇಳಬೇಕಾ? ನಾನು ಕಾಫಿ ಕುಡಿಯೋಲ್ಲ ಅಂತ... ಹೋಗ್ರಿ ಆಚೆ...' ಕಿರುಚಿದಳು ಧರಿತ್ರಿ. ಮೊದಲೇ ಕರ್ಕಶವಾಗಿದ್ದ ಅವಳ ದನಿ ಕಚೇರಿಯ ತುಂಬೆಲ್ಲ ಪ್ರತಿಧ್ವನಿಸಿತು. ಆತ ಕೂಡಲೇ ಹೊರಗೆ ಹೋದ. ಅವಳು ಮತ್ತೆ ತನ್ನ ಕೆಲಸದಲ್ಲಿ ಮುಳುಗಿದಳು.

ಸಿಕಂದರ್‌ನ ಕ್ಯಾಬಿನ್‌ನಿಂದ ಮತ್ತೊಮ್ಮೆ ಕಾಲಿಂಗ್ ಬೆಲ್ ಆಯ್ತು. ಸರಸರನೇ ಒಳಗೆ ಹೋದವಳು ಅವನನ್ನೇ ದುರುಗುಟ್ಟಿ ನೋಡುತ್ತ ನಿಂತಳು.

'ನೋಡು ನಾನು ಒಳ್ಳೆಯವನು, ಸುಮ್ಮನೇ ನನ್ನನ್ನು ಕೆಟ್ಟವನಾಗಿ ಮಾಡಬೇಡ ಧರಿತ್ರಿ, ಇವತ್ತಾದರೂ...'

'ಆಗೊಲ್ಲ ಬಾಬೂ... ಪ್ಲೀಜ್ ಒತ್ತಾಯ ಮಾಡಬೇಡಿ' ತನ್ನ ರೋಷವನ್ನೆಲ್ಲ ಮನದಲ್ಲೇ ಇಟ್ಟುಕೊಂಡು ಸಮಾಧಾನದಿಂದಲೇ ಹೇಳಿದಳು.

'ನೀನು ಹೀಗೇ ಎಷ್ಟು ದಿನ ನಾಟಕ ಮಾಡುವಿ?' ಆತ ಅಬ್ಬರಿಸಿದ. ಅವಳು ಹೆಚ್ಚೇನೂ ಮಾತನಾಡಲಿಲ್ಲ. ಮೌನವಾಗಿ ಅಲ್ಲಿಂದ ಆಚೆ ಹೋದಳಷ್ಟೇ.

* * *

ದಟ್ಟ ಮೋಡ ಒಡೆದು ಧಾರಾಕಾರವಾಗಿ ಸುರಿಯುತ್ತಲೇ ಇತ್ತು ಮಳೆ. ಎಲ್ಲರೂ ಕೆಲಸ ಮುಗಿಸಿಕೊಂಡು ಹೋದರೂ ಧರಿತ್ರಿಯ ಕೆಲಸ ಮುಗಿಯದಷ್ಟು ಫೈಲುಗಳನ್ನು ಅವಳ ಮುಂದಿಟ್ಟಿದ್ದ. ಅವಳು ಕತ್ತು ಮೇಲಕ್ಕೆತ್ತಿ ನೋಡಿದಾಗ ಗೋಡೆಗೆ ಹಾಕಿದ್ದ ದೊಡ್ಡ ಗಡಿಯಾರ ಒಂಬತ್ತು ಗಂಟೆ ದಾಟಿತ್ತು. ಎದ್ದು ಕಿಟಕಿಯಾಚೆ ದೃಷ್ಟಿ ಚೆಲ್ಲಿದರೆ ಬಾನಲ್ಲಿ ತೇಲಿ ಹೊರಟ ಕಾರ್ಮೋಡಗಳ ಸಾಲು ರಸ್ತೆಯ ಮೇಲೆ ಕಗ್ಗತ್ತಲು ಚೆಲ್ಲಿದ್ದವು. 5ನೇ ಮಹಡಿಯಿಂದ ಕೆಳಗೆ ಇಣುಕಿದರೆ ಬೀದಿ–ದೀಪಗಳೂ ಇಲದ ರಸ್ತೆ ಸತ್ತ ಹೆಬ್ಬಾವಿನಂತೆ ಬಿದ್ದುಕೊಂಡಿರುವುದು ಆಗೀಗ ವಾಹನಗಳು ಚೆಲ್ಲುವ ಬೆಳಕಿನಲ್ಲಿ ಕಾಣುತ್ತಿತ್ತು.

'ಮಿಕ್ಕ ಕೆಲಸವನ್ನು ನಾಳೆ ಮಾಡುತ್ತೇನೆ ಬಾಬೂ' ಅವನ ಮುಂದೆ ನಿಂತು ಸಣ್ಣ ದನಿಯಲ್ಲಿ ಹೇಳಿದಳು. ಆತ ಪೂರ್ತಿ ಕುಡಿದಿದ್ದ. ಆತನ ಅಮಲು ತುಂಬಿದ ಕಣ್ಣು ಕೆಂಡದುಂಡೆಯಷ್ಟು ಕೆಂಪಗಾಗಿದ್ದವು.

'ಈ ದಿನ ನೀನು ನನಗಾಗಿ ಡಾನ್ಸ್ ಮಾಡಬೇಕು ಧರಿತ್ರಿ. ನೀನು ತುಂಬಾ ಚೆನ್ನಾಗಿ ನೃತ್ಯ ಮಾಡುವಿ ಎಂದು ಕೇಳಿದ್ದೇನೆ. ನನಗಾಗಿ ಒಂದಿನ ಡಾನ್ಸ್ ಮಾಡುವುದಿಲ್ಲವೇನು?' ಎಂದ.

'ನನಗೆ ನೃತ್ಯ ಮಾಡುವುದು ಗೊತ್ತಿಲ್ಲ.'

'ಸುಳ್ಳು ಹೇಳಬೇಡ' ಆತ ಅವಳ ಕೈ ಹಿಡಿದು ಬರಸೆಳೆದ. ಅವಳು ಸುತ್ತಲೂ ನೋಡಿದಳು. ಎಲ್ಲರೂ ಕೆಲಸ ಮುಗಿಸಿ ಹೋಗಿಯಾಗಿದೆ!

'ನಾನು... ನಾನು ಉಳಿದ ಕೆಲಸವನ್ನು ನಾಳೆ ಮಾಡ್ತೇನೆ, ಈಗ ಹೊರಡ್ತಾ ಇದೀನಿ' ಎಂದವಳೇ ತನ್ನ ಜಾಗದತ್ತ ಬಂದಳು.

'ನಾಳೆ ಅಲ್ಲ, ನೀನು ಯಾವತ್ತೂ ಕೆಲಸ ಮಾಡದಿದ್ದರೂ ಸರಿ, ಸುಮ್ಮನೇ ಕಚೇರಿಗೆ ಬಂದು ಹೋಗು, ಸಂಬಳ, ಇನ್ಕ್ರಿಮೆಂಟುಗಳು, ಪ್ರಮೋಶನ್ನುಗಳು ಎಲ್ಲವನ್ನೂ ಕೊಡ್ತೇನೆ... ನೀನು ನನಗೆ ಖುಷಿ ಕೊಟ್ಟರೆ ಸಾಕು. ನಿನ್ನ ಈ ಸೌಂದರ್ಯವನ್ನು ದುಡಿಸಿಕೊಳ್ಳಬೇಡ ಧರಿತ್ರಿ, ಉಪಯೋಗಿಸಿಕೊಳ್ಳುವುದನ್ನು ಕಲಿ' ಆತ ಅವಳ ಹಿಂದ್ಹಿಂದೆ ಹೆಜ್ಜೆ ಹಾಕುತ್ತ ನುಡಿದ.

ಅವಳು ಟೇಬಲ್ ಮೇಲಿರುವ ವ್ಯಾನಿಟಿ ಬ್ಯಾಗನ್ನು ಎತ್ತಿಕೊಳ್ಳುತ್ತ ಮುಂದೆ ಹೆಜ್ಜೆ ಇಟ್ಟಳು. ಒಂದೇ ಹೆಜ್ಜೆಗೆ ಅವಳತ್ತ ಜಿಗಿದ ಸಿಕಂದರ್ ಅವಳ ರಟ್ಟೆ ಹಿಡಿದು ಬಲವಾಗಿ ತನ್ನತ್ತ ಎಳೆದುಕೊಂಡ.

'ಹೀಗೇ ಎಷ್ಟು ಬಾರಿ ನಿರಾಶೆ ಮಾಡುವಿ? ನನ್ನದೊಂದು ಚಿಕ್ಕ ಆಸೆ... ನೆರವೇರಿಸು, ನೀನಿಲ್ಲಿ ರಾಣಿಯ ಹಾಗಿರುತ್ತಿ...' ಎಂದ.

'ಕುತ್ತೆ-... ಕಮೀನೇ... ಛೋಡ್ ಮೇರಾ ಹಾತ್, ಸಾಲಾ...' ಎಂದವಳು ಅವನ ತೊಡೆಗೆ ಜೋರಾಗಿ ಒದ್ದು ಅವನಿಂದ ಕೊಸರಿಕೊಂಡಳು. ಅವಳು ಕೊಟ್ಟ ಒದೆಗೆ ಕಾಲಲ್ಲಿ ಜೋಮು ತುಂಬಿಕೊಂಡಂತಾಗಿ ಎರಡು ಸಲ ಕಾಲು ಜಾಡಿಸಿ ಮತ್ತೆರಡು ಹೆಜ್ಜೆ ಓಡಿ ಬಾಗಿಲತ್ತ ಹೊರಟಿದ್ದ ಅವಳ ರಟ್ಟೆಯನ್ನು ಮತ್ತೊಮ್ಮೆ ಬಿಗಿಯಾಗಿ ಹಿಡಿದುಕೊಂಡು ತನ್ನತ್ತ ಎಳೆದುಕೊಂಡು ಬಲವಂತ ವಾಗಿ ಅವಳ ಮುಖವನ್ನು ತನ್ನ ಮುಖದ ಕಡೆ ಎಳೆದ.

'ಸಾಲಾ...' ಎಂದು ದವಡೆ ಕಚ್ಚಿದವಳು ಅವನ ಕೈ ತಿರುವಿ ತನ್ನ ಕೈ ಬಿಡಿಸಿಕೊಂಡು ಅವನ ಕೂದಲು ಹಿಡಿದು ಆರಡಿ ಎತ್ತರದ ದೇಹವನ್ನು ತನ್ನತ್ತ ಬಾಗಿಸಿಕೊಂಡು ಕಪಾಳಕ್ಕೆ ಬಾರಿಸಿದಳು. ಅಷ್ಟು ಮೃದುವಾಗಿ ಕಾಣುವ ಧರಿತ್ರಿಯ ರಟ್ಟೆಯಲ್ಲಿ ಇಷ್ಟು ಶಕ್ತಿ ಅಡಗಿದೆ ಎಂದು ಆತ ಊಹಿಸಿರಲೇ ಇಲ್ಲ. ಕ್ಷಣ ಕಣ್ಣಿಗೆ ಕತ್ತಲು ಕವಿದಂತಾಗಿ ಕುರ್ಚಿಯ ಮೇಲೆ ಕುಸಿದ. ಮರುಕ್ಷಣವೇ ಮತ್ತೆ ಎಚ್ಚೆದ್ದುಕೊಂಡು ನೋಡುವ ವೇಳೆಗೆ ಬರ-ಬರ ಹೊರಗೆ ನಡೆದ ಧರಿತ್ರಿ ನೋಡ-ನೋಡುತ್ತಲೇ ಕತ್ತಲೆಯಲ್ಲಿ ಕರಗಿ ಹೋದಳು.

* * *

ಸುತ್ತಲೂ ಕತ್ತಲೆ ಆವರಿಸಿ ತಾನು ಎತ್ತ ಹೆಜ್ಜೆ ಹಾಕುತ್ತಿದ್ದೇನೆ ಎನ್ನುವುದನ್ನೇ ಅರಿಯದೇ ಸುಮ್ಮನೇ ನಡೆದಿದ್ದಳು ಧರಿತ್ರಿ. ಮೇಲೆ ಮಳೆ ಸುರಿಯುತ್ತಿತ್ತು. ಆದರೆ ಧರಿತ್ರಿ ಎದೆಯೊಳಗೆ ಆರದ ಬೆಂಕಿ ಹೊತ್ತಿಕೊಂಡಿತ್ತು. ಈ ಮನುಷ್ಯ ಯಾವತ್ತಾದರೂ ಒಂದಿನ ಹೀಗೆ ಮಾಡೇ ಮಾಡುತ್ತಾನೆ ಎಂಬುದು ಆಕೆಗೂ ಗೊತ್ತಿತ್ತು. ಆದರೂ ಕೆಲಸ ಅವಳಿಗೆ ಅನಿವಾರ್ಯ. ಅದಕ್ಕೇ ಅವನು ನೀಡುವ ಕೀಟಲೆಯನ್ನು ಸಹಿಸಿ ಸುಮ್ಮನೇ ಕೆಲಸ ಮಾಡುತ್ತಿದ್ದಳು. ಆದರೆ ಇಂದಿಗೆ ಇದು ಕೊನೆಗೊಳ್ಳುವ ವಿಚಾರವೂ ಅಲ್ಲ. ನಾಳೆ ಮತ್ತೊಂದು ನೆಪ... ಇನ್ನೊಂದು ಪ್ರಯತ್ನ... ಇವನನ್ನು ಸಹಿಸುವುದಾದರೂ ಹೇಗೆ?

ಇದನ್ನೆಲ್ಲ ಯಾರಲ್ಲಿ ಹೇಳಿಕೊಳ್ಳುವುದು, ಆತ್ಮೀಯ ಗೆಳತಿಯೂ ಇಲ್ಲ, ಅಮ್ಮ-ಅಪ್ಪನ ಮುಖವೇ ತಿಳಿದಿಲ್ಲ. ಸಮುದಾಯದ ಸಂಪರ್ಕವಿಲ್ಲ. ಇರೋಳು ಚಾಚಿ ಮಾತ್ರ. ಅವಳೊ ಚಾಚಾನ ಕಣ್ಣು ತಪ್ಪಿಸಿ ವರ್ಷಾರು ತಿಂಗಳಲ್ಲಿ ಒಮ್ಮೆ ಬಂದು ಕಾಣುವುದೇ ಅಪರೂಪ... ನೋವು, ಭಯ, ಆತಂಕ, ಆಕ್ರೋಶದ ಬೇಗೆ ಅವಳೆದೆಯನ್ನು ಸುಟ್ಟು ಹಾಕಿತ್ತು.

ಮನೆಗೆ ಬಂದು ಲೈಟು ಹಾಕುವುದನ್ನೂ ಮರೆತು ಸೋಫಾ ಮೇಲೆ ಮೈ ಚೆಲ್ಲಿದಳು...

* * *

'ಏ ಲೋಫರ್... ಹಲಾಲ್ಖೋರ್... ಆ ಬೆ... ಬಹಾರ್ ಆ... ಹರಾಮ್ ಜಾದೆ... ದಿಖಾತಿ ಹುಂ ತುಝೆ... ದಿಖಾತಿ ಹುಂ ಕೀ ಮೈ ಕೌನ್ ಹುಂ...' ಅರ್ಧ ರಾತ್ರಿಯಲ್ಲಿ ಹಿತವಾದ ನಿದ್ರೆಯಲ್ಲಿದ್ದ ಸಿಕಂದರ್ ಬಾಬೂ ಎದ್ದು ಕುಳಿತ. ಬಂಗಲೆಯ ಹೊರಗಿನ ಪ್ರಶಾಂತವಾದ ರಸ್ತೆಯ ಮೇಲೆ ಧರಿತ್ರಿಯ ಕರ್ಕಶ ದನಿ ಪ್ರತಿಧ್ವನಿಸುತ್ತಿತ್ತು. ಆತ ಹೌಹಾರಿ ಹೊರಗೆ ಓಡಿ ಬಂದ. ನೀಲಿ ಬಣ್ಣದ ಗೌನ್ ತೊಟ್ಟಿದ್ದ ಧರಿತ್ರಿ ನಶೆಯಲ್ಲಿ ತೂರಾಡುತ್ತ ಗೇಟ್ ಬಳಿ ನಿಂತು ಕೂಗಾಡುತ್ತಿದ್ದಳು. ಕ್ಷಣ ಅವನ ಕಣ್ಣನ್ನೇ ಅವನು ನಂಬದಾದ. ಅಷ್ಟು ಸೌಮ್ಯ ಹುಡುಗಿ, ಜೋರಾಗಿ ಒಂದು ಮಾತೂ ಆಡದವಳು... ಇವಳಿಗೇನಾಯಿತು.. ಎಂದುಕೊಳ್ಳುತ್ತ ಗೇಟ್ ತೆಗೆದು ಆಚೆ ಬಂದು ತೂರಾಡುತ್ತಿದ್ದ ಅವಳನ್ನು ತನ್ನ ತೆಕ್ಕೆಯಲ್ಲಿ ಹಿಡಿದುಕೊಂಡ–

'ಏನಾಯಿತು ಧರಿತ್ರಿ ನಿನಗೆ? ಇದೇನು ಹುಡುಗಾಟ... ಅದೂ ಈ ರಾತ್ರಿಯಲ್ಲಿ... ಓಹ್! ಕುಡಿದು ಬಿಟ್ಟಿದ್ದಿಯಾ? ಬಾ ಒಳಗೆ ಬಾ... ಸುಮ್ಮನಿರು...' ಎನ್ನುತ್ತ ಅವಳನ್ನು ಎಳೆದುಕೊಂಡು ಒಳಗೆ ಹೋಗಿ ಬಾಗಿಲು ಭದ್ರಪಡಿಸಿದ.

'ದೇಕ್ ಬೇ ಸಾಲಾ... ದೇಕ್ ಮೈ ಕೌನ್ ಹುಂ... ಕ್ಯಾ ಚಾಹಿಯೆ ತುಜೆ ಮುಜ್ಸೇ... ಲೂಟ್ಲೇ ಸಾಲಾ...' ಎನ್ನುವ ಅವಳ ಆಕ್ರೋಶದ ಧ್ವನಿ, ಅವಳ ನೋವಿನ ಚಿತ್ಕಾರ ಆ ಕತ್ತಲೆ ಏಕಾಂತವನ್ನು ಸೀಳಿ ಇಡಿ ರಸ್ತೆಯನ್ನು ವ್ಯಾಪಿಸಿತ್ತು...

* * *

ರಾತ್ರಿ ಇಡೀ ಸುರಿದ ಮಳೆ ಬೆಳಗಿನ ಹೊತ್ತು ಹನಿಯಿಕ್ಕುತ್ತಿತ್ತು. ಕಣ್ಣು ಬಿಟ್ಟು ಕಿಟಕಿಯಾಚೆ ದೃಷ್ಟಿ ಚೆಲ್ಲಿಕೊಂಡು ಅದೆಷ್ಟೊ ಹೊತ್ತು ಸುಮ್ಮನೇ ಮಲಗಿದ್ದಳು ಧರಿತ್ರಿ. ಅರೆ ತೆರೆದ ಕಣ್ಗಳು ತಂತಾನೇ ಒದ್ದೆಯಾದಂತೆನಿಸಿ, ಮನಸ್ಸು ಭಾರವಾಯಿತು.

ಕಚೇರಿಗೆ ಹೋಗುವುದೊ ಬೇಡವೊ ಎನ್ನುತ್ತಲೇ ಎದ್ದು ಎಂದಿನಂತೆ ಸಮಯಕ್ಕೆ ಸರಿಯಾಗಿ ತಯಾರಾದಳು. ಆದರೆ ಮೇಕಪ್ ಮಾಡುವುದನ್ನು ಮಾತ್ರ ಮರೆಯಲಿಲ್ಲ. ಕಚೇರಿ ಒಳಗೆ ಕಾಲಿಡುವ ಮೊದಲೇ ಅವಳ ಕೈಗೆ ಹದಿನೈದು ದಿನದ ಸಂಬಳ ಸೇರಿತ್ತು. ಇದನ್ನು ಮೊದಲೇ ಊಹಿಸಿದ್ದಳು. ತುಂಬಿದ ಕಂಗಳಿಂದ ಮತ್ತೊಮ್ಮೆ ಕಚೇರಿಯ 5ನೇ ಮಹಡಿಯನ್ನು ದಿಟ್ಟಿಸಿ ಅವನ ಕ್ಯಾಬಿನ್ ಕಡೆ ಮುಖ ಮಾಡಿ ಜೋರಾಗಿ ಉಗಿದಳು. ಅದು ಮತ್ತೆ ಅವಳ ಮುಖಕ್ಕೇ ಸಿಡಿದು ರೇಜಿಗೆಯಾಯಿತು. ಮುಂದೇನು ಮಾಡುವುದೆಂದು ತೋಚದೇ ಸುಮ್ಮನೇ ಮನೆಯ ದಾರಿ ಹಿಡಿದಳು.

ಆದರೆ ಇನ್ನು ಮನೆಗೆ ಹೋಗಿ ಮಾಡುವುದೇನಿದೆ? ಅನ್ಯ ಮಾರ್ಗವಿಲ್ಲ ಎಂದುಕೊಳ್ಳುತ್ತಿದ್ದ ಅವಳ ಕಾಲು 'ಸಯೋನ್' ಕಾಲೋನಿ ಕಡೆಗೆ ಎಳೆಯಿತು. ಕಸದ ತೊಟ್ಟಿಗಳಿಂದ ಮೂಗಿಗೆ ರಾಚುವ ವಾಸನೆಯನ್ನು ಸಹಿಸುತ್ತ, ಸಣ್ಣ-ಸಣ್ಣ ಕಾಲುವೆಯಂತೆ ಮಾರ್ಗಮಧ್ಯವೇ ಹರಿಯುತ್ತಿದ್ದ ಚರಂಡಿ ನೀರನ್ನು ದಾಟುತ್ತ ನಡೆದಳು. ಮೂಲೆ-ಮೂಲೆಯಲ್ಲೂ ಕಾಲ್ಗೆಜ್ಜೆಯ, ಕೈಬಳೆಯ ಸದ್ದು... ಕೇಕೆ, ಲಲ್ಲೆಯಲ್ಲಿ ಮುಳುಗಿದ್ದ ಗಡಸು ದನಿಗಳು ತನ್ನನ್ನು ಸೆಳೆಯುತ್ತಿದ್ದಂತೆ ಭಾಸವಾಯಿತು ಅವಳಿಗೆ.

'ನೋಡಿ... ನೋಡಿ ನಮ್ಮ ಕಾಲೋನಿಗೆ ಹೊಸ ಜಿಂಕೆ ಬಂದಿದೆ. ಅದೆಷ್ಟು ಮುದ್ದಾಗಿದೆ! ಅಬ್ಬಬ್ಬಾ... ಅವಳನ್ನು ನೋಡುತ್ತಿದ್ದರೆ ನನ್ನ ಕಣ್ಣೇ ತಾಗುವುದೇನೊ' ಎನ್ನುತ್ತ ಅವಳ ಕೆನ್ನೆ ಸವರಿ ಮುದ್ದಿಸಿತ್ತು ಸಮುದಾಯದ ಮುಖಂಡಳಂತಿದ್ದ ಆ ವಯಸ್ಸಾದ ಗಡಸು ದನಿ.

'ಅರೆ! ಇದಕ್ಕೆ ಪರಿಪೂರ್ಣ ಹೆಣ್ಣಿನ ಲಕ್ಷಣಗಳಿವೆ?' ಎಂದಿತು ಮತ್ತೊಂದು ದನಿ.

'ಇದು ಹೆಣ್ಣೆಂದು ಎಂಥವರೂ ಕೂಡ ಮೋಸ ಹೋಗುತ್ತಾರೆ' ಕರ್ಕಶ ವಾಗಿ ನಕ್ಕಿತು ಮತ್ತೊಂದು ದನಿ. ಸದಸ್ಯರೆಲ್ಲರೂ ಅವಳನ್ನು ಪ್ರೀತಿಯಿಂದ ಸ್ವಾಗತಿಸಿ ಅದೇ ದಿನ ನಿತ್ಯಮುತ್ತೈದೆಯ ಶಾಸ್ತ್ರವನ್ನೂ ಮಾಡಿದರು. ಅವಳ ಹೊಸ ಹೆಸರು ರಾಜಕುಮಾರಿ ಎಂದಾಯಿತು.

'ನನ್ನ ಕಥೆಯನ್ನು ಮತ್ತೊಮ್ಮೆ ಹೊಸದಾಗಿ ಹೇಳಬೇಕಾದ ಅಗತ್ಯವೇನೂ ಇಲ್ಲ. ನಿಮ್ಮೆಲ್ಲರ ಕಥೆಗಳಿಗಿಂತ ಅದೇನೂ ಭಿನ್ನವಾಗಿರಲಾರದೆಂದು ನನಗೆ ಗೊತ್ತು. ಆದರೆ ನಾನು ನಿಮ್ಮೆಲ್ಲರಿಗಿಂತ ಸುಂದರಿ, ನನ್ನ ಕಷ್ಟಗಳೂ ನಿಮ್ಮೆಲ್ಲರಿ ಗಿಂತ ತುಸು ಭಿನ್ನ ಎಂದು ಹೇಳಬಹುದಷ್ಟೇ. ಹುಟ್ಟಿದ್ದು ಗಂಡಾಗಿಯೇ. ಆರನೇ ಮಗನಾಗಿ ಹುಟ್ಟಿದ ನನ್ನನ್ನು ಅಮ್ಮ ಹುಡುಗಿಯರ ಅಂಗಿ ಹಾಕಿ, ಅಲಂಕಾರ ಮಾಡಿ ನೋಡಿ ಖುಷಿ ಪಡುತ್ತಿದ್ದಳು. ಬೆಳೆಯುತ್ತ ಹೋದಂತೆ ನನಗೆ ನಾನು ಹುಡುಗ ಅಲ್ಲ, ಹುಡುಗಿ ಅನ್ನುವ ಭಾವನೆ ತೀವ್ರವಾಯಿತು. ಆದರೆ ನಾನು ಹುಡುಗಿಯಂತೆ ನಡೆದುಕೊಂಡಾಗ ಅಮ್ಮ-ಅಪ್ಪನ ಆಕ್ರೋಶಕ್ಕೆ ಗುರಿಯಾಗಬೇಕಿತ್ತು. ಆದರೆ ನನಗೆ ಹುಡುಗನ ವೇಷ ಹಾಕುವುದು ಬಹಳ ಕಷ್ಟವೆನಿಸುತ್ತಿತ್ತು. ಹುಡುಗಿಯಾಗಿಯೇ ಬದುಕಬೇಕೆಂಬ ಬಯಕೆ ತೀವ್ರ ವಾಯಿತು. ಅಮ್ಮ-ಅಪ್ಪ ಅಣ್ಣಂದಿರೆಲ್ಲ ಹುಡುಗಿಯಾಗಿ ನನ್ನನ್ನು ಸ್ವೀಕರಿಸಲು ತಯಾರಿರಲಿಲ್ಲ. ಎಲ್ಲರೂ ನನ್ನ ಅಂತಹ ವರ್ತನೆಯನ್ನು ದ್ವೇಷಿಸುತ್ತಿದ್ದರು. ರಜೆಗೆಂದು ಇಲ್ಲಿ ಮುಂಬೈಗೆ ಬಂದಾಗ ಚಾಚಿ ನನ್ನ ಮನಸ್ಸನ್ನು ಅರ್ಥ

ಮಾಡಿಕೊಂಡಳು. ನನ್ನೊಳಗಿರುವ ಹುಡುಗಿಯನ್ನೂ ಪ್ರೀತಿಸಿದಳು. ಆದರೆ ಚಾಚಾನಿಂದ ಮತ್ತೆ ನನಗೆ ವಿರೋಧ ಎದುರಾಯಿತು. ಯಾರೂ ಬೇಡ ಅಂತ ಸಂಪೂರ್ಣವಾಗಿ ಹುಡುಗಿಯಾದೆ. ಅನಾಥೆ ಎಂದು ಅನಾಥಾಶ್ರಮವೊಂದರಲ್ಲಿ ಸೇರಿಕೊಂಡೆ. ಪಿಯೂಸಿವರೆಗೂ ಅಲ್ಲೇ ಓದಿದೆ. ಮುಂದೆ ಕೆಲಸಕ್ಕೆ ಸೇರಿಕೊಂಡು ಪದವಿ ಓದುತ್ತ ಸ್ವತಂತ್ರ ಬದುಕು ಕಟ್ಟಿಕೊಂಡೆ. ಪದವಿ ಮುಗಿಸಿ ಕೊಂಡಾಗ ಉತ್ತಮ ಕಂಪೆನಿಯಲ್ಲಿ ಕೆಲಸ ಸಿಕ್ಕಿತು. ಶಾಲೆ, ಕಾಲೇಜಿನಲ್ಲಿ, ಕೆಲಸ ಮಾಡುವ ಸ್ಥಳಗಳಲ್ಲಿ, ಮನೆಯ ಅಕ್ಕಪಕ್ಕದಲ್ಲಿ... ಹಿಂಸೆ ಅನುಭವಿಸಿ ಸಾಕಾಗಿ ಬಂದಿದ್ದೇನೆ. ನನಗೆ ನೆಮ್ಮದಿಯ ಬದುಕು ಬೇಕು' ಎಂದಾಗ ಧರಿತ್ರಿಯ ಸುತ್ತ ಕುಳಿತವರ ಕಣ್ಣ ತುಂಬ ನೀರಿತ್ತು.

* * *

ಅಂದು ನಗರದ ಶ್ರೀಮಂತ ವ್ಯಕ್ತಿಯ ಪತ್ನಿ ಗಂಡು ಮಗುವನ್ನು ಹೆತ್ತುಕೊಂಡು ಬಂದ್ದಿದಳು. ಸಂಜೆ ಪ್ರತಿಷ್ಠಿತ ಕಾಲೋನಿಯಲ್ಲಿರುವ ಅವರ ಮನೆ ಮುಂದೆ ಅವರು 'ನಾಚ್-ಗಾನಾ' ಮಾಡಲು ತೆರಳಬೇಕಿತ್ತು. ತಮ್ಮ ಗುಂಪಿನಲ್ಲಿ ಈ ಮುದ್ದು ಹುಡುಗಿಯನ್ನು ಸೇರಿಸಿಕೊಂಡು ಹೋದರೆ ಕಮಾಯಿ ಹೆಚ್ಚುತ್ತದೆ ಎಂಬ ಸಂಭ್ರಮದಲ್ಲಿದ್ದರು ಸಂಗಾತಿಗಳೆಲ್ಲ ಧರಿತ್ರಿಯನ್ನು ಹೆಚ್ಚು ಉತ್ಸಾಹದಿಂದ ಅಲಂಕಾರ ಮಾಡಿದರು.

* * *

ಸಿಕಂದರ್ ಬಾಬೂನ ಮನೆ ಬಣ್ಣ-ಬಣ್ಣದ ದೀಪಗಳಿಂದ ಅಲಂಕರಿಸ ಲ್ಪಟ್ಟಿತ್ತು. ಮನೆಯೊಳಗೂ, ಮನೆ ಮುಂದೂ ಜನ ತುಂಬಿದ್ದರು. ಮನೆ ಮುಂದೆ ಹಾಡುತ್ತ, ಕುಣಿಯುತ್ತ, ಕಾಲ್ಗೆಜ್ಜೆಯ ಶಬ್ದ ಮಾಡುತ್ತ, ತಮ್ಮ ಗಡಸು ದನಿಯಲ್ಲಿ ನಗುತ್ತ ಬಂದ ಮಂಗಳ ಮುಖಿಯರ ಗುಂಪಿನಲ್ಲಿದ್ದ ದುಬಾರಿ ಸ್ಟೋನ್‌ಗಳ ಅಂಚು ಇರುವ ಕೆಂಪು ಬಣ್ಣದ ಸೀರೆ ತೊಟ್ಟಿದ್ದ ಆ ಸುಂದರಿ ಯನ್ನು ಮತ್ತೊಮ್ಮೆ ಮತ್ತೊಮ್ಮೆ ನೋಡಿದ ಆತ.

'ಇವಳು ಅವಳೇ!' ಆತ ಕ್ಷಣ ನಿಂತಲ್ಲಿಯೇ ಬೆಚ್ಚಿದ.

'ಇವರನ್ನು ಯಾರು ಇಲ್ಲಿ ಕರೆಸಿದ್ದು? ಕಳಿಸಿ ಬಿಡಿ ಅವರನ್ನು... ಬೇಗ ಇಲ್ಲಿಂದ ಆಚೆ ಅಟ್ಟಿ...' ಆತ ಕಿರುಚಿದ.

'ಸುಮ್ಮನಿರಿ, ಅವರನ್ನು ಹಾಗೆಲ್ಲ ಅವಮಾನ ಮಾಡಬಾರದು. ಅವರ ಶಾಪ ಬಹಳ ಕೆಟ್ಟದ್ದು. ಅವರು ನಗುತ್ತ, ಹಾಡು ಹೇಳುತ್ತ ಮನೆ ಮುಂದೆ ನೃತ್ಯ ಮಾಡಿದರೆ ಮನೆಗೆ ಶ್ರೇಯಸ್ಸು. ನಮ್ಮ ಮಗನಿಗೆ ಅವರ ಆಶೀರ್ವಾದ ಬೇಕು' ಹೆಂಡತಿ ಪಿಸುಗುಟ್ಟಿದಳು.

ಅವನ ಕಣ್ಣಲ್ಲಿ ಕಣ್ಣಿಟ್ಟು ಅವನ ಅಸ್ತಿತ್ವವೇ ನಡುಗುವಂತೆ ನಕ್ಕಳು ಧರಿತ್ರಿ.

'ಬಾಬೂಜೀ, ನನ್ನ ನೃತ್ಯ ನೋಡಬೇಕಲ್ಲ? ಇಕೊ ನೋಡಿ' ಎನ್ನುತ್ತ ಅಂಗಳಕ್ಕೆ ಹಾರಿ ತನ್ನ ಹೊಸ ಗೆಜ್ಜೆಯ ಸದ್ದು ಮಾಡುತ್ತ ಕುಣಿಯತೊಡಗಿದಳು. ಗುಡುಗು ಮಿಂಚು ಸಮೇತ ಮಳೆ ಜೋರಾಯಿತು.

'ಎಂಥ ತೂಫಾನ್ ಇದು? ಸಾಕು ಬಾ ರಾಜಕುಮಾರಿ, ನೋಡು ಮಳೆ ಹೇಗೆ ಸುರಿಯುತ್ತಿದೆ...' ಸಂಗಾತಿಗಳು ಕರೆಯುತ್ತಿದ್ದರೂ ಅವಳು ಕುಣಿಯುತ್ತಲೇ ಇದ್ದಳು. ನಗುತ್ತ–ಕೇಕೆ ಹಾಕುತ್ತ ಕುಣಿಯುತ್ತಿದ್ದಳು. ಕುಣಿಯುವ ಆ ರಭಸಕ್ಕೆ ಅವಳ ಹೊಸ ಗೆಜ್ಜೆಗಳು ಕಿತ್ತಿ ಅವನ ಹೊಸ್ತಿಲು ದಾಟಿ ಮನೆಯೊಳಗೆ ಜಿಗಿದವು. ಅವಳ ಕಾಲಿನಿಂದ ಉದುರಿದ ಗೆಜ್ಜೆಗಳು ಅವನ ಮನೆಯಲ್ಲೆಲ್ಲ ಘಲ್–ಘಲ್ ಎಂದು ಹರಿದಾಡುತ್ತಿದ್ದವು. ಪ್ರತಿ ಗೆಜ್ಜೆಯ ಶಬ್ದಕ್ಕೂ ಆತ ಬೆಚ್ಚಿ ಬೆಚ್ಚಿ ಬೀಳುತ್ತಿದ್ದ ಎದೆಯಲ್ಲಿ ಕ್ಷಣಕ್ಕೊಂದು ಉಲ್ಕೆ ಬಿದ್ದಂತಹ ಅನುಭವವಾಗುತ್ತಿತ್ತು....

ಕಥೆಗಾರರ ಪರಿಚಯ

ಹನುಮಂತ ಹಾಲಗೇರಿ

ಬಾಗಲಕೋಟೆ ಜಿಲ್ಲೆಯ ತುಳಸಿಗೇರಿ ಗ್ರಾಮದಲ್ಲಿ 1980ರಲ್ಲಿ ಜನನ. ಪತ್ರಕರ್ತರಾಗಿ ಕೆಲಸ. 'ಕತ್ತಲ ಗರ್ಭದ ಮಿಂಚು' 'ಮಠದ ಹೋರಿ' ಇವರ ಕಥಾಸಂಕಲನಗಳು. 'ಕೆಂಗುಲಾಬಿ' ಕಾದಂಬರಿಯಾಗಿದೆ. ಇದಕ್ಕೆ ಹಲವು ಪ್ರಶಸ್ತಿಗಳು ಸಂದಿವೆ. 'ಊರು ಸುಟ್ಟರೂ ಹನುಮಪ್ಪ ಹೊರಗೆ' ಎಂಬುದು ಇವರ ನಾಟಕ ಕೃತಿಯಾಗಿದೆ. ಹೊಸ ತಲೆಮಾರಿನ ಮುಖ್ಯ ಕಥೆಗಾರರಾದ ಇವರ 'ಹಾಳು ಸುಡಗಾಡ ಬದುಕು' ಮನ ಕಲಕುವ ಕತೆಯಾಗಿದೆ. ಸುಡುಗಾಡು ಕಾಯುವ ಕಾಯಕ ಮೊದ ಮೊದಲು ಆಧುನಿಕತೆಗೆ ಸಿಕ್ಕಿ ನರಳುವುದು; ಬದುಕು ಪಲ್ಲಟವಾಗುವುದು; ಈ ಎಲ್ಲಾ ಅಂಶಗಳನ್ನು ಕೇಂದ್ರವಾಗಿಟ್ಟುಕೊಂಡಿದೆ. ಕಥೆ ಸಾಗುತ್ತಾ ಕೋಮು ಸಮಸ್ಯೆಯಿಂದ ಮಾನವೀಯತೆಗೆ ಪೆಟ್ಟಾಗುವುದನ್ನು ಕಾಣಿಸುತ್ತಿದೆ.

ಶ್ರೀಧರ ಬನವಾಸಿ

ಮೂಲತ: ಉತ್ತರ ಕನ್ನಡ ಜಿಲ್ಲೆಯವರಾದ ಬನವಾಸಿ 1985ರಲ್ಲಿ ಜನಿಸಿದರು. 'ಅಮ್ಮನ ಅಟೋಗ್ರಾಫ್' 'ದೇವರ ಜೋಳಿಗೆ' ಇವರ ಕಥಾ ಸಂಕಲನಗಳು 'ತಿಗರಿಯ ಹೂಗಳು' ಕವನ ಸಂಕಲನ. ಇವರ ಕಥಾ ಸಂಕಲನಗಳಿಗೆ ಹಲವು ಪ್ರಶಸ್ತಿಗಳು ಲಭ್ಯವಾಗಿವೆ. ಪ್ರಸ್ತುತ '24 ಕ್ಯಾರೆಟ್' ಕತೆ ಸೌಂದರ್ಯ ಮತ್ತು ಮದುವೆಗಳನ್ನು ಕೇಂದ್ರವಾಗಿಟ್ಟುಕೊಂಡರೂ ಮನಸ್ಸಿನ ಭಿನ್ನ ಮುಖಗಳನ್ನು ತೆರೆದಿಡುತ್ತದೆ.

ಇಂದ್ರಕುಮಾರ್ ಎಚ್. ಬಿ.

ಚಿತ್ರದುರ್ಗದಲ್ಲಿ 1981ರಲ್ಲಿ ಜನನ. ಮೂಲತ: ಸಹ ಶಿಕ್ಷಕರಾಗಿರುವ ಇಂದ್ರಕುಮಾರ್ ಕನ್ನಡದಲ್ಲಿ ಇತ್ತೀಚೆಗೆ ಉತ್ತಮಕತೆಗಳನ್ನು ಬರೆಯುತ್ತಿದ್ದಾರೆ. ಗದ್ಯ, ಕವಿತೆ, ನಾಟಕ, ಪ್ರಕಾರಗಳಲ್ಲೂ ಇವರಿಗೆ ಆಸಕ್ತಿ ಇದೆ. 'ಆ ಮುಖ', 'ನನ್ನ ನಿನ್ನ, ನೆಂಟತನ', 'ಪರಮೂ ಪರಪಂಚ' ಇವರ ಕಥಾ ಸಂಕಲಗಳು. 'ಹುಲಿಕಾನು' ಇವರ ಕಾದಂಬರಿ. ಬಸವರಾಜ ಕಟ್ಟೀಮನಿ ಯುವ ಪುರಸ್ಕಾರ ಸೇರಿದಂತೆ ಹಲವು ಪ್ರಶಸ್ತಿಗಳು ಇವರಿಗೆ ಸಂದಿವೆ. ಪ್ರಸ್ತುತ 'ಎರಡು ಮತ್ತು ಒಂದು' ಕತೆ ಏಕಕಾಲದಲ್ಲಿ ನಗರದ ಉದ್ಯೋಗ ಬದುಕಿನ ಪಲ್ಲಟಗಳು; ಹೆಣ್ಣಿನ ದೈಹಿಕ ಮತ್ತು ಮಾನಸಿಕ ಸ್ಥಿತಿಗತಿಗಳನ್ನು ನಿರೂಪಿಸುವ ಕತೆಯಾಗಿದೆ.

ಮೌನೇಶ ಬಡಿಗೇರ

1984ರಲ್ಲಿ ಹುಟ್ಟಿದ ಇವರು ಕನ್ನಡದ ಹೊಸ ತಲೆಮಾರಿನ ರಂಗ ನಿರ್ದೇಶಕರು; ಇವರು ಕಥೆಗಾರರೂ ಆಗಿದ್ದಾರೆ. ಅಲ್ಲದೆ ಹಲವು ನಾಟಕಗಳಲ್ಲಿ ನಟರಾಗಿ ಅಭಿನಯಿಸಿದ್ದಾರೆ. ಇವರ ಪ್ರಸಿದ್ಧ ಕಥಾ ಸಂಕಲನ 'ಮಾಯಾ ಕೋಲಾಹಲ' ಕೃತಿಗೆ ರಾಜ್ಯದ ಹಲವು ಪ್ರಶಸ್ತಿಗಳು ದೊರಕಿವೆ. ಅಲ್ಲದೆ ಇದೇ ಸಂಕಲನಕ್ಕೆ 'ಕೇಂದ್ರ ಸಾಹಿತ್ಯ ಅಕಾಡೆಮಿ ಯುವ ಪುರಸ್ಕಾರ'ವೂ ದೊರಕಿದೆ. ಇವರ 'ವೇಗದೊಳಗಿನ ಆವೇಗ' ಕುತೂಹಲದಿಂದ ಸಾಗುವ ನಿರೂಪಣಾ ಕ್ರಮದಿಂದ ಗಮನ ಸೆಳೆಯುವ ಕತೆ. ಒಂದು ವಾಹನದ ವೇಗದಷ್ಟೇ ಇಲ್ಲಿನ ಪಾತ್ರಗಳ ಬದುಕು ಕೂಡಾ ಸಾಗಿಬಿಡುತ್ತದೆ. ಮನುಷ್ಯ ತನ್ನ ಒಳತೋಟಗಳನ್ನು ಪರೀಕ್ಷೆಗೊಡ್ಡುವ ಪರಿಕ್ರಮತೆಯು ಕೇಂದ್ರವೂ ಆಗಿಬಿಟ್ಟಿದೆ.

ವಿಕ್ರಮ ಹತ್ವಾರ

1982 ಉಡುಪಿ ಜಿಲ್ಲೆಯ ಕೋಟೇಶ್ವರದಲ್ಲಿ ಜನನ. ಹೊಸತಲೆಮಾರಿನ ಲೇಖಕರಾದ ಇವರು ಮೂಲತ: ಕುಂದಾಪುರದವರು. ಹಲವು ಪತ್ರಿಕೆಗಳಲ್ಲಿ ಇವರ ಲೇಖನಗಳು ಪ್ರಕಟಗೊಂಡಿವೆ. 'ಇದೇ ಇರಬೇಕು ಕವಿತೆ' 'ಅಕ್ಷಿ... ಎಂದಿತು ವೃಕ್ಷ' ಇವರ ಕವಿತಾ ಸಂಕಲನಗಳು. 'ಝೀರೋ ಮತ್ತು ಒಂದು' ಇವರ ಕಥಾಸಂಕಲನ. ಪ್ರಸ್ತುತ 'ಕಾಮಸೂತ್ರ' ಕತೆಯು ಕಾರ್ಪೊರೇಟ್ ವಲಯದ ಬದುಕಿನ ಭಿನ್ನ ಮುಖಗಳನ್ನು ತೆರೆದಿಡುತ್ತದೆ. ಕಾಮವೆಂದರೇನು? ಎಂಬ ಪ್ರಶ್ನೆಯೊಂದಿಗೆ ಪ್ರಾರಂಭವಾಗುವ ಕತೆ ಮನುಷ್ಯನ ತೀರ್ಮಾನಗಳ ಆಯಾಮಗಳನ್ನು ತೆರೆದಿಡುತ್ತಿದೆ.

ಮಮತಾ ಆರ್.

1978ರಲ್ಲಿ ಉತ್ತರ ಕನ್ನಡ ಜಿಲ್ಲೆಯ ಕುಮಟಾದಲ್ಲಿ ಜನನ. ಆಂಗ್ಲ ಭಾಷಾ ಸಹಾಯಕ ಪ್ರಾಧ್ಯಾಪಕರಾಗಿರುವ ಇವರು ಹಲವು ಕತೆ, ಕವಿತೆಗಳನ್ನು ಬರೆದಿದ್ದಾರೆ. 'ನಿಷೇಧಿತ ಹಾಡುಗಳು' ಇವರ ಗಜಲ್ ಸಂಕಲನವಾಗಿದೆ. ಪತ್ರಿಕೆಗಳಲ್ಲಿ ನಡೆಸುವ ಸ್ಪರ್ಧೆಗಳಲ್ಲಿ ಹಲವು ಬಹುಮಾನಗಳನ್ನು ಪಡೆದು ಕೊಂಡಿದ್ದಾರೆ. ಇವರ 'ಬರಿಗೈಯಲ್ಲಿ ಬಂದ ಚಂದ್ರ' ಕಲಾವಿದನೊಬ್ಬನ ಅಂತರಂಗದ ಕತೆಯಾಗಿದೆ. ಭಿನ್ನ ಬಗೆಯ ಬಣ್ಣಗಳಂತೆಯೆ ಈತನ ಮನಸ್ಸು ಕೂಡಾ ಆಲೋಚಿಸುತ್ತದೆ. ಭ್ರಮಾ ಲೋಕದಲ್ಲಿ ವಿಹರಿಸುವ ಈತ ವಾಸ್ತವತೆಗೆ ಹಾತೊರೆಯುತ್ತಾನೆ.

ಸಂತೋಷ ಗುಡ್ಡಿಯಂಗಡಿ

1980ರಲ್ಲಿ ಉಡುಪಿ ಜಿಲ್ಲೆಯ ಕುಂದಾಪುರ ತಾಲ್ಲೂಕಿನ ಮೊವಾಡಿಯಲ್ಲಿ ದಲಿತ ಕುಟುಂಬವೊಂದರಲ್ಲಿ ಜನನ. 'ನೀನಾಸಂ'ನಲ್ಲಿ ಪದವಿ ಪಡೆದುಕೊಂಡಿದ್ದಾರೆ. ಹಲವು ರಂಗಶಾಲೆಗಳಲ್ಲಿ ಕೆಲಸ. 'ಕೊರಬಾಡು' ಇವರ ಪ್ರಕಟಿತ ಕಥಾಸಂಕಲನ. ಪ್ರಸ್ತುತ ಸರ್ಕಾರಿ ಪ್ರೌಢಶಾಲೆಯಲ್ಲಿ ಕೆಲಸ. 'ದೀನ ದಲಿತನ ಹೋಟ್ಲು' ತಂತ್ರದಿಂದಲೇ ಗಮನ ಸೆಳೆಯುವ ಕತೆಯಾಗಿದೆ. ದಲಿತ ನೊಬ್ಬನ ಹೋಟ್ಲು ತಲೆ ಎತ್ತಿದಾಗ ಮೇಲುವರ್ಗದ ಜನರು ಪಡುವ ಅಸೂಯೆ ಇಲ್ಲಿ ಮುಖ್ಯವಾಗುತ್ತದೆ. 'ಬಿಲಾಂಗು' ಮುಂದುವರೆದು ಮೇಲು ವರ್ಗದ ಹುಡುಗಿಯನ್ನು ಪ್ರೀತಿಸಿ ಮದುವೆಯಾಗುವ ಮಟ್ಟಕ್ಕೆ ಹೋಗುತ್ತಾನೆ. ಕತೆಯಲ್ಲಿ 'ದಲಿತ ಸಂಘ' ಎಂಬ ಬೋರ್ಡು ಸಂಕೇತವಾಗಿ ಬಂದಿದೆ.

ಟಿ. ಎಸ್. ಗೊರವರ

1984 ಜೂನ್ 10ರಂದು ಗದಗ ಜಿಲ್ಲೆಯ ರೋಣ ತಾಲ್ಲೂಕಿನ ರಾಜೂರ ಗ್ರಾಮದಲ್ಲಿ ಜನನ. 'ಭ್ರಮೆ' 'ಕುದರಿಮಾಸ್ತರ' ಇವರ ಕಥಾ ಸಂಕಲನಗಳು. 'ಆಡು ಕಾಯೋ ಹುಡುಗನ ದಿನಚರಿ' ಇವರ ಅನುಭವ ಕಥನವಾಗಿದೆ. ಕರ್ನಾಟಕ ಸಾಹಿತ್ಯ ಅಕಾಡಮಿ ಪುರಸ್ಕಾರ ಇವರಿಗೆ ದೊರೆತಿದೆ. ಪ್ರಸ್ತುತ 'ದೇವರಾಟ' ಎಂಬ ಕತೆಯು ಶಂಕರಜ್ಜನಲ್ಲಿ ಇರುವ ಹೊಲದ ಮೇಲಿನ ಪ್ರೀತಿ ಯನ್ನು ತೋರಿಸುತ್ತದೆ. ಹೊಲವನ್ನು ಮಗ ಹನುಮ ಮಾರಲು ಯತ್ನಿಸಿದಾಗ ಮೈಮೇಲೆ ದೇವರು ಬಂದಂತೆ ನಟಿಸಿ ಹೊಲವನ್ನು ಉಳಿಸಿಕೊಳ್ಳುವ ಕತೆಯಾಗಿದೆ.

ಜಡೇಗುಂಟೆ ಮಂಜುನಾಥ್

1980ರಲ್ಲಿ ಚಿತ್ರದುರ್ಗ ಜಿಲ್ಲೆಯ ಚಳ್ಳಕೆರೆ ತಾಲ್ಲೂಕಿನ ಜಡೇಕುಂಟೆ ಗ್ರಾಮದಲ್ಲಿ ಜನಿಸಿದರು. ಸಮೂಹ ಸಂವಹನದಲ್ಲಿ ಪದವಿಯನ್ನು ಪಡೆದುಕೊಂಡಿರುವ ಇವರು 'ದಿಕ್ಕಿಲ್ಲದವರು' 'ನಾಳೆಯ ನಿರೀಕ್ಷೆಯಲ್ಲಿ' ಎಂಬ ಕವಿತಾ ಸಂಗ್ರಹಗಳು 'ಜೋಗಜ್ಜನ ಹಾಡು' ಕಥಾಸಂಕಲನವನ್ನು ಪ್ರಕಟಿಸಿದ್ದಾರೆ. ಪ್ರಸ್ತುತ 'ಅಪ್ಪನ ತಪ್ಪಡಿ' ಭಾಷೆ ಮತ್ತು ಶೈಲಿಯಿಂದ ಗಮನ ಸೆಳೆಯುತ್ತದೆ. ತಣ್ಣಗೆ ಗ್ರಾಮದ ಜಾತಿ ವ್ಯವಸ್ಥೆಯನ್ನು ಅನಾವರಣಗೊಳಿಸುತ್ತದೆ. ಅಕ್ಷರವನ್ನು ಕಲಿತ ಏಕಾಂತ ಯೋಚಿಸಲು ಪ್ರಾರಂಭಿಸುವ ವೇಳೆಗೆ ಕತೆ ಮುಗಿಯುತ್ತದೆ.

ಮುಂಜುನಾಥ್ ವಿ.ಎಂ.

1976ರಲ್ಲಿ ಬೆಂಗಳೂರಿನ ವೆಂಕಟಾಲದಲ್ಲಿ ಜನನ. ದ್ವಿತೀಯ ಪಿ.ಯೂ.ಸಿ. ವರೆಗೆ ವಿದ್ಯಾಭ್ಯಾಸ. 'ನೀನಾಸಂ'ನಲ್ಲಿ ರಂಗಶಿಕ್ಷಣವನ್ನು ಪಡೆದಿದ್ದಾರೆ. 'ಬ್ರಾಂಡಿ' 'ಜಾನ್-ಗೋವಾ' ಕಥಾಸಂಕಲನಗಳು. 'ಕ್ರಿಮಿ' 'ಕೆಂಪು ಗೂಳಿ' ನಾಟಕಗಳು. 'ಫಾದರ್ 55' 'ನೀನಾಸಂ ಡೈರಿಯ ಕವಿತೆಗಳು' ಕವನ ಸಂಕಲನಗಳಾಗಿವೆ. ನಾಟಕ ನಿರ್ದೇಶಕರೂ ಹೌದು. ಬಹುಮುಖ ಪ್ರತಿಭೆಯ ಮಂಜುನಾಥ್, ಹಲವು ರಾಷ್ಟ್ರೀಯ ಮಟ್ಟದ ಸಾಹಿತ್ಯ ಕಾರ್ಯಕ್ರಮಗಳಲ್ಲಿ ಭಾಗವಹಿಸಿದ್ದಾರೆ. ಪ್ರಸ್ತುತ 'ಬಾರ್ಬರ್ ಬಬ್ಲೂ ಮತ್ತು ಆರೆಂಜ್ ಹುಡುಗಿಯರು' ಕತೆ ನಗರ ಬದುಕಿನ ಮತ್ತು ಮನುಷ್ಯನ ವಿಚಿತ್ರ ಬಗೆಯ ಮನಸ್ಥಿತಿಯನ್ನು ಅನಾವರಣ ಗೊಳಿಸುತ್ತದೆ. ಲೈಂಗಿಕತೆ, ಮಿಲಿಟರಿ ಕ್ಯಾಂಪ್‌ನ ವಾಸ್ತವತೆ, ವ್ಯಕ್ತಿ ಬದುಕಿನ ನೆಲೆಗಳು ಏಕತ್ರಗೊಳ್ಳುತ್ತವೆ.

ತಿರುಪತಿ ಭಂಗಿ

1982ರಲ್ಲಿ ಬಾಗಲಕೋಟೆ ಜಿಲ್ಲೆಯ ದೇವನಾಳದಲ್ಲಿ ಜನನ. 'ಹೃದಯ ರಾಗ', 'ಮನಸು ಕೊಟ್ಟವಳು', 'ಅವ್ವ' ಇವು ಕವನಸಂಕಲನಗಳು. 'ಜಾತಿ ಕುಲಮ್ಯಾಗ ಅರಳಿದ ಪ್ರೀತಿ' ಇವರ ಕಥಾಸಂಕಲನವಾಗಿದೆ. ಇದೇ ಕೃತಿಗೆ ಕೆ.ವಾಸುದೇವಾಚಾರ್ಯ ದತ್ತಿ ಪ್ರಶಸ್ತಿಯೂ ಲಭಿಸಿದೆ. ಪ್ರಸ್ತುತ 'ಕೃಷ್ಣೆ ಹರಿದಳು' ಕತೆ ಮೇಲುನೋಟಕ್ಕೆ ವೈನೋದಿಕ ಶೈಲಿಯಲ್ಲಿ ಸಾಗಿದರೂ, ಕರ್ನಾಟಕದ ಒಂದು ಭಾಗದ ಬದುಕು-ಬವಣೆಗಳನ್ನು ತಿಳಿಸುತ್ತದೆ. ಕೃಷ್ಣೆ ಮಳೆಗಾಲದಲ್ಲಿ ಮತ್ತು ಬೇಸಿಗೆ ಕಾಲದಲ್ಲಿ ಜನಬದುಕಿನೊಂದಿಗೆ ನಡೆಸುವ ಚೆಲ್ಲಾಟವೆಂಬಂತೆ ಬಿಂಬಿತಗೊಂಡಿದ್ದಾಳೆ.

ಆನಂದ ಕುಂಚನೂರ

1981ರಲ್ಲಿ ಬಾಗಲಕೋಟೆ ಜಿಲ್ಲೆಯ ಮೂಡಲಗಿ ಎಂಬಲ್ಲಿ ಜನನ. ಔಷಧಿ ಕಂಪೆನಿಯಲ್ಲಿ ಉದ್ಯೋಗಿಯಾಗಿರುವ ಆನಂದ ಅವರು 'ಕರಿ ನೆಲ' ಎಂಬ ಕವನ ಸಂಕಲನವನ್ನು ಪ್ರಕಟಿಸಿದ್ದಾರೆ. 'ಗಂಧರ್ವ ಪಟ್ಟಣ' ಎಂಬ ಕಥಾಗುಚ್ಛ ಪ್ರಕಟಣೆಗೆ ಸಿದ್ಧವಾಗಿದೆ. ಕಥಾಸ್ಪರ್ಧೆಗಳಲ್ಲಿ ಹಲವು ಬಹುಮಾನಗಳನ್ನು ಪಡೆದಿದ್ದಾರೆ. ಪ್ರಸ್ತುತ 'ಗ್ರೀನ್ ಟೀ' ಕನ್ನಡಕ್ಕೆ ಹೊಸಬಗೆಯ ಸಂವೇದನೆಯನ್ನು ಪರಿಚಯಿಸುತ್ತದೆ. ಔಷಧ ಕಂಪೆನಿಯ ಒಳಹೊರಗನ್ನು ಅನಾವರಣಗೊಳಿಸುತ್ತಲೇ, ಇಲ್ಲಿನ ಪಾತ್ರಗಳ ಬದುಕು ಕೂಡಾ ಔಷಧಿ ಮತ್ತು ಗ್ರೀನ್ ಟೀ ಬಗೆಯಲ್ಲಿ ಕಹಿಯನ್ನು ಅನುಭವಿಸುತ್ತವೆ.

ಅಲಕಾ ಕಟ್ಟೆಮನೆ

1979ರಲ್ಲಿ ಮೈಸೂರಿನಲ್ಲಿ ಜನಿಸಿದರು. ಪತ್ರಿಕೋದ್ಯಮ ಮತ್ತು ಸಮೂಹ ಸಂವಹನದಲ್ಲಿ ಪದವೀಧರೆಯಾಗಿರುವ ಅಲಕಾ ಕಟ್ಟೆಮನೆಯವರು ಮೈಸೂರು ಆಕಾಶವಾಣಿಯಲ್ಲಿ ಸಾಂದರ್ಭಿಕ ಉದ್ಘೋಷಕಿ. 'ಶಾಲ್ಮಲೆಯ ಹೊನಲಲ್ಲಿ' ಇವರ ಪ್ರಕಟಿತ ಕಥಾಸಂಕಲನ. ಇದೇ ಕೃತಿಗೆ 'ತ್ರಿವೇಣಿ ಪುರಸ್ಕಾರ' ಸೇರಿದಂತೆ ಹಲವು ಪ್ರಶಸ್ತಿಗಳು ಸಂದಿವೆ. ಪ್ರಸ್ತುತ 'ಶಿಥಿಲ' ಕತೆಯು ಗ್ರಾಮ ಬದುಕಿನ ಶಿಥಿಲತೆಯನ್ನು ಗರ್ಭೀಕರಿಸಿಕೊಂಡಿದೆ. ಪರಂಪರೆಯ ಮನಸ್ಸೊಂದು ಆಧುನಿಕತೆಗೆ ತೆರೆದುಕೊಳ್ಳುವ ಇರಾದೆಯನ್ನು ಈ ಕತೆಯು ವ್ಯಕ್ತಪಡಿಸುತ್ತದೆ. ಬಾವಿ ಮತ್ತು ಗೆದ್ದಲು ಈ ಕತೆಯ ಮುಖ್ಯ ಪ್ರತಿಮೆಗಳು.

ಸುಶೀಲಾ ಡೋಣೂರ

1982ರಲ್ಲಿ ಬಿಜಾಪುರದಲ್ಲಿ ಜನಿಸಿದರು. ಮೂಲತಃ ಪತ್ರಕರ್ತೆಯಾಗಿರುವ ಸುಶೀಲಾ ಅವರು ಪ್ರವೃತ್ತಿಯಲ್ಲಿ ಸೃಜನಶೀಲ ಬರಹಗಾರರು. 'ದೇವರ ತಪ್ಪು' ಇವರ ಕಥಾಸಂಕಲನ. 'ನ್ಯಾನ್ಸಿ' ಕಾದಂಬರಿಯಾಗಿದೆ. 'ತ್ರಿವೇಣಿ ದತ್ತಿ ನಿಧಿ ಪ್ರಶಸ್ತಿ' 'ಗುಡಿಬಂಡೆ ಪೂರ್ಣಿಮಾ ದತ್ತಿನಿಧಿ ಪ್ರಶಸ್ತಿ'ಗಳೂ ಇವರಿಗೆ ದಕ್ಕಿವೆ. ಪ್ರಸ್ತುತ 'ತೂಫಾನ್' ಕತೆ ಧರಿತ್ರಿ ಎಂಬ ಹೆಣ್ಣು ಮಗಳ ಬದುಕಿನಲ್ಲಿ ಬೀಸುವ ನೋವು ಸಂಕಟಗಳ ತೂಫಾನ್ ಆಗಿದೆ. 'ಸೌಂದರ್ಯವನ್ನು ದುಡಿಸಿಕೊಳ್ಳ ಬೇಡ ಉಪಯೋಗಿಸಿಕೋ' ಎಂಬ ಕಂಪೆನಿಯ ಯಜಮಾನನೊಬ್ಬನ ಮಾತು ಗಳು ಈ ಕತೆಯ ಕೇಂದ್ರವೆಂದು ಹೇಳಬಹುದು. ಕತೆ ಮಂಗಳಮುಖಿಯೊಬ್ಬಳ ಅನುಭವವನ್ನು ಅನಾವರಣ ಮಾಡಿದೆ.

Printed at Rakmo Press (P) Ltd., New Delhi